ஆண்டான்

ஆண்டான்

சி.சரவணகார்த்திகேயன்

எழுத்து
பிரசுரம்

Title: Aandaan
Author's Name: C. Saravanakarthikeyan

Published by Ezutthu Prachuram

Ezutthu Prachuram
(An imprint of Zero Degree Publishing)
No.75 & 76, I Floor, Kuppusamy Street,
Balaji Nagar, Padi,
Chennai - 600050

Website: www.zerodegreepublishing.com
E Mail id: zerodegreepublishing@gmail.com
Phone: 89250 61999

Ezutthu Prachuram First Edition: December 2025
ISBN: 978-93-47206-35-1
TITLE NO EP: 616

Rs. 499/-

Cover Design: Santhosh Narayanan
Layout: Vijayan, Creative Studio
Printed at Manipal Technologies, India.

சமர்ப்பணம்

சௌம்யாவுக்கு...

பகுத்தறிவுப் பக்தி

ஏழாண்டுகள் முன் ஃபேஸ்புக்கில் எழுதினேன் - சோம்பேறிகள் கவிதை எழுதுகிறார்கள்; உழைப்பாளிகள் நாவல் எழுதுகிறார்கள்; கலைஞர்கள் சிறுகதை எழுதுகிறார்கள். இன்று எழுதினால் 'உலகை உற்றுப் பார்க்க முடிந்த உழைப்பாளிகள்' என்றே கூறியிருப்பேன்!

'ஆண்டான்' என் நான்காம் நாவல். இதைக் காதல் கதை என்பதா, சமூகக் கதை என்பதா, சமயக் கதை என்பதா என்பதில் எனக்கும் குழப்பங்கள் உண்டு. மனிதன் இறைவியைக் காதலிக்கிறான் என்பதுதான் சினிமா பாஷையில் இந்நாவலின் ஒன்லைன். 'அனைத்து சாதியினரும் அர்ச்சகர் ஆகலாம்' திட்டத்தை அதற்குப் பின்புலம் ஆக்கிக் கொண்டேன். அதில் சிறுதெய்வம் பெருந்தெய்வமாகத் திரிபுறும் விவகாரமும் இணைந்து கொண்டது. இறுதியாக சாதிய ஆணவக் கொலை எதிர்ப்பு என்பது இதன் அடிநாதமாக ஒலிக்கிறது.

அக்கலவை இந்நாவலைப் பக்தியும் பகுத்தறிவும் முயங்கும் புள்ளி என்று ஆக்குகிறது!

★

மனிதர்கள் கடவுளைக் காதலிப்பது என்பது புதிய கரு அல்ல. பல நூற்றாண்டுகளாக இந்த மண்ணிலேயே இதற்கு பல உதாரணமுண்டு. முதன்மையாக திருவில்லிப்புத்தூர் ஆண்டாள். நாராயணனைத் தன் நாயகனாக வரித்து அவனை அடையத் துடிக்கும் காதற்பாக்கள்தாம் நாச்சியார் திருமொழி. தன்னைக் கோபியருள் ஒருத்தியாகக் கருதி கண்ணனையே தனது கணவனாக வரித்துக் கொண்ட ராஜபுத்திர வம்சத்து மீராபாய். அரங்கன் சிலை மீது காதல் கொண்டு அவனைத் தேடி தில்லியிலிருந்து

ஸ்ரீரங்கம் வந்து இறைவனுடன் இரண்டறக் கலந்த பாதுஷா மகள் சுரதானி என்ற துலுக்க நாச்சியார். இவை மனுஷிகள் ஆண்டவன் மீது காதல் கொண்ட வைணவ சமய உதாரணங்கள்.

உச்சி முதல் பாதம் வரை அணுஅணுவாக அம்பிகையின் புற அழகை வர்ணித்து எழுதிய 62 பாடல்களின் தொகுப்பு ஆதி சங்கரர் இயற்றிய சௌந்தர்ய லஹரி. இதே பாணியில் தமிழில் அபிராமியை வர்ணித்து அபிராமி பட்டர் நூறு பாடல்கள் கொண்ட அபிராமி அந்தாதி இயற்றினார். பாரதி முப்பெரும் தேவியரின் அழகையும் வர்ணித்துப் பல பாடல்கள் எழுதியுள்ளார். இவை சாக்தத்திலுள்ள நர தெய்வக் காதல் உதாரணங்கள்.

சைவம் கறார் போலும் - ஒப்பீட்டளவில் பக்தி தாண்டி பரமசிவனை அணுகிய பெண்டிர் குறைவு. முதன்மையாக கன்னடக் கவிஞர் அக்கமகாதேவி. 430 வசன கவிதைகள் சிவன் மீது காதல் பித்துப் பிடித்து எழுதியிருக்கிறார். பத்தினியாகவும் பக்தையாகவும் ஒருசேர இருப்பதன் அவஸ்தை பற்றிக் கூடச் சொல்கிறார். அதேபோல் சிவன் காதலில் பாடப்பட்ட கங்கா பாஸ்கரனின் 'காதல் துதி' கவிதைத் தொகுப்பு சமீபத்தில் வந்திருக்கிறது.

'ஆண்டான்' நாவலின் நாயகன் சங்கர் அவர்களின் வரிசையில் சேர்ந்து கொள்கிறான்! அவனிடம் ஆதி சங்கரரின் பாவமும் உண்டு, உடுமலை சங்கரின் சாயலும் உண்டு, ஏன், சுடலையாடும் அந்த சங்கரனின் தேஜஸும் உண்டு. சங்கரன் என்றால் சுகம் தருபவன்!

லா.ச.ரா. எழுதிய 'தரிசனம்' சிறுகதை இப்படித்தான் தொடங்குகிறது: "எனக்கு வயது பன்னிரண்டிலேயே கன்யாகுமரி மேல் காணாமலே காதல் கொண்டுவிட்டேன். நான் குமரன். அவள் குமரி. முதன் முதலில் காதல் வரும் வயதில் வரும் போதே மரங்களைச் சாய்க்கும் புயல் போன்ற காதல்." நாயகன் பகவதி அம்மனின் அழகைப் பதின்மத்தில் கற்பனை செய்து, காதல் கொண்டு, வயதேறிய பின் கன்னியாகுமரி சென்று அவளை நேரில் தரிசிக்கிறான். கற்பனையை விடவும் நிஜத்தில் இன்னும் அழகாக இருக்கிறாள். அபிஷேகத் திரவம் கற்சிலை மேனியில் வழிவதை முடி முதல் அடி வரை ரசிக்கிறான். வடக்கில் சிவனும் தெற்கில் அம்மனும் வீம்பு கொண்டு காத்திருப்பதை வியக்கிறான். நாவலில் வருகிற சிற்சில இடங்களை இச்சிறுகதை லேசாக ஸ்பரிசித்துச் செல்கிறது.

மௌனியின் 'அழியாச்சுடர்' (1937) சிறுகதையில் வரும் ஒரு வரி பற்றி சி.சு. செல்லப்பா இப்படிக் கூறுகிறார் (1960): "காதல் அழியாச்சுடராக இருப்பது அது எட்டாமையால்தான். எட்டிவிட்டால் அதன் வசீகரக் கடுமைதான் கிடைக்கக்கூடியது. இன்னும் அதை இருட்டிலோ வெளிச்சத்திலோ தேடிக்கொண்டிருக்கிற முயற்சியிலேயே ஒரு திருப்தி." இந்த நாவலில் வரும் இரண்டு காதல்களுக்குமே அது பொருந்தும். சொல்லப் போனால் உலகக் காதல் யாவற்றுக்கும் சாரமான வரிகள். காதலெனும் விதியின் நிழல் இந்நாவல்!

நான் நாத்திகன் என்றாலும் இந்நாவல் தொடங்கிய போது அம்மன் தொடர்புடையது என்ற அடிப்படையில் மூன்று பேராலயங்களைத் தரிசித்து வர விரும்பினேன். அஃது இவ்வாண்டு நடந்தேறியது. ஜூனில் காஞ்சி காமாட்சி அம்மன் ஆலயம் சென்றேன். ஆகஸ்டில் கன்னியாகுமரி பகவதி அம்மன் கோயிலுக்குப் போனேன். செப்டெம்பரில் மதுரை மீனாட்சி அம்மன் ஆலயம் வாய்த்தது. அதோடு கடைசியாக அக்டோபரில் மாதொருபாகனாக அம்மை திகழ்கிற திருச்செங்கோடு கோயில் சென்று வந்தேன். நாவலில் அந்தப் பக்தி மார்க்க யாத்ரீகனின் அனுபவச் செறிவு ஏறியிருக்கக்கூடும்.

இந்நாவலில் சாத்தியமான அளவு தர்க்கத்தின் கைப்பற்றி நின்றிருக்கிறேன் என்றாலும் என் பகுத்தறிவு எல்லையைக் கடந்து நிற்கும் இடங்களும் சிற்சில உண்டு. ஆனால் ஓர் எழுத்தாளன் எழுதுகையில் படைப்புக்கே விசுவாசமாக இருக்க வேண்டும், அவன் சுயம் குறுக்கே வரக்கூடாது என்று தெளிவு எனக்கு உண்டு. அவ்வகையில் என் ப்ரக்ஞையும் தன்முனைப்பும் ஒப்பீட்டளவில் குறைவாகத் தலையீடுகள் செய்த புனைவாக்கம் இது.

★

அனைத்து சாதியினரும் அர்ச்சகர் ஆகலாம் என்ற நிலையை தமிழ் நாடு வந்தடைய பல தடைகளைச் சந்திக்க வேண்டியிருந்தது. அரை நூற்றாண்டுக்கும் மேலான போராட்டம்!

1959ன் இந்து சமய அறநிலையச் சட்டம் [பிரிவு 55(2)] பரம்பரை முறை அர்ச்சகர் நியமன முறைக்கு அங்கீகாரம் தந்தது. இதனால் தமிழக இந்துக் கோயில்களில் பிராமணர்கள் மட்டுமே அர்ச்சகர் ஆவது உறுதி செய்யப்பட்டது. இது சாதிய இழிவு என்று கூறி 1969ல் கருவறை நுழைவுப் போராட்டம் அறிவித்தார் பெரியார்.

"ஐயா, இது உங்க ஆட்சி, நீங்க போராடலாமா?" எனக் கேட்டு அதற்கு விரைவில் தீர்வு காண்பதாக அன்றைய முதல்வர் கலைஞர் உறுதி அளித்தார். அதை ஒட்டி தன் போராட்டத்தைக் கை விட்டார் பெரியார். 1970ல் கலைஞர் வாரிசு என்பதாலேயே அர்ச்சகர் ஆக முடியாது என இந்தச் சட்டத்தைத் திருத்தினார். இதன் மூலம் கோயிலில் அர்ச்சகர் ஆகச் சாதி தடையில்லை என்றானது.

இதை எதிர்த்து சேஷம்மாள் உள்ளிட்ட பல பிராமணர்கள் உச்சநீதிமன்றத்தில் வழக்கு தொடுத்தனர் - இந்திய அரசியல் சாசனப் பிரிவு 25(1) மற்றும் 26(பி) ஆகியவற்றுக்கு இது எதிரானது என்பது அவர்கள் தரப்பு வாதம். 1972ல் உச்சநீதிமன்றம் வழக்கைத் தள்ளுபடி செய்து தமிழக அரசு செய்த சட்டத் திருத்தங்கள் செல்லும் எனத் தீர்ப்பளித்தது. ஆனால் தீர்ப்பில் அப்படி மற்ற சாதிகளில் இருந்து அர்ச்சகர்களை நியமிப்பது ஆகமங்களுக்கு எதிரானது என்றும் அதை மீறிச் செய்வது மேற்சொன்ன அரசியல் சாசனப் பிரிவுகளை மீறுவதாகும் என்றும் குறிப்பிட்டிருந்தது. அதனால் அரசு அதனை அமல்படுத்தவில்லை. "ஆபரேசன் சக்சஸ், நோயாளி அவுட்" எனப் பெரியார் அத்தீர்ப்பை விமர்சித்தார். 1973ல் பெரியார் மறைந்த போது "இன்னும் எல்லாச் சாதியினரும் அர்ச்சகராக இயலவில்லை, பெரியாரின் நெஞ்சில் தைத்த முள்ளுடன் அவரைப் புதைக்கிறோம்" என்றார் கலைஞர்.

1979ல் எம்ஜிஆர் இந்த உச்ச நீதிமன்றத் தீர்ப்பை ஆராய்ந்து இந்த விவகாரத்தில் என்ன செய்யலாம் என்று சொல்ல நீதிபதி எஸ். மகாராஜன் குழுவை அமைத்தார். அக்குழுவின் பரிந்துரைகள் 1982ல் வெளியாகின. வாரிசு அடிப்படையில் இல்லாமல், சாதி வேறுபாடு இன்றி, தகுதி அடிப்படையில் ஆலயங்களில் அர்ச்சகர்களை நியமிப்பது ஆகமங்களுக்கு முரணாகாது என்பதே அதன் சாரம். ஆனாலும் அது நடைமுறைப் படுத்தப்படவில்லை.

பிறகு 1989லும் 1996லும் கலைஞர் ஆட்சிக்கு வந்த போதும் 1991லும் 2001லும் ஜெயலலிதா ஆட்சிக்கு வந்த போதும் இதில் எந்த மாற்றமும் ஏற்படவில்லை. (ஜெயலலிதா ஆட்சியில் திருச்சி அருகே கம்பரசம்பேட்டையில் வேத ஆகமப் பள்ளி ஒன்று தொடங்கும் அறிவிப்பு வந்ததாக ஒரு குறிப்பு இருக்கிறது. ஆனால் அது நடக்கவில்லை.) இதற்கிடையே 2002ல் கேரளத்தில் திருவிதாங்கூர் தேவஸ்தான போர்ட் ஈழவர் ஒருவரை ஆலய

அர்ச்சகராக நியமித்தது. இதனை எதிர்த்து ஆதித்யன் என்கிற நம்பூதிரி கேரள உயர்நீதிமன்றத்தில் வழக்கு போட்டார். அரசியல் சாசனப் பிரிவு 17ஐக் காட்டி அவ்வழக்கு தள்ளுபடி ஆனது.

2006ல் கலைஞர் ஆட்சிக்கு மீண்ட போது அனைத்து சாதியினரும் அர்ச்சகர் ஆகலாம் திட்டத்தை அரசாணையாகவும், பின் அவசரச் சட்டமாகவும் கொண்டு வந்தார். மதுரை ஆதிசிவாச்சாரியார்கள் சங்கம் அதை எதிர்த்து உச்சநீதிமன்றத்தில் வழக்கு போட்டது. அதற்கு அடிப்படையாக அவர்கள் காட்டியது 1972 சேஷம்மாள் வழக்குத் தீர்ப்பைத்தான். உச்சநீதிமன்றமும் உடனடியாக அதற்கு இடைக்காலத் தடை விதித்தது. ஆனாலும் சில தினங்களில் சட்டசபையில் அச்சட்டம் நிறைவேறியது, ஆளுநரும் ஒப்புதல் அளித்தார். நீதிபதி ஏ.கே.ராஜன் குழு அமைக்கப்பட்டு இதன் செயல் திட்டத்துக்கான வழிகாட்டுதல் பெறப்பட்டது. 2007ல் ஆறு அர்ச்சகர் பயிற்சிப் பள்ளிகள் தொடங்கப்பட்டன (மதுரை, திருவண்ணாமலை, திருச்செந்தூர், பழநி, திருவல்லிக்கேணி, ஸ்ரீரங்கம்). பதின்மூன்று மாத அர்ச்சகர் பயிற்சி 2008ல் முடிந்து 206 பேர் தேர்ச்சி பெற்றனர். ஆனாலும் நீதிமன்ற இடைக்காலத் தடை இருந்ததால் எவரும் ஆலயங்களில் பணி நியமனம் பெறவில்லை.

2011ல் ஜெயலலிதா ஆட்சியில் உச்சநீதிமன்றத்தின் இறுதித் தீர்ப்பு வந்தது. வழக்கைத் தள்ளுபடி செய்து தமிழக அரசின் சட்டம் செல்லும் என்றது அத்தீர்ப்பு. ஆனாலும் அரசு அதை அமல்படுத்தவில்லை. 2016ல் ஜெயலலிதா மறைந்து எடப்பாடி முதல்வரானார். இடையே 2017ல் கேரளா இன்னும் ஒரு படி முன்னேறி தாழ்த்தப்பட்டவரைக் கோயில் அர்ச்சகர் ஆக்கியது. அனைத்து சாதியினரும் அர்ச்சகர் விஷயத்தை ஆரம்பித்தது தமிழகம் என்றாலும் கேரளம் நமக்கு ஒரு படி முன்னால் சென்று கோண்டிருக்கிறது.

2018ல் மதுரை அழகர் கோயிலின் உபகோயிலான தல்லாகுளம் ஐயப்பன் கோயிலில் முதன்முதலாக பிற்படுத்தப்பட்ட சாதியைச் சேர்ந்த மாரிச்சாமி அர்ச்சகராகப் பணி நியமனம் பெற்றார். அப்போது கலைஞர் நினைவின்றி மருத்துவமனையில் இருந்தார். அதிலிருந்து சரியாக ஒரு வாரத்தில் கலைஞர் மறைந்தார். பெரியார் நெஞ்சில் தைத்த முள்ளை நீக்கி விட்டுத்தான் போகிறோம் என்பதை அவர் அறியாமலே இறந்து விட்டார்.

உண்மையில் இன்னும் இந்த விஷயம் சட்டப் போராட்டத்தில்தான்

இருக்கிறது. 2019ல் அனைத்து சாதியினரும் அர்ச்சகர் ஆவதற்கான புதிய விதிகளை அறநிலையத் துறை அறிவித்தது. 2020ல் ஆதி சிவாச்சாரியார் சங்கம் அதை எதிர்த்து உயிர்நீதிமன்றத்தில் வழக்கு தொடுத்தது. 2021ல் ஆட்சிக்கு வந்த ஸ்டாலின் அரசு 28 பேருக்கு அர்ச்சகர் பணி நியமனம் வழங்கியது, அதில் நால்வர் பட்டியல் இனத்தவர்கள். மேற்சொன்ன வழக்கில் 2021ல் இடைக்காலத் தீர்ப்பும் 2022ல் இறுதித் தீர்ப்பும் அரசுக்குச் சாதகமாகவே வந்தது. சமீபப் பணி நியமனங்களை எதிர்த்து ஆதி சிவாச்சாரியார் சங்கம் 2021ல் புதிய வழக்கு ஒன்றைத் தொடுத்தது. 2023ல் உச்சநீதிமன்றத் தீர்ப்பு அரசுக்குச் சாதகமாகவே வந்தது.

இதற்கிடையே 2022ல் ஏற்கெனவே இருந்த ஆறு அர்ச்சகர் பயிற்சிப் பள்ளிகளை அரசு மறுபடி திறந்தது. அதில் மூன்று பெண்களும் படித்துத் தேறினார்கள். ஸ்ரீபெரும்புதூர், நாமக்கல் ஆகிய இடங்களில் புதிய பயிற்சிப் பள்ளிகளும் தொடங்கப்பட்டன. சமீப ஆண்டுகளில் அர்ச்சகர் பயிற்சி பெற்றும் பணி நியமனம் கிட்டாத மாணவர்களும் தமது வாழ்வாதாரம் கேள்விக்குள்ளாகி இருப்பதாகச் சொல்லி நீதிமன்றத்தை நாடியுள்ளனர்.

இன்னும் ஆகம விதிகளை அனைத்து சாதியினரும் அர்ச்சகர் ஆவதற்கான தடையாக நீதிமன்றங்களிலும் வெளியேவும் பிராமணர்கள் தொடர்ந்து பிரச்சாரம் செய்கின்றனர்.

என் நாவல் 2008 சூழலை எடுத்துக் கொண்டு, உச்சநீதிமன்ற இடைக்காலத் தடையில் அரசு ஓட்டைகள் கண்டறிந்து, அர்ச்சகர் பயிற்சிப் பள்ளியில் தேறிய பிராமணரல்லாத ஒருவரை ஆலய அர்ச்சகராக நியமித்திருந்தால் என்ன ஆகி இருக்கும் என்ற கற்பனை.

அந்தக் காலகட்டத்தில் முதல்வராக இருந்த கலைஞரை ஒரு கதாபாத்திரமாக நாவலில் பயன்படுத்தி இருக்கிறேன். எல்லைக்குள் நின்று கற்பனைச் செயல்களும் சொற்களும் அவருக்குத் தந்திருக்கிறேன். ஆனால் அதில் கட்சிச் சார்பு எடுக்கும் முனைப்பு இல்லை.

காந்தி பற்றிய தனது மனக் குறையை "மஹாத்மாக்கள் வருகிறார்கள் போகிறார்கள், ஆனால் தீண்டத்தகாதவர்கள் தீண்டத் தகாதவர்களாகவே இருக்கிறார்கள்" என்பதாக வெளிப்படுத்துகிறார் அம்பேத்கர். இதே கருத்தை பாபாசாஹேப்புக்கும் சொல்லலாம்.

பெரியாருக்கும் சொல்லலாம். மார்க்ஸுக்கும் சொல்லலாம். புத்தருக்கும் சொல்லலாம். வெற்றியின் அடிப்படையில் ஒரு முயற்சியை மதிப்பிடுவது கார்ப்பரேட் மனப்பான்மை. கலைஞரின் பல சமூக நீதித் திட்டங்கள் இன்று பல்வேறு காரணங்களால் தேக்கமுற்று இருக்கலாம். ஆனால் அவை முக்கிய முன்னெடுப்புகள் என்பதை அடிக்கோடிடுகிறேன்.

BTW, இந்த நாவலுக்கு வாசித்துக் கொண்டிருக்கையில் ஒரு விஷயம் கண்ணில் பட்டது. காந்திக்கு ஒரு கோயில் இருக்கிறது - காந்தி மந்திர். ஒரிஸ்ஸா மாநிலத்தின் சம்பல்பூர் மாவட்டத்தில் ராய்ரகோல் என்ற இடத்தில் இருக்கிறது. காங்கிரஸ் கட்சியைச் சேர்ந்த அபிமன்யூ கும்பார் என்பவர் 1972ல் கட்டியது. இன்று அக்கோயிலின் அர்ச்சகர் ஒரு தலித்!

★

பெருந்தெய்வங்களுக்கும் சிறுதெய்வங்களுக்கும் பாரதூர வேறுபாடுகள் இருக்கின்றன.

பெருந்தெய்வங்கள் அசலாக வாழ்ந்தவர்களாக இருக்கும் கட்டாயமில்லை, அவர்கள் முழுக்கக் கற்பனையாக இருப்பதே வழமை; சிறுதெய்வங்கள் பெரும்பாலும் வாழ்ந்து மறைந்த மனிதர்களே, அவர்களின் கதைகளில் கற்பனையின் விகிதாச்சாரம் குறைவு. இந்து மதப் பெருந்தெய்வங்கள் முப்பத்து முக்கோடி என்று சொல்லப்பட்டாலும் நாம் அதிகம் அறிந்தவற்றை விரல் விட்டு எண்ணி விடலாம்; மாறாகச் சிறுதெய்வங்கள் எண்ணில் அடங்காதவை, குறைந்தது பெயர் அளவிலேனும் அவை மிக மிக அதிகம். பெருந்தெய்வங்களுக்கு வரையறுக்கப்பட்ட புராணங்கள் உண்டு; சிறுதெய்வங்களுக்கு அப்படி இல்லை, வாய்மொழிக் கதைகளின் வழி அவற்றுக்கு வரலாறு சொல்கிறார்கள்.

பெருந்தெய்வங்கள் எல்லை கடந்தவர்கள்; சிறுதெய்வங்கள் ஊருக்கு உரியவர்கள், சில சமயம் சாதிக்கு உரியவர்கள். பெருந்தெய்வங்கள் பிரபஞ்சப் பெருஞ்சக்திகளோடு விளையாடுபவர்கள்; சிறுதெய்வங்கள் தினசரிப் பிரச்சனைகளைக் கையாள்பவர்கள், அதிகட்சம் காலரா, ப்ளேக் போன்ற தொற்றுகள். பெருந்தெய்வங்கள் பெரும்பான்மை ஆண்கள்; சிறுதெய்வங்களில் கணிசம் அம்மன்கள். பெருந்தெய்வங்கள் பொதுவாகச் சைவம்; மிருகப் பலி தரப்படாத சிறுதெய்வங்கள் குறைவு. பெருந்தெய்வ ஆலயங்களில் சாமியாடுதல் என்ற விஷயமும் கிடையாது;

சிறுதெய்வக் கோயில்களின் விழாக்களில் பெரும்பாலும் சாமியாடுதல் என்கிற சடங்கு இடம் பெறும். பெருந்தெய்வம் ஒன்று தோன்றிப் பரவி நிலைபெற பல்லாண்டுகள் எடுக்கும்; மாறாக, சிறுதெய்வம் எளிதாகத் தோன்றி, சிறிய எல்லைக்குள் விரைந்து புகழ் பெற்று விடும். பெருந்தெய்வங்களின் குணங்கள் தெளிவாக வரையறுக்கப்பட்டவை, வேறு குணம் வேண்டுமெனில் அவை புதிய அவதாரம் எடுத்து விடுகின்றன; சிறுதெய்வங்கள் கலவையான குணங்கள் கொண்டிருக்கின்றன, ஒரே தெய்வத்திடம் முரண்பட்ட பண்புகளைக் காண முடியும்.

பெருந்தெய்வ ஆலயங்கள் அளவில் பெரியவை, சிறுதெய்வக் கோயில்கள் சிறியவை. பெருந்தெய்வங்களுக்கு சீரான கால இடைவெளியில் எடுக்கப்படும் விழாக்கள் முக்கிய அம்சம்; சிறுதெய்வங்களுக்கு விழாக்களை விடவும் சடங்குங்களே தனித்துவமானவை. பெருந்தெய்வங்கள் நிலையாக ஓரிடத்தில் குடிகொள்பவை; சிறுதெய்வங்களுக்கு அப்படிப் பிணைப்பு இல்லை. அதைக் கும்பிடும் மக்கள் மொத்தமாக வேறிடத்துக்குக் குடிபெயர்ந்தால் பிடிமண் எடுத்துப் போய் புதிய இடத்தில் தெய்வத்தை நிறுவலாம். பெருந்தெய்வங்களின் சக்தி நிலையானது, கூடாது குறையாது; சிறுதெய்வங்களோ சீரான கால இடைவெளியில் தன் சக்தியைப் புதுப்பித்துக் கொள்பவை (நாவலில் வரும் சக்திப் பெருக்கு ஆண்டுத் திருவிழா அதை ஒட்டிய சிந்தனைதான்), அந்த வகையில் அவற்றுக்குச் சற்றே மானுடத்தன்மை உண்டு - அவை ஆதியில் மனிதர்கள்தானே!

பெருந்தெய்வங்களை ஒற்றை மைய நிறுவனம் கட்டுப்படுத்தும் (உதா: ஆகமங்கள்); சிறுதெய்வங்களுக்கு அப்படியான நிறுவனச் சார்புகள், கட்டுப்பாடுகள் ஏதுமில்லை. பெருந்தெய்வங்கள் கணிசமாகப் பார்ப்பனிய மேலாதிக்கத்தை உறுதி செய்பவை; சிறுதெய்வங்கள் பல இடங்களில் இடைநிலைச் சாதி ஆதிக்கத்தைப் பேணுகின்றன. பெருந்தெய்வங்கள் இந்து மதத்துடன் இறுகிப் பிணைந்தவை; சிறுதெய்வங்களுக்கு அப்படியான பிணைப்பு ஏதும் இல்லை, இருந்தாலும் அது ஒரு மெல்லிய கண்ணிதான். யாவற்றுக்கும் மேல் பெருந்தெய்வங்களுக்குப் பிராமணர்களே பூஜை செய்கிறார்கள்; சிறுதெய்வங்களின் பூஜைக்கு வாய்த்தவர்கள் பிராமணரல்லாத மற்ற சாதிக்காரர்கள்.

இந்தக் கோணத்தில் பார்த்தால் ‘அனைத்து சாதியினரும் அர்ச்சகர்

ஆகலாம்' என்பது பெருந்தெய்வத்துக்கும் சிறுதெய்வத்துக்குமான இடைவெளியைக் குறைக்கும் முயற்சி.

★

பல நூற்றாண்டுகள் முன்பிருந்தே சாதி ஆணவக் கொலைகள் நடந்து வந்திருக்கின்றன. அதற்கு ஆவணமாக இருப்பவை கோயில்கள்தாம். ஆம், கொலையுண்டோரின் ஆவி பழி வாங்கும் என்ற அச்சத்தில் கொன்றோரே செத்தவர்கட்குக் கோயில் கட்டி வழிபட்டனர்.

தூண்டிமுத்து - பூரணவல்லி (பிராமணர் Vs முதலியார்), ஈனமுத்து - பப்பாத்தி அம்மன் (பிராமணர் Vs வண்ணார்), சிதம்பர நாடார் சாமி (பிராமணர் Vs) நாடார்), சத்தக்காரன் - அப்புச்சி அம்மன் (நாயுடு Vs பறையர்), முத்தாலம்மன் (கவுண்டர் Vs பறையர்), குட்டிக் குலையறுத்தான் சாமி (கோனார் Vs பள்ளர்), மதுரை வீரன் - பொம்மி (அரச குலம் Vs சக்கிலியர்), சீலைக்காரி கோப்பம்மாள் (நாயக்கர் Vs சக்கிலியர்), பொன்னியம்மன் (முதலியார் Vs ஆதி திராவிடர்), சாத்தன் சாம்பன் - பாப்பம்மாள் (வெள்ளாளர் Vs ஆதி திராவிடர்) என ஏராள உதாரணங்கள் தமிழகம் முழுக்கவே காணக் கிடைக்கின்றன.

இன்று தாழ்த்தப்பட்டோராக அடையாளப்படுத்தப் படுவோரும் கூட முற்காலத்தில் சாதி ஆணவக் கொலை செய்துள்ளதைக் கோயில்களின் வழி அறிய முடிகிறது. பட்டபிரான் - பூச்சியம்மன் (பள்ளர் Vs மறவர்), வெள்ளைச்சியாயி அம்மன் (பறையர் Vs அனாதை).

இந்தியாவில் சாதி வேறுபாடுகளை ஒழிக்க நீண்ட கால நோக்கில் இரண்டு வழிகள்தான் என்பது என் நம்பிக்கை. ஒன்று இட ஒதுக்கீடு; மற்றது கலப்புத் திருமணம். முதலாவது சீர்திருத்தங்களுடன் தொடர வேண்டும். இரண்டாவது தீவிரமாக, பரவலாக வேண்டும்.

மதக் கலப்பு மணங்கள் கலவரங்களை உண்டாக்குகின்றன; சாதிக் கலப்பு மணங்கள் கொலைகளில் முடிகின்றன. பெரியார் மண் என மார் தட்டிக் கொள்ளும் தமிழகத்தின் சாதி வெறிக்கு எளிய உதாரணம் கலப்பு மணங்கள் மீதான நம் சமூகத்தின் ஒவ்வாமை. ஒரு சர்வே இந்தியக் கலப்பு மண சதவிகிதம் 9.9%, தமிழகத்தின் கணக்கு 2.6% என்கிறது. நாட்டிலேயே ஜம்மு காஷ்மீருக்கு அடுத்தபடி ஆகக் குறைவான விகித்தாச்சாரம் இது!

தமிழகத்தில் நிலைமை கலப்பு மணம் செய்ய மாட்டார்கள், செய்தால் வெட்டுவார்கள் என்பதுதான். தமிழகத்தின் முதன்மை சமூகப் பிரச்சனைகளில் ஒன்று சாதி ஆணவக் கொலை. (கௌரவக் கொலை என்றும் குறிப்பிடப்படும் இதனைப் பொருத்தம் கருதிப் பெரும்பாலும் சாதி அச்சக் கொலை என்றே குறிப்பிட்டு வருகிறேன்.) நான் கடந்த கால் நூற்றாண்டாகவே இத்தகு கொலைகளைக் கவனிக்கிறேன். முருகேசன் - கண்ணகி *(2003)*, இளவரசன் - திவ்யா *(2013)*, கோகுல்ராஜ் - ஸ்வாதி *(2015)*, சங்கர் - கௌசல்யா *(2016)*, கவின் - சுபாஷினி *(2025)* என நினைவிலேயே வடுவாகத் தங்கி விட்ட கொலைகளே பல.

தமிழகத்தின் இடைநிலைச் சாதி அமைப்புகள் பலவும் ஒன்று கூடி தலித் அல்லாதோர் கூட்டமைப்பு என ஒன்று உருவாக்கி நாடகக் காதல் செய்கிறார்கள் என்ற கோணத்தில் சாதிக் கலப்பு மணங்களையே ஒட்டுமொத்தமாக எதிர்க்கும் கூத்தெல்லாம் நிகழ்ந்தது.

சாதி ஆணவக் கொலைகளுக்கு எதிராகத் தனிச் சட்டம் இயற்றுவதுதான் நிலைமையை ஓரளவேனும் சீர் செய்ய வழி. எப்படி நால் வருணமும் சாதிக் கலப்பை மறுதலிக்கிறது என நாவல் பேசுகிறது. பஞ்சமர்களுமே கூட தம்முள் சாதிக் கலப்பை விரும்புவதில்லை.

சாதியை நிஜமாகவே மறுக்கும் ஒவ்வொருவரும் சாதிக்கு வெளியேதான் திருமணம் செய்வது என்று உறுதியாய் இருக்க வேண்டும். (விபத்தாக சொந்த சாதியில் அமைவது வேறு விஷயம்.) அது காதல் திருமணம் அல்லது வீட்டார் ஏற்பாடு செய்வது எதுவாகவும் இருக்கலாம். காதலிக்க எத்தனிக்கையில் கூட சாதி வரையறையில் ஆள் தேடியோரை நேரடியாய் அறிவேன். நடக்கும் கலப்பு மணங்களில் கூட உயர்சாதி ஆண், அதற்குக் கீழ் சாதிப் பெண்ணை மணப்பது அரிதானது. அதுவும் நிச்சயம் சரி செய்யப்பட வேண்டும்.

சாதி ஆணவக் கொலை குறித்து ஏராள சினிமாக்கள் வந்திருக்கின்றன: அரண்மனை-2, வி1, பரியேறும் பெருமாள், ரம்மி, டைரி, பாவக் கதைகள் (ஓர் இரவு), ட்யூட், *Thudarum, Oru Rathri Oru Pakal, Murder, Karki, Sairat, Khap, NH10, Dhadak-2.* நாவல் எழுதிக்கொண்டிருக்கையில் 'அனைத்து சாதியினரும் அர்ச்சகர் ஆகலாம்' திட்டம் பற்றி ஒரு திரைப்படம் இருப்பதை என் கொழுந்தியாள்கள் வழி அறிந்து தேடிப் பார்த்தேன் -

என்னங்க சார் உங்க சட்டம்.

இந்தப் படங்களிலிருந்து 'ஆண்டான்' நாவல் பெற்றுக் கொள்ள ஏதுமில்லை என்றாலும் முன்னோடிகள் என்ற அடிப்படையில் பட்டியலிட்டிருக்கிறேன். ஆனால் Court: State vs A Nobody, Kantara-2 படங்கள் பார்த்த போது நாவலை எழுதி முடிக்க உந்துதல் எழுந்தது!

★

ஓர் எழுத்துக்காரனாக என்னை மிக வாதைக்கு உட்படுத்திய படைப்பு ஆண்டான்தான்.

இந்த நாவலுக்கான ஆதி வித்து இன்னதென அடையாளப்படுத்த இயலாத வெகுகாலம் முன்பே என் மனதில் விழுந்தது. ஆனால் இன்றைய வடிவை மானசீகமாக அடைந்தது கிட்டத்தட்ட 2023ம் ஆண்டின் தொடக்கத்தில். ஜெயமோகனின் குமரித்துறைவி நாவலின் முதல் சில அத்தியாயங்கள் வாசித்தது அதற்குத் தூண்டுதலாக அமைந்தது. அப்போதே அதன் தலைப்புச் சொல் 'ஆண்டான்' என்பது என் மனதில் எழுந்து விட்டது. அந்த ஆண்டு ஜெயமோகன் பிறந்த நாளன்று அத்தலைப்பை ஃபேஸ்புக்கில் அறிவித்தேன். உடனே முதல் அத்தியாயம் எழுதியும் விட்டேன். ஆனால் மேற்கொண்டு எழுத்து நகரவில்லை.

அதீத அலுவலக அழுத்தம் மற்றும் அதன் நிமித்த லண்டன் பயணங்கள், சென்னையில் வீடு வாங்க அலைந்தது மற்றும் அதன் மோசமான அனுபவங்கள், கைகூடாத சினிமா மற்றும் வெப்சீரிஸுக்குச் செய்த எழுத்து வேலைகள் ஆகிய மூன்றும் அப்போது நாவல் தடைபட்டு நிற்கப் பிரதானக் காரணங்கள். ஓராண்டுக்கு மேல் இடைவெளி விழுந்தது.

பின் 2024 ஜூலையில் மறுபடியும் எடுத்தேன். எழுதிய முதல் அத்தியாயம் திருத்தினேன். அப்போது இக்கருவை எழுதுவது பற்றிய தயக்கங்கள் எழுந்திருந்தன. எனவே, இலக்கிய உள்வட்ட நண்பர்கள் சிலருக்கு அவ்வத்தியாயத்தை அனுப்பி மேற்கொண்டு தொடர்வது பற்றிக் கருத்து கேட்டேன். பெரும்பாலும் எதிர்மறைக் கருத்துக்கள் வரவில்லை. அதன் தொடர்ச்சியாக மேற்கொண்டு பத்து அத்தியாயங்கள் எழுதினேன். நாவலின் மூன்றில் ஒரு பங்கு அப்போது எழுதியதுதான். ஆனால் அந்த ஒழுக்கு மறுபடியும் தடைபட்டது.

2024 நவம்பர் முதல் 2025 ஆகஸ்ட் வரை மீண்டும் பத்து மாத இடைவெளி. இம்முறையும் அலுவலகப் பணிச் சுமைகளும், சென்னை வீட்டு வேலைகளும் காரணங்கள் ஆகின.

2022 அக்டோபரில் 'ஆதித்த கரிகாலன் கொலை வழக்கு'தான் கடைசியாக எழுதிய நாவல். அதன் பிறகு கிட்டத்தட்ட மூன்றாண்டுகள் ஒரு நாவலும் வெளியாகவில்லை என்பது மிக உள உளைச்சலை அளித்தது (இடையில் 2023 இறுதியில் 'பெருங்களிறு' கதைத் தொகுப்பு வெளிவந்திருந்தது என்றாலும்). ஒரு போதும் எனக்கு வராது என இறுமாந்திருந்த *Writer's Block* ஒருவேளை வந்து விட்டதோ என்று கூடத் தோன்றியது. ஆ.க.கொ.வ. நாவலைத் தொடராக எழுதிய போது வாரம் இரு நாட்கள் அதிகாலை எழுந்து சில மணி நேரத்தில் ஓர் அத்தியாயம் எழுதி முடித்து அனுப்பி இருக்கிறேன். எழுத்தில் அந்த வேகத்தையும் வேட்கையையும் இழந்து விட்டேனோ என்ற குழப்பம் எழுந்தது. இவையெல்லாம் தன்னம்பிக்கையை உடைத்துப் போடுகிற எண்ணங்கள்.

நிதானமாக யோசித்து எழுத்திற்குப் போதிய நேரம் கொடுப்பது மட்டுமே இதில் நான் செய்யாமல் இருக்கும் ஒரே விஷயம் என்ற நம்பிக்கைக்கு வந்தடைந்தேன். இப்போது மறுபடி அலுவலகப் பணிகளூடே எழுதினால், அதன் ஏற்ற இறக்கங்களுக்கு மத்தியில் மீண்டும் எழுத்து நின்று போகும் அபாயம் உண்டு. எனவே, சில தினங்களேனும் முழுக்க எழுத்தில் மட்டுமே கவனம் குவிப்பதுதான் இதிலிருந்து மீள வழி எனத் தீர்மானித்தேன்.

விநாயக சதுர்த்தி தொடங்கி பத்து நாட்கள் அலுவலகத்துக்கு விடுப்பு எடுத்தேன். என் வீடு, உறவினர் வீடு, நண்பர் வீடு என எங்கு சென்றாலும் ஏதேனும் சொந்தக் கடமைகள் துரத்தும். பெங்களூரில் மட்டுமின்றி, தெரிந்த எந்த ஊர்களிலும் இருக்க வேண்டாம் என நினைத்தேன். அஸ்ஸாம் குவஹாத்திக்குச் செல்லலாம் என்று தோன்றியது. காமாக்யா கோயில் இருக்கும் இடம். சக்தியை ஐம்பத்தியொரு துண்டுகளாக வெட்டி எறிந்த போது யோனி விழுந்த இடம். ஆனால் உணவு, பாஷை, சீதோஷ்ணம் என்று எல்லாவற்றிலும் வேறுபட்டு மனம் எழுத்தில் லயிக்காமல் போய்விடக்கூடாது என எச்சரிக்கையானேன்.

தமிழகத்தில் பல ஊர்கள் யோசித்து இறுதியில் நாவலுக்குக் கொஞ் சம் தொடர்புடைய கன்னியாகுமரி நகரைத் தேர்ந்தெடுத்தேன்.

அம்மன் கன்னியாக வீற்றிருக்கும் ஸ்தலம். கடல் கடந்து பயணம் போனதால் 1925ல் காந்தியையே உள்ளே அனுமதிக்காத ஆலயம்!

விவேகானந்தபுரத்திலுள்ள ஹோட்டல் ஜெபசக்தியில் தங்கினேன். வருவது எழுத என்று சொன்னதும் அதன் உரிமையாளர் கிங்மா திலக் தனிமையும் அமைதியும் சூழந்த நல்ல அறையொன்றை ஒதுக்கித் தந்தார். தோட்டமும் தென்னையும் சூழ, காற்று வீசும் இடம்.

முதல் நாள் பகவதி ஆலயம் சென்று வந்து நாவலை விட்ட இடத்திலிருந்து தொடர்ந்தேன். நாவலின் முதல் வரைவை அங்கேதான் எழுதி முடித்தேன். உடனேயே அங்கிருந்து சற்று தொலைவிலிருந்த சுசீந்திரம் முன்னுதித்த நங்கை அம்மன் கோயில் சென்றேன். இந்த இரு கோயில்களுமே ஐம்பத்தியொரு சக்தி பீடங்களின் பகுதியாக அறியப்படுபவை.

பின் பெங்களூர் திரும்பி மறுபடி நாவலுக்கு ஓர் இடைவெளி விழுந்தது. இச்சமயத்தில் என்னை வந்தடைந்த எழுத்துக்கான இரு அங்கீகாரங்கள் வினையூக்கி ஆகின - *Black Sheep* சேனலின் *EEE* விருது *(Engineering Excellence Everywhere)* மற்றும் *C.K.K.* அறக்கட்டளை வழங்கிய இலக்கிய விருது (ஆதித்த கரிகாலன் கொலை வழக்குக்கு). எழுதும் கடமை, என் திறமை இரண்டையும் அவ்விருதுகள் அடிக்கோடிட்டுக் காட்டின. 2025 கார்த்திகை அதிகாலைகளில் நாவலின் கரட்டு வடிவைச் சீராக்கத் தொடங்கினேன். இந்நாட்களில் அதிகபட்சமே ஒரு நாளுக்கு நான்கு மணி நேரம்தான் உறங்க முடிந்தது. தினசரி நடை உள்ளிட்ட ஆரோக்கியக் கடன்களையும் கைவிட்டு ஆண்டானே கதியாகக் கிடந்தேன்.

நாவலில் வரும் சங்கரின் பாணியில் சொன்னால் அருணாச்சலம் படப் பாடல் வரிகள் போல் 'ரெண்டில் ஒன்று பார்க்கும் வரைக்கும், அட ரெண்டு கண்ணில் இல்லை உறக்கம்' என்று இருந்தேன். எனது உடலைச் சீர்குலைத்தான் ஆண்டான் எனக் குற்றம் சாட்டலாம்.

இப்போது ஆண்டிறுதியில் இந்நாவல் நிறைந்திருக்கிறது. நாட்காட்டிக் கணக்கில் முழு மூன்றாண்டுகளை இந்நாவல் தின்று விட்டது - ஆயிரம் பக்கப் பெருநாவல் ஆ.க.கொ.வ. கூட எழுத இத்தனை காலம் ஆகவில்லை. இத்தனைக்கும் ஒரு

சிறிய நாவலாகவே, எளிய கதையாகவே இதைத் திட்டமிட்டேன். அதனால்தான் அதிகம் படுத்தியது இஃதென்றேன்.

பிரசவ வேதனை என்பார்களே, நிஜமாகவே அதற்கருகே சென்று மீண்டேன் எனலாம். நாவல் முடிந்து முன்னுரை எழுதிக் கொண்டிருக்கும் இத்தருணத்தில் மனதிலிருந்தும் மண்டையிலிருந்தும் ஒரு பாரம் இறக்கி வைத்தது போல் ஆசுவாசமாக உணர்கிறேன்!

எனவே, இந்நாவலின் கலாஸ்தானம் என்னவென மதிப்பிடப்பட்டாலும் இதை எழுதித் தீர்த்ததில் என் எழுத்து மீட்சியுற்றது என்ற வழியில் என்னளவில் ஏற்கெனவே வெற்றி.

இன்னொரு கோணத்தில் இந்தத் தாமதம் கூட நல்லதே. என் வரையில் நாவல் என்பது கணிசமான காலத்தை எடுத்துக் கொண்டுதான் எழுதப்பட வேண்டும். காரணம் நாவல் என்பது விரிந்த பரப்பை *(Canvas)* உடையது. நாவலில் பல பார்வைகளும் தரிசனங்களும் பாவிக்கப்பட வேண்டும் எனில் எழுத்தாளன் தன்னை பாரதூரமான அனுபவங்களுக்கு உட்படுத்திக் கொள்ள வேண்டும். நாவல் எழுதும் காலத்தை நீளமாக்குவது இத்தகைய அனுபவங்களின் சாத்தியத்தைக் கூடுதலாக்க ஓர் எளிய உபாயம். தினசரி நிகழ்வுகள், செய்திகளின் வில்லை வழி எழுதப்பட்டுக் கொண்டிருக்கும் நாவலைச் சதா ஆசிரியன் கூர்ந்து பார்த்துக் கொண்டே இருக்க வேண்டும். அதன் வழியே வந்தடையும் சிந்தனைத் தெறிப்புகள் நாவலைச் செறிவூட்டும். நாவல் கட்டுமானத் தளைகள் குறைந்த வடிவம் என்பது இங்கே எழுத்தாளனுக்கு வசதி. அவ்வகையில் இத்தாமதம் மறைமுக ஆசியே!

★

இந்த நாவலை எழுதியதன் வழி நான் கண்டடைந்தது என்ன? உதிரி மனிதர்களுக்கும் மானுடச் சமூகத்துக்கும் மதம் என்பதன் தேவையை இக்காலகட்டத்தில் உணர்ந்தேன்.

பலவீனமான மனிதர்களுக்குப் பயப்படவும், பற்றிக் கொள்ளவும், பாதை காட்டவும் மதம் அவசியமாகிறது. நமது பூமி ஜனத்தொகையில் தொண்ணூறு விழுக்காடு பலவீனர்களே இருப்பார்கள். இன்று உள்ள பழைய மதங்கள் காலத்துக்கேற்பத் தம்மைப் புதுப்பித்துக் கொண்டு அந்த எதிர்பார்ப்பைப் பூர்த்தி செய்கின்றனவா என்பது வேறு விஷயம். அவை நிஜமாகவே தெளிந்த வாழ்க்கைப் பாதையாக இருந்து மனிதர்களை

ரட்சிக்கின்றனவா அல்லது வெறும் சடங்குகளாக எஞ்சி இருக்கின்றனவா என்பதும் விவாதத்துக்கு உரியது.

தின்பதும், கழிவதும், புணர்வதும், பிள்ளை பெறுவதும் சகல உயிர்களும் செய்கின்றன. ஈட்டுவதும், செலவழிப்பதும், சேர்த்து வைப்பதும் மனிதர்கள் எல்லோர்க்கும் பொது. எல்லா மதங்களிலும் முன்பின் சில விதி மாற்றங்களுடன் இவற்றை முறைப்படுத்திச் செயல்படுத்த குடும்பம், கல்யாணம் என்ற அமைப்புகள் இருக்கின்றன. மற்றபடி, வாழ் முறை *(Way of Living)* என்று சொல்லத்தக்க அளவில் மதம் தினசரிகளில் வழிநடத்துவதோ குழப்பத் தருணங்களில் தீர்வு தருவதோ அரிது! எல்லா மதங்களுக்கும் இது பொருந்தும்.

மதங்களில் பேசப்படும் தத்துவங்கள் உண்மையில் பண்டிதர்களுக்கு மட்டுமானவை. அதற்கும் நடைமுறையில் மக்களிடையே புழங்கும் மதத்துக்கும் தொடர்பு குறைச்சல். அதாவது மதம் சாமான்யனுக்கு எதுவுமே அளிப்பதில்லை. மறுபக்கம் பல மோசமான பிற்போக்குத்தனங்களையும், ஏற்றத் தாழ்வுகளையும், மூட நம்பிக்கைகளையும் அது மனிதனுக்குக் கொடுக்கிறது. வன்மத்தை ஊட்டி, வன்முறைகள் நிகழ்த்தி இருக்கிறது. எடை போட்டுப் பார்த்தால் மதத்தால் மனிதனுக்கு இழப்புகளே அதிகம். *Not a good deal.*

நான் பிறப்பிலும் சான்றிதழிலும் இந்து; ஆனால் *Practicing Hindu* எனச் சொல்ல முடியாது. நான் எந்த மதத்தையும் பின்பற்றுவன் அல்லன். உரிய தகுதியில் ஒன்றும் இன்றில்லை. அதே சமயம் ஒவ்வொரு மதத்தில் இருந்தும் நல்ல விஷயங்களை எடுத்துக் கொள்வதில் எனக்கு ஒரு தயக்கமும் இல்லை. ஆ.க.கொ.வ., ஆண்டான் நாவல்களில் இந்து மதத்தின் சாரங்கள் நிறையப் பேசப்பட்டிருக்கின்றன. ஆப்பிளுக்கு முன், கன்னித்தீவு நாவல்கள் பைபிளின் வரியில் இருந்தே தொடங்குகின்றன - இரண்டிலுமே *Biblical Allusions* உண்டு. பௌத்தம் பற்றிய ஒரு பெருநாவலே எழுதத் திட்டமிட்டு அவ்வப்போது வாசிக்கிறேன்.

ஓர் எழுத்தாளனாக அதுவே எனக்குச் சாத்தியமும் கூட. எப்படி ஒற்றை அரசியலில் எழுத்தாளன் தன்னை இணைத்துக் கொள்ள முடியாதோ, அதே போல் குறிப்பிட்ட ஒரு மதத்திலும் பிணைத்துக் கொள்ள முடியாது. அது பெருந்தளை. எழுத்தாளன் கட்டற்று மட்டுமே இருக்க, இயங்க முடியும். அந்த விஷயத்தில்தான்

அவன் ஞானியிடமிருந்தும், தத்துவவாதியிடமிருந்தும், அரசியல் தலைவரிடமிருந்தும் மிக வேறுபடுகிறான். அவன் எதற்கும் விசுவாசி அல்ல; மாறாக எல்லாவற்றிலும் தேடல் கொள்ளும் சுகவாசி மட்டுமே. கிருஷ்ணர், கிறிஸ்து, புத்தர், சூஃபி, பதஞ்சலி எனப் பல இடங்களில் இருந்தும் ஓஷோ தன் ஆன்மீகத்தைத் திரட்டிக் கொண்டதைப் போல்தான் எழுத்தாளன் இயங்க முடியும்.

யோசித்தால் எழுத்தாளன் மட்டுமல்ல; எந்த நவீன மனிதனுமே அப்படித்தான் இருக்க முடியும் எனத் தோன்றுகிறது. ஒருவர் ஒற்றை மதத்தில் தன்னை அடையாளப்படுத்திக் கொள்வது என்பது இனி வரும் காலங்களில் சாத்தியமில்லை. சாதிக் கலப்பு போல் மதக் கலப்பும் பரவலாக நிகழும் - திருமணம் வழியே நிகழும் கலப்பைச் சொல்லவில்லை; சித்தாந்தங்களுக்குள் நிகழும் தத்துவக் கலப்பு. அதை முன்னெடுக்கின்ற கார்ப்பரேட் சாமியார்கள் ஜெயிப்பார்கள். நெகிழ்வுத்தன்மை மிக்க புது மதங்கள் பிறக்கக்கூடும்.

மதத்தின் நடைமுறைச் சிக்கல் என்ன? அது சொல்லும் விதிகளை அந்த மதத்தைப் பின்பற்றுபவர்கள் கண்மூடித்தனமாக அப்படியே நம்ப வேண்டி இருப்பதுதான். மேல் கேள்விகள் எதையும் மதம் அனுமதிப்பதில்லை. அந்த விதிகள் உடல், மன ரீதியாக ஊறு விளைவிப்பதாக இருந்தாலும் அது பற்றிய தயக்கமின்றி அப்படியே பின்பற்றுகிறார்கள். இன்று மதம் என்பது சுயஅறிவு, தெளிந்த சிந்தனை இல்லாதவர்களுக்கானது மட்டுமே.

சுயமாகச் சிந்திப்பவனுக்கு மதம் ஒரு தடை, ஒரு தொந்தரவு. அவன் மதத்தோடு சதா முட்டி மோதிக் கொண்டே இருக்க வேண்டும். பகுத்தறிவு என்பதைத் தன் இருப்புக்கான எதிரியாகவே மதங்கள் பதற்றத்துடன் அணுகுகின்றன. தான் சொல்வதைத் தாண்டிச் சிந்திப்பது பாவம் என்றே மறைமுகமாக மிரட்டுகின்றன. எல்லா மதங்களிலும் இந்தச் சிக்கல் இருக்கிறது. அதனால்தான் பகுத்தறிவு இயக்கம் மதத்துக்கு அப்பால் செயல்பட வேண்டியதாக இருக்கிறது. பகுத்தறிவை உள்ளடக்கிய ஒரு மதம் இன்றைய காலத்தின் கட்டாயம் மட்டுமல்ல; ஆதி காலத்திலிருந்தே அது மக்களின் தேவையாக இருந்துள்ளது. ஒரு காலத்தில் சார்வாகம் இந்து மதத்தின் ஒரு பகுதியாக இருந்தது அதற்கு நிரூபணம்.

"இப்படி மட்டுமே சிந்தி" என்றல்லாமல், "இது என் கருத்து, ஆனால் நீயே சுதந்திரமாகச் சிந்தி" என்று சொல்லும் ஒரு மதக் குரல் அவசியம். அஃது பெருமதங்களால் தொடர்ந்து

நிராகரிக்கப்பட்டும் நசுக்கப்பட்டும் வந்திருக்கிறது. அங்கே ஒரு வெற்றிடம் இருக்கிறது.

ஒரு நல்ல மதம் உருவாக மானுட குலம் பல்லாயிரம் ஆண்டுகளாகக் காத்திருக்கிறது. மனிதர்கள் மீது நேரடி, நேர்மறைச் செல்வாக்கு செலுத்தக்கூடிய, சுதந்திரமான மதம்!

★

நாவல் தொடங்கியது முதலே இது முடிந்து வெளிவர வேண்டும் என என்னை விட அதீத ஆர்வமும் அவசரமும் கொண்டிருந்தவர் சினேகிதி செளம்யா. நாவல் தொய்வடைந்த போதெல்லாம் முடுக்கியவர். நான் எழுதாமல் தேங்கிய போதெல்லாம் விரட்டியவர். ஒரு கட்டத்தில் அவர் பொருட்டேனும் இதை முடித்துத் தொலைய வேண்டும் என எண்ணியது கூட உண்டு. அப்படி இந்த நாவலின் சூட்சம ரூபப் பாத்திரமாகவே மாறி விட்டவர் அவர்.

எப்போதும் போல் முதல் வாசகியாக இருந்து நாவலைப் பற்றி உரையாடி, உள்ளீடுகள் அளித்து, பிழைகள் சுட்டி, நூலைச் செம்மையாக்கம் செய்து கொடுத்தார் செளம்யா. சமீபத்தில் ஒரு மின்னிதழுக்குக் கட்டுரை அனுப்பிய போது அதன் ஆசிரியர் *"Zero proof mistakes"* என வியந்து செய்தி அனுப்பினார். அதற்குப் பின்னால் இருப்பது அவர்தான்.

முதலில் நாவலை பகவதி அம்மனுக்கும் பெரியார் ஈ.வெ. ரா.வுக்கும்தான் சமர்ப்பிக்க நினைத்தேன். எழுதி முடித்தபோது செளம்யாவுக்கே சமர்ப்பிக்கத் தோன்றிவிட்டது.

அதற்கு உபகாரணம் ஒன்றுண்டு. ஆயிரம் பக்கப் பெருநாவல் எழுதும் திட்டங்கள் சில இருக்கின்றன (X, போதி, ...). அப்படியான மாஸ்டர்பீஸ் ஒன்றையே என் அதிவாசகியான அவருக்குச் சமர்ப்பிக்க எண்ணினேன். அதனால்தான் ஒவ்வொரு புத்தகம் வெளிவரும் போதும் அவருக்குச் சமர்ப்பிப்பதை ஒத்திப் போட்டு வந்தேன். ஆனால் சமீபமாக என் ஆர்வங்கள் மாறிக் கொண்டே இருக்கின்றன. இன்னொரு நாவல் எழுதுவேனா என்று கூடத் தெரியவில்லை. எனவே, இவ்வாய்ப்பை தவற விட வேண்டாமென்று கருதினேன்.

நாவலுக்கு நிறைய நூல்களை வாசிக்க வேண்டியிருந்தது. பெரும்பாலும் தெய்வங்கள், ஆலயங்கள் பற்றிய புத்தகங்கள்.

இந்நூலில் ஆய்வாளர்களான ஹென்றி ஒய்ட்ஹெட், தொ.பரமசிவன், அ.கா. பெருமாள், ஆ.சிவசுப்பிரமணியன், கோ.பழனி, கோ.சசிகலா, உமா சங்கரி, நா.செல்வராசு, ச.தமிழ்ச்செல்வன் உள்ளிட்ட பலரின் தெறிப்புகள் உண்டு.

குறும்பொழுதில் நாவலை வாசித்துக் கருத்துரைத்த நண்பர்கள் ரமேஷ் வைத்யா, பாரதி சிவசுப்ரமணியன், சரவணன் சந்திரனுக்கு பிரியம் பதிகிறேன். சில முக்கிய முடிவுகட்கு அவை மூலமாகின. முதல் அத்தியாயத்தைப் படித்து உள்ளீடுகள் தந்த சினேகங்கள் பா. ராகவன், பாலசுப்ரமணியன் பொன்ராஜ், கோகுல் பிரசாத், இரா. ராஜராஜனுக்கு நன்றி.

ஆப்பிளுக்கு முன், கன்னித்தீவு, ஆதித்த கரிகாலன் கொலை வழக்கு என என் முந்தைய நாவல்கள் அனைத்துக்கும் நூல் அட்டை வடிவமைத்தவர் சந்தோஷ் நாராயணன். இந்த முறையும் அழகும் அர்த்தமுமாக அட்டை ஒன்றை உருவாக்கி அளித்த அவருக்கு அன்பு. அதன் ஒவ்வொரு கோட்டிலும் பொருள் பொதிந்துள்ளது. *Sheer brilliance.* இத்தனைக்கும் நான் தந்தது மிகக் கஞ்சத்தனமான *prompt. If cover art is an art, then Santhosh is Picasso of it!*

ஸீரோ டிகிரியில் நூலைச் சிறப்புறப் பதிப்பிக்கும் நண்பர்கள் ராம்ஜீ நரசிம்மன், ஆர். காயத்ரிக்கும், ஆக்கத்தில் ஒத்துழைத்த வித்யா, விஜயன், செல்வகுமாருக்கும் நன்றி.

இந்நாவல் எழுதுகையில் நேரில் ஒரு முறையும் வினைல் ரெக்கார்டில் பல முறையும் இளையராஜாவின் முதல் சிம்ஃபொனி இசையான *Valiant*-ஐக் கேட்டேன். அந்த அற்புத ஒலிக்கோர்வை ஏதோ வகையில் என் படைப்பூக்கத்துக்கு உறுதுணையாக இருந்தது.

இங்கு இன்னோர் அனுபவத்தையும் பதிவு செய்தல் தகும். இளையராஜாவுக்கு தமிழக அரசின் சார்பாக சென்னையில் நடந்த பாராட்டு விழாவுக்குச் சென்றிருந்தேன். அதில் அவரது கச்சேரியும் ஒரு பகுதி. நான் இது வரை கண்ட, கேட்ட அனைத்து இளையராஜா கச்சேரிகளிலும் முதல் பாடல் தாய் மூகாம்பிகை படத்தின் ஜனனி ஜனனிதான். ஆனால் அப்பாடலில் தொடங்கப்படாத ஒரே இளையராஜா கச்சேரி அந்தப் பாராட்டு விழாதான். காரணம் அன்று இசைக்கப்பட்ட பாடல்கள் பட்டியலைத் தீர்மானித்தவர் *(Curated by)* திராவிட முதல்வரான

முக ஸ்டாலின். *But the climax was unexpected!* இளையராஜாவின் உரையின் இறுதியில் மக்களின் வேண்டுகோளுக்கிணங்க ஜனனி ஜனனி பாடலைப் பாடி விட்டார் இசை ஞானி. அப்படி விட்டு விடுவாளா என்ன ஜனனி! அந்தக் கணம் 'நாவலை எழுதி முடி' என்று இயற்கை எனக்குக் கட்டளையிட்ட மாதிரிதான் இருந்தது.

என்னை எழுத்தாளனாக இருக்க அனுமதித்து, அனாவசியத் தொந்தரவுகள் தராமல் காத்தருளும் மனைவிக்குப் பிரியத்தைப் பதிவு செய்கிறேன். என்னால் உடனிருந்து தரமான நேரம் தர முடியாமல் போனதற்கு மகன்களிடம் மன்னிப்புக் கோருகிறேன்.

★

ஆரியத்துக்கும் திராவிடத்துக்குமான சாஸ்வத சனாதனச் சமரின் காலத்துளி இக்கதை. 'சதுர்வர்ணம் மயா சிருஷ்டம்' என்பதற்கு எதிரான 'பிறப்பொக்கும் எல்லா உயிர்க்கும்'. யோசித்தால் இந்நாவல் பாரதியும் பெரியாரும் இணையும் புள்ளி எனத் தோன்றுகிறது.

இதனைத் திராவிட நாவலாகக் கருத இடமிருக்கிறது. அதை நீட்டித்து ஆரிய எதிர்ப்புப் படைப்பாகவும், மேலும் இழுத்து இந்து மத எதிர்ப்பாகவும் திரிக்கும் சாத்தியம் உண்டு. அது அவதூறு. உலகின் எந்த மனிதனுக்கும் எதிரானதல்ல இந்நாவல். மாறாக, மொத்த மானுடத்துக்கும் ஆதரவானது, அதை மேன்மைப்படுத்த விழைகிறது. அதற்கு எதிரான தத்துவங்களை எதிர்க்கிறது. எனவே, ஒடுக்கும் மனிதர்களை அழிப்பதல்ல நோக்கம்; தொடர், தீவிர உரையாடல்கள் வழி அக்கருத்தை ஒழிப்பதே இலக்கு - காலா பட 'செம வெய்ட்டு' பாடல் வரியில் வருவது போல் "அழிக்க நினைச்சா, நினைப்பை அழிப்போம்". அதனாலேயே நாவல் ஆலயத்தைக் களமாக்கி, அம்மனைப் பாத்திரமாக்கி இருக்கிறது.

உண்மையில் இந்நாவல் நான் எழுத உத்தேசித்ததன் இடக்கரடக்கல் *(toned-down version)*. மஹாவிஷ்ணு வாய் மணக்குமோ இனிக்குமோ என்று வியந்த ஆண்டாளின் முன் இது ஒன்றுமே இல்லை. ஆனால் வலதுசாரி வல்லாதிக்க உலகில் அவ்வளவுதான் சாத்தியம்.

இறைவியை ஆண்டான் - தேர்ந்த வாசகர்களையும் ஆள்வான் என்று நம்புகிறேன். ஓம்!

சி.சரவணகார்த்திகேயன்
பெரியார் நினைவு நாள், 2025

[20.2.1947 பிரார்த்தனைக் கூட்டத்தில் இந்து மதத்தில் சாதி ஒழிப்பு பற்றிய வினாவுக்குப் பூசாரிகளை முன்வைத்து வர்ணம் பற்றி பேசிய பிறகு வந்த கேள்வியும் தந்த பதிலும்]

> "நீங்கள் சாதி ஒழிப்புக்கு ஆதரவானவர் என்பதால் சாதிக் கலப்பு மணங்களையும் ஆதரிப்பவர் என்று எடுத்துக் கொள்ளலாமா? இப்போது பல தொழில்கள் குறிப்பிட்ட சாதிகளின் ஏகபோக உரிமையாக இருக்கின்றன - அது ஒழிக்கப்பட வேண்டாமா?"
>
> "நான் நிச்சயம் கலப்பு மணங்களுக்கு ஆதரவானவன். சாதியற்றவர்களாக எல்லோரும் ஆகும் போது, (சாதிரீதியிலான பணியுரிமை பற்றிய) இந்தக் கேள்வியே எழாது. அந்த மகிழ்ச்சியான சம்பவம் நடக்கும் போது வேலைகளில் ஏகபோக உரிமை போய் விடும்."
>
> - மஹாத்மா காந்தி
>
> (ஹரிஜன் இதழ் - மார்ச் 16, 1947)

[1969ல் அண்ணா மறைந்து கலைஞர் தமிழக முதல்வராகப் பொறுப்பேற்ற காலத்தில் கர்ப்பகிரகப் பிரவேசப் போராட்டம் நடத்த அழைப்பு விடுத்து எழுதிய தலையங்கம்]

> "இப்போது கோவிலுக்குள் சிலை இருக்கும் இடத்திற்குப் பார்ப்பான் தவிர வேறு யாரும் போகக்கூடாது என்ற தடை தமிழ்நாட்டில் இருந்து வருகிறது. மேலும் அந்தச் சிலைக்குப் பார்ப்பான்தான் பூசை செய்யவேண்டுமென்கின்ற நிபந்தனையும் இருந்து வருகிறது. அது மாத்திரம் அல்லாமல் பூசைக்குச் சொல்லும் வார்த்தைகள் வடமொழியாகத்தான் இருக்க வேண்டும் என்கின்ற கட்டாயமும் இருந்து வருகிறது. இந்த மூன்றும் ஜாதி பேதத்தையும், நம் இழிவையும், பார்ப்பான் உயர்வையும் நிலைநிறுத்தவே இருந்து வருகின்றன. ... கோவில்கள், சிலைகள் என்பவை 'இந்துக்கள்' என்பவர்களுக்குப் பொதுவான இடங்களே தவிர, எந்த ஜாதிக்கும் தனி உரிமை உடையவையல்ல; ஆதலால் இந்தத் தடைகள், நிபந்தனைகள் இருப்பது 'இந்துக்கள்' என்பவர்களில் பெரும்பாலான 100க்கு 97 பேர்களான மக்கள் சமுதாயத்திற்கு அவமானமும், இழிவுமேயாகும்."

- பெரியார் ஈ.வெ.ரா.

(விடுதலை இதழ் - அக்டோபர் 9, 1969)

[1936 ஈஸ்டர் நாளில் லாகூரில் ஆற்றத் திட்டமிட்ட உரையில் இந்து மதத்தில் செய்யப்பட வேண்டிய சீர்திருத்தத்தின் அடிப்படை அம்சங்கள் என்கிற பட்டியலில் குறிப்பிட்டது]

"இந்துக்களிடையே புரோகிதர் ஒழிக்கப்படுவது நலம். ஆனால் அது சாத்தியமில்லை என்றே தோன்றுகிறது. எனவே, புரோகிதத் தொழில் பரம்பரைத் தொழிலாக இருப்பதையாவது ஒழிக்க வேண்டும். இந்து மதத்தவன் என்று தன்னைச் சொல்கிற எந்தச் சாதியைச் சேர்ந்தவராயினும் அவருக்குப் புரோகிதர் ஆகும் உரிமை இருக்க வேண்டும். புரோகிதத் தொழிலுக்கான அரசுத் தேர்வு எழுதி சான்றிதழ் பெறாத எவனும் புரோகிதத் தொழில் செய்யக்கூடாது என்று சட்டம் இயற்ற வேண்டும்."

- பாபாசாஹேப் அம்பேத்கர்
(சாதியை அழித்தொழித்தல் - மே 15, 1936)

1

கபாடபுரம் கண்ணுக்குத் தெரியாத கதவுகள் கொண்ட கோட்டை போல் தோன்றியது.

அறிமுகமற்ற இடங்கள் அப்படித்தான். அதுவும் நம் வாழ்வு நேரப் போகிற இடம் எனும் போது கூடுதல் அச்சம் வந்து விடுகிறது. புதிய பிரதேசத்தின் சீதோஷ்ணம், சாப்பாடு, பொருட்கள், பாதைகள், சட்டங்கள் எனப் பல விஷயங்கள் பற்றிய குழப்பம் காரணம் எனினும் அவற்றையெல்லாம் தாண்டி மிக முக்கியமாக மனிதர்கள். மற்றவையாவது பரவாயில்லை, இந்த மனிதர்களை முழுமையாக அறிந்து கொண்டு விட முடியுமா!

எப்போதும் ஏதேனும் ஒரு புதிய முகத்தை வெளிப்படுத்தி நமக்கு அதிர்ச்சியூட்டவோ ஆச்சரியமளிக்கவோ தயாராக இருக்கிறார்கள். மற்றவர்கள் இருக்கட்டும், நம்மை நாமே கூட முழுமையாக அறிந்து விட முடியுமா என ஆயாசம் எழுந்தது சங்கருக்கு.

கபாடபுரம் பாண்டியர்களின் தலைநகரம், இடைச்சங்கம் அங்கேதான் நிலவியதாக நம்பிக்கை. கம்பராமாயணத்தில் சீதையை தேடிப் போகிற வானரச் சேனைகளிடம் கபாடபுரத்திலும் பார்க்கச் சொல்கிறான் சுக்ரீவன். நா. பார்த்தசாரதி அந்தப் பெயரில் நாவல் எழுதியிருக்கிறார். ஆனால் அவற்றுக்கும் இந்தச் சிற்றூருக்கும் தொடர்பில்லை.

கபாடபுரம் என்ற பெயரில் புதுமைப்பித்தன் ஒரு சிறுகதை எழுதி இருப்பதோ அந்தப் பெயரில் ஓர் எழுத்தாளர் இருந்ததோ கூட அக்கிராமத்தின் ஐந்நூற்று சொச்சம் பேரில் – 2001 சென்செஸ்படி – எவருக்கும் தெரிந்திருக்குமா என யோசித்தான் சங்கர். அது போல, புதுமைப்பித்தனும் இப்படி ஓர் ஊர் இருப்பதை அறிந்திருப்பாரா! கடலூர், விழுப்புரம், திருநெல்வேலி, சென்னை, திருவனந்தபுரம் என வாழ்ந்து முடித்த புதுமைப்பித்தனுக்கு கபாடபுரம் தெரிந்திருக்க நியாயமில்லை. சங்கரே இரண்டுக்கும் இணைப்புக் கண்ணி!

மதுரையிலிருந்து வைகையின் கை பிடித்தே ஓடி வந்தால் இருபது மைல் தொலைவில் கபாடபுரம் வந்து விடும். பெருநதி ஊரின் குறுக்கே வெட்டிப் பாய்வதால் செழிப்புக்குக் குறைவற்ற விவசாயம் நிலவும் பூமி. அது போக, மளிகைக் கடை, பரோட்டாக் கடை, பேக்கரியாக உயர்ந்து வரும் டீக் கடை, பால் பண்ணை, அரிசி மில், விதைகள், பூச்சிக் கொல்லி, உரங்கள் விற்கும் கடை, மாட்டு ஆஸ்பத்திரி, ஆரம்பச் சுகாதார நிலையம், பாரத ஸ்டேட் வங்கிக் கிளை, உ. முத்துராமலிங்கம் பெயரிலான உயர்நிலைப் பள்ளி, பஞ்சாயத்து அலுவலகம், தபால் நிலையம், சினிமாக் கொட்டகை, தண்ணீர் தொட்டி, ஏர்டெல் செல்பேசி டவர், திமுக, அதிமுக, காங்கிரஸ் கட்சிகளின் கொடிக் கம்பங்கள்...

அவ்வளவுதான் ஊர். சங்கர் கபாடபுரத்துக்கு வந்து இறங்கி இன்னும் முழுதாக ஒரு நாள் தீரவில்லை - அதில் அவன் கவனித்தவை இவைதாம். துணி மணி, நகை நட்டு போன்ற சமாச்சாரங்களுக்கு மக்கள் ஐந்து மைலில் உள்ள திருப்புவனம்தான் செல்ல வேண்டும். பெரிய மருத்துவத் தேவைகளுக்கும் படாடோபமான உணவகங்களுக்கும் மதுரையில் தஞ்சமடைய வேண்டும். காற்சிலம்பு விற்று வியாபாரம் தொடங்குவது மாதிரியான அவசரச் சூழல்களுக்கு இன்னும் மதுரைக்குத்தான் போகிறார்களா, தெரியவில்லை.

சொல்லாமல் விட்டது கபாடபுரத்தின் மையத்தில் எழுந்தருளும் கன்னியம்மன் கோயில். ஆலய கோபுரத்தை மையமாக வைத்து, வட்டம் வரையும் கருவியைக் கொண்டு ஊரின் எல்லைக் கோட்டை இழுத்திருப்பார்களோ என எண்ணுமளவு துல்லிய நடுப்புள்ளியில் இருந்தது, அவ்வூரையே கோயில்தான் ஆள்கிறது என்பதன் குறியீடு போல் தோன்றியது!

ஆர்ப்பாட்டமற்ற சிறிய கற்றளி. அதைச் சுற்றி கருங்கல் மதில். கீழைத் திசை நோக்கிய எளிய நுழைவாயில். பிற்காலச் சோழர்கள் வீழ்ந்து கொண்டிருந்த காலத்தில் ராஜ்யத் தற்காப்பின் பொருட்டு, முதிய மன்னனின் ஏழாவதோ எட்டாவதோ மனைவியாக வந்த அரையர் குலப் பெண் ஒருத்தி, அந்தப்புரச் செல்வாக்கில் ஈட்டிய நகைகள் கொண்டு தன் இறுதி நாட்களில் திடீர் ஆன்மீக ஆர்வம் எழ, நிர்மானித்தது அவ்வாலயம் என்றனர்.

ஆனால் அது தொடர்பான கல்வெட்டு, செப்பேட்டு ஆதாரம் ஏதும் கிட்டாததால் மத்தியத் தொல்லியல் துறையின் கடைக்கண் பார்வை அக்கோயிலுக்குக் கிட்டவில்லை. எனவே மாநில அரசின் இந்து சமய அறநிலையத் துறையின் ஆளுகையில் செயல்பட்டு வந்தது.

கன்னியம்மன் ஆலயம் வந்தால் ருதுவாகத் தாமதிக்கும் சிறுமிகள் பூப்படைகிறார்கள், திருமணம் தள்ளிப் போகும் பெண்டிருக்குக் கல்யாணமாகிறது, கர்ப்பம் சித்திக்காத மகளிருக்கு மகவு உண்டாகிறது என நம்பிக்கை நிலவியது. அப்படிப் பெண்களுக்கான சர்வரோக நிவாரணியாக விளங்கியதால் வெளியூர்காரர்கள் போக்குவரத்தும் உண்டு.

சாலையில் நின்றபடி கோயிலைப் பார்த்தான் சங்கர். கூட்டம் அதிகம் இருப்பது போல் தெரியவில்லை. கையிலிருந்த நோக்கியா 1200-வைப் பார்த்தான். மௌண்ட்டய்ன் ட்யூ நிறத் திரையில் நேரம் 12:00 எனக் காட்டியது. கோயிலிலிருந்து மணியோசை எழுந்தது.

உச்சி பூசை ஆகிறது. சமஸ்கிருத மந்திரங்கள் துரத்த, பெருமூச்சு விட்டபடி கடந்தான்.

காலை ஊருக்குள் வந்திறங்கியதும் பேக்கரியில் அருந்திய தேநீரின் சூட்டில் பொத்துப் போன நாக்கு இன்னும் சங்கருக்குச் சீரடையவில்லை. பேக்கரி பெயரில் அய்யங்கார் என்ற முன்னொட்டை இணைக்கும் பழக்கம் கபாடபுரத்துக்கும் வந்து சேர்ந்திருந்தது.

உலகின் மொத்த அய்யங்கார்களை விட அய்யங்கார் பேக்கரிகளின் எண்ணிக்கை அதிகமாக இருக்கும். ஆனால் அய்யங்கார் பெயரில் முட்டை பஃப்ஸ் விற்கும் முரண் பற்றி எவருக்கும் கேள்வி எழுவதில்லை. அதையும் குறை சொல்ல முடியாதுதான்.

வேத காலத்திலேயே பார்ப்பனர்கள் குதிரை, மாடு என யாகத்தில் பலியிட்டு ருசித்துப் புசித்த கதை இருக்கிறது. பிற்பாடு புத்தம், சமணம் எனப் புலால் மறுத்த மதங்களுக்குத் தம் புனிதமும் சுத்தமும் இளைப்பில்லை என நிறுவவும் மதத்துக்குள் தாம் மற்றவரை விட உசத்தி என்று அறிவிக்கவுமே சைவப் பழக்கத்தை வலிந்து ஏற்றுக் கொண்டனர். இன்று அதுவே அவர்களின் பிரதான அடையாளமாக ஆகி விட்டது என்பதுதான் முரண்.

ஆனால் அடையாளம் என்பதாலேயே அவர்கள் அதைப் பிடிவாதமாகக் கடைபிடிப்பதும் இல்லை. உண்மையில் அவர்களில் கணிசமானோர் சூழலுக்கும் சுவைக்கும் ஏற்ப அதில் சமரசம் செய்துகொண்டு பொருந்தும் உணவுகளை ருசிக்கத் தயங்குவதில்லை. ஆனால் ஒரு காலத்தில் உண்டான, உண்டாக்கிய அடையாளமானது அழியாமல் தேங்கி விட்டது.

எல்லோருக்கும் கரப்பான் பூச்சித்தனமான ஏதாவது ஒரு சர்வைவா உத்தி இருக்கிறது!

டீக் கடையில் கண் முன்னே கழுவிக் கவிழ்த்தப்பட்ட கண்ணாடி க்ளாஸ்கள் இருந்தும் அவனுக்கு வெள்ளைப் பேப்பர் கப்பில் தேநீர் வழங்கப்பட்டதைக் கவனித்தான். அங்கே ஏற்கெனவே சிலர் பேப்பர் கப்பில் தரப்பட்டதை ஊதி ஊதி உறிஞ்சிக் கொண்டிருந்தனர். இரட்டைக் குவளை முறை ஒழிக்கப்பட்டு விட்டாலும் டீக்கடைகளின் பேப்பர் கப்கள் ஒரு நுட்பமான தீண்டாமைதான். ஊருக்கு அவன் புதியவன். ஐயந்திரிபற சாதி அறியும் வரை அங்கே எவரும் புழங்காச் சாதிதான். அதைக் கண்டுபிடிக்கும் வரை பேப்பர் கப்தான்.

கண்டுபிடித்த பிறகும் தனக்கு பேப்பர் கப்தான் எனத் தெரியும். சிரித்துக் கொண்டான்.

தேநீர்ச் சூடு கண்ணாடி வழி பரவி நிற்கையில் உள்ளங்கைக்குள் வைத்து அணைத்து உதட்டில் விளிம்பு பொருத்தி உறிஞ்சும் அனுபவம் குறித்த ஏக்கம் எழுந்தது. கண்ணாடி டம்ளர்களை விட பேப்பர் கப்கள்தாம் சுகாதாரமானவை எனச் சொல்லிக் கொண்டான்.

சாதி அடுக்கு இந்தியாவில் - குறிப்பாக அதன் கிராமங்களில் - நீக்கமற நிறைந்துள்ளது. ஆக்ஸிஜன் மாதிரி அதுதான் மனிதர்களை

உயிர்ப்பித்து வைத்திருக்கிறது. சங்கரைத் தீண்டினால் தீட்டு என எண்ணும் டீக் கடைக்காரரை அதே காரணத்தால் தொலைவே தெரியும் கன்னியம்மன் கோயிலின் அர்ச்சகர் தொட மாட்டார். அவரையே சிதம்பரம் தீட்சிதர் தனக்குச் சமானமாகக் கருத மாட்டார். இங்கு நின்று பேப்பர் கப்பில் ருசித்துத் தேநீர் பருகும் ஆட்களுக்குள் மட்டும் சமத்துவம் இருக்கிறதா என்ன! அவர்கள் தம்முள் சுலபத்தில் பெண் கொடுத்துப் பெண் எடுத்து விட முடியாது. எவருக்கும் தமக்கு மேலே ஒருவர் இருக்கிறார் என்பது பற்றிக் கவலை இல்லை; மாறாகத் தமக்குக் கீழே ஒருவர் இருக்கிறார் என்பதை உறுதி செய்வதன் மூலம் தம் ஆண்டான் மனப்பான்மையைத் தக்க வைத்துக் கொள்கிறார்கள். தன் பிறப்பு அடையாளம் குறித்து ஒருவர் வருந்தும் புள்ளி. அதிலிருந்து நேராகப் பிறப்பு அடையாளம் குறித்துப் பெருமிதப்படுவது என்ற புள்ளிக்கே போக வேண்டும் என்று அடம் பிடிக்கிறார்கள். மாற்றுப் பார்ப்பனியத்தை முன்னெடுப்பதில் என்ன சமத்துவம், சமூக நீதி இருக்கிறது! முற்போக்குப் பேச்சுகள் சும்மா பொழுது போக்கத்தான். இங்கு எல்லோருக்கும் பெருமிதம் உண்டு. பிறப்பின் அடையாளம் குறித்த பெருமிதம். இந்த மாமதத்தின் சூத்திரமும் சூட்சமமும் அதுதான்!

இரைச்சல்களினூடே டீக்கடையின் பண்பலையில் ‘மாயக் கண்ணாடி’ பாடல் வழிந்தது -

> *“ஏஹே! உனக்குன்னு வச்ச இடம்*
> *இன்னொருத்தன் வந்து இங்கு*
> *உட்காரத்தான் ஆண்டவன் விட்டதில்லே...”*

தேநீரின் கடைசித் துளி இனிப்பைப் பருகி விட்டு, பேப்பர் கப்பைக் கசக்கிக் குப்பைக் கூடையில் எறிந்து விட்டு, சில்லறையை எண்ணிக் கொடுத்து விட்டுக் கிளம்பினான்.

அன்று மாலை கபாடபுரத்தின் ஒரே திரையரங்கில் என்ன படம் ஓடுகிறது எனப் போய்ப் பார்த்தான். மூன்று காட்சிகள் சுப்ரமணியபுரம், ஒரு காட்சி உளியின் ஓசை. அம்மாதிரி குக்கிராமத்தின் சிறுதிரைக்கூடங்களில் கூட இப்போதெல்லாம் புதிய திரைப்படங்கள் உடனுக்குடனே வெளிவந்து விடுகின்றன. மாலைக் காட்சி சுப்ரமணியபுரம் ஓடியது. சீட்டுகள் இருந்தன. அப்படம் நன்றாக இருப்பதாகக் கேள்விப்பட்டிருந்தான்.

ஆனாலும் உளியின் ஓசை இரவுக் காட்சிக்குப் போகலாம் என முடிவெடுத்தான். கலைஞர் மீது வைத்திருந்த பழைய பாசத்தைப் புதுப்பிக்கத் தீர்மானித்துக் கொண்டான் சங்கர்.

சங்கர் இரவு பரோட்டாக் கடையில் சாப்பிட்டான். மதுரை மற்றும் சுற்று வட்டாரங்களில் பரோட்டா என்பது தேசிய உணவு. பிரியாணி கூட அடுத்தபடிதான். அவன் அனுபவத்தில் பரோட்டாவின் ருசி மூன்று விஷயங்களில் அடங்கி இருக்கிறது: பரோட்டாவின் சுவை, அதன் மென்மை மற்றும் சால்னாவின் சுவை. பக்கத்து மேஜையில் மூன்று நிறங்களில் மூன்று வித சால்னா ஊற்றுவதைக் கவனித்தான் சங்கர், அதுவும் மூன்றும் சங்கமிப்பது போல். அம்முறையில் அவர்களுக்கு ஒரு விதமான பாரம்பரியப் பெருமை இருப்பதாகத் தோன்றியது. சங்கர் பெருமூச்சுடன் சைவக் குருமாவும் தேங்காய்ச் சட்னியும் கேட்டு வாங்கினான். அதன் மூலம் பரோட்டா சுமாருக்கும் மேல் என்ற அந்தஸ்தை எய்தியது.

சங்கர் புலால் உணவைக் கை விட்டு முழுதாக ஓராண்டு ஆகிறது. அவன் குடும்பத்தில் புரட்டாசி மாதமும் வெள்ளிக் கிழமைகளும் அமாவாசைகளும் தவிர மற்ற நாட்களில் அசைவம் உண்ணத் தடையில்லை. மாடும், பன்றியும் மட்டும் பழக்கமில்லை - என்றோ வேளாண் சமூகமாக இருந்ததை தலைமுறை தாண்டியும் நினைவு வைத்திருந்தார்கள். மற்றபடி, ஆடும், கோழியும், மீனும், கருவாடும் மாறி மாறி நாவுடன் உறவாடும்; முட்டை எப்போதும் உண்டியின் பகுதி. இப்பணிப்பிற்கு விண்ணப்பித்த நாளன்று யாவற்றையும் நிறுத்தினான். ஆரம்பத்தில் மிகச் சிரமமாகவே இருந்தது. பிறகு மெல்லப் பழகி விட்டது. படியளக்கும் பணிக்கு விசுவாசமாக இருக்க வேண்டும் என்ற உறுதிப்பாடு உதவியது.

உணவுக்காக உணவை மறுதலிப்பது என்ன மாதிரி தர்க்கம் என்றும் யோசனை ஓடியது.

சாப்பிட்ட பின் அவனே இலையை எடுக்க வேண்டியிருந்தது. அதிலும் ஏதாவது சாதியம் இருக்கிறதா என்று யோசித்தான். இலையை எடுத்த பின் மேசையைத் துடைக்க ஆள் இருந்தது, அதே ஆள் தாராளமாக இலையையும் எடுக்கலாம். ஆனால் செய்வதில்லை.

அவன் பிறந்ததில் இருந்தே தன்னைச் சுற்றி நிகழும் எல்லாவற்றிலும் ஏதேனும் சாதிய அடிப்படை இருக்கிறதா என மனம் சதா

சிந்தித்துக் கொண்டே, சந்தேகித்துக் கொண்டே இருக்கும். அப்படி யோசிக்காத சொகுசு எல்லாச் சாதிகளுக்கும் இங்கு வாய்ப்பதில்லை.

ஏப்பம் விட்டு மெல்ல நடந்து திரையரங்கு சென்ற போது படம் ஆரம்பித்திருந்தார்கள். இருபது பேர்தான் இருப்பார்கள். அதில் ஒரு ஜோடி சினிமா பார்க்க வரவில்லை என்பது தெரிந்தது. இடைவேளைக்குப் பின் வந்த பாடலினூடே சங்கர் உறங்கிப் போனான். படம் முடிந்ததும் சீட்டுக் கிழித்துக் கொடுத்தவனே பின்னிரவில் அவனை எழுப்பி விட்டான்.

இனியனும் சாமுண்டியும் என்ன ஆனார்கள் என யோசித்தபடி கிளம்பினான் சங்கர்.

வீடு திரும்பிப் படுத்துக் கொண்டான். பயண அலைச்சல்களின் களைப்பினால் உடனே உறக்கம் பற்றிக் கொண்டது. கனவில் சங்கரிடம் யாரோ நான்கைந்து பேர் கை கட்டி நின்று ஏவல்கள் பெற்றனர். அவன் அவர்தம் பிழை சுட்டித் திட்டிக் கொண்டிருந்தான். அவன் முகத்தில் அதிகாரத்தின் பெருமிதமும் பதற்றமும் பொங்கிக் கொண்டிருந்தன.

சங்கர் நாளை முதல் அரசாங்க ஊழியன். கன்னியம்மன் கோயில் அர்ச்சகன். அவனது முந்தைய தலைமுறைகளில் எவரும் அதைச் சொப்பனம் கூடக் கண்டிருக்க முடியாது. முன் தலைமுறைகளில் எவரும் அரசு ஊழியர் இல்லை என்றாலும் இங்கே குறிப்பிடுவது அதை அல்ல; பெருந்தெய்வம் வீற்றிருக்கும் பொதுக்கோயில் ஒன்றில் பூஜை செய்வதை.

‘அனைத்து சாதியினரும் அர்ச்சகர் ஆகலாம்’ திட்டத்தில் முதல் பணி நியமனம் அவன்!

★

2

சங்கரின் பாட்டன் அவர்களின் குலதெய்வக் கோயிலில் பூசாரியாக இருந்தார். கோயில் என்று அடையாளப் படுத்தப்பட்டாலும் அது வெட்ட வெளியில் அரச மரத்துக்குக் கீழே திண்ணை கட்டி வைக்கப்பட்ட கற்சிற்பம்தான். வதனத்தில் மந்தகாசத்துடன் ஆனால் கையில் சூலாயுதத்துடன் வட திக்கு நோக்கி வீற்றிருக்கும் கருத்த அம்மன். இருளிலும் தன்னை வணங்குவோரின் கனவிலும் மட்டும் வாழ்பவள் என்பார்கள். முப்புறம் கடல் சூழ்ந்த தென்னிலத்தில் அந்நியப் படையெடுப்பு வடக்கிலிருந்தே சாத்தியம் என்பதால் அதைக் கண்காணிக்கும் முகமாக அம்மை அத்திசை பார்த்து அமர்ந்திருக்க வேண்டும்.

சிலையைப் போல நிஜமாகவே அந்த அம்மன் கருப்பாகத்தான் இருப்பாள் என்பதாகத் தோன்றும். அவன் அம்மாவின், ஆத்தாவின் சாயலில்தானே அம்மனும் இருக்க வாய்ப்பு!

அம்மன் உட்கார்ந்திருக்கும் விருட்சத்துக்குப் பின் பக்கமாக ஏழு கூழாங்கற்களால் ஆன சப்த கன்னியர் மற்றும் காவலுக்கு வீச்சரிவாள் தாங்கிய கருப்பராயனும் உண்டு. பெண் தெய்வத்துக்கு சேவகம் செய்யும் ஆண் தெய்வம் என்பதை அவன் பெருங்கோயில்களில் கண்ட நினைவில்லை. குலசாமி மணமானவளா இல்லையா என யோசித்திருக்கிறான்.

கோயிலில் இருந்து பார்த்தால் அதைத் தொட்டுக் கொண்டு ஓடும் வராக நதி தெரியும். வருடம் ஒரு முறை திருவிழா உண்டு.

வருவோருக்குச் சர்க்கரைப் பொங்கலும், உடன் புளியோதரையோ சாம்பார் சாதமோ போடுவார்கள். வசூல் சற்று தாராளமாக இருக்கும் ஆண்டுகளில் கிடாய் வெட்டும் உண்டு. வருடம் தவறாமல் விழாவில் யாராவது ஓரிருவர் சாமியாடுவார்கள். மற்ற நாட்களில் கோயிலுக்கு அவ்வளவாய் எவரும் வருவதில்லை.

பூசாரி மட்டும் அமாவாசைக்குத் தவறாமல் பூசை செய்து விட்டுப் போவார். குறைந்த மக்கட்தொகை கொண்ட சாதிகளின் சாமிகளுக்கு விதிக்கப்பட்டது அவ்வளவுதான்.

ஆனால் அப்படியும் சொல்லி விட முடியாதல்லவா! சொற்ப விழுக்காடாக இருப்போரின் தெய்வங்கள் பரப்பப்பட்டு எல்லோருக்குமான பெருந்தெய்வங்களாக ஆகவில்லையா! சப்த கன்னியர் அங்காளம்மன், எல்லையம்மன், பேய்ச்சியம்மன், முப்பிடாரியம்மன், காளியம்மன், பிடாரியம்மன், பத்திரகாளியம்மன் எனப் பாட்டன் சொல்லி இருக்கிறார். பிற்பாடு அர்ச்சகர் படிப்பில் சப்த கன்னியர் என்பது பிராம்மி, வைஷ்ணவி, மகேஸ்வரி, கௌமாரி, வராஹி, இந்திரை, சாமுண்டி என்று கற்றுக் கொடுத்தார்கள். வைதீக மதம் நாட்டார் சாமியை தன்னுடையதாகத் தத்தெடுத்ததை சங்கர் கண்ட முதல் உதாரணம்!

பூசாரித் தொழில் வருமானத்துக்குப் போதுமானதாக இல்லை என்பதால் பாட்டன் கூலி வேலைக்குப் போக ஆரம்பித்தார். ஆனாலும் அவர் கோயில் பணியையும் விடவில்லை. அவரது அடுத்தடுத்த தலைமுறைகள் முழுக்கவே பூசாரித் தொழிலைக் கை விட்டு கூலி வேலைகளில் ஐக்கியமாகின. அவர்களில் முதன் முதலில் பள்ளிக்குப் போனவன் சங்கர்.

சங்கர் அடிக்கடி எதிர்கொள்ளும் கேள்வி ஒன்றுண்டு - “உன் குலத்தொழில் என்ன?”. சாதி கேட்கச் சங்கடப்படும் கொஞ்சம் படித்த அல்லது ஓரளவு வேலையிலிருக்கும் மனிதர்கள் கண்டறிந்த வழி அக்கேள்வி. நகரங்களில் இன்னும் நாசூக்காகி விட்டார்கள். எந்த ஊர் என ஆரம்பிப்பார்கள். அங்கே எந்தத் தெரு எனப் பிரிப்பார்கள். அடுத்து குலசாமி என்ன என்பதில் வந்து நிற்பார்கள். முன்பெல்லாம் சைவமா அசைவமா என்கிற கேள்வியும் இந்தத் துப்பறிதலில் இடம் பெற்றது. இப்போதெல்லாம் அத்தகவலைக் கொண்டு ஏதும் உறுதியாகச் சொல்ல முடிவதில்லை என்பதால் அது மெல்ல வழக்கொழிந்து வருகிறது.

சங்கர் ஒன்பதாம் வகுப்பு படிக்கையில் பள்ளியில் நண்பர்கள் அமர்ந்து அளவளாவிக் கொண்டிருக்கையில் யார் யார் சைவம், அசைவம் எனப் பேச்சு எழுந்தது. வெவ்வேறு பதில்கள் வந்து விழுந்து கொண்டிருந்தன. உண்மையில் அதிலேயே அடையாளங்கள் இருந்தன. “முட்டை மட்டும் சாப்பிடுவேன்”, “ஆடு, கோழி, மீன் மட்டும் சாப்பிடுவேன்”, “இவன் மாட்டுக் கறிலாம் திம்பான்டா”, “பன்னி கூட சாப்பிடுவேன். ஆனா பீஃப் மட்டும் தொட மாட்டேன்”, “எங்களுக்கு எல்லாம் ஓக்கே. ஆனா பன்னி மட்டும் ஹராம்”. ஒருத்தி மட்டும் “நான் ப்ராமின்” என்றாள் பெருமிதத்துடன். சங்கர் சட்டென, “அதற்கு இது பதில் இல்லையே!” என்றான். குழு சிரித்தது. உடனே அவள் முகம் சுருங்கிப் போக, நண்பர்கள் இவனைக் கடிந்து கொண்டனர். சங்கர் உடனடியாக அவளிடம் “ஸாரி” கேட்க வேண்டிய அழுத்தச் சூழல் உண்டாகிற்று. அவளும் பெருந்தன்மையாக மன்னித்தாள். அதில் அவள் புண்பட என்ன இருக்கிறது, தான் எதற்கு மன்னிப்பு கேட்டோம் எனப் பிற்பாடு பலவாறு யோசித்திருக்கிறான். அது அவர்களுக்கு இருக்கும் கண்ணுக்குப் புலப்படா அதிகாரம்!

ஒரு சூழலில் எவர் என்ன சாதி என்று தெரியாவிட்டாலும் இன்னார் பிராமணர் என்கிற விஷயம் மட்டும் எப்படியோ எல்லோருக்கும் தெரிந்து விடும். காரணம் எளிமையானது - பெயர் தொடங்கி உடை, தோற்றம், பேச்சு, பாவனை, பழக்க வழக்கங்கள் என்று எதன் வழியாவது தம் சாதியைச் சுற்றத்துக்கு அவர்கள் தெரியப்படுத்தி விடுவர். சில சமயம் இதை அவர்கள் திட்டுமிட்டுக் கூடச் செய்வதில்லை - அவர்கள் வாழ்வியலின் பகுதியாக இயல்பாகவே சாதியை வெளிப்படுத்துவது நிகழ்கிறது. ஏன் அப்படிச் செய்கிறார்கள்?

அதன் வழி இந்தியச் சமூகத்தில் பிராமணர்களுக்கு ஒரு மரியாதையும், மதிப்பும் கிட்டி விடும். தயிர் சாதம், அம்மாஞ்சி போன்ற கேலிகள் ஒரு புறம் வந்து சேர்ந்தாலும் மறுபுறம் ஓர் அதிகாரம் அவர்களிடம் வந்து விடும். ஆதி காலம் முதல் இன்று வரை சமூகத்தில் நிலவும் சாதியப் படிநிலையின் தாக்கம் அது. அந்த அனுகூலத்தை அனுபவிக்கவே அவர்கள் சாதி அடையாளத்தை அறிந்தும் அறியாமலும் வெளிப்படுத்துகின்றனர்.

இன்னொரு தரப்பு அடையாளமும் எல்லோருக்கும் தெரிந்து விடுகிறது. அது இன்னார் புழங்கத் தகாத சாதி என்பது. அரசைக்

கேட்டால் பட்டியல் இனம் என வக்கணையாகச் சொல்லும். சமத்துவம் பேசுவோர் முன்னர் தாழ்த்தப்பட்டோர் என்றும் இப்போது தலித் என்றும் சொல்வார்கள். உண்மை நிலையை உத்தேசித்தால் தீண்டப்படாதோர் எனலாம்.

ஒரு சூழலில் பிராமணர்களைப் போலவே இவர்களின் சாதியும் எல்லோருக்கும் நன்கு தெரியும். ஒரே வித்தியாசம் இவர்கள் தம் அடையாளத்தை அறிவித்துக் கொள்வதில்லை, மாறாகக் கண்டறியப் படுகிறார்கள். மறைத்து வைத்தாலும் துப்பறிந்து விடுகிறார்கள்.

இன்ன பிற சாதிகளுக்கு அத்தனை தொந்தரவு கிடையாது. அவர்கள் இந்த இரண்டுக்கும் மத்தியிலுள்ள ஏதோ ஒரு சாதி என்கிற அடையாளம் போதுமானது. புனிதச் சாதியல்ல, அதே சமயம் புழங்காச் சாதியுமல்ல என்ற நிம்மதியான இடைநிலை. நடுத்தர வர்க்கம் என்றாலே சிலபல அனுகூலங்கள் இருக்கிறதுதானே! ஒப்பீட்டளவில் சாதி இழிவு குறைவு, ஆனால் பிற்படுத்தப்பட்டோர் அடையாளத்தின் சலுகைகளைப் பெறலாம். இன்னொரு பக்கம் ஆண்ட சாதிப் பெருமிதம் பேசி மற்றவரை ஒடுக்கவும் சுரண்டவும் செய்யலாம்.

ஒரு பிராமணரைப் பொறுத்தவரை சாதி இரண்டு - பிராமணர், மற்றவர்கள். அது போல ஒரு தலித்தைப் பொறுத்தவரை சாதி இரண்டுதான் - தலித், மற்றவர்கள். ஆனால் இந்த இடைநிலைச் சாதியினருக்கோ சாதி மூன்று வகை - பிராமணர், தலித், மற்றவர்கள்.

பெரியார் 1950ல் தமிழக அரசு போட்ட வழக்கில் நீதிமன்றத்தில் அளித்த வாக்குமூலம்: 'கடந்த பல நூற்றாண்டுகளாகவே இந்து சமுதாயம் பிராமணர், பிராமணரல்லாதோர், தீண்டப்படாதார் என மூன்று பிரிவினர்களாகப் பிரிக்கப்பட்டிருக்கின்றது. கடைசியாக எடுத்துக் காட்டியுள்ள தீண்டப்படாத பிரிவினர், இந்து மதத்திற்குப் புறம்பானவர்கள். அவர்களுக்குக் கல்வி, சொத்து, சமுதாய அந்தஸ்து கிடையா. அவர்கள் அடிமைகள்.'

சனாதன தர்மம் சொல்லும் வர்ணாசிரமம் பிராமணர் மனதில் மட்டுமல்ல, பிராமணர் அல்லாதோர் மனதிலும் கூட காலங்காலமாக சாதிய ஏற்றத் தாழ்வுகளை ஆழ விதைத்து வைத்திருக்கிறது. அது பிராமணர் உயர்வு, மற்றவர் தாழ்வு

என்று மட்டும் கூறி நிறுத்திவிடவில்லை. அப்படிச் சொல்லி இருந்தால் *3%*க்கு எதிராக *97%* ஒன்று கூடி இருப்பார்கள் - சாதியம் வெகு முன்பே ஒழிந்திருக்கும். மாறாக, அது *97%* பிராமணர் அல்லாதோருக்குள் சத்ரியன், வைசியன், சூத்திரன், பஞ்சமன் என்று சாதிய ஏற்றத்தாழ்வைப் போதித்தது. அவர்களுக்குள் ஆண்டான் - அடிமை என்கிற பிரிவினையை உண்டாக்கி அவர்கள் ஒரு போதும் ஒன்று சேராமல் பார்த்துக் கொண்டது. அவர்கள் எல்லாம் அடித்துக் கொள்வதில் மும்முரமாக இருக்கும்போது இவர்கள் எல்லோருக்கும் மேல் ஏறி அமர்ந்து கொள்ளலாம். உங்களில் யார் உயர்ந்தவர் என்பதில் முரண்படுங்கள், ஆனால் உங்கள் எல்லோருக்கும் உயர்ந்தவனான என்னை மதிப்பதில் ஒன்றுபடுங்கள் என்ற திசைகாட்டல். *Divide and Rule* என்பதற்குச் சரியான உதாரணம். அதனாலேயே பார்ப்பனியம் நுண்மையான விஷம்.

சங்கருக்கு ஒன்று தோன்றும். உண்மையில் முற்போக்கு என்கிற பெயரில் தலித்களுக்கு எவரும் இரக்கம் காட்ட வேண்டியதில்லை. எந்த மற்ற சாதியினரையும் போல் இயல்பாக அவர்களை நடந்துவதே சரியான அணுகுமுறை. அந்த இயல்புதான் அசலான சமத்துவம். 'த்ஸோ த்ஸோ', 'ஐயோ பாவம்' என்ற *courtesy* அனாவசியம் - அதெல்லாம் ஹரிஜன் என்று அவர்களை (மதிப்புடன்) வேறுபடுத்திக் காட்டிய காந்தியோடு காலாவதியாகி விட்டது.

பாரதி "ஈனப் பறையர்களேனும் அவர் எம்முடன் வாழ்ந்திங்கிருப்பவர் அன்றோ?" என்று பாடியதைவிட பெரியார் "ஆதலால் நமக்கு 1. பார்ப்பனர்; 2. நம்மில் கீழ்த்தர மக்கள்; 3. முஸ்லீம்கள்; 4. கிருஸ்தவர்கள் - ஆக இன்று நமக்கு சமுதாய எதிரிகளாக இந்த நான்கு கூட்டங்கள் இருக்கின்றன." என்று சொல்வதில் கூடுதலாக ஒரு சமத்துவம் இருக்கிறது. நான் உனது கருணையாளன் என்பதைவிட நீ என் எதிரி என்பது மேலானது அல்லவா!

அப்படிச் சாதி பற்றி சங்கருக்கு அனுபவமாகவும் அறிவாகவும் கருத்துக்கள் இருந்தன.

அவன் முன்னோர்கள் உழவுத் தொழில் செய்திருக்கிறார்கள். ஒரு சமயம் பிணத்தின் முன்பு நடனமாடுபவர்களாக இருந்திருக்கிறார்கள்.

அதற்கும் வெகுகாலம் முன்பாக மூவேந்தர்களில் ஒருவராக அரசாண்ட ஞாபகமும் அவர்களுக்கு உண்டு. சங்கருக்கே தன் குலத் தொழில் பற்றிய குழப்பங்கள் உண்டு. அதில் அவனுக்கு ஆர்வமும் இல்லை.

குலத் தொழில் பற்றி வினா வரும் போதெல்லாம் சிறுவயதில் பாட்டனைப் பார்த்ததை வைத்துப் பூசாரி என்று சொல்லவே சங்கருக்குத் தோன்றும். சொல்லியும் இருக்கிறான். இன்று நிஜமாக அவன் தொழில் அதுவாகி விட்டது. அவ்வகையில் குலத் தொழிலுக்குத் திரும்பியவனாகி விட்டான். ராஜகோபாலாச்சாரி இருந்தால் சந்தோஷப்பட்டிருப்பார்!

மிகச்சிறு வயதில் அப்பன் அவனிடம் "சோத்துக்கு நிறைய வழி இருக்கு. ஆனால் படிப்பு மட்டுமே மரியாதை தரும்." என்று சொல்லியதைக் கெட்டியாகப் பிடித்துக் கொண்டான் சங்கர். சொல்லியது மட்டுமின்றி வீட்டின் அருகிலிருந்த சிறிய தனியார் பள்ளி ஒன்றில் அவனைச் சேர்த்தார். "மகனை இங்கிலீஷ் மீடியத்துலதான் படிக்க வைப்பானாம்" என்ற கிண்டல் வடிவப் பொறாமைகளை சுற்றத்திடம் அவர் எதிர்கொள்ள வேண்டியிருந்தது.

அவற்றின் இலக்கே அதற்கு அஞ்சி அந்த முயற்சிகள் கைவிடப்பட வேண்டும் என்பதே. அப்பன் அதை அறிந்திருந்ததால் ஒன்றும் சொல்லாமல் அவற்றைக் கடந்து போனார்.

அப்பன் பள்ளிக்குச் சென்றதில்லை. ஆனால் பிற்பாடு தானாக முயன்று எழுதப் படிக்க மட்டும் கற்றவர். பின் கட்சிச் சகவாசத்தில் தலைவர்களையும் மக்களையும் அறிந்தவர்.

புதிதாக நீச்சல் பழகுகையில் நீருக்குள் மூச்சுப் பிடிப்பது போல் தனது எல்லைக்கு மீறி படிப்புக்காகப் பேருழைப்பைப் போட்டான் சங்கர். பத்தாம் வகுப்பில் பள்ளியில் முதல் மாணவனாக வந்தான். எல்லாப் பாடத்திலும் சொற்ப மதிப்பெண்களே இழந்திருந்தான். இரண்டாம் இடம் பிடித்த மாணவிக்கும் அவனுக்கும் இடையே ஏராள மதிப்பெண்கள் வித்தியாசம். சங்கரின் பாஸ்போர்ட் சைஸ் நிழற்படம் அச்சிட்டு பாடவாரி மதிப்பெண் விவரங்களுடன் தின மலர் நாளேட்டில் மாணவர் சேர்க்கை விளம்பரம் தந்தது பள்ளி.

மிகத் தாமதமாக எச்சில் சுரப்பியில் புற்றுக் கட்டி கண்டறிந்து

சிகிச்சை பலன் தராமல் அப்பன் அகாலமாகச் செத்த போது சங்கர் பதினொன்றாம் வகுப்பு மத்தியிலிருந்தான்.

அம்மா வீட்டு வேலை செய்து சம்பாதிப்பது ருதுவாகத் தயாராக இருந்த தங்கை சத்யா உட்பட மூன்று பேர் கொண்ட அக்குடும்பத்தை நகர்த்தப் போதவில்லை. சங்கர் படிப்பை விடுத்து வேலைக்குப் போக வேண்டியதானது. பத்தாம் வகுப்பு என்ற நிலையை அவனது தலைமுறையில் பெண்கள் உட்பட கிட்டத்தட்ட அத்தனை பேரும் எட்டி இருந்ததால் எந்த வேலைக்கும் எவரும் அதைக் கல்வித் தகுதி எனக் கேட்பதில்லை. எல்லா இடங்களிலும் குறைந்தபட்சம் பன்னிரண்டாம் வகுப்பு கேட்டார்கள். அவசரப்பட்டு படிப்பை விட்டு விட்டோமோ எனத் தோன்றியது சங்கருக்கு. பல்லைக் கடித்து பன்னிரண்டாம் வகுப்பு முடித்து சான்றிதழ் வாங்கியிருந்தால் சில வேலைகளுக்கேனும் தகுதி பெற்றிருக்கலாம்.

சங்கர் கிடைத்த வேலைகளுக்குப் போனான். எல்லாமே சின்னச் சின்னப் பணி. ஜவுளிக் கடையில் சேல்ஸ்மேன், பங்க்கில் பெட்ரோல் போடுவது, எலக்ட்ரிகல் கடை உதவியாளர், மளிகை மண்டியில் பொருட்களை எடுத்துத் தருவது - அரிசி மூட்டை தூக்குவதும் அதில் அடக்கம், சைக்கிளில் செய்தித்தாள் விநியோகிப்பது எனப் பல விதம். சம்பளம் மிகக் குறைவு என்பது ஒருபுறம், மறுபக்கம் அதிக காலம் எந்த வேலையிலும் அவனால் நீடிக்க முடியவில்லை. ஒன்று அவன் துரிதமாக வேலை கற்பது முதலாளிக்குத் தொந்தரவாகும். அல்லது அவனது சாதி ரகசியம் தெரிய வந்து, சொற்களில், செயல்களில் ஒரு விலக்கம் எழும். நீக்கப்படுவான் அல்லது நீங்குவான். சில இடங்களில் சாதியைச் சுட்டி இழித்துப் பேசுவது சண்டையில் முடிந்தது. சில இடங்களில் மேலேறும் வாய்ப்பு அவனுக்கு மட்டும் கவனமாகத் தவிர்க்கப்படும். ஐந்தாறு ஆண்டுகளில் எத்தனையோ பார்த்து விட்டான்.

அப்போதெல்லாம் அவன் கைப் பற்றிக் கொண்டவை இலக்கியங்களே. சங்க இலக்கியம் முதல் நவீன இலக்கியம் வரை நூலகத்தில் பரிச்சயம் கொண்டான். அந்த நோய் பீடித்த விளைவில் கவிதைகளும் கதைகளும் எழுதிப் பார்த்தான். எதையும் பிரசுரிக்கவில்லை. தர்க்க மனநிலை கொண்ட தான் ஓர் எழுத்தாளனாக இருக்க முடியாது என நம்பினான்.

அவனது நண்பர்கள் நடிகையின் மழிக்காத குளியல் வீடியோக்

கசிவில் மூழ்கியிருந்த போது அவன் 'பிள்ளை கெடுத்தாள் விளை' சிறுகதை விவாதங்களில் ஈடுபட்டிருந்தான்.

அவனுக்கு இலக்கியம் கவலைகளை மறக்கும் போதையாகச் செயல்பட்டது. அடுத்த சில மாதங்களில் சுந்தர ராமசாமி அமெரிக்காவில் இறந்து, நாகர்கோவிலுக்கு அவரது உடல் வந்த போது நேரில் சென்று அஞ்சலி செலுத்தி வந்தான். சங்கோஜியான அவன் சந்தித்த ஒரே எழுத்தாளர் அவர்தான். அவரையும் கூட சடலமான பின்பே சந்தித்தான்.

சத்யாவுக்கு கனரா வங்கியில் கல்விக் கடன் கிடைத்தது. பேருந்து ஏறிப் போய் வரும் தொலைவுக் கல்லூரியில் இளநிலை வணிகவியல் சேர்ந்தாள். தன் சம்பாத்தியத்தில் அவள் கல்லூரி போய் வருவதற்கான மேலதிகச் செலவுகளைப் பார்த்துக் கொண்டான் சங்கர். வீட்டுச் செலவுகளை முழுக்க ஏற்றான். அம்மாவின் உடல் உபாதைகளுக்குச் சிறிய தனியார் மருத்துவனைகளில் வைத்தியம் பார்க்க முடிந்தது. அப்பா விட்டுப் போன சின்னப் பூர்வீக ஓட்டு வீடு அவர்களின் வாடகைச் செலவினத்தைத் தவிர்த்தது.

தான் போட்டு வந்த நகைகளே சத்யாவைத் திருமணம் செய்து கொடுக்கப் போதுமானது என்று சொல்லி விட்டாள் அம்மா. எனவே அவர்கள் தங்கத்துக்குச் செலவிடவில்லை. அது சாத்தியமும் இல்லை. சத்யாவுக்கு அம்முடிவு உவப்பில்லை எனச் சங்கருக்குப் புரிந்தது. ஆனால் அவள் வீட்டின் பொருளாதாரத்துக்கு நேரடியாக ஒன்றும் பங்களிக்கவில்லை என்பதால் எதுவும் பேச முடியவில்லை. அவன் எவ்வளவு வற்புறுத்தியும் அம்மா வீட்டு வேலைக்குப் போவதை மட்டும் நிறுத்தவேயில்லை. கேட்டால் அவசரத் தேவைகளுக்கு உதவும் என்று சொன்னாள், தனக்கு வேலைக்குப் போவது சிரமமே இல்லை என்றாள்.

மதுவும் புகையும் சங்கர் பழகவில்லை என்பதால் அவனது வருமானம் ஏதும் வீணாகவே இல்லை. ஆனாலும் சங்கரால் வீட்டுச் செலவுகள் போக சேமிப்பு என்று ஏதும் வைத்துக் கொள்ள முடியவில்லை. கறாராகக் கடன் ஏதும் உண்டாகாமல் பார்த்துக் கொண்டான். ஒரு கட்டத்தில் அந்நிலையே போதுமானது என்ற நிறைவை உளத்தில் எட்டியிருந்தான்.

ஒரு பெண்தான் அந்த மனநிலை தொடர்பான அச்சத்தை சங்கருக்கு உண்டாக்கினாள்.

★

3

அமுதாவை வேலை பார்த்துக் கொண்டிருந்த இடத்தில் சங்கருக்குப் பரிச்சயம். அவன் வயதுதான் அவளுக்கும். சின்ன மார்பும், சன்னக் குரலுமாக ஒரு பூனைக் குட்டி போல் பூஞ்சையாக இருந்த அவளை அவனுக்கு மிகப் பிடித்துப் போனது. பேசிப் பேசிப் பேசிச் செல்பேசி சூடாக, பரஸ்பரம் பித்து பற்றிக் கொண்டது. வெளியில் ரகசியமாகச் சந்திக்க ஆரம்பித்தார்கள். அவன் வேலையை நீங்கினாலும் அவர்கள் தொடர்பில் இருந்தார்கள்.

அமுதாவும் பட்டியலினப் பெண் எனத் தெரிந்த போது சங்கருக்கு நிம்மதியாக இருந்தது. கல்யாணத்தில் அக்கப்போர் ஏதும் இராது. ஆனால் அமுதாவோ அது உறுதிபடத் தெரிந்த பிறகுதான் அவனைக் காதலிக்கவே ஆரம்பித்தாள் எனப் பிற்பாடு அறிந்து கொண்டான்.

கல்யாணம் வரை தொடுகை கூடாது என்று முதலில் இருவருமே சொல்லிக் கொண்டு இடைவெளி விட்டு அமர்ந்தாலும் அதிக காலம் அந்தப் பாசாங்கு பலிக்கவில்லை. முதல் முறை எச்சிலூற முத்தமிட்டுக் கொண்ட அன்றுதான் அமுதா தீவிரமாகிக் கேட்டாள்:

“நாம கல்யாணம் பண்ணி பிள்ள பெத்தா வாழ முடியுமா, சங்கர்? சேவிங்க்ஸ் இருக்கா?”

சங்கர் திடுக்கிட்டான். அவன் அதையெல்லாம் யோசித்ததே இல்லை. இலக்கியம் படிக்க ஆரம்பத்தில் இருந்தே லௌகீக வாழ்வின் தளைகளிலிருந்து விலக்கிக் கொண்டதான பாவனை அவனுக்கு வந்திருந்தது. ஆனால் ஒரு பெண்ணைக் கைத்தலம் பற்றி, கலவி செய்து, பிள்ளை ஈன்று, அறிவாகவும் ஆரோக்கியமாகவும் வளர்த்து ஆளாக்க வேண்டும் எனில் நிறையப் பணம் தேவை என்பது புரிந்தது. அதற்குத் தன்னிடம் தற்சமயம் எந்த ஏற்பாடுகளும் இல்லை, எதிர்காலத்திலும் திட்டங்கள் ஏதுமில்லை என்பது உறைத்தது. அதை மறைக்காமல் அவளிடம் சொன்னான் சங்கர். அமுதாவின் முகம் தொங்கியது.

உதடுகளைக் கைக்குட்டையால் ஒற்றித் துடைத்தபடி ஏதும் சொல்லாமல் கிளம்பினாள்.

பிறகு அவர்கள் பேசுவது தொடர்ந்தாலும் இடையே ஒரு திரை விழுந்தது போல் இருந்தது. சந்திப்புகள் அருகின. மெல்ல மெல்ல அமுதா விலகினாள். அது சங்கருக்கும் புரிந்தது. அவன் அதற்கு விளக்கம் கேட்டு நாடகீயமாக்கவில்லை. அப்படியே ஏற்றுக் கொண்டான்.

தூவானம் விட்டதும் வந்த சுவடே தெரியாமல் வானவில் மறைந்து போவது போல் அவள் விலகியது அவன் மனதில் ஓர் ஆழமான காயத்தை உண்டாக்கித் தழும்பாக மிஞ்சியது.

சாதி சங்கமித்தாலும் பணம் காதலுக்குத் தடையாகும் என்பது சங்கருக்கு உறைத்தது. சில்லறை வேலை தாண்டி நல்ல உத்தியோகத்துக்குப் போகவில்லை எனில் விரும்பும் விதத்திலான பெண்ணை மணம் செய்ய முடியாது என்பது புரிந்தது. இத்தனைக்கும் அவன் எதிர்பார்ப்பு மிகச் சுருக்கமானது. நல்ல அறிவும் நிறைய அறமும் கொண்ட ஒருத்தி. கொஞ்சம் அழகாகவும் இருந்தால் நல்லது. தமிழச்சியோ இல்லையோ, தமிழ் பேசத் தெரிந்திருப்பது கட்டாயம். அவ்வளவுதான். படிப்பு இன்னது வேண்டும், பணி இப்படி வேண்டும், சம்பளம் இவ்வளவு வேண்டும், குடும்பம் இவ்வாறு வேண்டும் என வேறு எந்தக் கட்டுப்பாடும் இல்லை. அதோடு பெண்ணுக்குச் சொத்து இருக்க வேண்டும் என்றோ, வரதட்சணை கொடுக்க வேண்டும் என்றோ அவனுக்கு எதிர்பார்ப்பே இல்லை. அதோடு சாதியும், மதமும் அவனுக்கு எப்போதும் பொருட்டாகவே இருந்தது இல்லை.

ஆனால் இந்தக் குறுகிய எதிர்பார்ப்புகள் நிறைவேறவே அவன் இன்னும் கூடுதலாகத் தன்னைத் தகுதிபடுத்திக் கொள்ள வேண்டும் என்பதுதான் யதார்த்தமாக இருந்தது.

இருவர் உணர்ச்சிவசப்படும் காதலே சரிப்படவில்லை எனில் குடும்பங்கள் இறங்கிப் பேரங்கள் பேசும் விவகாரமான வீட்டில் பெண் பார்த்தல் எனும் வழி இன்னும் சிரமம்.

செல்வம் சேர்ப்பது என்பதை நினைத்தாலே மலைப்பாக இருந்தது சங்கருக்கு. இப்போது அவனது சம்பாத்யத்தில் சேமிப்பு என்பதை எண்ணிப் பார்க்கவே முடியாது. சட்டென்று அவசரமாக ஏதாவது பெரிய செலவு வந்தால் கூட அதை அவனால் கையாள முடியாது.

தனக்குப் பெண் கிடைப்பதில் ஒரு பக்கம் சிக்கல் என்றால் அடுத்து சில ஆண்டுகளில் தங்கைக்கும் மாப்பிள்ளை பார்க்க வேண்டி இருக்கும், அவளது திருமணச் செலவுகள்.

தான் இறுதி வரை குடும்பத்துக்கு உழைத்துக் கொட்டி அப்படியே இருந்து விட வேண்டி இருக்குமோ என அவ்வப்போது ஒரு பயம் எழும். ஒவ்வொரு சுயஇன்பத்தின் முடிவிலும் தனக்கு ஆயுள் முழுக்கவுமே விதிக்கப்பட்டது அதுதானோ எனக் கழிவிரக்கம் சூழும்.

சென்ற ஆண்டு இப்படி எதிர்காலம் குறித்த அச்சம் சூழ அவனது இருபத்து மூன்றாவது அகவை நகர்ந்திருந்த போது டீக் கடை தினத் தந்தியில் அந்த அறிவிப்பைக் கண்டான்.

தபால் தலை அளவுக்கு கலைஞரின் தலை பொறிக்கப்பட்ட ‘அனைத்து சாதியினரும் அர்ச்சகர் ஆகலாம்’ என்ற விளம்பரம். இலவசப் பயிற்சி, பயிற்சியின் போதே ரூபாய் இரண்டாயிரம் உதவித் தொகை, தங்குமிடம், உணவு இலவசம். வீட்டில் அவனுக்கான செலவுகளைக் கழித்து விட்டுப் பார்த்தால் பெரிய நட்டமாக ஒன்றும் தெரியவில்லை.

பயிற்சிக்குப் பின் அரசாங்க வேலை என்ற விஷயம் வசீகரித்தது. எல்லாவற்றுக்கும் மேல் எட்டாம் வகுப்பு படித்திருந்தாலே போதும். டீக் கடைக்காரரிடம் கேட்டு பக்கத்தின் மற்ற பகுதிகளுக்கு நோகாமல் அந்த விளம்பரச் செவ்வகத்தைக் கிழித்துப் பையில் பத்திரம் செய்தான். அடுத்தடுத்த நாட்களில் அதை விசாரித்தான். தேடிப் படித்தான்.

அதற்கு ஓராண்டு முன் கோயில்களில் அர்ச்சகராக சாதி தடையில்லை என்பதற்கான அரசாணையை கலைஞர் தலைமையிலான அரசு வெளியிட்டிருந்தது. அவனுக்குக் கலைஞரைப் பிடிக்காது. சரியாகச் சொல்ல வேண்டுமெனில் பதின்மங்களில் கொஞ்ச காலத்திற்கு அவரை ரொம்பப் பிடித்திருந்து விட்டுச் சட்டெனப் பிடிக்காமல் ஆனது - எட்டாண்டு முன் தாமிரபரணியில் அவனது தூரத்து உறவுகள் ரத்தம் சிந்திய நாளில்.

போராடும் பொது மக்கள் மீது காவல் துறை தடியடி நடத்துவது அரச பயங்கரவாதம். அன்று காவல் துறை மந்திரியாக இருந்தவர் கலைஞர்தான். தொழிலாளர் உரிமைகள் குறித்தும் இடதுசாரிகள் பற்றியும் சங்கருக்கு அறிதலும், உடனே ஆர்வமும் வந்தது அப்போதுதான். இலக்கிய அறிமுகம் செம்மலரின் வழியேதான் நிகழ்ந்தது அவனுக்கு.

அதற்கும் இரண்டாண்டு முன்பிருந்தே கலைஞர் மீது அவனுக்கு விமர்சனம் இருந்தது. வீரன் சுந்தரலிங்கம் போக்குவரத்துக் கழகம் விருது நகரில் உண்டாக்கப்பட்ட போது அவனுக்கு இரண்டு மனநிலைகள் இருந்தன. தீரன் சின்னமலை, வீரன் சுந்தரலிங்கம் என்றெல்லாம் அவர்களின் சாதி மக்கள் அதிகம் வசிக்கும் ஊர்களில் பேருந்துகளுக்குப் பெயர் சூட்டுவதன் வழி தேர்தலில் அவர்களின் வாக்குகளைப் பெறும் அரசியல் தந்திரம் என்பது ஒன்று. சகல சாதித் தலைவர்களுக்கும் பிரதிநிதித்துவம் அளிப்பதன் வழியாக எல்லாச் சாதிகளும் சமம் என்ற எண்ணத்தை அதன் வழி பரவலாக மக்கள் மத்தியில் பரப்புரை செய்கிறார் உண்டாக்குகிறார் என்பது மற்றொன்று. எல்லாம் அப்பன் அந்த வயதில் அம்மாவிடம் பேசிக் கேட்டது. சங்கருக்கு எல்லாம் குழப்பமாகத்தான் இருந்தது.

சில நாட்களிலேயே தாழ்த்தப்பட்ட சாதிக்கார வீரன் சுந்தரலிங்கத்தின் பெயர் பொறித்த பேருந்துகளில் ஏற மாட்டோம் என வீம்பு பிடித்தார்கள் பிற சாதியினர். நியாயமாக அது ஒரு தீண்டாமைக் குற்றம். போராட்டம் என்ற பெயரில் அந்தப் பேருந்துகள் கல் வீச்சுக்கு உள்ளாகின, தீ வைக்கப்பட்டன. கலைஞர் பணிந்தார். தலைவர்களின் பெயர் எல்லாம் நீக்கப்பட்டு மாநிலம் முழுக்க ஓடும் பேருந்துகளுக்கு தமிழ் நாடு மாநில போக்குவரத்து கழகம் என ஒற்றை அடையாளம் ஆக்கப்பட்டது. அது அவனுக்கு ஒவ்வாமை அளித்தது.

அதை எல்லாம் பேசாமல் ஒரு போதும் கலைஞரை, அவர் கட்சியை, அவரது ஆட்சியை அவனால் மதிப்பிடவே முடியாது. அதனால் ஆரம்பத்தில் சங்கருக்கு அந்தப் படிப்புக்கு விண்ணப்பிப்பது பற்றிய தயக்கமும் குற்றவுணர்வும் இருந்தது. ஆனால் அரசு என்பது மக்களுடையது, அவர் மக்கள் அமர்த்திய பிரதிநிதிதான், மக்களின் கூட்டு மனசாட்சியே இப்படியான திட்டங்களை உருவாக்கி அறிவிக்கிறது, அமைச்சரவை என்பது அதற்கான கருவி மட்டுமே எனச் சமாதானம் செய்து கொண்டான். அவர் செய்த பிழைகளை நேர் செய்ய அவரே முன்னெடுக்கும் பிராயச்சித்தம்தானோ என்றும் ஒருமுறை தோன்றியது.

குளத்தைக் கோபித்து குண்டி கழுவாமல் போக அவசியமில்லை எனத் தீர்மானித்தான்.

ஆனால் வேறொரு மனத் தடை சங்கருக்கு இருந்தது. எழுத்தாளனாகப் பரிணமிக்காமல் போனாலுமே தான் ஓர் அறிவுஜீவி என்ற எண்ணம் அவனுக்கு இருந்தது. மானுடத்துக்குத் தன் பங்களிப்பு என்ன, வரலாற்றில் தான் என்னவாகச் சேகரம் ஆவோம் என்பது பற்றி எல்லாம் அவனுக்கு எப்போதாவது சிந்தனை எழும். அப்படியானவன் கோயிலில் மணி அடித்துக் கொண்டிருப்பதா? பொருந்தவே இல்லையே! சிறிதளவும் பிசகாமல் தினமும் திரும்பத் திரும்பச் செய்ததையே செய்யும் அலுப்பூட்டும், சலிப்பூட்டும் வேலை. ஆனால் இப்போது மட்டும் என்ன வாழ்கிறது? எதையாவது ஒட்டும் எடுபிடித்துவ வேலைகள்தாம் வாய்க்கின்றன. பொருளற்ற பணி! தவிர, லட்சியங்களுக்கும் தொழிலுக்கும் சம்மந்தம் இல்லை. இது சோற்றுக்காக; சுகமாக இல்லையெனினும் சுமாராக வாழ; யாவற்றுக்கும் மேல் ஒரு நல்ல வாழ்க்கைத் துணையை ஈட்டிக் கொள்ள. உலகம் எதிர்பார்க்கும் கல்வி மற்றும் திறன் தகுதிக்கு, தான் எட்ட முடிந்த உச்சபட்ச இலக்கு இதுதான் எனப் பட்டது.

சங்கர் ‘அனைத்து சாதியினரும் அர்ச்சகர் ஆகலாம்’ படிப்புக்கு விண்ணப்பம் செய்தான்.

அம்மாவிடமும் சத்யாவிடமும் அது பற்றிச் சொல்லி வைத்தான். அடுத்த ஓராண்டுக்குத் தன் வருமானம் வராது, வீட்டுச் செலவுகளை அவர்கள் சமாளித்துக் கொள்ள வேண்டும். ஆனால் அதற்குப் பின் வேலை கிடைத்து நிரந்தர வருமானம் வர நிறைய வாய்ப்புண்டு.

அம்முயற்சியில் அவனுக்கு நல்ல விஷயமாகப் பட்டது அது ஒரு வழிப்பாதை இல்லை. ஒருவேளை, அப்படி நடக்காவிட்டால் தன் பழைய வேலைகளில் ஒன்றுக்குத் திரும்பி விடலாம். வந்தால் மலை, போனால் மயிர் என்ற கணக்கீடுதான். அம்மாவுக்கு அவன் தன் பாட்டன், பூட்டன் போல் கோயிலில் பூசாரி ஆவதை விரும்பவில்லை என்றாலும் சங்கரின் படிப்புத் தகுதிக்கு ஓரளவு கௌரவமான அரசாங்க உத்தியோகம் என்றால் அது ஒன்றுதான் சாத்தியம் என்பது விளங்கியது. அப்படி இல்லை என்றால் டாஸ்மாக் கவுண்ட்டரில் மது எடுத்துக் கொடுக்கும் வேலையோ, தெருவைத் துப்புரவு செய்யும் வேலையோதான் கிடைக்கும். அதற்கு மணியடிப்பது பரவாயில்லை என நினைத்தாள்.

எல்லோருக்கும் ஏதோ ஒரு தொழில் மேலானதாகவும் மற்றொரு தொழில் ஒரு படி கீழானதாகவும்தான் தோன்றுகிறது. சாதியின் தோற்றுவாயே அந்த ஒப்பீடுதான்!

சங்கரின் சிறப்பான பத்தாம் வகுப்பு மதிப்பெண் காரணமாக மதுரை மீனாட்சி சுந்தரேசுவரர் திருக்கோயிலில் இருந்த சைவ அர்ச்சகர் பயிற்சிப் பள்ளியில் இடம் கிடைத்தது. பதின்மூன்று மாதப் பயிற்சி கடந்த வாரம்தான் முடிந்தது. அவனோடு படித்த நாற்பது பேரில் ஆறு பேர் இடையில் விலகினர். படிப்பை முடித்த முப்பத்து நான்கு பேரில் சங்கர் முதல் மாணவன். இன்னும் கல்விச் சான்றிதழ் கூட கைக்குக் கிடைக்கவில்லை. ஆனால் பணி நியமன உத்தரவு வந்து விட்டது. அவனுக்கு மட்டும்.

அது கலைஞரின் பிடிவாதம் எனப் பேசிக் கொண்டார்கள். 'அனைத்து சாதியினரும் அர்ச்சகர் ஆகலாம்' என்ற அரசாணையின் அடிப்படையிலான பணி நியமனங்களுக்கு மதுரை மீனாட்சி அம்மன் கோவிலின் ஆதி சிவாச்சாரியார்கள் சங்கம் நீதிமன்றத்தில் தடை பெற்றது. கலைஞர் அந்தத் தீர்ப்பின் ஓட்டைகளை ஆராய்ந்து ஆகம விதிப்படி இயங்கும் கோயில்களில்தானே பணி நியமனம் கூடாது, அதை முழுக்கப் பின்பற்றாத கோயில்களில் பணியமர்த்துவேன் என்று இந்து சமய அறநிலையத் துறையின் கீழ் இயங்கும் அத்தகைய கோயில் ஒன்றைக் கண்டறியச் சொன்னார். அதே சமயம் அது அடையாளமற்ற சிறுகோயிலாகவும் இருக்கக்கூடாது, ஓரளவு பழமையான கோயிலாக இருந்தால் நல்லது என்றும் சொல்லி இருக்கிறார். அப்படித்தான் கன்னியம்மன் ஆலயம் தேர்வானது. எவரும் இதில் குறை கண்டு விடலாகாது

என்பதால் அர்ச்சகர் பயிற்சியில் முதல் தரமானவனைப் பணியமர்த்தப் பணித்தார். அப்படித்தான் சங்கர் தேர்வானான்.

‘பராசக்தி ஹீரோவின் மாஸ்டர் ஸ்ட்ரோக்’ என நக்கீரனில் இது குறித்த கவர் ஸ்டோரி வெளியானது. தன் எழுத்தில் வெளிவரப் போகும் தசாவதாரம் திரைப்படம் பற்றி நடிகர் கமல் ஹாசன் ஆனந்த விகடனுக்கு அளித்த பேட்டியில் தான் இப்படத்தில் ஏற்றிருக்கும் பத்து வேடங்களில் ஒரு பிராமணர் பாத்திரமும் உண்டு, ஒரு தலித் பாத்திரமும் உண்டு, அதுவும் சமத்துவம்தான் என்று சொல்லி ‘அனைத்து சாதியினரும் அர்ச்சகர் ஆகலாம்’ திட்டத்தைக் குறிப்பிட்டு “தாடி மழித்து வந்த பெரியார் மாதிரி தோன்றுகிறார் கலைஞர்” என்று சொல்லியிருந்தார். அம்மாதிரி விதந்தோதல்கள் எவரையும் சீண்டி எங்கே தன் வேலைக்கு உலை வைத்து விடுமோ என்ற அச்சம் ஆரம்பத்தில் சதா உள்ளுக்குள் ஓடிக் கொண்டே இருந்தது சங்கருக்கு. பிறகு இப்பிரம்மாண்ட அரசியல், சமூகப் பரமபதத்தில் தான் வெறும் பகடைக்காய், அதன் கட்டுப்பாடு ஏதும் தன்னிடம் இல்லை எனப் புரியத் தொடங்கியதும் பயனற்ற அப்பயம் குறைய ஆரம்பித்தது. ஆற்றின் போக்கில் அடித்துச் செல்லப்படும் இலைக்கு செல்லும் திசை, சேருமிடம் குறித்த கவலைகள் இருப்பதில்லை.

தளபதியின் பாடல்களில் சங்கருக்குப் பிடித்த ஒன்றின் வரிகள் நினைவில் ஏறி வந்தன -

> *“நீ நதி போல ஓடிக் கொண்டிரு...*
> *எந்த வேர்வைக்கும் வெற்றிகள் வேர் வைக்குமே...*
> *உன்னை உள்ளத்தில் ஊர் வைக்குமே...”*

‘எல்லாப் புகழும் இறைவனுக்கே’ என்ற அர்ப்பணித்தலில் எல்லாப் பொறுப்புகளும் கூட அவனுடையவைதாம் என்ற தப்பித்தலும் ஒட்டிக் கொண்டிருப்பதாகத் தோன்றியது!

சங்கர் கபாடபுரத்தில் கால் வைத்த பிறகுதான் அந்த விஷயத்தைக் கவனித்தான். அவன் பணியில் சேர வேண்டிய மறுநாள் செப்டெம்பர் பதினேழு. பெரியார் பிறந்த நாள். அது நிச்சயம் எதேச்சையான ஒன்றாக இருக்க முடியாது. முதல்வரின் ப்ரக்ஞைப்பூர்வமான தேர்வாகவே இருக்கும். தன் பணி நியமனத்தின் பின் நடந்த காய் நகர்த்தல்கள் பற்றி வதந்தியாகக்

கேள்விப்பட்டதெல்லாம் உண்மைதானோ என அவனுக்குத் தோன்றியது.

மறுநாள் புரட்டாசி ஒன்று. சங்கர் கன்னியம்மன் கோவிலுக்கு வந்து நல்ல நேரம் பார்த்து கோப்புகளில் கையொப்பங்கள் இட்டு, முன்பு பணியிலிருந்த மூத்த பிராமணரின் தாள் பணிந்து வணங்கி, பொறுப்புகளைப் பெற்றுக் கொண்டு கருவறையுள் நுழைந்த போது சென்னையில் பெரியார் சிலைக்கு மாலை அணிவித்துக் கொண்டிருந்தார் கலைஞர்.

★

4

தேவநாத ஐயர் தன் வீட்டில் நாற்காலியில் சாய்ந்து அமர்ந்திருந்தார். அவரது மனதின் இறுக்கம் முகம் வரை படர்ந்திருந்தது. நேர்மாறாக, அவர் உடல் தளர்ந்து போயிருந்தது.

வெயிலின் வெக்கை மேலே வேயப்பட்டிருந்த ஓடுகளின் வழியும், விரிந்து திறந்திருந்த சன்னல்கள் வழியும், ஒருக்களித்துச் சாத்தப் பட்ட கதவுகள் வழியும் வந்து பாய்ந்து கொண்டிருந்தது. அவரது மேனி வியர்வையில் மூழ்கியிருந்தது. அவருக்கு அது புதிது.

ஏனெனில், அவர் இவ்வேளையில் வீட்டில் இருப்பதே இந்த இருபதாண்டுகளில் இதுதான் முதல் முறை. மழை, புயல், வெள்ளம், விபத்து, சளி, காய்ச்சல், கலவரம், ஊரடங்கு என்று எதற்கும் அஞ்சி அவர் கடந்த இருபது வருஷங்களில் வீடு தங்கியதில்லை. கன்னியம்மன் கோயில் அர்ச்சகராகத் தன் கடமையை நாள் தவறாது செய்திருக்கிறார். ஆனால் இன்று போக முடியாத இக்கட்டு. ஒருவேளை இனி போகவே முடியாதோ! எண்ணமே எரிந்தது.

சுவரில் தொங்கிக் கொண்டிருந்த பழைய க்வார்ட்ஸ் கடிகாரம் 12:00 மணிக்கு இனிய நாதத்தை முதலில் வெளியிட்டு விட்டுப் பின் பன்னிரு முறை அடித்தது. தொலைவில் கோவிலில் இருந்து உச்சி பூசை ஆவதன் அறிகுறியாக மணியடிக்கும் சப்தம் கேட்டது.

ஒரு கணம் தான் இல்லாமல் கன்னியம்மன் எவ்வாறு இருப்பாளோ என்கிற வாஞ்சை மனதில் எழுந்தது. அவர் ஆலயத்துக்கு வந்து

சேர்ந்த நாளில் அன்னை என்றே அவளைக் கருதினார். பின் காலம் செல்லச் செல்ல, அவரை அறியாமலே மெல்ல மெல்ல மகளாக ஆகிப் போனாள். அதற்கு அவருக்கு வயது ஏறியது மட்டுமின்றி கன்னியம்மனை அவர் உணர்ந்து கொண்டதும் காரணம் எனத் தோன்றும். இன்று அவர் அம்மகளுடன் இல்லை.

பிரிந்து நிற்கும் சூழல். பிரித்தாளும் சூழ்ச்சி. இதற்குக் காரணமான அரசின் மீதும் அதன் தலைவன் மீதும் நெஞ்சில் கசப்பெழுந்தது. எழுந்து சென்று அதைக் காறி உமிழ்ந்தார்.

தனக்குப் பதிலாக யார்? நால் வருணத்தவன் கூட இல்லை. அதற்கு வெளியே இருக்கும் பஞ்சமன். என்ன மாதிரியான அபசாரம் இது! மொத்தக் கோயிலும் தீட்டாகி நிற்கிறது.

அன்று காலை சங்கர் என்ற அந்த இளைஞன் சாஷ்டாங்கமாக அவரது காலில் விழுந்து வணங்கி பொறுப்புகளைப் பெற்றுக் கொண்ட போது அவரால் தடுக்க முடியவில்லை.

உண்மையில் அவர் அவனைச் சபிக்க விரும்பினார். நீசன் என்று வசைச்சொல் உதிர்க்க முடிவு செய்தே வந்திருந்தார். ஆனால் அப்படி அவரால் செய்ய இயலவில்லை. ஏன் என்று அவருக்கே விளங்கவில்லை. ஒருவேளை அவன் தன் பாதம் பணிந்திட வேண்டும் என்று உள்ளூர விரும்பியிருந்தேனோ! அதிலேயே தன் தன்முனைப்பு திருப்தியுற்று விட்டதோ!

அவனுக்குத் தனது மகன் சாரங்கன் வயதுதான் இருக்கும். அல்லது ஓரிரு வயது அவன் மூத்திருக்கலாம். என்ன! போயும் போயும் அவனைப் பிரம்ம ரத்தத்துடன் ஒப்பிடுவதா!

தேவநாதனுக்குப் பணி ஓய்வு பக்கம் வந்து விட்டது. அவர் தாமதமாகத் திருமணம் செய்தவர். பின் வெகுகாலம் ஏங்க வைத்து விட்டே சாரங்கன் பிறந்தான். சரியாகக் கன்னியம்மன் கோயிலில் பணி கிடைத்து கபாடபுரத்துக்கு குடிபெயர்ந்து வந்த சில வாரங்களில் அவரது மனைவி கருவுற்றாள். எனவே, சாரங்கன் அவளது அருள் என்பதே அவரது நம்பிக்கை. ஆனால் அந்த மகிழ்ச்சியை நீடிக்க விடாமல் சில மாதங்களிலேயே அவரது மனைவிக்குத் திடீரென நிற்காமல் ரத்தப் போக்கு உண்டாகி மருத்துவத்துக்குப் பதில் சொல்லாமல் செத்துப் போனாள். முலையூட்டவில்லை என்பது தவிர சாரங்கனை வளர்த்தவர் தேவநாதன்தான். அவனை அவரது சொந்த பந்தத்தில் இருந்த

பரவலான உதாரணங்கள் போல் ஐஐடியில் படிக்க வைத்து அமெரிக்காவுக்கு அனுப்ப வேண்டும் என்பதுதான் தேவநாதனின் கனவாக இருந்தது. அது ஒரு பிராமண தேசியக் கனவு - வீட்டுக்கு ஒருவர் ராணுவத்தில் சேர வேண்டும் என்பது போல் வீட்டுக்கு ஒருவர் ஐஐடியில் படிக்க வேண்டும் அல்லது ஐடி துறை வழியே அமெரிக்கா செல்ல வேண்டும் என்பது.

ஆனால் சாரங்கன் சுமாரான மாணவனாகவே இருந்தான். கற்கச் சிரமம் என்பது ஒரு பக்கம், படிப்பில் ஆர்வம் சுத்தமாகவே இல்லை. தொலைக்காட்சியும், சினிமாவும், விளையாட்டும், அரட்டையும்தான் அவனுக்குப் பிடித்தன. சாரங்கன் பன்னிரண்டாம் வகுப்பு தேறியதே பெரிய விஷயம். தகப்பன் வற்புறுத்தலில் எழுதிய ஐஐடி நுழைவுத் தேர்வின் முதற்சுற்றையே அவன் கடக்கவில்லை. தேவநாதன் மிக ஏமாற்றமானார்.

மதுரையில் பெயர் பெறாத அல்லது அவ்வளவு நல்ல பெயர் இல்லாத கலைக் கல்லூரி ஒன்றில் சாரங்கனைச் சேர்த்து விட்டார். சகவாசம் சரியில்லை; படிப்பும் ஏறவில்லை; பலவீனங்கள் சேர்ந்து கொண்டன. கல்விக்காலம் தீர்ந்தும் அவனது கல்விச் சான்றிதழ் கைக்கு வரவில்லை என்றதும் தேவநாதன் மூன்றாண்டுகளில் முதல் முறையாக நேரில் கல்லூரிக்குச் சென்றார். பத்து பேப்பர்கள் அரியர். உரிய மறுதேர்வுகளும் எழுதவில்லை.

சாரங்கனுக்குப் பட்டம் கிட்டாது என்பது தெளிவு. எந்த வேலைக்கும் விண்ணப்பிக்க முடியாது. ஜீரணிக்க முடியாத விஷயம் - சட்டென வயிறு இளகியது தேவநாதனுக்கு.

வீட்டுக்கு வந்து கேட்ட போது சாரங்கன் பதில் சொல்லாமல் தலை குனிந்து நின்றான்.

மாலை கன்னியம்மன் சந்நிதியில் அமர்ந்து அழுதார் தேவநாதன். அவளும் பதிலேதும் பேசாமல் பார்த்துக் கொண்டிருந்தாள். மறுநாள் உறங்கி எழுந்த போது அது மொத்தமும் கன்னியம்மன் உத்தரவு எனத் தோன்றியது. சாரங்கனிடமே கேட்டார், அவன் கல்லூரி போகிறானா அல்லது தன்னுடன் கோயில் வேலைகளைக் கற்றுக் கொள்கிறானா என.

அவன் நேரமெடுத்தான். பிறகு சம்மதித்தான். தேவநாதன் அத்தொழிலின் சிரமமின்மை மற்றும் நிரந்தரத் தன்மையை மறைமுகமாக அடிக்கோடிட்டது காரணமாக இருக்கலாம்

என அவர் எண்ணினார். செல்வச் செழிப்பு இல்லைதான். ஆனால் உத்தரவாத வரும்படி. சிக்கனமாகக் குடும்பம் நடத்தப் போதுமானது. குறிப்பாக நோகாத வேலை எனும் போது முதலீட்டின் மீதான வருமானம் அதிகம். ஆனால் இதெல்லாம் அவன் யோசிக்கவில்லை. உண்மையில் சாரங்கனுக்கு அந்த வழி ஒரு விடுதலை மார்க்கமாக அமைந்து போனது.

தேவநாதன் மறுநாள் முதல் கன்னியம்மன் கோயிலுக்கு உடன் அழைத்துச் சென்றார். சகலமும் சொல்லிக் கொடுத்தார். மந்திரங்கள், சடங்குகள், கட்டுப்பாடுகள், இத்யாதி.

ஆரம்பத்தில் அசட்டையாக இருந்தான் எனினும் அவர் படிப்பித்ததில் பாதியைக் கற்றுக் கொண்டான் சாரங்கன். அது அவனது பள்ளி மதிப்பெண்களை விட மேலானது என்ற வகையில் தேவநாதனுக்கு மகிழ்ச்சியூட்டவே செய்தது. அவனது பிறவியும் தன்னைப் போலவே இந்த ஆலயத்துக்கு அர்ப்பணிக்கத்தானோ என்று தோன்றியது. தனது ஐஐடி, அமெரிக்கக் கனவுகளும் அவை நிராசையானதும் அம்மனின் திருவிளையாடல் எனப் பட்டது. மகளிடம் கண்ணீர் மல்கி தனது அசட்டுத்தனத்துக்கு மன்னிப்புக் கோரினார்.

தானே பிள்ளை கொடுத்து, தானே எடுத்துக் கொள்கிறாள் பிள்ளை விளையாட்டுக்காரி!

வரும் நவம்பரில் தேவநாதனுக்கு ஐம்பத்தி எட்டு அகவை பூர்த்தியாகிறது. எனவே, அந்த மாதக் கடைசியில் பணி ஓய்வு. ஓராண்டு முன்புதான் சாரங்கனின் தகுதியை விரிவாக விவரித்து தன் ஓய்வுக்குப் பின் கன்னியம்மன் கோயில் அர்ச்சகர் பணியை அவனுக்கே தர வேண்டும் என இந்து சமய அறநிலையத் துறைக்குக் கடிதம் எழுதினார் தேவநாதன்.

அது வழக்கமான நடப்பு தான். அறநிலையத் துறை அதிகாரத்துக்கு வெளியே இயங்கும் பெருந்தெய்வக் கோயில்களில் இந்த வாரிசுரிமை இன்னும் சுலபமாக நிகழும். இங்கே அதற்கு முறையான ஆவணங்கள் உண்டாக்க வேண்டியிருக்கும். அப்போது அங்கிருந்த நிர்வாக அதிகாரியும் அந்த மாற்றத்துக்கு ஒப்புதல் அளித்துப் பதிலனுப்பி இருந்தார்.

அவரது ஓய்வுத் தேதிக்கு மூன்று மாதங்கள் முன்பாக, அந்த ஒப்புதல் கடிதத்தின் நகலை இணைத்து அறநிலையத் துறைக்கு நினைவூட்டி எழுதினால் சாரங்கனின் பணிக்குரிய நியமன

உத்தரவைத் தயார் செய்து அனுப்பி விடுவோம் என்று சொல்லி இருந்தார்கள்.

நினைவூட்டல் கடிதமும் அனுப்பி விட்டார். சாரங்கனும் தயாராகிக் கொண்டிருந்தான்.

எல்லாம் சீராக அமைந்து விட்டது என்ற நிம்மதியில் சாரங்கனுக்குத் திருமணத்துக்குப் பெண் பார்க்கலாமா அல்லது இருபத்தி மூன்று என்பது சிறிய வயதா என்று தேவநாதன் யோசித்துக் கொண்டிருந்த போதுதான் அந்த உத்தரவை மாநில அரசு வெளியிட்டது.

கன்னியம்மன் கோயிலுக்குப் புதிய பூசாரி நியமனம். இன்னும் இரண்டரை மாதத்தில் ஓய்வு பெற இருக்கும் தேவநாதனின் இடத்தை அர்ச்சகர் பள்ளியில் படித்து வந்தவன் நிரப்புவான். இடைப்பட்ட காலவெளியை பணிகளைப் பழக்கவும் பொறுப்புகளைக் கையளிக்கவும் பயன்படுத்திக் கொள்ளலாம். அவர் அதற்கு ஒத்துழைக்க வேண்டும்.

அதன் அர்த்தம் தேவநாதனுக்கு அடுத்து சாரங்கனுக்குப் பணி வழங்கப்பட மாட்டாது.

தேவநாதன் தளர்ந்து போய் உட்கார்ந்தார். முதலில் மகனிடம் பேசினார். பின் சொந்த பந்தங்களிடம். பின் பிராமண சங்கத்தில். ஒவ்வொருவரும் ஒவ்வொன்று சொன்னார்கள்.

“முதலில் அம்பேத்கரின் சூழ்ச்சியான இட ஒதுக்கீட்டில் உன் மகனுக்குக் கல்வி உரிமை கிடைக்காமல் போனது. இப்போது பெரியாரின் சதித் திட்டமான அர்ச்சகராகச் சாதி தடையில்லை என்பதன் மூலம் அவனது வேலை வாய்ப்பும் பறிக்கப்பட்டிருக்கிறது.”

“எல்லாவற்றிலும் இட ஒதுக்கீடு வந்து தொலைத்தது என்றுதான் மிஞ்சியிருந்த இந்தப் பூசாரித் தொழிலில் ஒட்டிக் கொண்டிருந்தோம். இப்போது அதையும் நம்மிடமிருந்து பிடுங்க வந்து விட்டார்கள். பிராமணர்கள் வாழ்வாதாரமே இன்று கேள்விக்குரியதாகி நிற்கிறது. எழுத்தாளர் அசோகமித்திரன் சில ஆண்டுகள் முன்பு எழுதியதைப் போல் பிராமணர்கள் இன்று தமிழ் நாட்டில் நாஜி காலத்து யூதர்கள் போல இருக்கிறோம்.”

“ஆம், *Dravidian Gas Chambers*-ல் மூச்சுத் திணறிச் செத்துக் கொண்டிருக்கிறோம். தயிர் சாதம் தின்பவன் எத்தனை

அடித்தாலும் பொறுத்துப் போவான் என்ற அலட்சியம்தான். இப்படியே போனால் நம்மை மொத்தமாக இன அழிப்பு செய்யவும் தயங்க மாட்டார்கள்."

"அந்தம்மா இருந்திருந்தால் இதெல்லாம் நடந்திருக்குமா? மத மாற்றத் தடைச் சட்டம், கோயில்களில் விலங்குகள் பலியிடுவதைத் தடுக்கும் சட்டம்னு ஹிந்துயிஸத்துக்கு நிறைய சர்வீசஸ் பண்ணியிருக்கு. ஆனால் இந்த கருணாநிதிக்கு நம்மவாளுக்குக் குடைச்சல் கொடுப்பதுதான் குறி. இந்தாளு ஆட்சிக்கே வரக்கூடாது. வர விடக்கூடாது."

"அந்தம்மாவும் லேசுப் பட்டதில்ல. காஞ்சி காமகோடி பீடாதிபதியையே கொலைக் கேஸ் போட்டு உள்ள தூக்கி வெச்சுது. நல்ல பாப்பாத்தி பண்ற வேலையா அது? பிஜேபியதான் இங்க கொண்டு வரனும். குஜராத்ல பார்த்தல்ல? இந்து தர்மத்தின் இரும்புக் கரம் அவர்!"

"அட, பாலிடிக்ஸ்லாம் அப்புறம். இப்ப ஆகறதப் பேசுங்க. இந்த சிச்சுவேஷனை எப்படி ஹேண்டில் பண்றது? இதைத் தனியான நிகழ்வாப் பார்க்க வேண்டாம். ஒரு சதியின் ஆரம்பப் புள்ளி. இப்பவே இதைக் கிள்ளி எறியலன்னா நமக்குப் பெரிய ஆப்பாகிடும்."

"தேவநாதா, நீ இதை எதிர்த்து நீதிமன்றத்தில் வழக்குத் தாக்கல் செய். செலவுகளை நம் சமூகம் ஏற்கும். இது உன் ஒருவன் பிரச்சனை அல்ல. நம் உரிமைப் பறிப்புப் பிரச்சனை."

எல்லா ஆலோசனைகளும் கிட்டத்தட்ட ஒன்றுதான். ஒரு பொது எதிரி வேண்டும். அணி திரள வேண்டும். பாதிக்கப்படுகிறோம் என்ற சுயகழிவிரக்கம் வரவழைக்க வேண்டும்.

தேவநாதன் ஒப்புக் கொண்டார். மிக உற்சாகத்துடன் சாதிச் சங்கம் அவருக்குச் சட்ட வழிகளைக் காட்டியது. சங்கரின் பணி நியமனத்தை எதிர்த்து வழக்குத் தொடுத்தார். அதே கையோடுதான் கோயிலில் அன்று தன் காலில் விழுந்த சங்கரை ஆசீர்வதித்தார்.

அது வேறு வழியில்லை. இல்லையெனில் கடமை தவறியதாகப் புகார் எழலாம். ஓய்வை ஒட்டி அத்தகு அவச்சொல்லுக்கும் அதன் பக்க விளைவுகளுக்கும் ஆளாக அவருக்குத் தெம்பில்லை. எனவே, மேலோட்டமாகப் பொறுப்பு ஒப்படைக்கும் ஒரு சடங்கை

நடத்தி விட்டு உடனே உடல் நலனைக் குறிப்பிட்டு ஒரு மாத கால விடுப்புக்கு விண்ணப்பித்தார்.

★

காலையில் அடிபணிந்து பொறுப்பை ஏற்ற போது முன்பு பணியிலிருந்த முதியவரான தேவநாத ஐயர் தவறாக ஏதும் சொல்லவில்லை என்றாலும் அவரது உடல் மொழியில், முகக் குறிப்பில் ஒரு விருப்பமின்மை இருந்தது. அதைப் புரிந்து கொள்ள முடிகிறது என்றாலும் ஒரு சாபத்தின் மீது தான் வாழ்க்கையைத் தொடங்கி இருப்பதான தொனி கிடந்து சங்கரை உறுத்தியது. சம்பிரதாயங்கள் முடிந்த உடனேயே அவர் கோயிலை விட்டு வெளியேறியும் விட்டார் என்பதால் அவரை இளக்கி, இணக்கமாக்கும் சந்தர்ப்பம் அமையவில்லை. அவனிடம் ஒரு சொல்லும் அவர் பேசவே இல்லை என்பது உறைத்தது.

நியாயமாக அவர் உடன் இருந்து ஆலயத்தை அவனுக்குச் சுற்றிக் காட்டி அங்கு நிலவும் பூசை, புனஸ்கார நடைமுறைகள் என்ன என்பதை விவரித்திருக்க வேண்டும். இப்போது அவனே அவை எல்லாவற்றையும் சொந்த முயற்சியில் தெரிந்து கொள்ள வேண்டும்.

அதுவும் நல்லதே. ஒன்று தாமதமானாலும் சுயமான தேடலில் விரிவான புரிதல் கிட்டும். அடுத்து இந்நடைமுறைகளைத் தீர்மானிக்கும் சுதந்திரம் அவனுக்கு வந்து விடுகிறது.

வாழ்க்கை என்பது இரண்டு விஷயங்களால் ஆனது. ஒன்று நம்முடைய நினைவுகள்; மற்றது பிறர் நம் மீது வைக்கும் மதிப்பீடுகள். மகிழ்ச்சியான நினைவுகள், சிறப்பான மதிப்பீடுகள் இரண்டையும் அடைவதே இலக்கு. சங்கரின் தத்துவம் இவ்வளவு எளியதே. ஆனால் ஒன்று - சொல்லுதல் யார்க்கும் எளிய அரியவாம் சொல்லிய வண்ணம் செயல்.

கோயிலில் அவனைத் தவிர தூய்மைப் பணிக்கு ஜடா முடி வைத்த ஒரு ஐம்பது வயது அம்மாளும் உண்டு. சங்கரிடம் பணிவாகத் தன்னை அறிமுகம் செய்து கொண்டாள்.

பிறிதொரு சமயம் ஐயரைச் சென்று சந்திக்க வேண்டும் என எண்ணிக் கொண்டான்.

★

5

சங்கர் பால்யம் முதல் திரைப்படங்களில் பேரார்வம் கொண்டிருந்தான். கணிசமான படங்களைப் பார்த்து விடுவான் என்றாலும் அவனுக்கென ரசனைத் தேர்வும் இருந்தது.

படங்கள் வெளியான உடனே பாராமல் அவனது பொருளாதாரத்துக்கு ஏற்ப இரண்டாம் சுற்றுத் திரையரங்குகளில் வருகையில் பார்ப்பான். அது அவனது கலையார்வத்துடன் கைகோத்துக் கொண்டது. படிப்புக்கு மட்டுமின்றி திரைப்படக் காட்சிகளை சேமித்துக் கொள்வதிலும் ஞாபக சக்தி உதவியது. தினசரிகளின் சம்பவங்கள், உரையாடல்களில் சட்டெனப் பொருத்தமான ஒரு திரைப்படக் காட்சியினை இணைத்துப் பேச அவனால் முடிந்தது. அதை ஒரு பழக்க வழக்கமாக, பிரத்யேக மோஸ்தராகக் கொண்டிருந்தான்.

“நடக்கும் எல்லாமே ஏற்கெனவே நடந்தவைதாம்” என்ற நித்யத்துவச் சித்தாந்தத்தின் எளிய விளக்கம் சங்கர் சினிமா வழியே வாழ்க்கையைப் புரிந்து கொள்ள முயன்றது!

அப்படி சினிமா கண்டு ஒரு காலத்தில் ரஜினி ரசிகனாக இருந்து பின் விஜய் ரசிகனாக மாறிப் போனான். அவனுக்குத் தனது தீவிர இலக்கிய முகத்துக்கும் விஜய் ரசிகனாக இருப்பதற்கும் எந்த முரணும் இருப்பதாகத் தெரியவில்லை. பெரிய படைப்பாளிகள்

காமிக்ஸ் ரசிகர்களாக இருப்பதில்லையா! சுந்தர ராமசாமி விஜய் பற்றி நற்சொற்கள் சொன்னதாக அறிந்து உற்சாகம் கொண்டான். விஜய்யைத் தளபதி என்றே குறிப்பான்!

நடிக ரசிகர்களான அவனது வயது இளைஞர்கள் போலவே தன் தோற்றத்திலும் உடல் மொழியிலும் பேச்சிலும் விஜய்யைப் பிரதி செய்தான். கடந்த ஒன்றரை ஆண்டுகளாக போக்கிரிதான் அவனுக்கு மிகப் பிடித்த விஜய் படம். அப்படம் பார்த்ததிலிருந்து ஒரு பெரிய சிவப்புக் கைக்குட்டையைச் சட்டைக் காலரில் சுற்றியபடி சில நாள் அலைந்து கொண்டிருந்தான். அதற்கென ஒரு டஜன் கைக்குட்டைகளை வாங்கி வைத்திருந்தான். "பரமசிவன் கழுத்திலிருக்கும் பாம்பு போல்" என்று அம்மா அதைக் கிண்டல் செய்வாள்.

அவன் அணிவதை சாதிய வன்மத்துடன் கேவலப்படுத்தியோரும் உண்டு. செருப்பும், இடுப்புத் துண்டும் மாராப்பும் அணிவதற்கும் அவர்கள் போராட வேண்டி இருந்ததே! அவர்களின் ஆதிக்க சாதி மனப்பான்மையைப் புண்படுத்துகிறது என்றால் அதை அணிந்தாக வேண்டும் என்ற வீம்பும் சங்கருக்கு அந்த விஷயத்தில் எழுந்ததுதான்.

ஆனால் அர்ச்சகர் படிப்புக்குப் போனதும் சங்கர் கைக்குட்டையைக் கைவிட வேண்டிய சூழல் எழுந்தது. அங்கே பயிற்சியின் போது சட்டை அணிய முடியாது. அப்புறம் சட்டைக் காலரில் கைக்குட்டையைச் சுற்றுவது எங்ஙனம்! தவிர, ஒரு மாணவனாக அந்த மாதிரி அணிந்து வகுப்பில் அமர்வது உசிதமல்ல. அது அனாவசிய உரசல்களை உண்டாக்கும்.

சுயமரியாதை தவிர்த்து வேறு எதன் பொருட்டும் சோற்றில் மண் அள்ளிப் போட்டுக் கொள்ளக்கூடாது என்பதில் தெளிவாக இருந்தான் சங்கர். ஆனாலும் அவனுக்கு அதைக் கைவிட மனதில்லை. எனவே மாற்று ஏற்பாடு யோசித்து சிவப்புக் கைக்குட்டையை நீளவாக்கில் திரித்து, வேட்டி கட்டும் போது தன் இடையில் செருகி வைத்துக் கொள்ள ஆரம்பித்தான். அதைப் பற்றி எவரும் ஏதும் கேட்கவில்லை என்பது நிம்மதி அளித்தது.

ஆக, அது ஆகம விதிக்குள் வரும் போலிருக்கிறது என எண்ணிச் சிரித்துக் கொண்டான்.

அன்று முதல் வேலை நாள். வைகறையிலேயே எழுந்து தலைக்குக் குளித்துத் தயாராகி விட்டான் சங்கர். புதிய வெள்ளை வேட்டி, சந்தனச் சட்டை, சிவப்புக் கைக்குட்டை என அம்மா வாங்கிக் கொடுத்திருந்தாள். தன் பாட்டனையும், அப்பனையும், அம்மாளையும் மானசீகமாக வணங்கி வேட்டியைக் கட்டிக் கொண்டான். நல்ல திருநீற்றில் நெற்றியில் பட்டை இட்டான். செங்கைக்குட்டையைத் திரித்து இடுப்பில் செருகினான். சட்டையைப் போட்டுக் கொண்டான். நிலைக்கண்ணாடியில் பார்த்தான். திருப்தியாகவே இருந்தது.

வீட்டைப் பூட்டி விட்டுத் தெருவில் இறங்கி நடந்தான். சூரியன் அரைகுறையாகக் கசியத் தொடங்கி இருந்தது. விடியலுக்கு முந்தைய வேளை. ஊர்க்காற்று இதமாகத் தழுவியது.

அம்மண்ணில் பிழைத்துக் கொள்ளலாம், வேரூன்றி விடலாம் என நம்பிக்கை எழுந்தது.

★

சங்கர் கன்னியம்மன் ஆலயம் பற்றி மிகக் கொஞ்சமாகவே அறிந்து வைத்திருந்தான்.

கன்னியம்மன் பெண்களுக்குத் திருமண வரன் அருள்வாள் என்பது ஐதீகம். பதிலுக்கு ஒரு மண்டலத்துக்குள் அப்பெண் கோயிலுக்கு வந்து கல்யாணத்தின் போது கட்டிய மஞ்சள் கயிற்றைக் கழற்றிக் கோயில் உண்டியலில் போட்டு விட வேண்டும். கழுத்து வியர்வைக் கவுச்சியேறிய மஞ்சள் கயிறுகள் சில்லறைக் காசுகளுக்கு இணையாக உண்டியலில் கிடக்கும். அவற்றைத் தினம் ஒன்றென கன்னியம்மனுக்கு அபிஷேகம், அலங்காரம், அர்ச்சனை எல்லாம் முடிந்த பின் படைப்பார்கள். அம்மன் கணக்கெழுதிக் கொள்வாள் என்பார்கள். அப்படி மஞ்சள் கயிற்றைப் போடத் தவறியவர்களுக்குப் புத்ர பாக்கியத்தில் தடை உண்டாகும் என்ற நம்பிக்கை நிலவியது. மஞ்சள் கயிற்றுக்குப் பதிலாக அதிலிருக்கும் தாலிப் பொன்னை உண்டியலில் போடச் சொல்லி வழக்கம் உண்டாக்கி இருக்கலாம் என அக்கோயிலின் அர்ச்சகராகப் பல்லாண்டு முன்பிருந்த ஒருவர் ஆதங்கமாகச் சொன்னதாக ஒரு கதை உண்டு. குறைந்தபட்ச வருமானத்துக்கு மட்டுமே வழியுண்டு. அது போக கட்டிடக் கலைச் சுற்றுலா வசீகரமும் இல்லாத ஸ்தலம்.

குறைவான வரும்படி என்றாலும் அறநிலையத் துறையின் கீழ் இயங்குகிற ஆலயத்தில் அர்ச்சனைத் தட்டில் விழும் காசுகளை அர்ச்சகரே எடுத்துக் கொள்ளலாமா என்பது பற்றி அவனுக்குக் குழப்பங்கள் இருந்தன. அப்படியே எடுத்தாலும் அதை எவருடனேனும் பங்கு போட்டுக் கொள்ள வேண்டியிருக்குமா என்றும் தெரியவில்லை. எதுவென்றாலும் அப்படி வரும் காசின் மீது அதிக எதிர்பார்ப்பு ஏதும் வைக்க வேண்டாம் எனத் தீர்மானித்தான்.

சங்கருக்கு அன்று காலை கோயிலில் நுழைந்ததில் இருந்து ஒரு சேர மகிழ்ச்சியாகவும் பதற்றமாகவும் இருந்தது. அரசு வேலையில் அமர்ந்தாயிற்று. இனி கற்ற வித்தையைச் சரியாகப் பிரயோகித்துப் பணி செய்ய வேண்டும். இது ஒரு வரலாற்றுக் கடமைதான். சிறிய பிசகு நேர்ந்தாலும் அதைப் பூதாகரமாக்கப் பற்பல கண்கள் காத்திருக்கின்றன.

அதன் நீட்சியாக ‘அனைத்து சாதியினரும் அர்ச்சகர் ஆகலாம்’ என்ற அந்தத் திட்டமே தவறானது என முத்திரை விழும். கலைஞர் தலை குனிய வேண்டியதாகும். அடுத்து ஒட்டுமொத்த ஒடுக்கப்பட்ட இனத்தின் கற்கும் திறன் மற்றும் பணி ஒழுக்கம் குறித்து கேள்விக் குறி விழும். எனவே, தனக்குக் கிடைத்திருப்பது வெறுமனே வாழ்வதற்கான வாய்ப்பு அல்ல; மாறாக, நிரூபிப்பதற்கான பொறுப்பு. அச்சுமை அவன் நெஞ்சை சதா அழுத்தியது. அப்பாரமே வேலையைப் பாதித்து விடலாகாது என்று கவனம் காத்தான்.

ஆலயம் வந்ததும் சட்டையைக் கழற்றி மடித்து பையில் வைத்தான். அங்கே எல்லோர் முன்னாலும் மேலுடம்பைக் காட்டியபடி இருப்பது அவனுக்குச் சங்கோஜம் அளித்தது. படிப்பில், பயிற்சியில் பலருடன் அப்படி இருந்திருக்கிறான். இங்கே தனியனாக அப்படி இருக்க வேண்டும். அது சிறுபிள்ளைத்தனமான வெட்கம் என்பதும் ஓரிரு நாளில் பழகி விடும் என்பதும் அவனுக்குத் தெரியும். அச்சூழலை யோசித்து கபாடபுரம் வந்திறங்கிய முந்தைய நாள் முகச் சவரம் செய்த பின் இரண்டு கைகளின் அக்குள் ரோமங்களையும் சுத்தமாக மழித்திருந்தான். சங்கர் வாசனைத் திரவியங்கள் பயன்படுத்துவதில்லை - ஆனால் ஓல்ட் சிந்தால் சோப் பயன்படுத்தி நிதானமாக, விடுபாடின்றிக் குளிப்பான்.

தான் ஏன் மற்ற சாதிகளால் ஒதுக்கப்படுகிறோம் என யோசித்திருக்கிறான் சங்கர். முழுமுதற் காரணம் தாழ்த்தப்பட்டோரின் சுத்த பத்தம் தொடர்பான பொதுப்புத்திக் கற்பிதம். அவர்களின் தொழில் எதுவென்றாலும் அது மாட்டுத் தோலை உரிப்பதோ, பிணத்தைத் தூக்கி எரிப்பதோ, சாக்கடையைச் சுத்தம் செய்வதோ, அழுக்குடைகளை வெளுப்பதோ - எதுவாகினும் அதில் ஒரு முகச்சுளிப்பு கலந்திருக்கிறது. அதிலிருக்கும் அசுத்தம் தொடர்பானது அது. இருபத்து நான்கு மணி நேரமும் அவர்கள் அப்படித்தான் இருப்பார்கள் என்ற எண்ணம் அல்லது அத்தொழில் அவர்களின் தோலோடே ஒட்டிக் கொண்டது என்ற கற்பனை, எதுவெனினும் அதன் காரணமாக அவர்களைத் தொட்டுப் பழகுவதில் மற்றவர்களுக்கு ஒரு தயக்கம் இருக்கிறது. அதிலிருந்துதான் தீண்டாமை தொடங்குகிறது. சங்கருக்கு இந்தப் புரிதல் சிறுவயதிலேயே வந்து விட்டதால் அவன் எப்போதும் சுத்தத்திற்கு முதலிடம் கொடுத்தான். அதன் நிமித்தம் “எஸ்சி மாதிரியே இல்லடா நீ” என்ற சொற்களை எதிர்கொள்ள நேர்ந்தது வருத்தத்தையே அளித்தது.

இஸ்லாமியர்கள் சதா தம் தேசப் பற்றை நிரூபித்துக் கொண்டே இருக்க வேண்டும் என்ற எதிர்பார்ப்பு போல் தலித்கள் தம் சுத்தத்தை நிரூபித்துக் கொண்டே இருக்க வேண்டும். இப்போது கோயில் பணி என்றதும் இரட்டிப்புச் சுத்தம் பேண உறுதி பூண்டான் சங்கர்.

அதிகாலை ஆதலால் ஆலயத்தில் அதிகம் கூட்டமில்லை. சங்கர் முதலில் கோயிலை நிதானமாகச் சுற்றி வந்தான். கோயிலுக்கும் மதிலுக்கும் இடையே விஸ்தாரமான சுற்றுப் பிராகாரம். மதில் சுவரில் நான்கு வாயில்கள். கிழக்கு நோக்கிய முன் வாசலின் சாவி அவனிடம் ஒப்படைக்கப்பட்டிருந்தது. தினம் காலையில் திறந்து பிற்பகலில் மூடி விட வேண்டும். பிறகு மாலையில் மறுபடி திறந்து முன்னிரவில் மூடி விட வேண்டும். அது அவன் பொறுப்பு. மேற்கு மற்றும் வடக்கு வாசல்கள் எப்போதும் பூட்டியேதான் இருக்கும். அவற்றின் சாவிகள் அம்மன் சந்நிதியிலிருந்த சிறுஅலமாரியில் வைக்கப்பட்டிருந்தது. திருவிழா காலத்தில் மட்டும் அதைத் திறந்து விடுவார்கள் எனப் புரிந்து கொண்டான். தெற்கு வாயில் சாவியும் அவனுக்குத் தரப்பட்டது. கோயில் ஊழியர்கள் பயன்பாட்டுக்கு.

பிராகாரம் கருங்கல் தரையால் ஆனது. சூரியன் உச்சிக்கு ஏற ஏற, அந்தத் தரை சூடாகத் தொடங்கும் எனத் தோன்றியது. மீண்டும் மாலை சூடு தணிந்து குளிரும். பிராகாரத்தில் மக்கள் செருப்பற்ற வெறுங்காலில் நடக்கையில் கொதிப்பு உணர்ந்தால் நடை சாத்தும் நேரம் என்று உணர்ந்து கிளம்புவதற்குச் செய்திருக்கும் ஏற்பாடோ அஃது எனப் பட்டது.

கோயிலின் பிரதானமான கன்னியம்மன் சந்நிதி போக அதன் இடப்புறப் பக்கவாட்டில் தெற்கு வாயிலருகே உள்ள சிவனின் காலிச் சந்நிதி மட்டுமே சோழர் காலத்துச் சரக்கு.

முன் இடப்புறம் விநாயகருக்கு ஒன்று, பின் வலப்புறம் முருகனுக்கு ஒன்று, வலப்புறம் வடக்கு வாயிலருகே பெருமாளுக்கு ஒன்று, முன் வலப்புறம் நவக்கிரகங்களுக்கு ஒன்று என நாயக்கர் காலத்திலோ அதன் பிறகோ பிராகாரத்தைச் சுற்றிச் சிறிய சந்நிதிகள் முளைத்திருந்தன. உலோகத்தால் ஆன கொடி மரம் ஒன்றும் பிரதான சந்நிதிக்கு நேர் எதிரே நிர்மானித்திருந்தனர். அது சுதந்திரத்துக்குப் பிற்பாடு வந்தது எனத் தெரிந்தது. கோயில்களும் மக்கள் தேவைக்கேற்பப் புதுப்பித்துக் கொள்ள வேண்டியிருக்கின்றன.

பின் இடப்புறத்தில் அதாவது காலிச் சிவன் சந்நிதிக்குப் பின் ஒரு பெரிய மருத மரம் இருந்ததை சங்கர் கவனித்தான். அதில் பூக்களே இல்லை என்பதையும். தல விருட்சம்!

சிவனுக்கான தனிச் சந்நிதியில் சிலை இல்லாமல் பீடம் காலியாக இருந்தது. ஏதாவது திருட்டு நடந்திருக்குமோ அல்லது தற்காலிகக் கட்டுமானப் பணி நடக்கிறதோ என்றே முதலில் சங்கருக்குத் தோன்றியது. ஆனால் அந்தக் காலிச் சந்நிதிக்கும் தினம் சீராகப் பூஜை நடப்பதற்கான அடையாளங்களைக் காண முடிந்தது. எனவே, அதற்கு ஏதாவது காரணக் கதை ஆலயத்தின் தல புராணத்தில் இருக்கலாம் என எண்ணிக் கொண்டான்.

ஆனால் இறை இல்லாத அந்தச் சந்நிதி அமானுஷ்யமாக, அச்சமூட்டுவதாக இருந்தது.

சங்கர் பிரதான அம்மன் சந்நிதிக்கு வந்து அதன் வாயிற்தடையாக இருந்த படியைத் தொட்டுக் கண்களில் ஒற்றிக் கொண்டு தனது வலது பாதத்தால் அதைத் தாண்டினான். அப்போது தனது உடலில் ஏதும் சிலிர்ப்பு உணர்வு உண்டாகிறதா எனக் கவனித்தான்.

ஆனால் அப்படி ஏதும் நிகழவில்லை. பிற்பாடு ஒருவேளை தன் சுயசரிதையை எழுத நேர்ந்தால் உபயோகப்படுமே என்று அதைக் கவனிக்க உத்தேசம் கொண்டிருந்தான்.

பெருமூச்சுடன் மஹா மண்டபத்தில் நுழைந்தான். அங்கே இரண்டு புறமும் நீண்டிருந்த, துருவேறா எஃகுத் தடுப்புகளின் பின்னே கண்களை மூடி, கைகளைக் கூப்பி, உதடுகளில் முணுமுணுத்த ரகசிய வேண்டுதல்களுடன் நின்றிருந்த பக்தர்களைக் கடந்து நடந்தான்.

அவர்கள் பெரும்பாலும் உள்ளூர்காரர்கள். அவர்களுக்கு அங்கே வழக்கமாக இருக்கும் ஐயரைத் தெரியும். கிட்டத்தட்ட கால் நூற்றாண்டாக அவர்தான் அங்கே எல்லாம் - ஒரு முழுத் தலைமுறை. அவர் இல்லாமல் வேறொரு புதியவனைக் கண்டவர்களின் முகத்தில் வியப்பும் குழப்பமும் தெரிந்தது. ஆனால் அவர்களுக்குக் கோயில் அர்ச்சகரைக் கேள்வி கேட்கும் அதிகாரமில்லை என்பதால் தம்முள் அதைப் பற்றிக் கிசுகிசுத்துக் கொண்டனர்.

எல்லாவற்றையும் கவனித்தும் கண்டுகொள்ளாமல் அர்த்த மண்டபத்தையும் கடந்தான் சங்கர். கருவறைக்கும் பக்தர்கள் நின்று வணங்கும் மஹா மண்டபத்துக்கும் இடையே உள்ள சிறிய பகுதி அது. அக்கற்கோயிலின் வெக்கை அவன் உடலிலிருந்து வியர்வைத் துளிகளை வெளியேற்றியது. அதில் அவனது ஆர்வமும் பதற்றமும் இல்லாமல் இல்லை.

மௌனியின் 'அழியாச்சுடர்' வரிகளை நினைவூட்டியது சூழல்: "கோவில் - சந்நிதானம் - ஆம். பகலிலும் பறக்கும் வௌவால்கள், பகலென்பதையே அறியாதுதான் கோவிலில் உலாவுகின்றன. பகல் ஒளி பாதிக்குமேல் உட்புகத் தயங்கும் உள்ளே, இரவின் மங்கிய வெளிச்சத்தில், சிலைகள் ஜீவகளை கொண்டு நிற்கின்றன. ஆழ்ந்த அநுபவத்திலும், அந்தரங்கத்திலும் மௌனமாகக் கொள்ளும் கூடமான பேரின்ப உணர்ச்சியை வளர்க்கச் சிறப்பித்ததுதானா கோவில்கள்? கொத்து விளக்குகள் எரிந்து கொண்டிருக்கும், அதன் பிராகாரத்தில் நடமாடும் பக்தர்களுக்கும் அவர்கள் நிழலுக்கும் வித்தியாசம் காணக் கூடாத திகைப்பைக் கொடுக்கும் அச்சந்நிதானம், எந்த உண்மையை உணர்த்த ஏற்பட்டது? நாம் சாயைகள்தானா...? எவற்றின் நடமாடும் நிழல்கள் நாம்?"

கர்ப்பகிரஹம் எனப்படும் கருவறைக்கு இன்னும் சில அடிகளே இருந்தன. சங்கருக்குக் கண்கள் மயமயத்தன. கால்கள் சற்று தடுமாறின. நா வறண்டு தாகம் எடுத்தது. தலை உலுக்கித் தன் ஸ்மரணையை ஸ்திரப்படுத்திக் கொண்டு மேலும் முன்னேறி நடந்தான்.

மெல்லக் கருவறைக்குள் காலடி வைத்தான் சங்கர். அப்போது அவன் உடல் சிலிர்த்தது. குளிருக்குள் சட்டெனப் புகுந்தது போல் மயிர்க்கூச்செரிந்த புல்லரிப்பை உணர்ந்தான்.

★

6

எத்தனை ஆயிரம் ஆண்டுக் காத்திருப்பு! அனேகமாக இந்தக் கோயில் கட்டி முடிக்கப் பட்ட காலத்திலிருந்தே அங்கே எந்தப் பிராமணரல்லாத ஆன்மாவும் காலடி எடுத்து வைத்திருக்க இயலாது. விவிஐபிகளும், ஏதாவது அமைச்சர் கையெழுத்துடன் வரும் ஆட்களும், திருமணமாகி மாலையும் கழுத்துமாக வருவோரும், ஐயருக்கு நெருங்கிய ஆசாமிகளும், நூறு ரூபாய் அர்ச்சனைத் தட்டில் போடுவோரும் கூட கருவறைக்கு முன் உள்ள அர்த்த மண்டபம் வரை மட்டுமே வர முடியும். ஆனால் கருவறை என்பது மட்டும் ஒருபோதும் மற்ற வர்ணத்தாருக்குத் திறப்பதில்லை. கர்ப்பகிரஹத்துக்கு அவசியப்படும் மராமத்துப் பணிகளில் கூட பொதுவாக வெளிச் சாதியினருக்கு அனுமதி இல்லை என சங்கர் கேள்விப்பட்டிருந்தான். நீல் ஆம்ஸ்ட்ராங் முதலில் நிலவில் காலடி வைத்த போது சொன்ன வாசகம் நினைவு வந்தது: *"That's one small step for man, one giant leap for mankind"*.

அச்சொற்கள் இங்கும் பொருந்தும். அவன் இப்போது செய்திருப்பது மிகத் தெளிவாக ஓர் உடைப்பு. அரசு முன்னெடுப்பில் நிகழ்ந்திருக்கும் புரட்சி. ஆனால் எந்த ஆர்ப்பாட்டமும் இன்றி அமைதியாக நடந்தேறி இருக்கிறது. மௌனமாகவே இது நிகழ வேண்டும் என அரசு விரும்பினால் அதற்கும் காரணம் இருக்கும் என சங்கர் எண்ணிக் கொண்டான்.

“நீங்கள் அரசியலில் ஆர்வம் காட்டவில்லை என்பதற்காக அரசியல் உங்கள் மீது ஆர்வம் காட்டாது விட்டு விடாது” என்றான் ஏதென்ஸில் பிறந்த ஓர் அரசியல் ஞானி. சங்கருக்கு நன்கு தெரியும், விரும்பினாலும் விரும்பாவிட்டாலும் தான் இந்த அரசியலின் பகுதி என.

சங்கர் இந்த அரசியல் எண்ணங்களை எல்லாம் புறந்தள்ளி தன்னை ஆசுவாசம் செய்து கொண்டு கன்னியம்மனைப் பார்த்தான். பார்த்த கணம், தாமாகக் கரங்கள் கூம்பின.

இருபுறம் தொங்கிக் கொண்டிருந்த குத்து விளக்குகள் பாய்ச்சிய வெளிச்சத்தில் அம்மன் தெரிந்தாள். அவனது சுவாசமே நிரந்தரமாக நின்று போகுமளவு எல்லையற்ற பேரழகாக ஒளிர்ந்தாள். நேற்றைய படத்தில் சிற்பத்துக்கு மாதிரியாக நிற்கத் தோதில்லை என ஒரு நர்த்தகியை நிராகரித்து விட்டு கிராமத்துப் பெண்ணொருத்தியைத் தேர்ந்தெடுப்பான் நாயகன். அவர்கள் இருவருமே இந்தக் கன்னியம்மன் தேஜஸுக்கு முன் ஒன்றுமில்லை.

அவனுக்குப் பிடித்த திரைப்பட நடிகை தீபிகா படுகோன். பூமிப் பந்தின் மிக அழகான பெண் என அவளையே சொல்வான். இத்தனைக்கும் அவள் நடித்த எந்தப் படத்தையும் அவன் பார்த்ததே இல்லை. தொலைக்காட்சியில் பார்த்த *Om Shanti Om, Bachna Ae Haseeno* படத்தின் பாடல்களும், *Pepsi, Levis Strauss, Fiama Di Wills* விளம்பரங்களுமே அவளுக்கு அந்த ஸ்தானத்தை அளிக்கப் போதுமானதாக இருந்தன. அம்மன் அவளைக் காட்டிலும் அழகு!

ஆனால் அழகில் ஏன் எவருடனோ ஒப்பிட வேண்டும்? அது வேறு வழியில்லை. ஒருவரை அழகு என்றாலே மற்றவர்கள் ஒரு படி தாழ்வு என்று சொல்வதாகவே மறைமுக அர்த்தம் வருகிறது. அதாவது அழகின்மை என்ற அலகு மூலமே அழகு அளக்கப்படுகிறது. அதை நீட்டித்துப் பார்த்தால் தனது அழகை யாராவது புகழ்கையில் வாய் மூடி இருப்பவருக்கு தன் அவலட்சணத்தை ஒருவர் இகழும் போது அதைக் கண்டிக்க அருகதை கிடையாது.

இப்படி ஓர் எழிலாள் அசலில் இருந்தால் ஈரேழுலகமும் அவள் காலடியில்தான் கிடக்கும்.

இப்போது லா.ச.ரா.வின் 'தரிசனம்' வரிகள் நினைவுக்கு வந்தன: "சிற்பியின் செதுக்கல் முடிந்து முழுமை கண்டதும் அவனையே காலால் உதைத்துத் தள்ளிக் கொக்கரிக்கும் சௌந்தர்யம். கிணறு வெட்டப் பூதம். கல்லைச் செதுக்கிக் கன்யாகுமரி. கல் மேல் உளி பிடித்த கையை நடத்தியவளே நீதானோ? ஸஹிக்க முடியாத சௌந்தர்யம் என்றால் அது இதுதான். போதும் போதும் தேவி, உன் அழகைக் காண எனக்கு அருகதை ஏது என்று கண்ணைப் பொத்திக் கொண்டால், உள் இமையில் அவள் ஏற்கெனவே நின்று சிரிக்கிறாள். இத்தனை நாள் காத்திருந்து என்னைப் பார்க்கத்தானே இவ்வளவு தூரம் வந்திருக்கிறாய்!" இந்தப் பேரழகைக் காணத்தான் தடை யாவும் கடந்து வந்தேனோ!

கருவறை வந்ததிலிருந்து கண்ணிமைக்காதவன், கன்னியம்மன் கண்களைக் கண்டான். கலவியின் கள்ளச் சாயை படியாத பரிசுத்தமான கன்னிக் கண்கள்! சர்ப்பச் சாத்தான் காட்டிய ஆப்பிள் கனியைக் கடிப்பதற்கு முந்தைய விகற்பமில்லாத ஏவாளின் மருண்ட கண்கள்! குழந்தை இயேசுவைப் பிரசவிக்கும் முன்பான மேரியின் சிறுமிக் கண்கள்!

இந்து அம்மனை வருணிக்க கிறிஸ்துவ மேரியும் ஏவாளும் அவசியப்படுவதன் முரணை எண்ணிச் சிரித்துக் கொண்டான். எல்லாப் பெண்ணும் ஒருத்தியே என்பதை நீட்டித்தால் இத்தெய்வங்களும் ஒன்றே என்றாகி விடுகிறது. எவ்வளவு சுலபமான மத நல்லிணக்கம்!

கண்ணனைக் கண்ட பாரதி கணக்காக அவன் திசுக்களில் எல்லாம் ஓர் அடிமைத்தனம் பிசுபிசுத்தது. பக்தியும் அதை மீறிய பிரியமும் என்பதாக அது அவனுக்குத் தோன்றியது.

கன்னியம்மன் முன்பு சங்கர் நின்ற கோலத்துக்குப் பெயர்தான் சரணாகதி என்பார்கள்.

முதல்ப் பார்வையிலேயே இவ்வளவு உணர்ச்சிப் பிரவாகம் சாத்தியமா என அவனுக்கே வியப்பாக இருந்தது. ஆனால் அதை அவன் வலியத் திட்டமிடவில்லை, வரவழைத்துக் கொள்ளவில்லை, அதே சமயம் அதுவாக வருவதைத் தடுக்கவுமில்லை. உண்மையில் அவன் தன்னையே வேடிக்கை பார்த்தான். அது தர்க்கங்களுக்குப் புறம்பாக இருந்தது மட்டும் அவனைத் தொந்தரவு செய்தது. சில

இசைக் கோர்வைகளைக் கேட்கையில் விழிகளில் தானாக நீர் வழிவது போல்தான் இதுவும் எனச் சுயச்சமாதானம் செய்தான்.

மண்டைக்குள் ஓடும் நுண்நரம்புகளில் நாமறியாத பிசாசுகள் ஏராளம் இருக்கின்றன. அவற்றின் குறும்புகள் மனிதக் கற்பனைக்கு அப்பாற்பட்டவை. ரசிக்கும்படி இருப்பதை லூஸுத்தனம் என்றும் சகிக்க இயலாதவற்றைச் சைக்கோத்தனம் என்றும் அடையாளப் படுத்துகிறார்கள். இடைப்பட்டவற்றைச் சற்று திடுக்கிட்டுப் பார்த்துப் பின் மௌனமாக அதோடு வாழப் பழகுகிறார்கள். எளிய தினப்படி உதாரணம் என்றால் திருவிழாக்களில் சாமி வந்து ஆடுவதை ஏற்றுக்கொள்ளப்பட்ட எல்லைக்குள்தானே வைத்திருக்கிறார்கள்!

இங்கே அவன் மீது சாமி வரவில்லை; சாமி மீதுதான் அவனுக்கு வாஞ்சை வந்திருக்கிறது.

இப்போது அவன் தொண்டைக்குள் அழுத்துவது போலிருந்தது. திடுக்கிட்டுப் பார்த்தான். உள்ளே ஏதோ சிக்கிக் கொண்டு அடைத்தது போல் அது வெளியேறத் தவிப்பது போல் அல்லது உட்கொண்ட உணவு செரிக்காமல் எதுக்களிப்பது போலான உணர்வு எழுந்தது.

உற்றுக் கவனித்ததில் அது உருவமில்லாத வளி எனப் புரிந்து போனது. ஓசைதான் அது. கை கூப்பி நின்ற அவன் வாயிலிருந்து சட்டெனத் தானாகச் சொற்கள் வந்து விழுந்தன -

“பிரபஞ்சப் பால்வீதிகளில்
துளித்துளியாகச் சேகரித்த
பேரழகு மலர் மகரந்தங்கள்
பொதிந்த கருக்கததகதப்பில்...”

கை, கால்களில் சில சமயம் தானாகத் தசை துடிப்பது போல் வார்த்தைகள் தெறித்தன.

முதலில் முணுமுணுப்பாகத் தொடங்கியது பின் உரக்கப் பாடுவதாகப் பரிணமித்தது. கருவறையிலிருந்து ஒலித்த அவனது குரல் வெளியே மஹாமண்டபத்தில் நின்றிருந்த பக்தர்களுக்குக் கேட்காது. கேட்டாலும் அது ஏதோ மந்திரம் என்றே எண்ணுவார்கள்.

"வண்ணங்கள் ஜ்வலிக்கும்
நவரத்தினத் தாது படர்ந்த
நட்சத்திரங்கள் மிதக்கும்
சுக்கிலச் செந்தீ பாய்ந்து..."

ஆனால் அப்படித் தனக்குத் தானே பேசிக் கொள்வது போல் தோற்றமளிப்பது இப்போது சங்கருக்கு சங்கோஜமாகத் தோன்றியது. தன்னுணர்வெனும் விழிப்புநிலை அவனைத் தட்டியது. பேருந்தில் பயணிக்கையில் வாய் திறந்து தூங்கிக் கொண்டிருக்கும் ஆள் ஒரு வேகத் தடைக் குலுக்கலில் விழித்து வாயை மூடி விட்டு மறுபடி தூங்குவது போல்தான்.

சட்டெனச் சுதாரித்துக் கொண்டு சிலிர்த்த சங்கர் ப்ரஞ்ஞைப்பூர்வமாகத் தன் வாயை மூட முயற்சி செய்தான், பாடுவதை நிறுத்த எத்தனித்தான். ஆனால் அது இயலவில்லை. கடைவாயின் ஓரத்தில் எச்சில் வழிவது போல் திரும்பவும் சில வரிகளை உச்சரித்தான் –

"திருவாய் உருவானவளே!
நீ அருளே திரளானவள்
காணும் விழிகளின் வழி
உளம் உயிர் உருவுபவள்."

அவனுக்கே அது வியப்பாகத்தான் இருந்தது. இவ்வளவு சரளமாகப் போகிற போக்கில் தனக்கு கவிதை சொல்ல வருமா என்! அவன் முன்பு கவிதை எழுதிப் பார்த்திருக்கிறான் என்றாலும் அவை யோசித்து எழுதித் திருத்திச் செதுக்கியவை. ரஹ்மான் ஒரு பாடலைத் திட்டமிட்டு உருவாக்கி, தன் கற்பனையால் அலங்கரிப்பது போல்தான் செயல்படுவான். இளையராஜாவின் இசை போல் இயல்பான ஊற்றாகப் பொங்கியவை அல்ல. அவனால் புயல் ஆகி விட முடியும், ஆனால் ஒருபோதும் ஞானி ஆகவே முடியாது எனத் தோன்றும். அதனால்தான் சங்கர் தான் எழுதிய படைப்புகளை வெளியிடாமலே வைத்திருந்தான். தானாக நிகழ்வதுதான் அசல் இலக்கியமாக இருக்க முடியும் என்று எண்ணியிருந்தான்.

ஆனால் இப்போது வேர்ட்ஸ்வொர்த் சொன்ன மாதிரி நடந்து கொண்டிருக்கிறது: *"Poetry is the spontaneous overflow of powerful feelings: it takes its origin from emotion recollected in tranquility."*

தன் வழக்கப்படி சங்கர் நிகழும் இப்பாடல் பொழிவிற்கு திரை உதாரணம் தேடினான்.

ஆளவந்தான் படத்தில் சிறையிலிருக்கும் நந்து கமல் ஹாசனிடம் தேஜஸ்வினி ரவீணா டான்டன் கேட்பாள், "ஓ! கவிதைலாம் எழுதுவீங்களா?". அதற்கு, "எழுத வேண்டியதில்ல, சொன்னாலே வரும்" என்பான். அம்மாதிரிதான் இருக்கிறது! இன்னொரு பக்கம் பாபா படத்தில் யோக முத்திரைகளை விவரிக்கும் ரஜினியிடம் கவுண்டமணி "எப்படி பாபா எல்லாம் உனக்குத் தெரியுது?" எனக் கேட்பார். "யாருக்குத் தெரியும், எல்லாம் சும்மா அடிச்சு விடறதுதான்" என்பார். ஆனால் விஜயகுமாரோ ரஜினி சொன்னவை எல்லாம் சரியானவைதாம் என்பார். அஃது இறையருள் என்ற பொருளில் காட்டப்பட்டிருக்கும்.

ஒருவேளை இங்கு கோயில் கருவறைப் பிரவேசம் செய்ததும் தனக்கு ஏதும் சக்தி வந்து விட்டதோ! இப்போது சரஸ்வதி சபதம் படத்தில் வரும் பேச்சு வராத வித்யாபதியான சிவாஜி கணேசன் சரஸ்வதி அருளில் "அகர முதல எழுத்தெல்லாம் அறிய வைத்தாய் தேவி" எனப் பாடுவது நினைவுக்கு வந்தது சங்கருக்கு. என்ன அபத்தச் சிந்தனைகள் இவை எல்லாம்? திடுக்கிட்டான். பகுத்தறிவுக்கு ஒவ்வா மூட நம்பிக்கை எண்ணங்கள்!

ஆனால் அவன் நின்றிருக்கும் கோயிலுக்குள் இவை எதுவுமே அபத்தம் இல்லைதானே!

சங்கர் ஒரு காலத்தில் நாத்திகனாக இருந்தான். ஒரு காலத்தில் என்றால் வெகு முன்பு அல்ல; அர்ச்சகர் படிப்பில் சேரும் வரையில். நவீன விஞ்ஞானம் ஒப்புக் கொள்ளாத எதையும் நம்பாமல் இருப்பதே சங்கரின் எளிய ஆன்மீகமாக இருந்தது. அவ்வகையில் அவனுக்குக் கடவுள் இல்லை, ஆவிகள் இல்லை, ஆன்மா இல்லை, மறுபிறவி இல்லை, விதி இல்லை, மோட்சம் இல்லை, சொர்க்கம் இல்லை, கர்மா பொய், ஜோதிடம் பொய், சடங்குகள் அர்த்தமற்றவை. பகுத்தறிவைத் தாண்டிய, தர்க்கத்தை மீறிய எதற்கும் அவனது சிறிய உலகில் இடமில்லாமல் இருந்தது. அதன் பின் வலுக்கட்டாயமாகத் தன்னை இறை நம்பிக்கையாளன் ஆக்கிக் கொண்டான். நாத்திகனாக கோயிலில் அர்ச்சகராக இருப்பது அறமற்ற விஷயம் என நினைத்தான். ஒரு வகையில் அது தனது தொழிலுக்குச் செய்யும் துரோகமும் கூட. தானே

நம்பாத விஷயத்தை மற்றவருக்குச் சொல்லவோ செய்யவோ முடியாது, கூடாது. இதில் அவன் காந்தி கட்சி. எனவே தன் மனதை மெல்ல மாற்றினான். அர்ச்சகர் படிப்பில் செலவிட்ட ஓராண்டில் புறக்கல்வியை விடவும் அவன் தன்னை அகத்துள் தகவமைத்துக் கொண்டதே பிரதானமாக இருந்தது.

அப்படித்தான் மாமிச உணவையும் கை விட்டு பூரணச் சைவனாக மாறிப் போனான்.

ஆனாலும் இப்படி அவனை மீறி ஏதாவது சிந்தனைகள் வந்து விடத்தான் செய்கின்றன. அவனுக்கு அது சங்கடமூட்டியது. மெல்லிய குற்றவுணர்வையும். ஆத்திகன் நாத்திகன் ஆவதற்கு ஏராளச் சாத்தியங்களை இவ்வையம் தந்து கொண்டே இருக்கிறது. மாறாக, நாத்திகன் ஆத்திகன் ஆவதற்கு, அது தரும் சந்தர்ப்பங்கள் குறைவு. சங்கர் அதிலிருந்து வெளியேற, மறுபடியும் மனதைக் கன்னியம்மன் சிற்பத்தின் தோற்றத்தில் குவித்தான்.

சங்கரின் பார்வை தழைந்ததும் திடுக்கிட்டான். கன்னியம்மனுக்கு மூன்று முலைகள் இருந்தன. அது தன் பிரமையோ என உற்று நோக்கினான். இல்லை. மும்முலைதான்.

ரத்தத்தில் நனைத்தது போன்ற சிவப்புப் புடவை அம்மனின் கல் தேகத்தைச் சுற்றி மழுப்பியிருந்ததில் அது வித்தியாசமாகத் தோன்றவில்லை. சிவனுக்கு நெற்றி விழி இருப்பது போல் இந்த அம்மனுக்கு மூன்றாம் மார்பு இருக்கிறதோ எனத் தோன்றியது.

இதன் பின்னிருக்கும் கதை என்ன? படிப்பு முடிவு, பணி உத்தரவு, பயணத் திட்டம் என எல்லாமே சடுதியில் நடந்து முடிந்ததால் இந்தக் கோயிலின் தல புராணமோ இதன் வரலாறோ பெரிதாக சங்கரால் தெரிந்து கொள்ள முடியவில்லை. அந்தக் கோயிலே அதிகம் புகழ் பெற்றிருக்கவில்லை. ஒரு சுற்றுலாத் தலமாகவோ ஆய்வுகளுக்குரிய இடமாகவோ கவனம் பெறவில்லை. பெரும்பாலும் உள்ளூர் பயன்பாட்டுக்கானதாக இருந்தது. எந்தச் சாதிக்கும் அது குலதெய்வமாகவும் இருக்கவில்லை என்பதால் அந்த வழியிலான கவனிப்பு அனுகூலங்களும் அதற்குக் கிட்டவில்லை. தனிமை அம்மன்!

நாளோ வாரமோ மாதமோ அல்ல; ஆயிரம் ஆண்டுத் தனிமை. *Thousand Years of Solitude!* மறுபடி சங்கரின் உதடுகளில் சொற்கள்

தன்னிச்சையாக வழிந்தோட ஆரம்பித்தன -

"தனிமைக் கனத்தில்
முளைத்த முலையில்
விகசிக்கும் அமுதின்
அசட்டுத் தித்திப்பில்..."

சங்கர் தன்னைத் தானே கவனிக்க முயன்றான். ஒரு மாதிரி சன்னதம் வந்த நிலைதான்!

அவனால் தன்னைக் கட்டுப்படுத்த முடியவில்லையே ஒழியே நன்கு கவனிக்க முடிந்தது. தெளிவாகச் சிந்திக்க முடிந்தது. விழிப்புக்கும் கனவுக்கும் இடைப்பட்ட நிலை போன்றது அது. கனவு நிகழ்வது தெரியும், ஆனால் அதை நிறுத்தவோ மாற்றவோ இயலாத நிலை. கண் விழித்து எழுந்தால் கனவை மொத்தமாக நிறுத்தி விடலாம் அதைச் செய்யலாமா? செய்ய முடியுமா? எப்படிச் செய்வது? என யோசித்தான். சொற்பொழிவு தொடர்ந்தது -

"துணைக்கு ஏங்கும்
பெண்திரள் பசியாற
அன்னையான கன்னி
தன்னை நோவாளோ!"

கன்னியம்மன் ஒரு கணத்தில் கோடியில் ஒரு பகுதியில் கண்களைத் திறந்து மூடினாள்.

★

7

சங்கர் கன்னியம்மன் கருவறை வாசலில் தொங்கிய துகிலை இழுத்துத் திரையிட்டான்.

அம்மன் சிலையை நீரூற்றிக் கழுவி, வரிசையாகப் பாலாலும் தயிராலும் பன்னீராலும் இளநீராலும் நெய்யாலும் பழத்தாலும் அபிஷேகம் செய்து, மறுபடியும் நீராட்டி அலம்பிச் சுத்திகரித்து, பரிசுத்தமான மாற்று ஆடையை நேர்த்தியாக உடுத்தி, நுதலில் சந்தனம், குங்குமம் தீட்டி, கற்பனைத் திறத்தால் அலங்கரித்து, தொடுத்த அரளி மாலை ஒன்றை அணிவித்தான். ஒருமுறை தள்ளி நின்று பார்த்த போது நிறைவாக இருந்தது சங்கருக்கு.

ஏதோ ஒன்று குறைவதாக வலிந்து சொல்ல வேண்டுமென்றால் இட நாசியில் ஒரு வைர மூக்குத்தி இருந்தால் இன்னும் கம்பீரம் கூடியிருக்கும். ஆனால் கலங்கரை விளக்கம் என எண்ணிக் கரை சேர எத்தனித்த எத்தனையோ கப்பல்களைத் தரை தட்டிக் கவிழ்த்த கன்னியாகுமரி பகவதி அம்மனின் ஒளிர்கின்ற மூக்குத்தி போல ஆக வேண்டாம் என்று அடக்கம் காக்கிறாளா இவள்! வசதி வாய்க்கும் ஒரு நாளில் நான் வாங்கிப் போடுவேன்.

துள்ளித் தாவித் தடுமாறும் சிந்தனைகளைக் கட்டிக் காரியத்தில் கவனம் கூட்டினான்.

இப்போது கருவறைத் திரைச்சீலையை விலக்கினான். உதிரி மலர்கள் தூவி அர்ச்சனை செய்தான். கைக்கு அடங்கிய வெண்கல

மணியடித்து, பதிகம் பாடிப் பூசை செய்தான்.

> *"உதிக்கின்ற செங்கதிர் உச்சித் திலகம் உணர்வுடையோர்*
> *மதிக்கின்ற மாணிக்கம் மாதுளம் போது மலர்க்கமலை*
> *துதிக்கின்ற மின்கொடி மென்கடிக் குங்கும தோயமென்ன*
> *விதிக்கின்ற மேனி அபிராமி என்றன் விழுத்துணையே."*

விழுத்துணை! எவ்வளவு அழகான சொல்! சிறந்த இணை! வழித்துணையும் கூடத்தான்!

தமிழில் மந்திரம் சொல்லித்தான் பூஜை செய்ய வேண்டும் என நினைத்திருந்தவனுக்கு அதற்கான சுதந்திரம் வாய்த்தது மிக மகிழ்ச்சியாக இருந்தது. மிக உணர்ச்சிகரமாக நின்றான். கண்களில் நீர் எட்டிப் பார்த்தது. அம்மனுக்குத் தீப ஆராதனை காட்டினான்.

விதியறியாமல் விதியை நிராகரிப்பது விஷயமே அல்ல. விதியை நன்கு அறிந்திருந்தும் ப்ரக்ஞைப்பூர்வமாக அதை மீறுவதுதான் அசல் உடைப்பு. வித்தையும் அப்படித்தான். அறியாத வித்தையைக் காட்டாமலிருப்பது சாதாரணம். அறிந்திருக்கும் போதும் அதை மறுதலித்து வேறொன்றைச் செய்வதுதான் சிறப்பு. சங்கர் தமிழ் தேர்ந்ததும் அப்படியே!

சமஸ்கிருத மந்திரங்கள் தெரியாமல் இல்லை. நூற்றி எட்டு அஷ்டோத்திரம், முந்நூறு திரிசதி, ஆயிரம் சகஸ்ரநாமம் எனப் பரவலாக இன்று தமிழ் நாட்டின் ஆலயங்களில் பிராமணர்கள் ஓதும் நாமாவளிகள் அத்தனையும் அவனுக்குப் பரிச்சயம்தான். ஆனால் அவற்றை உச்சரிக்கையில் ஒரு மாதிரி கடமைக்கு அர்ச்சனை செய்யும் தொனி வந்து விடுவதாக அவனுக்குத் தோன்றும். ஒருவேளை அவன் நேரில் பார்த்த பூசாரிகள் அத்தகு மனப்பிம்பத்தை அவனுக்கு ஆழத்தில் உண்டாக்கி இருக்கலாம். ஆனால் அவனால் அதிலிருந்து வெளிவர இயலவில்லை. அவற்றை விட தமிழ்ப் பதிகங்களே அவனுக்குத் தனிப்பட்ட முறையில் உயிர்ப்பாகத் தோன்றின. எனவே அதைச் சொல்ல விரும்பினான்.

அவன் நீட்டிய நெருப்பின் அசையும் தேஜஸில் பிரகாசமாக ஒளிர்ந்தாள் கன்னியம்மன். மஹாமண்டபத்தில் நின்று பார்த்திருந்த பக்தர்கள் பரவசமாகி உருகி வேண்டினார்கள்.

அபிஷேகம், அலங்காரம், அர்ச்சனை என அத்தனையையும் சங்கர்

அன்றுதான் முதல் முறையாகச் செய்கிறான். ஆனால் அவனுக்கு அவ்வளவு பதற்றம் இருக்கவில்லை. சிறு வயதில் எத்தனையோ முறை அவனது பாட்டன் குலசாமியின் கோயிலில் செய்ததைக் கண்டிருக்கிறான். அர்ச்சகர் படிப்பில் அவற்றின் விவரங்கள் அறிவுறுத்தப்பட்டிருந்தன. சங்கர் அந்த இரண்டையும் இணைத்துக் கொண்டான். அனுபவமும் அறிவும் இணையும் அற்புதம் அங்கே நடந்தது. புரிந்து படிக்கும் மாணவன் இயல்பாகச் சிரமமின்றி அதை மனனம் செய்துத் தேர்வு எழுதி முழு மதிப்பெண் வாங்குகையில் பெறுகிற மகிழ்ச்சி ஒன்று இருக்கிறது. சங்கர் அன்று அதை உணர்ந்து கொண்டிருந்தான். அவன் செய்தது அக்கடமைக்கு முழுக் கவனம் குவித்து தன்னை அதற்கு ஒப்புக் கொடுத்தது மட்டுமே.

அன்று அவனுக்குத் திருப்தியாகவும் தன்னம்பிக்கை அளிப்பதாகவும் இருந்தது அதுவே.

கருவறையை விட்டு ஆராதனைத் தட்டுடன் வெளியே வந்த சங்கர் மஹாமண்டபத்தில் இருபுறமும் குழுமியிருந்த பக்தர்களைப் பிளந்து கொண்டு நீட்டினான். ஒவ்வொருவராக தீபத்தை உள்ளங்கையால் தொட்டு கண்ணில் ஒற்றிக் கொள்ள, அவர்களுக்கு மூன்று விரல்களால் குங்குமம் தொட்டு அளித்தான். அவர்கள் பவ்யமாகப் பெற்றுக் கொண்டு தட்டில் காசு போட முனைந்த போது நிதானமாகத் தடுத்து, அழுத்தமாகச் சொன்னான்:

“காணிக்கையை இனி மேல் உண்டியலில் போடுங்க... தட்டுல போடறது வேண்டாம்.”

அவர்கள் கோயிலுக்கு வந்து போகும் அத்தனை ஆண்டுகளில் அப்படிச் சொல் கேட்பது அப்போதுதான். சட்டைப்பையில் கைவிட்டு எடுக்காத குறையாகக் கேட்டுக் காசு பெற்ற அர்ச்சகர்களைக் கூட இன்று முதியவராக இருக்கும் சிலர் கண்டிருக்கிறார்கள். இவன் வேறு கதை சொல்கிறான். வியப்பும் குழப்பமுமாகத் தம்முள் கிசுகிசுத்து நகர்ந்தனர்.

★

சாதி பற்றிய தகவல் என்பது காட்டுத்தீ மாதிரி. மனோவேகத்தில் மக்களிடையே பரவும்.

கன்னியம்மன் கோயிலில் பழைய அர்ச்சகர் தற்போது இல்லை

என்பதும் அவருக்குப் பதிலாகப் புதிதாக வந்துள்ள ஆள் ‘அனைத்து சாதியினரும் அர்ச்சகர் ஆகலாம்’ என்ற திட்டத்தின் கீழ் வந்திருக்கிறான் என்பதுமான செய்தி உடனே ஊருக்குள் பரவி விட்டது.

எனில், அவன் பிராமணன் இல்லை என்பது உறுதிப்பட்டது. ஆனால் என்ன சாதி என்பது துல்லியமாகத் தெரியவில்லை. அதைப் பற்றி அங்கும் இங்கும் விசாரித்துப் பார்த்ததில் தகவல் பெயரவில்லை. மூன்றே வழிகள்தாம் இருந்தன. ஒன்று இந்து சமய அறநிலையத் துறையில் விசாரிப்பது. அல்லது அவனிடமே நேராக அறிந்து கொள்வது. அல்லது பழைய அர்ச்சகரிடம் போய்க் கேட்கலாம். முதல் இரண்டும் சிரமம் என்பதால் பழைய ஐயரிடம் கேட்பது எனத் தீர்மானம் செய்தனர். தேவநாத ஐயரின் இல்லத்தை நாடிப் போனார்கள். அம்மன் கோயிலின் தூய்மைப் பணியாளப் பெண் உட்பட பலரும் அதில் இருந்தார்கள்.

கதவைத் தட்டி நின்றவர்களை வாசலில் நின்றபடி எரிச்சலுடன் எதிர்கொண்டார் ஐயர்.

“ஐயா, உங்க இடத்தில் இன்னொருத்தன் வந்திருக்கானே?”

“அதெல்லாம் சட்டத்துல பார்த்துக்குவேன். நீங்க கிளம்புங்க.”

“நல்லதுங்க. ஆனா ஒரு விஷயம் உங்ககிட்ட கேட்கனும்.”

“என்ன?”

“அவன் என்ன ஆளு? அது தெரியாம மண்டை உடையுதுங்க.”

“ஏன்யா என்னைப் போய் இதுக்குள்ள எல்லாம் இழுக்கறீங்க?”

“தெரிஞ்சா சொல்லனும்ங்க, ஐயா. இது முக்கியமானதுல்ல!”

ஒரு சாதியை உயர்வு எனப் பொதுமைப்படுத்துகிறவன், இன்னொரு சாதியைத் தாழ்வு எனப் பொதுமைப்படுத்த எல்லாச் சாத்தியங்களும் உண்டு. எனவே தன்னை ‘ஐயா’ என உயர்வாகப் பேசுபவனைக் கருவியாகப் பயன்படுத்திக் கொள்ள முடியும் எனப் பட்டது.

“சர்வ ஜனா சுகினோ பவந்து. சகல உயிர்களும் சுகமாக, மகிழ்ச்சியாக வாழ வேண்டும். இந்து தர்மம் சொல்றது அதுதான். ஆனாலும் நீங்க கேட்கறதால உண்மை சொல்றேன்.”

"..."

"அம்மனை மட்டுமில்ல. உங்களையே அவன் தீண்டக்கூடாது."

"அப்படியா? நிசமாலுமா? புழங்காத தீட்டுச் சாதியா அவன்?"

"ஆமா. அவன் கொடுக்கற குங்குமத்தை உங்க பொண்டாட்டிக தாலில வெச்சுக்கப் போறாங்க. அது அவுங்க மார் உரசிக் கிடக்கும். இந்த மானக்கேடுலாம் தேவையா?"

"ஐயா..."

"ஆமா. போ. இந்த ஊரைப் பாவம் பிடிக்கப் போகுது. போ."

"..."

"ரோஷமிருந்தா தடுக்கனும். இல்லனா எதுக்கு ஆம்பிளைனு?"

அசரீரி போலவும் சாபம் போலவும் தேவநாத ஐயர் சொல்லி அனுப்பினார் அவர்களிடம்.

அவர்கள் ஒன்றும் சொல்லாமல் கிளம்பிய பின்பு வெகுநேரம் தேவநாத ஐயரின் உடல் நடுங்கியபடி இருந்தது. ஏன் அவர்களிடம் அப்படி ஆபாசமாகப் பேசினேன்? அதுதான் சட்டப்படி அவனை, இச்சூழலை எதிர்கொள்ளும் வேலைகளில் இறங்கி இருக்கிறேனே! இடையில் இவர்களையும் தூண்டி விடுவானேன்? என்ன மாதிரி சில்லறைத்தனம் இது!

ஆனால் வேறு வழியில்லை. இப்போது ஓநாயாக நடந்து கொண்டால்தான் பிழைக்க முடியும். சகலச் சாத்தியங்களையும் பயன்படுத்திக் கொள்ள வேண்டும். நீதிமன்றம் மட்டுமின்றி மக்களும் இதற்கு எதிராகத் திரண்டால்தான் நினைத்ததைச் சாதிக்க இயலும். சாரங்கன் முகம் நினைவில் வந்தது. அவன் பொருட்டுச் செய்யும் பாவங்கள் என்னோடே போகட்டும். அவன் நன்றாக, நிம்மதியாக வாழ்வதற்குத்தான் எல்லாமும்.

பிழை புரிய முதல் படியாகக் காரணங்களை உண்டாக்க வேண்டும். மனசாட்சியைத் திருப்தி செய்த பின் மற்றவர்களைச் சரி கட்டுவது எல்லாம் பெரிய விஷயமே இல்லை.

தன் வாய்ப்பை அநியாயமாகப் பறித்தவனை எவ்வழியில் வீழ்த்துவதும் தவறில்லை. ராமன் மறைந்திருந்து வாலியை வீழ்த்தியது அறத்தில்தான் வருகிறது. சங்கரராமன் கொலை

வழக்கு விசாரணையில் ஜகத்குரு ஸ்ரீ ஜெயேந்திர சரஸ்வதி சங்கராச்சாரிய ஸ்வாமி என்ன சொன்னார்? அவதாரம் அசுரனை வதம் செய்வது கொலையா என்ன! எனவே, தான் செய்வது உரிமைக்கான போர் எனச் சொல்லிக் கொண்டார் தேவநாதன்.

மற்றவருக்கு அறிவுரை என வந்திருந்தால் 'நம்மவா குசுன்னா மட்டும் என்ன மணக்கவா போகுது?' என அவரே அதைக் கேலி செய்திருப்பார்! இன்று தடுமாறிப் போயிருக்கிறார்.

முட்டாள்களுக்கு உண்மை முக்கியமில்லை. அவர்களின் கற்பனைகளை, ஊகங்களை உண்மை என நிரூபிப்பதே முக்கியம். அதன் பொருட்டு தரவு, தர்க்கம் எல்லாவற்றையும் உதாசீனம் செய்யத் தயாராக இருப்பார்கள். தேவநாத ஐயர் அப்படி முட்டாளாக ஆகிக் கொண்டிருந்தார். அப்படி முட்டாள் ஆவதே அவருக்குப் பெரும் நிம்மதியை அளித்தது.

தேவநாத ஐயர் பெருமூச்சு விட்டார். ரொம்ப நாட்கள் கழித்து மது அருந்த வேண்டும் போலிருந்தது. அது துக்கத்தாலா அல்லது மகிழ்ச்சியாலா என்று குழப்பமாக இருந்தது.

அவர் வழக்கமாக ஆண்டில் ஒரே முறைதான் மது அருந்துவார். கன்னியம்மனின் சக்திப் பெருக்குத் திருவிழாவின் போது. அப்போதுதான் மூன்று நாள் ஆலயம் மூடியிருக்கும். அவர் வேலைக்குப் போகும் அவசியமில்லை. எனவே, மது நுகர்வு அபசாரம் ஆகாது.

இந்த ஆண்டு சக்திப் பெருக்குத் திருவிழாவுக்கு இன்னும் ஒன்றரை மாதம் இருக்கிறது. இம்முறை அவருக்கும் அத்திருவிழாவுக்கும் சம்மந்தம் இல்லாமல் போய் விடுமா? தான் தொடுத்திருக்கும் வழக்கில் ஏதாவது ஒரு தீர்வு திருவிழாவுக்குள் வந்து விடுமா? அல்லது இந்தப் பாமர ஜனங்களைக் கொம்பு சீவி விட்டிருப்பதில் ஏதும் நன்மை விளையுமா?

நம்பகமான ஆளை விட்டு டாஸ்மாக்கில் *VAT 69* ஸ்காட்ச் விஸ்கி வாங்கி வரச் செய்தார். உடைத்துத் திறந்து வெள்ளி டம்ளரில் ஊற்றி சம அளவில் சோடா சேர்த்து முதல் மிடறு பருகிய போது அந்த நம்பகமான ஆளும் தாழ்த்தப்பட்டவன்தான் என நினைவு வந்தது.

இப்படித்தான் அவன் விரல் வைத்து அவன் கண்ணையே குத்திக் கொண்டிருக்கிறோம்! பாவமாகத்தான் இருந்தது.

மதுவின் அழகு அது நமக்குள் ஒளிந்திருக்கும் நல்லவரையும் கெட்டவரையும் ஒரு சேர வெளியே இழுத்து வந்து நிறுத்தி விடுவதுதான். இவ்விரண்டும் மற்ற சமயங்களில் உள்ளேயே மறைந்து இருப்பதுதான் சம்மந்தப்பட்ட ஆளுக்கு நல்லது.

கருப்புச் சட்டைகள் வர்ணாசிரமம் என்று குதிக்கிறார்களே, வாரிசு அரசியல் செய்வது வர்ணாசிரம தர்மம் இல்லையா? எம்எல்ஏ மகன் எம்எல்ஏ, அமைச்சர் மகன் அமைச்சர், முதல்வர் மகன் முதல்வர் என்பது பிறப்பால் உரிமை வந்து விடுவதாக ஆகாதா? இந்தக் கருணாநிதியின் மகன் இன்று அமைச்சர்தானே! அந்தக் கட்சி எத்தனை வாரிசுகளைக் களமிறக்கி இருக்கிறது! ஆனால் இந்த தேவநாதன் தன் புத்திரன் சாரங்கனை அர்ச்சகன் ஆக்கினால் குற்றமாகி விடுகிறதா? அதனால் மட்டும் சமத்துவம் குலைந்து விடுகிறதா?

பிறப்பின் அடிப்படையில் ஒருவர் மீது தீயதைத் திணிக்கக்கூடாது என்பது வரை மட்டும் புரிகிறது; ஆனால் நல்லதை எடுத்துக் கொள்வதும் ஆகாதா? அதற்கு ஏன் நோகிறார்கள்?

தேவநாதன் யோசனையாகத் தட்டிலிருந்த உருளைச் சீவல் ஒன்றை எடுத்துக் கடித்தார்.

★

சங்கர் உச்சி பூசை ஆனதும் தாளாமல் ஆலயப் பிராகாரத் தூணில் சாய்ந்து அமர்ந்தான்.

அந்த நாளின் சம்பவங்களை மனதில் ஓட்டிப் பார்த்து கடுமையாக மருகினான் சங்கர். இதென்ன இறையை இப்படிப் பார்த்து நின்றிருக்கிறோம்! ஆக மோசமான அபசாரம்.

ஆனால் அதை விடவும் அவனுக்கு வியப்பும் அதிர்ச்சியும் உண்டாக்கியது ஒன்றுதான். சில காலம் முன் நாத்திக எண்ணத்தைத் தொழில்நிமித்தம் அவன் கை விட்டிருந்தாலும் பகுத்தறிவு எனும் தன்முனைப்பை முற்றிலும் துடைத்தெறிவது போல், அழித்தொழிப்பது போல் பக்தனுக்கும் மேலாக பித்தனாக அன்று மாறி நின்ற காட்சி. பரிதி முன் பனியே போல அவன் அம்மனிடம் நசிந்திருந்தான். அதை அவன் புரிந்து கொள்ள முயன்றான்.

அம்மன் அழகுதான் அவனை முதலில் காயப்படுத்தியது. சற்று

ஆழமான வெட்டுதான். ஒருவருக்கு எப்போது யார் அழகாகத் தோன்றுவார், எப்போது அதே ஆள் அழகற்றதாக மாறித் தெரிவார் என எவரும் கணிக்க முடியாது. அது மனதின் மாய விளையாட்டுதான். ஆனால் அது அவரை பெருந்தூரத்துக்குச் செலுத்தும், அலைக்கழிக்கும், தலைகீழாக்கும். காதலின் அடிப்படை குணாதிசயமே அதுதான். பெரியவர்களைச் சிறியவர்கள் ஆக்கும். சிறியோரை உயரமாக ஏதாவது செய்ய வைக்கும். காதலுக்கு மனிதர்கள் பொம்மைகள்.

அன்றைய தினம், அந்தக் கணம் அச்சிலையில் உறைந்தவள் சொக்குப் பொடி போட்டது போலாக்கி விட்டாள் சங்கரை. அவனது அத்தனை தர்க்கங்களையும் அஃது உடைத்துப் போட்டு விட்டது. அம்மனின் தனிமை கூடுதல் மென்முனையை அளிக்கத்தான் செய்தது.

எல்லாம் தாண்டி ஓர் அமானுஷ்யமும் அதிலிருப்பதாக அவனுக்குப் பட்டது. தன் செயல் எல்லாம் தன் செயலேதானா! அல்லது யாரோ நிகழ்த்தும் பொம்மலாட்டத்தின் பகுதியா!

ஒருவேளை தன்னுள்ளே பக்தி எனும் விதை எங்கோ ஆழத்தில் புதைந்திருந்து, முளை விட ஒரு மழைக்காகக் காத்திருந்ததோ! அந்த முதல் மாரித் துளிதான் கன்னியம்மன்!

தன் எண்ணங்களை, செயல்களைக் கட்டுப்படுத்த இயலாத நிலை குறித்த எரிச்சலும் அச்சமும் அவன் மனதை ஆக்ரமித்துக் கொண்டது. தனக்குத் தரப்பட்ட கடமை என்ன, தான் என்ன செய்து கொண்டிருக்கிறோம் எனக் கடுமையான குற்றவுணர்வு எழுந்தது.

அதே சமயம் அம்மனின் புற அழகு தன்னை அடித்துப் போட்டாலும் அவளைத் தீண்டிச் செய்த பூஜைக் காரியங்கள் எதிலுமே தனக்கு அணுவளவும், மயிரளவும், எள்ளளவும், நெல் முனையளவும் விகற்பமே தோன்றவில்லை என்பதை உணர்ந்தான். அது அவனுக்கு உண்மையில் ஓர் சுயஆறுதல் போலிருந்தது. ஒரு குழந்தையைக் குளிப்பாட்டித் தயார் செய்வது போல்தான் அபிஷேகத்தின் பொழுது அம்மன் சிலையைக் கையாண்டான்.

காஞ்சி காமாட்சி கோயில் வாசலில் அம்மன் சிறுமியாக இருக்கும் ஒரு படம் கிடைக்கும். அப்படி ஓர் அழகிய பிள்ளை

போல்தான் அம்மன் தனக்கு இருக்கிறாளோ? தான் தான் வக்கிர புத்தியுடன் குழப்பிக் கொள்கிறேனோ? அம்மனை அம்மு எனச் சொல்லலாமா?

அம்மு! அம்மு! அம்மு! அம்மு! அம்மு! அம்மு! அம்மு! அம்மு! அம்மு! அம்மு! அம்மு! அம்மு!

அம்முவானவள் நிகரற்ற பேரழகிதான். ஆனால் அதை ரசிக்கும் உரிமை தனக்குண்டா? அது தகாத பெரும்பாவத்தில் சேர்த்தியா? தொழிலுக்குச் செய்யும் துரோகம் இல்லையா?

ஆதிசங்கரர் நினைவு வந்தது சங்கருக்கு. அவர் அருளிய ஸௌந்தர்ய லஹரீ எப்போதும் அவனுக்கு ஓர் உறுத்தல்தான். அர்ச்சகர் படிப்பில் சேர்ந்த பின் சொந்த ஆர்வத்தில் மூல சம்ஸ்கிருதச் ஸ்லோகங்களைப் பாட பேதத்துடன் படித்திருக்கிறான். வீரை கவிராச பண்டிதர் மொழிபெயர்ப்பை ஒப்பிட்டுப் பார்த்திருக்கிறான். மொத்தம் ஐம்பத்து ஒன்பது பாடல்கள் பராசக்தியின் புறச் சரீரத்தை அணுஅணுவாக வர்ணித்து எழுதப்பட்டவை.

இன்று தன்னிடமிருந்து தானாக வந்து விழுந்த கவிதை அதன் பாதிப்பிலானதுதானோ! அந்த சங்கரருடன் இந்த சங்கரை ஒப்பிட முடியாதுதான். சங்கரரிடம் என்ன உறுத்தல்?

ஒரு சாதாரண நரன் சர்வலோகம் ஆளும் தேவியின் உடலை ரசிப்பதா! இதை அவனால் ஏனோ ஏற்கவே முடியவில்லை. அவனது ஒழுக்க விதிகள் கட்டுப்பெட்டித்தனமானவை. அதுவும் மணமானவள். அவளை வர்ணிப்பது அவள் புருஷன் பரமசிவனுக்குச் செய்யும் அநீதி இல்லையா? திருவள்ளுவர் பிறனில் விழையாமை என்று பத்துக் குறள்கள் எழுதிக் கண்டித்ததில் ரசிப்பதும் வருமா? மதம் எப்படி இதையெல்லாம் அனுமதித்திருக்கிறது?

ஆனால் அப்படிப் பார்த்தால் அவன் அன்று கோயிலில் தமிழ் அர்ச்சனையாகப் பாடிய அபிராமி அந்தாதி இயற்றிய அபிராமி பட்டர் மட்டும் என்ன சளைத்தவரா? சக்தியைப் போற்றிப் பாடிய நூறு பாடல்களிலுமே அவளது புறத் தோற்றத்தைச் சிலாகிக்காமல் விட்டாரா! என்ன ஒன்று, ஆங்காங்கே சிவனை எந்தை (எனது தந்தை) என்று அழைத்து அபிராமியை அன்னையாக்கி ஜாக்கிரதையாக விளையாடி விட்டதால் உறுத்தவில்லை!

பாரதி முப்பெரும் தேவியரைப் பாடாத உடல் வர்ணனையா! எல்லாம் செய்து விட்டு அம்பாளிடமே "மோகத்தைக் கொன்றுவிடு - அல்லாலென்தன் மூச்சை நிறுத்தி விடு; தேகத்தைச் சாய்த்துவிடு - அல்லாலதில் சிந்தனை மாய்த்து விடு" எனக் கேட்டவர்.

அப்படியெல்லாம் அறம் யோசித்துக் குழம்பிய சங்கரே இன்று அப்படியான ஓர் அழகின் அலையில் தத்தளிக்கிறான். பேரழகின் முன் எந்த நியாய தர்க்கமும் எடுபடாது என்பது எவ்வளவு நிஜம்! ஆனால் தான் ஆதிசங்கரரை விட மேல். கன்னியம்மன் மணமானவள் அல்லள். எனவே இங்கே பரமசிவனுக்கு தன் ரசிப்பின் குறுக்கே வர உரிமை கிடையாது.

சட்டென்று சங்கருக்குக் காலியாக இருந்த அந்த சிவன் சந்நிதி மனதில் மின்னலிட்டது!

★

8

மும்முலைத் திருவழுதி மகளான அந்தக் கன்னியம்மனுக்கு ஒரு முன் கதை இருக்கிறது.

குலசேகரப் பாண்டியன் வரலாற்றுக்கு முந்தைய பழைய பாண்டியன். முதல் பாண்டிய மன்னனாகச் சொல்லப்படும் இவன் புராணங்களில் மட்டுமே காணப்படுபவன். அவன் பரமசிவன் கனவில் தோன்றி இட்ட உத்தரவுப்படி கடம்ப மரங்கள் சூழ்வனமாக நின்ற நிலத்தைத் திருத்தி, மக்கள் வாழும் நாடாக்கி மதுரை மாநகரை நிர்மானித்தான். அதன் பலனாக மலையத்துவஜன் என்ற மகனைப் பெற்றான். இது ஒரு பக்கம் இருக்கட்டும்.

விசுவாவசு என்கிற கந்தர்வன் ஒருவன் இருந்தான். அவனது புத்திரி வித்யாவதி. அவள் பார்வதியை நேரில் தரிசிக்க விரும்பினாள். தந்தையிடம் தன் விருப்பம் சொன்னாள். அவன் அவளுக்கு உரிய மந்திரங்களை உபதேசித்து தவமிருக்கச் சொன்னான். அவள் அதற்கு உகந்த இடம் கேட்க, குலசேகரப் பாண்டியன் நிர்மானித்த மதுரையைக் கை காட்டினான். அவள் பூமிக்கு வந்து மதுரை மண்ணில் தவத்தில் அமர, பார்வதி தேவி மூன்று வயதுச் சிறுமியாக அவள் முன்பு தோன்றி என்ன வேண்டும் எனக் கேட்டாள்.

அந்தச் சிறுமியின் கொள்ளையழகில் மயங்கிய வித்யாவதி, அவளுடன் நெடுங்காலம் கழிக்க விரும்பி அவளையே மகளாகப் பெற வேண்டும் என வரம் கேட்டாள். நடக்கட்டும் என அருள்

பாலித்து மறைந்தாள் குழந்தை அன்னை. அதன் நிமித்தம் சோழ மன்னன் சூரசேனனின் மகளாக வித்யாவதி பூமியில் அவதரித்தாள். பெயர் காஞ்சனமாலை.

சோழ - பாண்டிய ராஜ்ய உறவின் பகுதியாக மலையத்துவஜனும் காஞ்சனமாலையும் திருமணம் செய்து கொண்டனர். கல்யாணம் என்பதே குழந்தை பெறத்தானே! அதுவும் அரச குடியில் வேறு வழியே இல்லை. தம்பதி அதற்கு முயற்சி செய்து பல காலம் பலன் கிட்டாமல் கடந்தது. தனக்குப் பின் அரியணை ஏறி நாடாள வாரிசு இல்லையே என்ற கவலை மன்னனை வாட்ட, அவன் வழக்கம் போல் யாகம் மேற்கொள்ள ஆரம்பித்தான்.

அவன் ஆரம்பித்தது அஸ்வமேத யாகம். அதன் பலனாக சர்வ லோகங்களும் அவனது ஆளுகைக்கு வரும் என்ற நிலை உண்டாக, இந்திரன் தன் பதவிக்கு ஆபத்து நேருமோ என அஞ்சி அவசரமாக பூமிக்கு ஓடி வந்து, "மலையத்துவஜா, உனக்குத் தேவை புத்திர பாக்கியம். அதற்குச் செய்ய வேண்டியது புத்திர காமேஷ்டி யாகம்தான். வீணாக இந்த அஸ்வமேத யாகம் எல்லாம் செய்து என் முடியாட்சிக்கு உலை வைக்காதே" என்றான்.

மலையத்துவஜனும் அதை ஏற்று, யாகத்தை மாற்றிக் கொண்டான். அவனும் காஞ்சன மாலையும் யாக குண்டத்தின் முன் அமர்ந்து புகைக்குள் மூழ்கினர். இருவரின் உடலும் வியர்வையில் குளித்தன - கலவியின் போது கூட அத்தனை வியர்வை கண்டதில்லை.

மதுரை நகர் புகை மண்டலமானது. புவி வெப்பமயமாதலின் தொடக்கப் புள்ளி அதுவே.

சில தினங்களில் வேள்வித் தீயிலிருந்து குழந்தை ஒன்று தோன்றியது. பெண் குழந்தை. அழகான குழந்தை. அழாத குழந்தை. கண்களில் நீர் கோக்க, காஞ்சனமாலை அந்தக் குழந்தையை அள்ளி மடியில் போட்டுக் கொண்டாள். மலையத்துவஜன் மகிழ்ச்சியில் அதற்கு முத்தமிட்டான். அப்போதுதான் இருவரும் கவனித்தார்கள் - அக்குழந்தைக்கு மார்பினில் மூன்று காம்புகள் இருந்தன. மலையத்துவஜன் தம்பதி அதிர்ச்சியுற்றனர்.

எல்லாத் தவங்களின் பலன்களும் அத்தனை திருப்திகரமாக அமைந்து விடுவதில்லை. அப்போதெல்லாம் தவமே பலன்தான் எனச் சமாதானம் செய்து கொள்வது ஒரு நல்வழி.

எப்போதும் ஒருவர் வீழ்வதற்குச் சுற்றிப் பலர் காத்திருப்பார்கள். அவர்கள் அத்தகைய காயம் பட்ட சமயங்களில் அக்கறை காட்டுவது போல் புண்ணைக் குத்தி மகிழ்வார்கள்.

“பெண் பிள்ளை எப்படி அரச வாரிசாகும்? எப்படி நாடாளும்?”

“மூன்று முலை கொண்ட பெண்ணுக்கு எப்படி மணமாகும்?”

“இத்தனை சிரமங்களும் இப்படி ஒரு துயரத்தை அடையவா!”

கேள்விகள் சுற்றிச் சூழ, முதலில் குழந்தையை எவர் கண்ணிலும் படாமல் மறைத்தனர்.

அரண்மனைச் சோதிடர் குழந்தையின் ஜாதகத்தைக் கணித்து அவள் பெண் என்றாலும் உலகமாளப் பிறந்தவள் என்றார். ஒரு கவலை தீர்ந்தது. அடுத்து அவரது அறிவுரைப்படி பரமசிவன் சந்நிதியில் போய் குழந்தையைப் போட்டு தமக்கு வழிகாட்டக் கோரினர் மலையத்துவஜனும் காஞ்சனமாலையும். அப்போது அங்கே வந்த கிழவி சொன்னாள் -

“உங்களுடையது அர்த்தமற்ற கவலை. எவ்வளவு அவலட்சணம் கொண்டவளும் தனக்கு உரியவன் கண்களுக்குப் பேரழகியாகவே தெரிவாள் என்பதுதான் விதி. இப்பெண்ணும் இவளை ஆளப் போகிறவனைச் சந்தித்ததும் நடுவிலிருக்கும் மூன்றாம் முலை உதிரும்.”

அடுத்த பிரச்சனையும் ஒழிந்தது போல் தோன்றியது அத்தம்பதிக்கு. சோதிடரிடம் வந்து அதைச் சொல்ல, அவர் மறுபடி கட்டங்கள் கணித்துக் கண் விரித்தார். காஞ்சனமாலை முன்பிறவியில் செய்த வேண்டுதலில்தான் இறையே பெண் மகவாகப் பிறந்திருக்கிறது, பார்வதி அம்சமான அவளைச் சிவபெருமானே வந்து கரம் பிடிப்பார் என்றார் சோதிடர்.

எனவே, யாகங்கள் பலனற்றுப் போகவில்லை. அவள் துயரம் அல்ல; தம் செல்வம் எனச் சமாதானமாயினர். ஆனாலும் மும்முலை விஷயத்தை ஒருவரும் அறியாது வைத்தனர்.

“அழகிய மீன் போன்ற விழிகள் இவளுக்கு. அங்கயற்கண்ணி என்று நாமம் சூட்டலாம்.”

“இவள் மற்ற பெண்கள் போலன்றி வித்தியாசமானவள். தடாதகை எனப் பெயரிடலாம்.”

காஞ்சனமாலையும் மலையத்துவஜனும் அடித்துக் கொண்டனர். இரண்டு பெயர்களும் சூட்டுவதென முடிவாகிற்று. அவரவர் அவரவர்க்குப் பிடித்தமான பெயரில் அழைத்துக் கொள்ளலாம். அங்கயற்கண்ணி அழகாக வளர்ந்தாள். தடாதகை திறன் உயர்ந்தாள்.

அவளுக்கு நிகரான பேரழகியை பாண்டிய நாட்டு எல்லைக்குள் எவரும் கண்டதில்லை என்றனர். கவிதை, இசை, நடனம், ஓவியம் என்று கவின்கலைகளில் தேறினாள். வாளும், வேலும், வில்லும் கைகொண்டு வீரத்தில் விளைந்து நின்றாள். பதின்ம வயதில் அவளைப் போர்க் கலையில் வீழ்த்தும் ஆண் ஒட்டுமொத்த மதுரை நகரிலும் இல்லை என்றானது. நாட்டின் நிர்வாகம் புரிந்து கொண்டாள். நீதி பரிபாலம் செய்ய அறிந்தாள். பெண்களின் கடமைகளாக அறியப்பட்ட விஷயங்களிலும் நேர்த்தி காட்டினாள் அங்கயற்கண்ணி.

பெண்ணுக்குப் பெண்ணாக, ஆணுக்கு ஆணாக குறையென்பதே இல்லாது வளர்ந்தாள். மலையத்துவஜன் அவள் ஆணாகப் பிறக்கவில்லை என எண்ணியதற்கு வெட்கினான்.

தடாதகைக்கு மூன்று முலைகள் இருந்ததை மட்டும் எப்போதும் பிரத்யேக மார்க்கச்சை ஒன்றை அணிவதன் மூலம் எவருக்கும் தெரியாத ரகசியமாகப் பார்த்துக் கொண்டனர்.

அவளுக்கு ஆண்டுக்கொரு முறைதான் தூமை கசிந்து விலக்கானது. தெய்வப் பிறவியை மனுஷிகளின் மாத விலக்குச் சுழற்சியுடன் ஒப்பிடக் கூடாது என வைத்தியர் சொன்னார். வயது முதிர்ந்து போயிருந்த சோதிடரும் இடுங்கிய கண்களுடன் அதை அமோதித்தார்.

அவளுக்குப் பதினாறு வயதிருக்கையில் அவளைத் தன் வாரிசாக, அடுத்த அரசியாக அறிவித்தான் மலையத்துவஜன். அதற்கு அமைச்சர்களிடையே, அதிகாரிகளிடையே மக்களிடையே முணுமுணுப்புகள் கிளம்பின. ஒரு பெண் நாட்டை, மக்களை ஆள்வதா? போயும் போயும் ஒரு பெட்டைக் குட்டியின் கீழ் நாங்கள் கை கட்டி ஊழியம் செய்வதா?

தடாதகையின் காதுபட இதைப் பேசினர். அவள் புன்னகையுடன் தகப்பனிடம் வந்தாள்:

“பெண்ணாக வாழ்வது இப்பூமியில் மட்டுமல்ல, எந்த லோகத்திலும் சுலபமல்ல. அவள் தன்னைச் சதா நிரூபித்துக் கொண்டே இருக்க வேண்டும். கற்பிலும், காரியத்திலும்.”

“ம்.”

“நான் பரத கண்டம் முழுமைக்கும் போரெடுத்துச் செல்ல விரும்புகிறேன். பாண்டிய நாட்டில் சூரியனே அஸ்தமிக்கக்கூடாது. அப்படி நம் எல்லை பரந்து விரிய வேண்டும்.”

“ஓ!”

“நாட்டின் குறைந்தபட்சப் பாதுகாப்புக்கு மிஞ்சியது போக, மீதப் படை மொத்தமும் என் பின்னே வர வேண்டும். செல்வம் குறைவாய்ப் போதும், வழியில் பார்த்துக் கொள்வேன்.”

பெண்ணைத் தனியாக அனுப்ப வேண்டுமே என்று காஞ்சனமாலை கவலைப்பட்டாள். பிரிய மகளைப் பிரிந்திருக்க வேண்டுமே என மலையத்துவஜன் மனம் குழம்பினான். இறுதியில் தடாதகையின் பிடிவாதமே வென்றது. அவளது திக்விஜயம் தொடங்கியது.

முழுதாக இரண்டு ஆண்டுகள். ஒரு நாளும் தவறாமல் யுத்த களத்தில் நின்று ஒரு நாடும் விடுபடாமல் வென்று ஆட்கொண்டாள் தடாதகை. தினந்தினம் அவளது படை பெருத்தது.

ஒரு கட்டத்தில் ரத்தம் சிந்தாமல் படையின் பிரம்மாண்டம் கண்டே சேதாரம் தவிர்க்கப் பல தேசங்கள் சரணடைந்தன. சகல திக்கிலும் செய்தி பரவி சக்ரவர்த்திகள் அவளது வருகைக்குக் காத்திருக்கத் தொடங்கினர். ஜம்புத்வீபத்தின் தெற்கையும், மேற்கையும், கிழக்கையும், மத்தியையும் வரிசையாக வென்றாள் தடாதகை. இறுதியில் வடக்கையும் வென்று கூந்தலின் பக்கவாட்டில் வாகை மலர் சூடிக் கைலாய மலைக்கு வந்து நின்றாள்.

புலித் தோலும் ருத்ராட்சங்களும் தரித்த, உடுக்கையும் திரிசூலமும் தாங்கிய, நாகமும் காளையும் உடனிருக்கும் சுடலைமாடன் சிவன் அங்கே இருக்கிறான் என அவளுக்குத் தெரியும். உடலில் சுடுகாட்டுச் சாம்பல் பூசியிருக்கும், கழுத்தில் நீலம் பாரித்திருக்கும், நெற்றியின் குறுக்கே கண் இருக்கும் என அடையாளம் அறிந்திருந்தாள். அவள் அன்னை அத்தனையும் சொல்லிச் சொல்லியே வளர்ந்திருந்தாள். உலகின் அதிசிறந்த ஆணாகிய அவனே அவளது மணாளன். அவனைக் கண்டதும்

அவள் உடலின் ரகசியங்கள் திறக்கும், முதன்முறையாக நாணம் உணர்வாள், அக்கணமே அவளது மூன்றாம் மார்பு மறையும்.

சிவனை நேருக்கு நேராகச் சந்தித்தாள். அன்னை சொன்ன மாயம் ஏதும் நிகழவில்லை. சிவனுக்குமே குழப்பமாக இருந்தது. என்ன செய்வதென அறியாமல் திகைத்து நின்றார்.

அவதாரம்தான் என்றாலும் இவள் முற்றிலும் வேறு. தான் கண்ட பார்வதியோ, காளியோ, துர்க்கையோ, பராசக்தியோ அல்ல. பெண்களின் குணம் அது. ஒருத்தி போல் இல்லை இன்னொருத்தி. எப்படியோ தனக்கென்று ஒரு பிரத்யேக வாசனையை உண்டாக்கிக் கொள்கிறார்கள். ஒருத்தியே கூட எப்போதும் ஒரே மாதிரி இல்லையே! பிறந்த வீட்டில் இருக்கும் பெண்ணும் புகுந்த வீட்டில் இருக்கும் பெண்ணும் ஒருத்தியே அல்ல. மகனின் திருமணத்துக்கு முன் இருக்கும் தாயும் மருமகள் வந்த பின் இருக்கும் தாயும் ஒருத்தியே அல்ல. இப்படி இடமும், காலமும் மாறுகையில் முற்றிலும் புதிய மனுஷியாகத் திரிய முடிந்தவர்கள் வேறொரு பிறவி எடுக்கையில் அதே மாதிரி இருப்பார்களா என்ன!

சிவன் மனைவியில்லாமல் கனகாலம் வாழ்ந்து விட்டார். குழப்பத்தை விட மோகமே முன் நின்றது. தடாதகையை ஆர்வத்துடன் பார்த்தார். பார்வதி ரூபத்தை விட அழகு!

தடாதகை சுதாரித்துப் பரமசிவனை வணங்கி, முகமன் கூறிப் பேசத் தொடங்கினாள்.

“சிவ பிரானே, நான் உங்களிடம் ஒரு விஷயம் குறித்து விளக்கம் கேட்க விரும்புகிறேன்.”

அவளது வதன அழகில் ஆழ்ந்திருந்த சிவன், என்ன என்பது போல் அவளைப் பார்த்தார்.

“தாண்டவக்கோனே, பெருங்கூத்தனே, நடராஜனே! ஒரு பழைய கதை இது. காளிக்கும் உங்களுக்கும் இடையே நடந்த நடனப் போட்டியில் இருவருமே சரிசமமாக ஆடினீர்கள். காண்போர் கண்கள் களைத்தாலும் உங்கள் இருவர் கால்களும் சளைக்கவே இல்லை.”

பேசும் விஷயத்துக்குப் பொருத்தமாகப் பெயரிட்டு அழைக்கத் தெரிந்த அறிவுக்காரி என்று எண்ணிக் கொண்டார் சிவபெருமான். தடாதகையிடம் பித்தேறி நின்றிருந்தார்.

“ஆட்டம் முடிவற்றுப் போய்க் கொண்டிருந்தது. அப்போது நீங்கள் வெல்வதற்காக ஒரு யுக்தி செய்தீர்கள். உங்கள் காதில் அணிந்திருந்த குண்டலத்தைக் கீழே விழச் செய்து, அதை உங்கள் கால் விரலாலேயே எடுத்து மறுபடி காதில் மாட்டினீர்கள். தெய்வங்களும், தேவர்களும், முனிவர்களும், பூதங்களும் என ஆண்களாக நிறைந்திருந்த அச்சபையில் காலை உயர்த்த விரும்பாத காளி அந்த முத்திரை தவிர்த்துப் பின்வாங்கினாள். நீங்கள் போட்டியில் வென்றீர்கள். அதை ஊர்த்தவ தாண்டவம் என உலகமே கொண்டாடுகிறது.”

“ஆம்.” - சிவனின் அந்த ஆமோதிப்பில் பெருமையும் கர்வமும் சற்று நாணமும் இருந்தது.

“ஆனால் அது நியாயமா? அது காளியின் பெண்மைதானே! ஆண்கள் கூட்டம் உருவாக்கி வைத்த மானம் எனும் கருத்தாக்கத்தை அவள் மதித்ததால் நடந்தது. ஆணுக்கு ஒரு விதி, பெண்ணுக்கு இன்னொரு விதி என்ற சமமின்மையால் நேர்ந்தது. அதெப்படி உங்களின் வெற்றியாகும்? அன்று காளி நினைத்திருந்தால் விதியை மீறியிருக்க முடியும். மீறினால் ஜெயித்திருப்பாள். குறைந்தபட்சம் உங்களுக்குச் சமமாக நின்றிருப்பாள். ஆனால் அவள் அதை மீறாதிருக்கத் தீர்மானித்தாள். ஆடலில் பெறும் வெற்றியை விடவும் சுற்றமானது கௌரவம் எனத் தனக்கு வரித்து வைத்திருப்பதற்கு மதிப்பு அளிக்கத் தீர்மானித்தாள்.”

“...”

“பூமியில் ஆண்கள் பெண்களை மட்டம் தட்ட நான் நின்று கொண்டே சிறுநீர் பெய்வேன், உன்னால் முடியுமா, நான் சொக்காய் இன்றி தெருவில் அலைவேன், உன்னால் முடியுமா என்று கேட்கும் விடலைத்தனத்துக்கும் இதற்கும் என்ன வித்தியாசம் என அறியலாமா?”

“...”

“பெண் ஆணை விட ஒரு படி கீழ் என்பதுதானே நீங்கள் வலியுறுத்த விழைவது? சக்தி சிவனுக்கு அடிமை என்று சொல்வதன் மூலம் ஈரேழு லோகங்களில் வாழும் அனைத்து ஆண்களும் அதே போல் பெண்களை நடத்த வழிகோலுகிறீர்கள். பச்சை ஆணாதிக்கம்!”

★

9

பெண்ணியத்தின் போர் வாளாகக் கொதித்து நின்ற தடாதகையைச் சிவபெருமான் தன் முதலிரு கண்களால் உற்று நோக்கினார். சினத்தில் மேலும் அழகாகவே தோன்றினாள்.

ஆண் சபலத்துக்கு ஆண்டவன் மட்டும் விதிவிலக்கா என்ன! பரமசிவன் பதிலிறுத்தார் -

"தடாதகை, சற்று நிதானமாகக் கேள். தாட்சாயிணியாக நீ காட்டிய அதே அவசரத்தை, ஆத்திரத்தை இந்த அவதாரத்திலும் காட்டியே ஆக வேண்டுமா? பெண் புத்தி பின் புத்தி என்பதை மறுபடி மறுபடி உலகிற்கு நீ உணர்த்த வேண்டுமா? ஊர்த்தவ தாண்டவம் என் திருவிளையாடல்களில் ஒன்று. அதற்கு இப்படித் தட்டையாக நேரடிப் பொருள்கொள்ளல் சரியல்ல. அது காளிக்கு ஒரு திறப்பை அளிக்க யான் செய்த பாடம் புகட்டல் மட்டுமே."

"..."

"சிவனும் சக்தியும் சமமா என்ற விவாதம் முடிவற்றது. உலகம் உள்ள வரையில் அதைப் பேசிக் கொண்டேதான் இருப்பார்கள். உண்மையில் அது அவசியமற்ற விதண்டாவாதம். மாறாக, சிவனும் சக்தியும் சேர்ந்து செயல்பட்டால்தான் எல்லாம் நிறைவு பெறும் என்ற விஷயத்தையே இதில் நீ கவனிக்க வேண்டும். சக்தி இல்லையேல் சிவம் இல்லை, சிவம் இல்லையேல் சக்தி இல்லை. இந்தப் பிணைப்பே பிரபஞ்சத்தின் ஆதார இயங்கு விதி."

“சப்பைக்கட்டு! உங்கள் சொல்லில் உள்ள விஷயம் செயலில் இல்லை. ஆண் ஆணவம்!”

அச்சொல் அவரைச் சீண்டியது. ஆணின் காமமானது குரோதமாகத் திரிபுற அதிக நேரம் ஆகாது. சொல்லோ அசைவோ போதும். அதுவும் சாமிக்கும் ஆசாமிக்கும் மாறுபடாது.

சிவன் சினமுற்றார். அவர் நுதலில் உறங்கிக் கிடந்த மூன்றாம் கண் திறக்கத் துடித்தது.

“தடாதகை, நீ போரில் ஊரை எல்லாம் வென்றதும் உன் திமிர் எல்லை தாண்டி விட்டது.”

“ஓ! பிரமாதம். பெண் எதிர்த்துக் கேள்வி கேட்டால் திமிர்! மறுத்துப் பேசினால் கொழுப்பு! அடுத்து என்ன, அரிப்பு என்பீரா? சராசரி ஆண் தேர்ந்தெடுக்கும் அதே அற்பப் பாதை!”

“...”

“பெண் தனக்குக் கீழிருக்கும் வரை அவளைப் போற்றிப் புகழ்வதுதான் ஆண் தந்திரம். சமமாக இடப்பாகம் தந்து அர்த்தநாரியாகக் கூட வைப்பீர்கள். ஆனால் பெண் தன்னை விட மேலே போக ஆரம்பிக்கும் போது ஆணுக்குப் பதற்றம் வந்து விடுகிறது. அப்போது அவன் எடுக்கும் ஆயுதம் ஒழுக்கம்தான். அதைச் சொல்லி அவளை அடக்கி, ஒடுக்கி, புதைத்தே விடுகிறீர்கள். இதைச் சாதாரண நரன் கலாசாரம் என்கிறான், சர்வனான சிவன் திருவிளையாடல் என்கிறீர்கள். இதற்கு ஆண் சமூகம் வெட்கப்பட வேண்டும்.”

பரமசிவனின் மூன்றாவது கண் திறந்தது. அதில் அக்கினி கனன்று கொண்டிருந்தது.

“போதும் நிறுத்தடி! பேய்களுடன் திரிபவனிடமே உன் பேயாட்டம் காட்ட வேண்டாம்.”

“...”

“சக்தி இல்லையேல் சிவம் இல்லை என மரியாதை நிமித்தமாகச் சொல்லி வைத்ததை உண்மையென நம்பி விட்டாய் போலிருக்கிறது. என்னையே குற்றவாளி போல் நிறுத்தி கேள்வி கேட்கிறாய். நான் உன்னைத் திருமணம் செய்ய மாட்டேன். இதுவே என் முடிவு.”

“...”

“தனிமையே உனக்கு உறவாகட்டும். உன் உடலும் உள்ளமும் சிவனுக்கு ஏங்கட்டும். நீ என்று உன் ஆணவம் தணிந்து என்னிடம் வந்து மன்னிப்பு கேட்கிறாயோ அன்று என் நெற்றிக் கண் பார்வை உனக்குக் கிடைக்கும். அது வரை நீ மூன்று முலையோடே இரு, அது வரை நீ கன்னி உடலாகவே இரு. உனக்கென ஆலயம் எழும். அங்கு மணமாகாத பெண்கள் உன்னிடம் வந்து வேண்டி அவர்களுக்குக் கல்யாண வரம் சித்திக்கும். அதை நீ பார்த்துக் கொண்டே இரு. உன் தனிமை குறித்துக் குமைந்து மருகிக் கொண்டே இரு.”

“...”

“ஆணும் பெண்ணும் இரு வேறு படைப்புகள். இரண்டுக்கும் பார தூர வித்தியாசங்கள் உண்டு. இருவரின் பிறவிக்கும் நோக்கங்கள் வேறு. இருவருமே ஒவ்வொரு வகையில் தனித்துவம் கொண்டவர்கள். இருவருக்கும் தேவை இவ்வுலகில் உண்டு. இதில் யார் மேல், யார் கீழ் என்பது தன்முனைப்பில் உண்டாகும் அசட்டு வாதம்தான். இருவரும் சமமா என்பதை விட இருவரும் பிரபஞ்சத்துக்கு அவசியம் என்பதே முக்கியமானது.”

“...”

“சக்தி என்றும் சிவத்துக்குச் சமமில்லை. அவை வெவ்வேறு. அதை உணரக் கடவாய்.”

“...”

“நான் சினத்தில் சொல்கிறேன் என்றாலும் இது சாபமல்ல. எனவே, இதற்கு விமோசனமும் கிடையாது. இது உன் புரிதலுக்காக நான் அளிக்கும் மறுவாய்ப்பு. சில சமயம் அன்பைக் கூட அதட்டித்தான் அளிக்க வேண்டியிருக்கிறது. இதில் உனக்கு மட்டும் வலியில்லை. நானும் பாதிக்கப்படுவேன். பெண்ணற்ற என் தனிமையைத் தொடர வேண்டியிருக்கும்! எனவே, இது சுயவதையும்தான். என் திருவிளையாடலில் நானே பாதிப்புறும் நிகழ்வு!

சொல்லி விட்டுத் தன் மூன்றாம் கண்ணை மூடியபடி திரும்பி நடந்தார் சிவ பெருமான்.

தடாதகை அதைக் கேட்டு ஆவேசமும் ஆற்றாமையும் பொங்கியெழ, கைலாயம் நீங்கித் தனது படையுடன் மதுரைக்குக் கிளம்பினாள்.

திரும்பும் வழியெங்கும் அவளது வெப்ப மூச்சுக் காற்றில் நிலங்கள் கருகின. பிரயாணப் பாதை நெடுக நிறைய யோசித்தாள்.

மதுரை வந்து சேரும் போது அவளது சினம் தணிந்திருந்தது. தன் வீரத்தை அது வரை ஐயந்திரிபற நிரூபித்தாயிற்று. இனி தன் அருளை நிரூபிக்க வேண்டும். எத்தனையோ பேரை இந்த திக்விஜயத்தில் கொலை புரிந்தேன். அதற்குச் சமமான எண்ணிக்கையில் புதிய உயிர்களை இந்தப் பூமிக்குத் திருப்பித் தருமளவு கல்யாணங்கள் நடக்க அருள் பாலிப்பேன். கணக்கு நேராகும் போது மறுபடி சிவனிடம் செல்வதை யோசிக்கலாம்.

அல்லது எப்போதுமே சிவனிடம் செல்ல வேண்டியதில்லை என்ற எண்ணம் வந்தாலும் சரி. என்ன குறைகிறது? அது விரக்தியாக அல்லாமல் ஞானமாக இருந்தால் சரிதான்.

மதுரை வந்ததும் பெற்றோரிடம் நடந்தது கூறித் தன் முடிவை அறிவித்தாள் தடாதகை. அங்கே இருப்பது சரி வராது. எனக்குரிய நிலத்தை, ஸ்தலத்தைக் கண்டறிய வேண்டும்.

மலையத்துவஜனும் காஞ்சனமாலையும் அழுது அரற்றினர். அவர்களைச் சமாதானம் செய்ய முயன்று முடியாமல் மனக்கிலேசத்துடன் மதுரையை நீங்கினாள் தடாதகை.

காலமானது எந்தக் காயத்தையும் ஆற்றும் எனச் சுயசமாதானம் செய்து கொண்டாள்.

வைகை நதிக் கரையை ஒட்டிக் கால் போன போக்கிலே நடக்க ஆரம்பித்தாள் தடாதகை. நெடுந்தொலைவு கடந்த பின் அவளுக்கு அடிவயிற்றில் வலி கண்டது. அவளது ஆண்டு விலக்குச் சுழற்சி நிகழ்ந்தது. தூமைக் குருதி நிலத்தில் சிந்த அங்கேயே அமர்ந்தாள். அது ஒரு வனாந்திரம். அப்போது அவளிடமிருந்து நறுமணம் கமழத் தொடங்கியது. வலியில் கனிந்த முகம் கூடுதல் தேஜஸ் பெற்றது. அதுவே தனக்குரிய இடம் எனத் தீர்மானித்தாள்.

அங்கேயே கல்லாகச் சமைந்தாள். வழிபோக்கர்கள் அக்கல்லை வணங்க ஆரம்பித்தனர். அவர்களில் திருமணமாகாத பெண்களுக்குக் கல்யாணம் நடந்தது. பிற்பாடு ஒரு முதிய சோழ மன்னன் மனைவியாக வந்து அந்தப்புரத்தில் கன்னியாகவே வாழ்ந்த ஒருத்தியின் சொப்பனத்தில் தோன்றி தனக்கு அங்கே ஒரு கோயில் வேண்டும் என்றாள் தடாதகை.

அவள் மறுநாளே கனவில் வந்த அடையாளம் கொண்டு அந்த இடம் தேடி வந்து கோயில் கட்டும் வேலைகளை ஆரம்பிக்க உத்தரவிட்டாள். தான் சேர்த்திருந்த சிறுசெல்வத்தை வந்து கொட்டினாள். ஒரு தேர்ந்த ஸ்பதியைக் கொண்டு அக்கல்லையே அம்மனாகச் செதுக்கினாள். கன்னியம்மன் ஆலயம் உருவானது. மெல்ல அதைச் சுற்றி மனிதர்கள் பிழைப்புக்கான சமாச்சாரங்கள் உருவாகின. கடைகள், வீடுகள், சாலைகள், தெருக்கள் என மக்கள் குடியிருப்புகள் விரிந்தன. அப்படித்தான் கபாடபுரம் என்ற ஊர் உருவானது.

சிவன் வந்து தடாதகையை ஏற்றால் அவர் உறையவென கோயிலில் ஒரு காலிச் சந்நிதி இருந்தது. அவ்வருகையில் பூக்க மருத மரமும் உதிர மூன்றாம் முலையும் காத்திருந்தன.

மென்பழுப்பு நிறமேறி பொடிப் பொடியாக உதிர்ந்து விடும் நிலையிலிருந்த ‘தடாதகை பிராட்டியார் வெண்பாமாலை’ என்ற அந்தப் பழைய நூலை வாசித்து முடித்த போது சங்கர் உணர்ச்சி மயமாகி இருந்தான். கன்னியம்மன் மீது மாளாப் பிரியம் சுரந்தது.

கல்லிலிருந்து கன்னியம்மன் சிலையை வடித்த ஸ்தபதி, கல்லைச் செதுக்கச் செதுக்க, அக்கதை அவருக்குப் புலனாகி இருக்கிறது. அதைச் சுவடியில் எழுதி வைத்திருக்கிறார்.

பதின்மூன்றாம் நூற்றாண்டில் இயற்றப்பட்ட அச்சுவடி பத்தொன்பதாம் நூற்றாண்டில் தமிழ்த் தாத்தா உ.வே.சா. கையில் கிடைத்து அச்சுக்குப் போயிருக்கிறது. அது இந்தக் கோயிலின் கருவறையிலிருந்த அலமாரி ஓரத்தில் இத்தனை நாளும் கிடந்திருக்கிறது.

தூசும் தும்பும் படிந்த அந்தச் சிறிய அலமாரியை ஒதுக்கிச் சுத்தம் செய்ய முனைந்த போதுதான் அந்தப் புத்தகம் சங்கரின் கைக்குக் கிடைத்தது. அதற்கு வேறு பிரதிகள் இருக்கிறதா எனத் தெரியவில்லை. அந்நூல் பரவலாகப் புழக்கத்தில் இருப்பது போல் அவனுக்குத் தெரியவில்லை. அறுசீர்க் கழிநெடிலடி ஆசிரிய விருத்தத்தில் அமைந்த கன்னியம்மன் கதையைப் படித்து அர்த்தம் புரிந்து கொள்ளச் சிரமமாகவே இருந்தது.

தனக்கு முன்பு அங்கே வேலையில் இருந்த தேவநாத ஐயர் இந்நூலைப் பார்த்திருப்பாரா? பார்த்திருந்தாலும் ஆர்வத்துடன்

படித்திருப்பாரா? புரிந்து கொண்டிருப்பாரா? அல்லது தமிழ்த் தாத்தாவுக்குப் பின் நேராகத் தன்னிடம்தான் இக்கதை வந்து சேர்ந்திருக்கிறதா?

ஒருவேளை அதுதான் உண்மை என்றால் கன்னியம்மன் தன்னை அவனுக்கு அறிமுகம் செய்து கொள்ள விரும்புவது போல் அவனுக்குத் தோன்றியது. அவன் உடல் சில்லிட்டது.

மறுபடியும் தன் மனம் பிழைத் திசை நோக்கித் தறி கெட்டோடுவதைக் கவனித்தான்.

★

முதல் நாள் வேலை முடிந்து சங்கர் வீடு திரும்பிய போது மிக மிகக் களைத்திருந்தான்.

ஆடைகள் களைந்தெறிந்து, சுடுநீர் வைத்துக் குளித்து, லுங்கிக்கு மாறி - இந்த லுங்கி அணிவதே கூட அர்ச்சகரான அவனுக்கு ஒரு *Status Quo* உடைப்புதான் - படுக்கையில் மல்லாக்க விழுந்த போது மண்டை முழுக்க அழுத்தமாக உணர்ந்தான். பேய்ப் பசி.

படிப்புக்கும் வேலைக்கும் வித்தியாசம் அந்த உழைப்பும் களைப்பும்தான் எனப் பட்டது சங்கருக்கு. அவன் கல்லூரி சென்றதில்லை; பள்ளி நாட்களை எண்ணிக் கொண்டான். வேலையில் கூடுதல் கவனமும், சிரத்தையும் அவசியம். அதில் சுமையும் பொறுப்பும் உண்டு. படிப்பில் காசு கொடுத்துப் பெறுகிறோம், வேலையில் காசு வாங்கிக் கொண்டு தருகிறோம். அர்ச்சகர் பயிற்சிப் பள்ளி இரண்டுக்கும் மத்தியிலானது. வேலைக்கான பயிற்சி என்பதால் களைப்பற்ற உழைப்பும் கொஞ்சம் உதவித் தொகையும் இருந்தன.

படிப்பில் பரிட்சைகள் உண்டு; பணியில் அஃதில்லை. ஆனால் கவனமாக யோசித்தால் வேலையில் தினம் தினம் தேர்வுதான். காலப்போக்கில் தேர்வு பழகி எளிதாகி விடலாம். உண்மையில் அன்றைய தேர்வுகளில் சங்கரின் உடலை விட மனமே களைத்திருந்தது.

ஒரே நாளில் எத்தனை மனிதர்கள், எத்தனை சம்பவங்கள் எத்தனை எண்ணங்கள்! அது வரையில் கூட்டத்தில் ஒருவனாகவும், கவனம் ஈர்க்காத உதிரியாகவும் மட்டுமே இருந்து வந்தவனுக்கு அன்று

கூட்டத்தின் மையமாக இருந்தது கலவையான எண்ணங்களைத் தோற்றுவித்திருந்தது. பள்ளியில் முதல் மாணவனாக வந்த போது பலரும் அவனைத் திரும்பிப் பார்ப்பது என்பது நடந்ததுதான். ஆனால் அது மேலிருந்து குனிந்து பார்த்துப் பாராட்டுவது. அதுவுமே பல பேர் கவனமாகத் தவிர்த்தார்கள். சாதனைகள் தாண்டி சாதிச் சல்லடையில் வடிகட்டிய பிரியங்கள் மட்டுமே அவனை வந்தடைந்தன. ஆனால் இப்போது கதை வேறு. எல்லோரும் அவனை அண்ணாந்து பார்க்கிறார்கள். அவனது கண்ணசைவுக்கும், கையசைவுக்கும் காத்திருக்கிறார்கள். அவன் அங்கே இறையின் பிரதிநிதி. பக்தர்களுக்கு அவன் கோயிலின் தளபதிதான். அது வேறு மாதிரி உணர்வு.

சொல்லப் போனால் அந்த உணர்வின் மகிழ்ச்சியும் பெருமிதமுமே அவன் மண்டையை அழுத்திச் சோர்வடைய வைத்தது. ஒரு பக்கம் அதன் சுமை. மறுபக்கம், அது எப்போது வேண்டுமானாலும் அவனிடமிருந்து பிடுங்கப்பட்டு விடுமோ என்ற பயமும் கவலையும்.

கன்னியம்மனுக்கு அர்ச்சகர் பணி தனக்கு அளிக்கப்பட்ட உரிமை. அந்த ஆலயத்தின் மீது தனக்கு பாத்யதை உண்டு. ஆனால் அதனைப் பொறுப்புடன் கையாள வேண்டும்.

எல்லா உரிமைகளின் பின்னும் ஏதேனும் கடமைகள் ஒளிந்திருக்கின்றன. மரியாதையும் சொகுசும் மட்டும் கொண்டவையல்ல பதவிகள். பொறுப்பும், சுமையும் சமயங்களில் ஆபத்தும் நிறைந்தவை. திருமணத்தில் துணை மாப்பிள்ளைக்குக் கூடக் கைக்குட்டை வைத்துக் கொண்டு மாப்பிள்ளைக்கு நெற்றி வியர்வை ஒற்றி விடும் வேலை இருக்கிறது.

எல்லாவற்றையும் விட அம்மன் விஷயத்தில் சங்கர் ஜாக்கிரதையாக இருக்க விரும்ப வேறொரு காரணம் இருந்தது. அவனுக்கு மட்டுமான பிரத்யேக விஷயம். அவன் அம்மன் மீது பெருங்காதல் கொண்டிருப்பது தெரிய வந்தால் 'இவனுக பொறப்பே இப்படித்தான். சேரிப் புத்தி போகுமா? இதுக்குத்தான் இவனுகள உள்ள விடக் கூடாதுனு சொன்னோம்' என்றெல்லாம் சாதி வெறியர்கள் பேசுவர். ஆதரித்தோர், நடுநிலை வகித்தோர் கூடத் தடுமாறக்கூடும். அப்படித்தான் ஒடுக்கப்பட்ட ஆண்கள், ஆதிக்க சாதிப் பெண்களை நாடகக் காதல் செய்கிறார்கள் என்ற பரப்புரையை அமைப்புரீதியாகச் செய்தார்கள்.

தன் செயல் அதற்கு வழிவகுத்துத் தருவதாக அமையக்கூடாது எனக் கவலை எழுந்தது.

சங்கர் எழுந்து சமையலறைக்குச் சென்று அடுப்புப் பற்ற வைத்து சட்டியில் நீர் வைத்து இரவு உணவுக்கு நூடுல்ஸ் அவிக்கும் முஸ்தீபுகளில் இறங்கினான். அது ஓர் உள்நாட்டுத் தயாரிப்பு. கோவை சரவணம்பட்டியிலுள்ள தொழிற்சாலையில் தயாராகிறது. மேகியை விட, டாப் ரேமனை விட அவனுக்கு இதன் ருசி பிடித்திருந்தது. எனவே கபாடபுரத்திற்குக் கிளம்பி வரும் போதே ஒரு டஜன் சுமந்து வந்திருந்தான், அயலகத்திற்குப் போகிறவர்கள் ஊறுகாய், தொக்கு, பொடி பாட்டில்களை எடுத்துச் செல்வது போல். நாக்கு தொடர்பாக ஒவ்வொன்றிலும் சங்கருக்குப் பிரத்யேகத் தேர்வுகள் இருந்தன. அதை மாற்ற மாட்டான் - உணவாக இருந்தாலும் சரி, மொழியாக இருந்தாலும் சரி, முத்தமாக இருந்தாலும் சரி.

அம்மன் மீது தனக்கு வரும் எண்ணங்கள் தவறானவை. அதற்குத் தனக்குத் தண்டனை தந்து கொள்ள வேண்டும். தூக்கம் வராதிருக்கத் தன்னைத் தானே கிள்ளிக் கொள்வது போல் அந்தத் தழும்பு பிழை எண்ணங்களின் போது முட்டுக்கட்டை போட வேண்டும்.

சங்கர் சட்டென அடுப்பின் நெருப்பில் தன் இடது ஆட்காட்டி விரலை நுழைத்தான். சுட்டு வலித்தது. நடனமாடிய ஜ்வாலையில் கருவறை விளக்கொளியில் மிளிரும் அம்முவின் முகமே தென்பட்டது! தீக்குள் விரலை வைத்தால் நின்னைத் தீண்டுமின்பந் தோன்றுதடி!

★

10

சங்கர் பழைய பள்ளி நண்பனின் வீட்டை வாடகைக்கு எடுத்திருந்தான். கபாடபுரத்தில் வேலைக்குச் சேர உத்தரவு வந்ததும் அங்கே நண்பன் ஒருவன் இருப்பது நினைவு வந்து வாடகைக்கு வீடு பிடிக்க அவன் உதவியை நாடலாம் எனத் தோன்றியது. பல்லாண்டு தொடர்பில் இல்லாத அவனை நூல் பிடித்த மாதிரி நான்கைந்து பேர் வழியே துழாவி செல்பேசி எண் வாங்கிய போது தேவை ஏற்படும் போது மட்டும் நண்பர்களை நாடும் சங்கடம் எழுந்து தயக்கம் வந்தது. ஆனால் கபாடபுரத்தில் ஹாஸ்டல், லாட்ஜ் போன்ற வசதிகளும் இல்லை என்று அறிந்து வேறு வழியில்லை எனச் சுயசமாதானம் செய்து கொண்டு அந்த நண்பனுக்குப் பேசினான். அவன் சில மாதங்கள் முன்புதான் வேலை நிமித்தம் குடும்பத்துடன் தஞ்சைக்குக் குடி பெயர்ந்ததை அறிந்த போது ஏமாற்றமாக இருந்தது. ஆனால் அவன் உடனே தனது வீடு காலியாக இருப்பதாகவும் அதை அவன் வாடகைக்கு எடுத்துக் கொள்ளலாம் என்றும் சொன்னான். வாடகை ஆயிரத்து ஐந்நூறு ரூபாய் எனக் கறாராகச் சொன்னான். அந்த ஊரில் அது சற்று அதிகம்தான். நண்பன் சிநேகத்தின் பொருட்டு வைப்புத் தொகை ஏதும் வேண்டாம் என்று சொல்லி விட்டான்.

சங்கர் வீட்டிலிருந்து கோயிலுக்கு எவ்வளவு தூரம் என்று கேட்காமல் விட்டு விட்டான்.

அந்தக் குடியிருப்பு உண்மையில் ஊருக்கு வெளியே இருந்தது. ஏழு ஏக்கர் பரப்பளவு கொண்ட புறம்போக்கு நிலத்தில் கட்டப்பட்ட பெரியார் நினைவு சமத்துவபுரம். நூறு வீடுகள் கொண்ட உடனடி கிராமம். ஒவ்வொன்றும் ஐந்து செண்ட் நிலத்தில் 259 சதுர அடி பரப்பளவு கொண்ட சின்ன தனி வீடு. ஒரு வரவேற்பறை, ஒரு படுக்கையறை, ஒரு சமையலறை, ஒரு குளியலறை, ஒரு கழிவறை - எல்லாமே மிகச் சிறியவை. ஒரு தம்பதி, ஒரு குழந்தை கொண்ட குடும்பத்துக்குத் தோதானது. சுற்றியுள்ள எட்டு கிராமங்களில் இருந்தும் மக்கள் அங்கே வீடுகள் வாங்கிக் குடி வந்திருந்தார்கள். அதில் கபாடபுரமும் ஒன்று. 40 வீடு பட்டியலினத்தவர்களுக்கும், 20 வீடு பிற்படுத்தப்பட்டவர்களுக்கும், 20 வீடு மிகவும் பிற்படுத்தப்பட்டவர்களுக்கும், மீதம் 10 வீடு மற்றவர்களுக்கும் என ஒதுக்கீடு செய்யப்பட்டிருந்தது. 2001ல் கட்டப்பட்ட கடைசி சமத்துவபுரம் அது என்றார்கள். பிறகு ஆட்சி மாறி அடுத்த அரசு வந்த போது சமத்துவபுரம் என்ற திட்டமே நிறுத்தப்பட்டது.

எத்தனை உட்பிரிவுகள் இருந்தாலும், எத்தனை ஒற்றுமைகள் நிலவினாலும் மக்கள் மூன்று வகை என்பதில் மாறுபாடு இல்லை. பிராமணர்கள், தலித்கள், மற்ற சாதிகள். எனவே ஊர் என்பது முறையே அக்ரஹாரமும், சேரியும், நகரும் அடங்கிய கொத்து. ஆனால் மூன்றும் சேராமல் தனித்தனியேதான் இருக்கும். காலங்காலமாக இதுதான் நிலை. இடையே நகர்மயமாதலில் சேரி என்பது காலனி ஆனது மட்டுமே வித்தியாசம். இந்த சமூகக் கட்டுமானத்தின் மேல் விழுந்த கீறலாகத்தான் சமத்துவபுரங்கள் வந்தன.

யோசித்தால் கபாடபுரம் ஏற்றத்தாழ்வு மிக்க மரபான சாதியப் படிநிலைச் சமூகத்தின் நல்லுதாரணம். அதை நீட்டித்தால் கபாடபுரம் Vs சமத்துவபுரம் என்பதே ஓர் எதிர்வுதான்!

சங்கர் நண்பனின் தந்தை வாங்கிய வீடு அது. அவருக்குப் பின் அவனுக்கு வந்திருந்தது. நண்பனின் வீடு ஏன் நெடுநாள் வாடகைக்கு ஆள் வராமல் காலியாக இருந்தது என்பது புரிந்தது. அங்கே தாழ்த்தப்பட்டோர்தாம் பெரும்பான்மை. அங்கே தலித் அல்லாதோர் குடி வருகையில் அவர்களின் பார்வையில் இரு விரும்பத்தகாத விஷயங்கள் நிகழும்.

ஒன்று தாழ்த்தப்பட்டவருடன் இணங்கிப் போக வேண்டியிருக்கும்,

எடுக்கும் முடிவுகளில் அவர்களின் கை ஓங்கியிருக்கும். அடுத்து சாதி வெறி ஊறிடாத இளம் தலைமுறையினர் தம்முள் காதலைப் பரிமாறி கலப்புத் திருமண உறவுக்கு வித்திடுவது நடக்கும். எனவே, தவிர்க்க முடியாத சூழல் இருந்தால் ஒழிய அங்கே வாடகைக்கு அவர்கள் வருவதில்லை.

சுயசாதியுடனான இணக்கம் மனிதனின் ஆதிமூளையில் விதைக்கப்பட்டு இன்னமும் தொடர்கிறது என்பார்கள். அதாவது சாதிய மனோபாவம் என்பது உயிரியல்படி மனித இனத்தின் இயல்பு என நியாயப்படுத்தியும், அதனால் அதை எதிர்ப்பது பயனில்லை, அவசியமில்லை என்ற தொனியிலும். அப்படிப் பார்த்தால் ரத்தம் தெறிக்கும் வன்முறை, பெண்கள் மீதான பாலியல் வல்லுறவு எல்லாமும்தான் மிகப் பழங்காலத்திலேயே மனித மூளையில் விதைக்கப்பட்டு இன்னமும் தொடர்கிறது. அதற்காக அவை இருக்கட்டும் என நியாயப்படுத்த முடியுமா? மனிதன் பகுத்தறிவு பெறுவது இயற்கைக்கு எதிரானது அல்ல, அது பரிணாம வளர்ச்சி. அதன் பகுதிதான் அவன் மூளை இப்படியான அறமற்ற செயல்களைக் கைவிடுவதும். நாகரிக மனிதன் அமைதியாக, சுமூகமாக, முடிந்தால் பரஸ்பரம் உதவி வாழ்கின்ற பாதையைத் தேர்ந்து விட்டவன். அதுவே லாபகரமானது, அதுவே பாதுகாப்பானது என்கிற புரிதலுக்கு வந்து விட்டவன். எனவே ஒரு விஷயம் இயற்கை விதிப்படி இயல்பா இல்லையா என்பதை விடவும் அப்படி இல்லையெனினும் அதை நோக்கி ப்ரக்ஞைப்பூர்வமாக நகர வேண்டும் என்றுதான் மனித குலம் முயற்சி செய்கிறது. பிறப்பால் வேறுபாடு பாராத சமத்துவம் அதன் அடிப்படைகளில் ஒன்று.

தலைவர்களும் அரசாங்கமும் எத்தனை திட்டங்கள் வகுத்தாலும் சாதிச் சமத்துவம் வர குடிகளின் மன மாற்றம் அவசியம். அவ்வகையில் அம்பேத்கரை விட, பெரியாரை விட, காந்தியின் அணுகுமுறையே அவனுக்கு நெருக்கமாகத் தோன்றும். பெரும்பான்மைச் சமூகத்தின் ஒத்துழைப்புதான் தீண்டாமை ஒழிப்பு நடக்கும் என அவர்தான் நம்பினார். அவர்களுடன் சாத்வீகமான பேச்சுவார்த்தையில் ஈடுபட்டார். இறுதியில் பதில் சொல்ல வேண்டிய கேள்வி இவர்களா அவர்களா என்பதல்ல, இரு தரப்பும் எப்படி இணக்கமாக வாழ்வது என்பதே. அவ்வகையில் சமத்துவபுரங்கள் ஒருவிதக் காந்தியப் பெரியாரியம்.

சங்கர் தொடர்ச்சியாகக் கலைஞர் தன் வாழ்வில் பாதிப்பை உண்டாக்கிக் கொண்டே இருப்பதை உணர்ந்தான். அவரது நெஞ்சுக்கு நீதியை வாசித்து முடிக்க வேண்டும் என எண்ணிக் கொண்டான். இதுவரை நான்கு பாகங்கள் எழுதி இருக்கிறார். இன்னும் நான்கு பாகம் எழுதக்கூடும். அவரிடம் குறைகள், இடைவெளிகள் இருக்கலாம். ஆனால் அவர் வாழ்க்கை பெருஞ்செயல் ஆற்ற விழையும் எல்லோரும் அறிந்து கொள்ள வேண்டியதே!

சங்கர் அந்தக் குடியிருப்பில் இன்னும் எவருடனும் பழகவில்லை. பொதுவாகப் புதிதாக அறிமுகமானோருடன் அவனுக்கு இரண்டு காலகட்டம் இருக்கும். சங்கர் ஓர் இந்துவாக அறிமுகமாவது ஒன்று. அதற்குள் இருக்கும் ஓர் உட்பிரிவாக அறிமுகமாவது அடுத்தது.

இரண்டுக்கும் இடையே அவனை நடத்துவதில் பார தூர வேறுபாடுகள் காட்டுவார்கள். அவனுக்கு அந்த விளையாட்டு பழகிப் போய் விட்டது. முன்பு இரண்டாவது விஷயம் நடப்பதற்கு அஞ்சி இருக்கிறான். அதைத் தவிர்க்கப் பார்ப்பான். தன் அடையாளத்தை மறைக்கப் பார்ப்பான். முடிந்த அளவு வெளிப்படுவதை ஒத்திப் போடப் பார்ப்பான்.

காயத்ரியின் நினைவு வந்தது சங்கருக்கு. பதினொன்றாம் வகுப்பில் உடன் படித்தவள். படிப்பு வராது என்றாலும் மாசற்ற தோற்றக்காரியான அவள் மீது அவனுக்கு ஓர் ஈர்ப்பு இருந்தது. அவளும் அவ்வப்போது அவனைப் பார்த்து மோகனப் புன்னகை புரிந்து தன் சாய்வைக் காட்டினாள். ஆனால் அவளுக்கு அவன் இன்ன சாதி என்பது தெரியாது. அது தெரியாமலே போகட்டும் எனப் பேசியும் பழகியும் வந்தான் சங்கர். அவனது அப்பன் மரித்து பள்ளிச் சகாக்கள் எல்லாம் துக்கம் விசாரிக்க அவன் வீடு நாடி வந்த போது அவளும் வந்திருந்தாள். எப்படியும் அப்போது விஷயம் தெரிந்திருக்கும். உடனடியாக அவள் மனம் குழப்பமுற்றிருக்கும். பின் அவளைப் பார்க்கவில்லை. அவனும் பள்ளிக்குப் போகாததால் அவளைக் குறித்து மேலதிகம் யோசிக்கச் சந்தர்ப்பம் அமையவில்லை.

அப்படிச் சாதியை வைத்துக் கண்ணாமூச்சி காட்டிய கொடுங்கனவுகள் பற்பல உண்டு.

ஆனால் இப்போதெல்லாம் அது ஒரு தேர்ந்த நடிகரால் பல ஒத்திகைகளுக்குப் பிறகு நிகழ்த்தப்படும் நாடகக் காட்சியாக ஆகி விட்டது. அவனே சக மனிதர்களுக்குத் தன் சாதியைச் சமயம் பார்த்துத் தெரியப்படுத்துவான். அவர்களின் கண்களை நேராகப் பார்த்து ஒரு கத்தியை இறக்குவது போல் தன்னை அடையாளப்படுத்துவான். பதற்றமோ தயக்கமோ இருக்காது. அவன் அதைச் சொல்லும் போது குறுகி நிற்க வேண்டும் என்று எதிர்பார்ப்போர்க்கு அப்படி ஏதும் நிகழாத போது முகத்தில் எழுகிற ஏமாற்றத்தையும் குழப்பத்தையும் காண அவனுக்குப் பிடிக்கும். புன்னகை எழும். ஒரு போதை மாதிரி.

காயம் முதலில் வலிக்கும். பின் ஆறும். பின் பழகும். பின் பிடிக்க ஆரம்பித்து விடும்.

வந்து சேர்ந்த இரண்டு தினங்களிலேயே ஊரின் சூழல் புரிந்து விட்டது. பெரும்பான்மை இடைநிலைச் சாதியினரும், கொஞ்சமாக ஒடுக்கப்பட்டோரும் வாழ்கிறார்கள். ஒரு டீக் கடையில் 'போற்றிப் பாடடி, பொண்ணே' ஒலித்தால் உடனேயே மற்றொரு டீக் கடையில் 'போராடடா, ஒரு வாளேந்தடா' ஒலிக்கிறது. ஊர் ஒரு கொதிநிலையிலேயே இருக்கிறது.

அந்த மண்ணில் ஜாக்கிரதையாகவே நாட்களைக் கடத்த வேண்டும் என நினைத்தான்.

வேலைக்குச் சேர்ந்த இரண்டாம் நாள் கொஞ்சம் பதற்றமெல்லாம் வடிந்து இயல்பாகக் கடமைகளை ஆற்ற ஆரம்பித்தான் சங்கர். அந்தப் பதற்றம் கூட அவன் கருவறைக்குள் ஆற்றும் கடமைகளில் இல்லை, அதற்கு வெளியே வந்து ஜனங்களுடன் புழங்குவதில் என்பது புரிந்தது. லோகத்தை எதிர்கொள்ளும் மென்திறன்கள் அவனுக்கு குறைவுதான்.

முதலில் பாதம் கழுவினான், பிறகு ஸ்னானம் செய்வித்தான், பிறகு அபிஷேகங்கள் செய்தான், பிறகு பட்டாடை அணிவித்தான், பிறகு உதிரி மலர்களால் அலங்கரித்தான், பிறகு மாலை போட்டான், பிறகு திருநீறு, மஞ்சள், சந்தனம், குங்குமம் பூசினான், பிறகு விளக்கு ஏற்றினான், பிறகு கற்பூரம் காட்டினான், பிறகு சாம்பிராணி போட்டான், பிறகு மணியடித்தான், பிறகு நீரும், சோறும் படையலிட்டான், பிறகு புகழ்ந்து பாடல் ஓதினான். அடுத்த அபிராமி அந்தாதி பாடல். இப்படித் தினம் மூன்று பாடல்கள் செலவாகின்றன!

ஆகம விதிகளின் படி சைவ ஆலயங்களில் ஆறுகாலப் பூசை நடத்தப்பட வேண்டும். காலை ஆறு மணிக்கு உசத்கால பூசை, காலை எட்டு மணிக்கு காலசந்தி பூசை, பகல் பன்னிரண்டு மணிக்கு உச்சிக்கால பூசை, மாலை ஆறு மணிக்கு சாயரட்சை பூசை, இராக்கால பூசை இரவு எட்டு மணிக்கு, அர்த்தசாம பூசை இரவு பத்து மணிக்கு. ஆனால் கன்னியம்மனின் கோயிலில் அதை எளிமைப்படுத்தி மூன்று வேளை ஆக்கியிருந்தனர்.

அது ஆகம விதிப்படி செயல்படாத கோயில்களின் பட்டியலில் வர இதுவும் ஒரு காரணம்.

தூய்மைப் பணியாளினியிடம் முதல் நாளின் பணிவும் இல்லை, பதிலில் பொறுப்பும் இல்லை என்பதைக் கவனித்தான் சங்கர். விசாரித்திருப்பாள். சிரித்துக் கொண்டான்.

உச்சி பூசைக்குப் பின் கருவறையை ஒழுங்கு செய்யும் சில்லறை வேலைகளை முடித்த போது சோர்வாக இருந்தது. ஓய்வில் இருந்த உடல் உழைக்க ஆரம்பிக்கும் போது வரும் இயல்பான எதிர்ப்புணர்வுதான் சோர்வு என்பது. போகப் போக உழைப்பின் வாதையே உற்சாக ஊக்கமாக மாறி விடும். தன்னை வென்றவன் ஊரை வெல்வது சிரமமில்லை.

பொங்கலோ புளியோதரையோ பிரசாத மதிய உண்டி கொண்டு கோயில் நடையைச் சாத்தினால் மறுபடி மாலை நான்கு மணிக்கு வந்து கோயிலைத் திறந்தால் போதும்.

இடையே முழுதாக இரண்டு மணி நேரங்கள் இருந்தன. சங்கரால் சும்மா கோயிலில் அமர்ந்து கொண்டிருக்க முடியாது. இரண்டு வழிகள் இருந்தன. ஒன்று இரண்டு கிமீ தொலைவில் இருக்கும் தன் வீட்டை நோக்கிப் போவது. அல்லது கபாடபுரத்திலேயே சுற்றிக் கொண்டிருக்க வேண்டும். அதில் எதைத் தேர்வது எனக் குழப்பமாக இருந்தது.

வீட்டுக்குப் போய் விட்டுத் திரும்பி வருவது என்பது சோர்வு தருகிற வேலை. 'வேகாத வெய்யில்' என்பாள் அம்மா. அப்படியான சூரியன் சுட்டெரிக்கும் சூழலில் நடந்து விட்டு வருவது உடலுக்கும் மனதுக்கும் எரிச்சல் அளிப்பதாக இருந்தது. வீட்டுக்கு வந்தாலும் என்ன செய்வது? அவனுக்குச் சிறுவயதிலிருந்தே மதியம் உறங்கும் பழக்கமும் இல்லை.

அப்படியே வெய்யிலில் நடந்து வந்ததற்கு இதமாகத் தூங்கினாலும் உடனே எழுந்து மறுபடியும் கோயிலுக்குக் கிளம்பத் தயாராக வேண்டும். ஆழ்தூக்கத்துள் நுழையும் போது விழித்துக் கொள்ள வேண்டியிருக்கும். தூங்கின மாதிரியே இராது. தூங்காததை விடவும் கடுப்பான மனநிலை அது. மாறாக ஊரிலேயே இருக்கலாம் என்றால் அப்படி நேரம் செலவிட ஏதும் இடமே இல்லை. தேநீர்க் கடையில் செய்தித்தாள் வாசிக்கலாம் அல்லது அங்கு வருவோருடன் பேசிக் கொண்டிருக்கலாம். அது போக வேறு மார்க்கம் இருப்பதாகத் தெரியவில்லை. அவ்வூரில் பூங்கா ஏதும் கிடையாது. நூலகம் இருக்கிறதா என விசாரித்தான். அதுவும் கிடையாது. வைகை ஆற்றங்கரையில் அமரலாம். ஆனால் அந்த வெய்யிலிலா! அதுவும் தினமும் போய் அமர்ந்து ரசிக்க அங்கு என்ன இருக்கிறது!

அந்தச் சவாலுக்கு விடை கண்டறிய வேண்டும். அன்று பொழுது போக்க, கருவறையின் அலமாரியைச் சுத்தம் செய்ய உத்தேசித்து, குடைய ஆரம்பித்த போதுதான் 'தடாதகை பிராட்டியார் வெண்பாமாலை' கை சிக்கியது. ஒரே சுவாசத்தில் வாசித்துத் தீர்த்தான்.

அந்தக் கதை கன்னியம்மன் குறித்து அளித்த நெருக்கச் சித்திரத்தை மனதில் போட்டு உருட்டியபடி மாலையில் கோயில் நடை திறந்து இயந்திரம் போல் அபிஷேகங்களும் பூஜைகளும் அர்ச்சனைகளும் செய்து விட்டு கோயிலைப் பூட்டி விட்டுக் கிளம்பினான்.

இரவு வீட்டுக்கு வந்த போது வாசலில் ஏதோ கிடந்தது. மின்விளக்கு போட்டுப் பாத்தால் ஏதோ துணி. கடல் நீல நிறத்தில் இருந்தது. தயக்கமாகப் பார்த்தான். குனிந்து எடுத்தான்.

அது ஒரு பெண்ணின் ஜாக்கெட். சட்டென அவனுக்குப் பதற்றமும் ஆர்வமும் ஒரு சேர எழுந்தது. சுற்றிப் பார்த்தான். அவன் வீட்டுக்கு இடப் புறமும் வலப்புறமும் வீடுகள் இருந்தன. அங்கே யாரோ கொடியில் துவைத்து உலரப் போட்டிருந்த துணி காற்றுக்கு அடித்து இங்கே வந்திருக்க வேண்டும். இதைப் போய் என்னவெனக் கேட்டுக் கொடுக்க முடியும்? சங்கடம். தன்னைத் தவறாகவும் எண்ண வாய்ப்பிருக்கிறது. தவிர, அப்படி எடுத்துப் போய்க் கொடுத்தால் சந்தேகத்தில் பயன்படுத்தாமல் தூக்கிக் குப்பையில் எறியவும் வாய்ப்புண்டு. என்ன செய்வதென

யோசித்தான். ஒன்று நாமே குப்பையில் போட்டு விடலாம். அல்லது வீட்டிற்குள் எடுத்துப் போய் விடலாம், யாரும் விசாரித்து வந்தால் தந்து விடலாம். அல்லது அது கிடந்த இடத்திலேயே போட்டு விடலாம். தேடி வந்தால் அவர்களே எடுத்துக் கொள்வர். ஆனால் இங்கே மண்ணில் கிடப்பது எவர் கண்களில் படும்? தவிர, அது காற்று, மண், குப்பை என மேலும் மேலும் அதில் மாசு படியும். குழப்பமாக இருந்தது. அப்போது அந்த யோசனை எழுந்தது. தன் வீட்டின் முன் கட்டப்பட்டிருந்த கொடியில் அதைப் போட்டான். தேடி வருபவர்களுக்கும் பார்வையில் படுவது போல் இருக்கும். தன்னிடம் கேட்காமலே அவர்கள் எடுத்துப் போய் விடலாம். மண்ணின் மாசு படாமலும் இருக்கும். எல்லோருக்கும் சுமூகமான தீர்வு. அதுவே சரி.

கொடியில் போட்டு விட்டு விலகும் போது அவனது சட்டையில் ஜாக்கெட் கொக்கி பற்றிக் கொண்டு இழுத்தது. திரும்பிப் பார்த்து மெல்ல அதை விடுவித்தான். இருள் சூழ்ந்திருந்த நேரத்தில் தெரு விளக்கின் வெளிச்சத்தில் அப்போதுதான் ரவிக்கைக் கையில் இருந்த அந்த எம்ப்ராய்டரி வேலைப்பாட்டினைக் கவனித்தான். சிறிய, எளிய, அழகிய மீன்!

கடல் நீலத் துகில் பின்னணியில் இருக்க, நிஜ மீன் நீந்துவது போலப் பிரமையளித்தது.

★

11

பழங்காலத்தில் அரச குடிப் பெண்கள் அப்படி முத்திரை வைத்து உடை அணிந்திருக்க வேண்டும். சலவைக்குப் போய் வரும் மார்க் கச்சைகள் மாறிப் போகாமல் அடையாளம் காணும் நிமித்தம். அல்லது வடிவான அந்தரங்க ஆடைகளில் பெயர் நிறுவிப் பெருமை கொண்டிருக்கலாம். மதுரையை ஒட்டிய மண் என்பதால் முற்காலத்திலிருந்து ஏதோ ஒரு பாண்டிய இளவரசியே இறங்கி வந்து விட்டாளோ எனக் கற்பனை எழுந்தது சங்கருக்கு.

தன்னைக் கட்டுப்படுத்திக் கொண்டான். அது எவருடையது என்றே தெரியாது. யாரோ ஒரு மூதாட்டியுடையதாகக் கூட இருக்கலாம் எனத் தோன்றியது. ஆனால் கிழவியா பஃப் வைத்த ஜாக்கெட் அணிகிறாள் என மறுபக்கம் அவன் மனம் சமாதானம் சொல்லியது.

மறுநாள் வெள்ளிக்கிழமை. கோயிலில் கூட்டம் முந்தைய இரண்டு நாட்களை விடவும் அதிகம் இருந்தது. மனதில் அவ்வப்போது மீன் வந்து போனது. இரவு பத்து மணிக்கு வீடு திரும்ப முடிந்தது. ஆர்வமாகக் கொடியில் பார்த்தான். ஜாக்கெட் அங்கேயே அப்படியே இருந்தது. அடுத்த நாள் சனிக்கிழமை. அன்றும் யாரும் அதை எடுக்கவில்லை. அப்புறம் ஞாயிற்றுக்கிழமை. அந்நாளும் எந்த அதிசயமும் நடக்கவில்லை. பிறகு அடுத்த வாரம் ஆரம்பித்தது.

எவரும் அதை உரிமை கோரி வரவில்லை. பின் சங்கர் மறந்தே போனான்.

அடுத்து வந்த வெள்ளிக்கிழமை. வழக்கம் போல் காலை முதலே கோயிலில் கூட்டம் அதிகம் இருந்தது. உட்கார அவகாசமின்றி நேரமின்றி கையில் அர்ச்சனைத் தட்டை ஏந்தியபடியே நின்றும் நடந்தும் ஓடியும் கொண்டிருக்க வேண்டியிருந்தது சங்கருக்கு. சிறுநீர் கழிக்கச் செல்லக் கூட இடையில் சந்தர்ப்பம் அமையாமல் வயிறு முட்டியது.

காலையை விட மாலையில் இன்னும் இரண்டு மடங்கு அதிகமான கூட்டம் வந்தது. அது எப்போதும் பெண்களுக்கான கோயில். அதுவும் மணமாகாத இளம் பெண்டிருக்கானது. எனவே அவர்களால் நிறைந்திருந்தது ஆலயம். அதுவும் மற்ற நாட்களை விட வெள்ளிக் கிழமைகளில் அது கொத்தான கன்னிப் பெண்களுக்கான பிரத்யேகமான ஸ்தலமாகி விடுகிறது - ஒரு பூச்செண்டின் கதம்பத்தன்மை போல், பழமுதிர்சோலையின் கலவை வாசனை போல், எண்ணெய் ஓவியத்தில் பல வண்ணங்கள் முயங்கி வழிவது போல்.

சங்கருக்கு அது இரண்டாம் வெள்ளிக்கிழமை என்பதால் எல்லாம் பழகி விட்டிருந்தது. எனவே வியர்வையில் குளித்தபடி சுழன்று சுழன்று செயலாற்றிக் கொண்டிருந்தான்.

குங்குமம் வாங்கக் கையேந்தி நின்ற கரங்களில் ஒன்று சங்கரை ஈர்த்தது. உண்மையில் கவனம் கவர்ந்தது பெண்ணின் கை அல்ல; அதன் மேற்புறம் தெரிந்த ஜாக்கெட்டின் கை.

கருப்பு ஜாக்கெட்டில் அதே மீன்! சட்டென்று சங்கர் கரத்துக்குரிய முகத்தைத் தேடினான்.

அழகு உயிர்த்திருந்த உருண்டை வதனம். தெளிவும் துணிவும் ததும்பும் குழப்பமில்லாத தன்னம்பிக்கைத் தோற்றம். பாவாடை தாவணிக்குரிய உடம்பில் பருத்திப் புடவையை உடுத்தியிருந்தாள். சாந்தமும் பாந்தமும் நிறைந்திருந்த பார்வையில் நிதானம் நின்றது.

கட்டுப்படுத்தவியலாமல் அத்தனை கூட்டத்திலும் சங்கர் அப்பெண்ணிடம் கேட்டான் -

“நீங்க சமத்துவபுரமா?”

அவள் நெற்றி சுருக்கி வினா தனக்குரியதா என உறுதி செய்து கொண்டு சொன்னாள் -

"ஆமாங்க."

"7ம் நம்பர் வீட்டுக் கொடி."

அசரீரி மாதிரி சொல்லி விட்டு அவளது கையில் குங்குமம் தந்தான். உண்மையில் அது ஏதோ எண்பதுகளின் திரைப்படங்களில் கள்ளக் கடத்தல் செய்யும் வில்லன்கள் தம்முள் பேசிக் கொள்ளும் சங்கேதச் சொற்றொடர் போலத் தோன்றியது. அவ்வளவுதான் நிற்க முடிந்தது. அதற்குள் அடுத்த ஆட்களிடம் நகர வேண்டியிருந்தது. தவிரவும், சந்நிதியில் வைத்து ஒரு பெண்ணிடம் அவன் நின்று பேசுவதை எவரும் கவனித்தால் சரிப்படாது. கண்டனமோ கேலியோ எழும். சங்கடம். கோயில் என்பதன் விதிகள் முற்றிலும் வேறு.

அங்கே வைத்து அவ்வளவு பேசியதே பெரிது. அதைச் செய்யத் துணிந்ததே அவனது இயல்புக்கு ஒவ்வாதது. அதை மீறி எப்படித் செய்தோம் என ஆச்சரியமாக இருந்தது சங்கருக்கு. மறுபடி அந்த உருண்டை முகம் மனதில் எழுந்தது. அவளது நெற்றி வகிடை நினைவூட்டிப் பார்த்தான். குங்குமம் இருந்த மாதிரி தெரியவில்லை. மணமாகாதவள்.

ஆனால் அவளுக்குக் காதலன் கூட இல்லாமல் இருக்காது. அழகான பெண்கள் என்றால் இப்போதெல்லாம் பையன்கள் பள்ளிப் பருவத்திலேயே பட்டா போட்டு விடுகின்றனர்.

பதினொன்றாம் வகுப்பு படித்த போது சங்கரின் வகுப்பில் நான்கைந்து ஜோடிகளாவது இருந்தார்கள். அந்தப் பெண்கள் யாவரும் நல்ல அழகு. அழகான பெண்கள் காதலிக்கப் படாமல் இருப்பதே இல்லை. இவள் அவர்களை விட அழகானவளாகத் தென்படுகிறாள்.

சில கணங்கள் மாத்திரமே கண்ட ஒருத்தி பற்றி எதற்கு இத்தனை நினைவு! அவளுக்குக் கணவன் இருந்தால் என்ன, காதலன் இருந்தால் என்ன, கள்ளக் காதலன்தான் இருந்தால் என்ன! அது பற்றி எனக்கு என்ன இவ்வளவு அக்கறை! எல்லாம் வயதுக் கோளாறு! இந்தப் பணியிலிருந்து கொண்டு இப்படிப் பலவீனம் கொண்டிருப்பது அனாசாரம் அல்லவா!

சங்கரைக் குற்றவுணர்வு சூழ்ந்தது. மறுபடி யோகப் பயிற்சியை ஆரம்பிக்க வேண்டும். யோகத்தின் பகுதியாக தியானமும் உண்டு. மனதைச் சூட்சமக் கயிறு கொண்டு கட்டிப் போடுதல், அலுங்காமல் சலவை செய்து காயப் போடுதல். யோகமும் தியானமும் அவன் அர்ச்சகர் பள்ளியில் கற்றுக் கொண்டது. சில நாட்களாக இடைவெளி விழுந்து விட்டது.

அவனுக்கு இருக்கும் ஏராளப் பயங்களுடன் இப்படிப் பெண்கள் மீதான பயமுமா சேர்ந்து கொள்ள வேண்டும்! பிறக்கும் போது மனிதனுக்கு இரண்டே பயங்கள் - பெரிய சத்தம், கீழே விழுதல். மற்றவை எல்லாமே பிற்பாடு கற்றுக் கொள்கிற பயங்கள். வலி, பிரிவு, இழப்பு, தோல்வி, அவமானம், மரணம் எல்லாமே பிற்பாடு ஒவ்வொன்றாக கேட்டோ, பார்த்தோ, அனுபவித்தோ, கற்பனை செய்தோ பயங்களாகச் சேர்த்துக் கொள்கிறான்.

அதில் காமம் மீதான பயமே எல்லாவற்றிலும் பெரியது. பட்டினத்தார் “மட மாதரைவிட்டு உய்யடா உய்யடா உய்!” என்று பாடியதில் அருவருப்புடன் அச்சமும்தானே இருக்கிறது!

ஆனால் ஒரு விஷயத்தை முற்றிலும் ஒதுக்கி வைத்து நிராகரிப்பது ஒரு வழி, பூரணமாக அனுபவித்து, அலுத்துப் போய் நிராகரிப்பது இன்னொரு வழி. அருணாச்சலம் படத்தில் அப்பா ரஜினியின் தந்தை அவர் திருட்டுத்தனமாக சுருட்டு பிடித்ததை அறிந்து அவரைச் சுருட்டுகள் நிறைந்த அறைக்குள் அடைத்து வைக்க, அவர் நாளெல்லாம் சுருட்டு பிடித்து அதன் மீது வெறுப்பை அடைந்து அதை நிரந்தமாகக் கை விடுவது இரண்டாவது வகை. பெண் விஷயத்தில் அப்படி ஒருவன் ஆண்டு அனுபவித்து வெறுப்பை அடைய முடியுமா!

அன்று வேலை முடிந்து களைத்துக் கிளம்பி வீட்டிற்கு வந்த போது கொடியில் ஜாக்கெட் இல்லை. சங்கரின் உதடுகளில் ஒரு நிம்மதியான புன்னகை கிளர்ந்தது. வந்து படுத்து விளக்கணைத்துக் கண்கள் மூடினான். மீன் எம்ப்ராய்டரி ஜாக்கெட்டும் அதற்குரிய கையும் அதற்குரிய முகமும் நினைவில் எழுந்தன. எங்கோ பரிச்சயமான முகம் அது!

சட்டென உறைத்தது. பதினொன்றாம் வகுப்பு காயத்ரியின் களங்கமற்ற வட்ட முகம். ஆம். அதேதான். காயத்ரியிடம் ஒருவிதக் குழந்தைத்தனம் இருக்கும். மாறாக இவளிடம் முதிர்ச்சியின்

கம்பீரம். இருவர் திரைப்படத்தில் மோகன் லாலுக்கு ஐஸ்வர்யா ராயைப் பார்க்கையில் தனது முதல் மனைவிதான் நினைவுக்கு வருவார். அதேதானே இதுவும்!

ஆதிக் காதலியின் சாயலைத்தான் மீதிக் காதலிகளிடம் தேடிக் கொண்டிருக்கிறோம்!

ச்சை. என்ன அபத்தமான சிந்தனை. இப்பெண் என் காதலியா என்ன! அழகான எல்லாப் பெண்களையும் காதலியாக வரிக்கும் ஒரு பருவம் ஆண்களுக்கு உண்டு. அனேகமாகப் பதின்மத்தோடு அது காணாமல் போகும். இப்போது என்ன எனக்கு இம்மாதிரி எண்ணம்!

காதல் வந்தால் எல்லா வயதும் பதின்ம வயதுதான் என மனதில் பதில் தர்க்கம் எழுந்தது. காதலா! ஐந்து விநாடிகள் பார்த்ததிலேயே ஒருத்தியின் மீது காதல் வந்து விட்டதா என்ன!

தனக்கு இவள் மீது மட்டுமல்ல, எவள் மீதும் காதல் இல்லை, இல்லவே இல்லை, இனியும் வராது எனத் தனக்குத் தானே நினைவூட்டுவது போல் சொல்லிக் கொண்டான் சங்கர்.

அது தனது வேலைக்கே உலை வைக்கும். அதனால் இந்த மாதிரி எண்ணங்கள் அறவே கூடாது. ஒரு ஆசிரியர் தன் மாணவிகள் அனைவரையும் மகளாகப் பாவிக்க வேண்டும். அப்படிப் பார்க்காத ஆசிரியர்கள் இருவரை அவன் பள்ளியில் அறிவான். ஒருவர் சிக்கி ரகசியமாக இட மாற்றம் செய்யப்பட்டார். இன்னொருவர் அச்சம்பவத்திலிருந்து பாடம் கற்று, சுதாரித்துக் கொண்டார். ஆசிரியருக்கு மாணவிகள் போலத்தான் அர்ச்சகனுக்கு பக்தைகள். எல்லோரும் மகள் முறைதான். கன்னியம்மனின் பிரதிநிதியாக அதுவே சரி.

தவிர, அவள் என்ன சாதியாக இருப்பாள்! நிச்சயம் தன்னை மதித்துப் பொருட்படுத்தாத ஒரு சாதியாகவே இருக்கும். இவ்வூரின் பெரும்பான்மைச் சாதி எனில் இன்னும் மோசம்.

இதில் எல்லாம் இறங்குவது மேலும் மேலும் நிலைமையைச் சிடுக்கு நிறைந்ததாக்கும்.

எனவே, மீன் ரவிக்கைக்காரி தனக்கு யாரோ. எப்போதேனும் அறிமுகமானால் தோழி என அடையாளப்படுத்திக் கொள்ளலாம். ஆனால் தோழியும் ஆபத்தான இடம்தான். எப்போதும் மாறத்

தயாராக இருக்கும் உறவு. காயத்ரி கூடப் பள்ளிக்கூடத்தில் தனக்குத் தோழியாகவே அறிமுகமானாள். பிற்பாடு பணியிடத்தில் அமுதாவும் தோழியாகவே வந்து சேர்ந்தாள். எனவே, இவளை நெருங்கவே வேண்டாம். ஒரு வேளை பழக வேண்டிய சூழல் வந்தால்? அவளைச் சகோதரியாக வரிப்பது எனத் தீர்மானித்துக் கொண்டான்.

அந்தச் சகோதரத்துவ எண்ணம் முந்தைய காதல் எண்ணத்தை விடவும் ஆபாசமானதாக இருப்பதாக அவன் மனசாட்சி முரண்டு பிடித்தது. கண்களை இறுக மூடிக் கொண்டான்.

ஆனால் அப்படிக் கண் மூடினால் மனம் சுதந்திரமாகத் திறந்து கொள்கிறது. தியானம் செய்யக் கண்களை மூட வேண்டும் என்பதே முன்பெல்லாம் அபத்தமாகத் தோன்றும் சங்கருக்கு. கண் திறந்திருப்பதை விடவும் மூடும் போதுதான் எண்ணங்கள் அதிகம் அலைபாய்கின்றன. பிறகுதான் தியானம் கற்றான். அப்புறம் புரிந்தது கண் மூடுவது ஒரு சம்பிரதாயம். அது தியானம் செய்பவனுக்காக அல்ல; சுற்றியுள்ள மற்றவர்க்காக.

மறுபடி எண்ணம் மீனிடமே தவழ்ந்தோடியது. அழகி என்பதைத் தாண்டி ரசனைக்காரி. கூர்மையான பெண்தான். சிக்கனமாக உதிர்த்த சொற்களிலேயே சரியாகப் புரிந்து கொண்டு சரியாகத் தன் ஆடையை வந்து எடுத்துக் கொண்டிருக்கிறாள். எப்படியும் அவள் தன்னை வந்து சந்திப்பாள் என்று சங்கருக்கு உள்ளுணர்வு சொன்னது. அஃது உள்ளுணர்வா தன் ஆழ்மன விருப்பா எனத் தனக்குத் தானே கேட்டுக் கொண்டான்.

தனக்குத்தான் எத்தனை பலவீன உளம்! முன்பு அம்மன் மீது கண்டதும் ஈர்ப்பு வந்தது போல் இப்போது இந்தப் பெண் மீது. ஆனால் இருவருக்கும்தான் எத்தனை வித்தியாசம்!

மீன்காரியின் உடல்வாகினை நினைவு கொள்ள முயன்றான். சரியாக அனுமானிக்க இயலவில்லை என்றாலும் நிச்சயம் அவள் கன்னியம்மன் அளவு வடிவானவள் அல்லள்.

தமிழகத்தில் மட்டும் அம்மன் சிலைகளை ஏன் மீப்பெரிய ஸ்தனங்களுடனும் குறுகிய இடையுடனும் செதுக்குகிறார்கள் என யோசித்தான் சங்கர். அதுவும் கேத்திர கணிதத் துல்லியத்தில் பிசகே இல்லாத சீர்மை கொண்ட, வித்தியாசங்களே இல்லாத மார்புகள். புவியீர்ப்பை அலட்சியம் செய்த, நேர்கொண்ட பார்வையை

உடைய முலைக் கண்கள். அப்புறம் கொழுப்பின் தடம் அறவே இல்லாத குழைந்த இடுப்பு. உயிர் கொண்ட எந்த மனுஷிக்கும் அப்படி இருப்பதில்லை. கடவுள் என்பவர் மனிதர்களை விடவும் உசத்தி என்பதால் அப்படி ஓர் அமானுடத்தன்மையை வழங்கியிருக்கக்கூடும். அது சாமுத்ரிகா லட்சணம் எல்லாம் சொல்லப்படும் தமிழ்ச் சிற்பக் கலையின் வழமையாக இருக்கும்.

ஆனால் அந்தக் கச்சிதத்தன்மையே அது உயிரற்ற சிலை என்பதை நிறுவி விடுவதாக சங்கருக்குத் தோன்றும். உயர்த்தி வைக்கும் எதுவும் விலகித்தான் போய் விடுகிறது!

இங்கே ஆண் கடவுளர் சிலைகளும் அப்படித்தான் நம்பவியலாத, கச்சித உடலமைப்பு கொண்டிருக்கின்றன. நல்லவேளையாக ஆண் தெய்வங்களுக்கு நம்மூரில் நிர்வாணச் சிற்பங்கள் இல்லை, இல்லை என்றால் அது ஓர் அவல நகைச்சுவை ஆகி இருக்கும். மற்ற மாநிலங்களில் நிர்வாண ஆண் கடவுள் சிலைகள் இருக்கின்றன. அவற்றிற்கு எல்லாம் ஆண் குறியைச் சாதாரண அளவில்தான் செதுக்கியுள்ளார்கள். உதாரணமாக ஷ்ரவண பெலகொலாவில் உள்ள பாகுபலி சிலையை நிழற்படத்தில் பார்த்திருக்கிறான் சங்கர்.

மேற்கத்திய சிற்பங்களிலும் ஓவியங்களிலும் கூட கடவுள்களின் மார்புகளும், குறிகளும் நம்பும்படியாக சாதாரணமாகவே இருக்கின்றன. தோற்றத்தில் அவர்கள் உயர்வு நவிற்சி பேணுவதில்லை. அங்கெல்லாம் கடவுள்கள் மக்களுக்கு நெருக்கமான புறத்தோற்றம் கொண்டிருக்கின்றன. அது கடவுளை அணுகலை எளிதாக்கக்கூடும். நேர்மாறாக, நாம் இறைவனை மிகத் தள்ளி வைத்து அண்ணாந்து பார்க்கின்ற வழக்கம் கொண்டவர்கள்.

அந்த வகையில் கன்னியம்மனுக்கும் இம்மீன் ஜாக்கெட்காரிக்கும் பெருத்த இடைவெளி. கன்னியம்மன் கற்பனையின் உச்சம் என்றால் இவள் நிதர்சனத்தின் உயிர்ப்பு. தலையை உலுக்கிக் கொண்டான் சங்கர். இந்த இருவரையுமே அப்படிப் பார்த்தல் தகாத செயல்.

தூங்கிப் போனான். கனவில் அந்தக் கை வந்தது. அந்த மீன் பொறித்த ஜாக்கெட். அந்த அழகிய முகம். அவள் அவனைப் பார்த்து புன்னகை செய்தாள். பார்க்காதே பார்க்காதே என மனசாட்சி கூவ, சங்கரின் பார்வை இயல்பாக அவள் கழுத்துக்குக் கீழே பாய்ந்தது.

இம்முறை வீட்டு வாசலில் கிடந்த கடல் நீல ஜாக்கெட் அணிந்திருந்ததைக் கவனித்தான்.

அவளுக்கு மும்முலைகள் இருந்தன. திடுக்கிட்டுக் கண் விழித்தான். அது கனவு என்பது உறைக்க நேரமெடுத்தது. எழுந்து தண்ணீர் குடித்து மறுபடி படுத்துக் கண் மூடினான்.

★

12

கயல்விழி பீரோவில் பதிக்கப்பட்டிருந்த ஆளுயர நிலைக் கண்ணாடியில் தன்னைப் பார்த்துக் கொண்டாள். கடல் நீல ரவிக்கையில் தெரிந்த கயலும், மை தீட்ட அவசியமற்ற விழியும் கவனம் ஈர்த்தன. மணற்கடிகார உடல்வாகினை பருத்திப் புடவை எடுத்துக் காட்டியது. லட்சம் முறைகளுக்கு மேல் பார்த்த தனக்கே சலிக்காமல் வசீகரிக்கும் விஷயங்கள் புதிதாகப் பார்க்கும் மற்றவர்களுக்கு பெரும் உவகையூட்டவே செய்யும்.

தான் சந்தேகத்திற்கோ மறுகருத்துக்கோ அப்பாற்பட்ட பேரழகி எனத் தோன்றியது.

ஆனால் தான் தோற்றத்திற்கு அத்தனை முக்கியத்துவம் தருபவளா என யோசித்தாள். இல்லைதான். அழகை விடவும் தனது அறிவு பற்றிய மிதப்புதான் அவளுக்கு அதிகம். அதை மீறிக் கொண்டு துருத்தி நிற்கும் இந்த அழகுப் பெருமிதம் தான் பெண்ணாகப் பிறந்ததன் ஊழ் வினையாக இருக்க வேண்டும். தங்கத் திருவோடு கிடைத்தாலும் கூட பிச்சைக்காரன் அதில் பிச்சைதான் எடுப்பான் என்கிற சொலவடை நினைவு வந்தது.

உண்மையில் அந்த அழகு அவளது அம்மாவிடமிருந்து அவளுக்கு வந்தது. எனவே அதில் பெருமை கொள்ள ஏதுமில்லை என்ற தெளிவு கயல்விழிக்கு இருந்தது. அம்மாவுக்கும் அது வேறு

யாரிடமாவது இருந்துதான் வந்திருக்கும். ஆனால் அம்மாவுக்குத் தன் அழகு பற்றிப் பெருமிதம் உண்டு. இன்னும் அம்மா மென்மையாகத் தன்னை அலங்கரித்துக் கொள்கிறாள். ஆண்கள் வயது ஏற ஏற ஒப்பனை தவிர்க்கின்றனர்; பெண்கள் தலைகீழ்.

சில ஆண்டுகளுக்கு முன்பு ஒருமுறை சமையலறையில் கடுகு தாளிக்கையில் தெறித்த எண்ணெய்த் துளி அம்மாவின் இடுப்பில் பட்டுக் காயமானது. அது வடுவாகத் தேங்கி விட்டது. மேற்கிலும் கிழக்கிலுமாகத் தேடி என்ன என்னவோ களிம்புகள் எல்லாம் தடவிப் பார்த்தும் தீரவில்லை. "இத்தனை காலம் வின்னம் படாமல் பார்த்துக் கொண்ட உடம்பு" என நெடுநாள் புலம்பிக் கொண்டிருந்தாள். அவளது இடுப்பை இத்தனை வயதுக்கு மேல் யார் அவ்வளவு உற்றுப் பார்க்கப் போகிறார்கள் என்று கயல்விழிக்கு ஆச்சரியமாகவே இருந்தது. இத்தனைக்கும் அம்மா லோ ஹிப் எல்லாம் கட்டுபவளும் அல்ல. பெண்களுக்கு அழகு என்பதில் ஒருவிதமான போதை இருக்கிறது என்றே அதைப் புரிந்து கொண்டாள்.

மதிய உணவை எவர்சில்வர் பாத்திரத்தில் அடைத்து அதைக் கைப்பையில் திணித்து, அதைத் தோளில் மாட்டிக் கொண்டு கிளம்பினாள். உள்நோக்கிக் குரல் கொடுத்தாள்.

"அம்மா, வர்றேன்."

அவள் கபாடபுரம் உ.மு.தே. மேனிலைப் பள்ளியில் ஆங்கில ஆசிரியையாக வேலைக்குச் சேர்ந்து மூன்று ஆண்டுகள் ஆகின்றன. கற்பிக்கும் முறைக்குப் பெயர் வாங்கினாளோ இல்லையோ புடவை கட்டும் முறைக்கு அப்பிராந்தியத்தில் கயல்விழி மிகப் பிரசித்தம்.

மாணவர்களில் மட்டுமல்ல, சக ஆசிரியர்களிலும் அவளுக்குத் தீவிர ரசிகர்கள் உண்டு. காக்க காக்க ஜோதிகா போல் "புடவையின் தேர்ந்த மடிப்பில் விசிறி வாழைகள்" எனப் பாடாத குறைதான். 'ஸேரி டீச்சர்' என்ற பட்டப் பெயர் இருந்தது. அவளது தோழியாகிய தமிழாசிரியை "அப்ப நாங்கல்லாம் என்னடா கோவணமா கட்டறோம்?" எனக் கேட்டு கலவரம் செய்தாள். "அப்பக் கட்றதில்லையா?" எனப் பதிலுக்குக் கேட்டாள் கயல்விழி.

சமத்துவபுரத்திலிருந்து அவள் பள்ளிக்கு நடந்து போகும் பாதையில்தான் கன்னியம்மன் கோயில் அமைந்திருந்தது. போய்

அந்த அர்ச்சகரைப் பார்த்து நன்றி சொல்லி விடலாமா எனத் தோன்றியது. ஏதோ அந்த உத்தேசமே இல்லாதது போலவும் இப்போது கோயிலைக் கண்டவுடன்தான் அந்த எண்ணமே தனக்கு எழுவதாகவும் தன்னைத் தானே ஏமாற்றிக் கொள்வது ஏன் எனக் கேள்வி எழுந்தது. அசட்டுப் புன்னகை சிந்தினாள். அதை இளிப்பு என்றும் வகைப்படுத்தலாம். நேற்று மாலை கோயிலில் அந்த அர்ச்சகர் சொன்னதை வைத்து வீடு வந்து 7ம் எண் வீட்டுக் கொடிக் கம்பியில் தொங்கிக் கொண்டிருந்த தன் ரவிக்கையை எடுத்துக் கொண்டு வீடு வந்தாள். காலையில் குளித்துத் துண்டுடன் வந்து அந்த ரவிக்கையை எடுத்த போதே அவனைச் சந்திக்கும் எண்ணம் மனதில் விழுந்து விட்டது என்பது புரிந்தது. இருக்கட்டும். எத்தனையோ ஈர்ப்புகள் போல் இதுவும் ஒன்று.

கோயில் வந்து பிள்ளையாரைக் கூட கண்டுகொள்ளாமல் கன்னியம்மன் சந்நிதிக்கு நேராகச் சென்றாள். அச்சமயம் எவரும் இருக்கவில்லை. சனிக்கிழமைகள் அம்மனுக்கு மவுசு இல்லை. அல்லது விடுமுறைகளில் மக்களுக்குப் பக்தியில் ஆர்வம் வருவதில்லை.

கயல்விழியைப் பார்த்ததும் சங்கர் வெளியே வந்தான். முகத்தை விடவும் ரவிக்கையை முதலில் கண்டு கொண்டான். அவள்தான். அவன் உடலில் குப்பென அட்ரினலின் பாய்ந்து வியர்வையாக வெளியேறியது. கனவில் வந்தது போலவே அவன் மீட்டுத் தந்த கடல் நீல ஜாக்கெட் அணிந்திருந்தாள். கருநீலப் புடவைக்குப் பொருத்தமாக கடல் நீல நிறத்தில் ரவிக்கை. அது ஒரு தாக்குதல். ஒரு கணம் கண் மூடிச் சுயநிதானம் செய்து கொண்டான்.

“வாங்க...”

“தேங்கஸ்.”

“அது பரவால்லங்க.”

“இது ரேர் கலர். எனக்கு ஃபேவரைட். ராசியானதும் கூட. இது இல்லாம இந்த ஸேரி கட்ட முடியாது. அதனால் இது காணாமப் போயிடுச்சுனு அம்மா கூட சண்டை. அம்மா இதைக் காயப் போட்டு சரியா க்ளிப் குத்தாம விட்டுட்டாங்க போல. அது பறந்து போயிடுச்சு எங்கயோ. இதுக்காக அக்கம் பக்கத்துல

போயா விசாரிக்க முடியும்? நல்ல வேளை, நீங்க கொஞ்சமும் எம்பரேஸ் பண்ணாம திருப்பிக் கொடுத்திட்டீங்க. ஸோ நைஸ் ஆஃப் யூ!"

சங்கர் ஒன்றும் சொல்லாமல் புன்னகை செய்தான். கயல்விழி மறுபடி தொடர்ந்தாள்.

"உங்க பேரு?"

"சங்கர்."

"இங்க கோயில்ல முன்ன வேற ஒரு ஐயர் இருந்தாரே. வயசானவர். நீங்க புதுசோ?"

"ஆமா. புது ரெக்ருட்மெண்ட். நான் வேலைக்குச் சேர்ந்து ஒரு வாரம்தான் ஆச்சு."

"நான் பதினெட்டாம் நம்பர் வீடு. உங்க வீட்டு வரிசைக்கு எதிர்த்த வரிசையில் இருக்கு. அங்க இருந்து பார்க்க முடியும். ஏழு முன்ன காலியா இருந்துச்சு. நீங்க வந்ததே தெரில."

மறுபடி சன்னமாகச் சிரித்தான் சங்கர். கயல்விழிக்கு அந்த அடக்கம் பிடித்திருந்தது.

"ரொம்ப சைலண்ட். கோயில்ல மந்திரம் சொல்றது தவிர பேசவே மாட்டீங்களோ!"

"இன்ட்ரோவெர்ட். பேசத் தெரியாதுங்க. அதுவும் பெண்களிடம் பேசிப் பழக்கமில்ல."

அவள் பேசிக் கொண்டிருக்கும் போது வியர்வையின் ஒரு துளி சங்கரின் தோளிலிருந்து மார்புக்கு இறங்கி வயிற்றுக்கு ஓடியது. அது அவளது கவனத்தைக் கலைத்தது. அவனது உடலைக் கவனித்தாள். கும்பகோணம் டிகிரி காஃபி நிறத்திலான தேகம். உடற்பயிற்சி செய்யாத தேகம். மெல்லிய தொப்பையும் இருந்தது. மேனி எங்கும் சுருண்ட ரோமங்கள் அடர்ந்திருந்தன. அது அவனது கருப்பு நிறத்தை மேலும் கூட்டிக் காட்டியது. மூன்று நாள் சிரைக்காத தாடி, கொழுத்த கன்னங்களுடன் கூடிய முகம், நேராகச் சந்திக்க முடியாத கூர் கண்கள் என வசீகரித்தான். படிய வாரிய தலை கேசத்தின் செழிப்பை அறிவித்தது.

"இன்னும் என் பெயர் கூடக் கேட்கல நீங்க."

“அட, ஆமாம். ஸாரி, ஸாரி. சொல்லுங்க.”

“கண்டுபிடிச்சிருப்பீங்கனு நினைச்சேன்.”

எப்படிக் கண்டுபிடிக்க முடியும்! சங்கர் புரியாமல் அசடு வழிய அவளைப் பார்த்தான்.

“பரவால்ல. நானே சொல்றேன். கயல்விழி.”

“ஓ!”

“அப்பாடா! கடைசியா தகவல் தாண்டி உணர்ச்சிப்பூர்வமா ஒரு வசனம் பேசிட்டீங்க.”

“...”

“ஓ என்ற எக்ஸ்க்ளமேஷன்தான் சொல்றேன். ஓம் இல்லனா ஓ-தான் தெரியும் போல!”

மறுபடி சிரிப்பு. குங்குமம் தந்தான். நெற்றியில் இட்டுக் கொண்டாள். புன்னகை செய்து விடை பெற்றுத் திரும்பி வாயிலை நோக்கி நடந்தாள். அவனும் திரும்பிக் கர்ப்பகிரகம் நோக்கி நடந்தான். சட்டெனத் திரும்பிப்பார்த்தாள் கயல்விழி. அவன் பின்கழுத்திலிருந்து ஒரு வியர்வைத் துளி முதுகின் நடுவே ஓடிக் கீழே இறங்கியது. கூரையிலிருந்து அவன் மீது பாய்ந்த சன்னச் சூரிய ஒளியில் அஃது மின்னியது. கயல்விழி எச்சில் விழுங்கினாள்.

சங்கர் யோசித்தான். அவள் பெயரை நான் எப்படி அறிந்திருக்க முடியும்? பக்கத்து வீடு என்பதால் விசாரித்தா? அதுவும் பதினெட்டாம் எண் வீடு என்பதே இன்றுதான் தெரியும்.

பாண்டிய மண்ணான மதுரை மற்றும் சுற்று வட்டாரத்தில் பாதிப் பெண்களின் பெயர் மீனாட்சி. மீதிப் பேரின் பெயர் கயல்வழிதான். எல்லா முறையும் அவன் வகுப்பிலேயே எப்போதும் ஒரு மீனாட்சியும் கயல்விழியும் இருப்பார்கள். அதனால் சொல்கிறாளா!

கயல்விழி. நல்ல பெயர். கண்ணுக்குப் பொருத்தமான பெயர். ஆ! கயல். அதனால்தான் ரவிக்கையில் மீன் சின்னமா! அதைக் கொண்டு கண்டுபிடித்திருக்கலாம் என்கிறாளா! ஆனால் அப்படிப் பார்த்தால் அங்கயற்கண்ணி என்று கூட பெயர் இருந்திருக்கலாமே!

அவள் ஆடிய சின்ன விளையாட்டின் தோல்வியை ஒப்புக்கொள்ளாமல் தவிக்கிறேனோ!

சரிதான். கருவறைக்குள் நுழையும் முன் திரும்பிப் பார்த்தான். கயல்விழி நெடுந்தூரம் சென்று விட்டிருந்தாள். ஆனால் அவளது ரவிக்கையில் பொறிக்கப்பட்ட மீன் மட்டும் ஒரு நட்சத்திரம் போல் தூரத்தே மின்னியது. சங்கர் பெருமூச்சு விட்டான். தன் வேலையைக் கவனிக்க ஆரம்பித்தான். யாரோ சீராக மூன்று முறை கோயில் மணியை அடித்தார்கள்.

★

கயல்விழியின் அம்மா சில ஆண்டுகள் முன்பு வரையில் உ.மு. தே. பள்ளியில் சத்துணவு வேலை பார்த்தாள். 'ஆயா' என அழைப்பார்கள். அது அரசு உதவி பெறும் பள்ளி. அவள் வேலைக்குச் சேரும் போது அது உயர்நிலைப் பள்ளிதான். பிறகு பன்னிரண்டாம் வகுப்பு வரை விரிவடைந்தது. அங்கே அவளுக்கு வேலை கிடைத்ததே ஒரு துன்பியல் வரலாறு.

டாஸ்மாக் தமிழ்த் திருநாட்டில் தலையெடுக்காத காலத்திலேயே மேஸ்திரியாகப் பணி செய்து வந்த அவளது கணவன் குடிக்கு அடிமையாகி இருந்தான். அதனால் உடல் கெட, அவளது தொந்தரவின் பேரில் அதற்குச் சிகிச்சையும் எடுத்து வந்தான். ஒரு கட்டத்தில் மருத்துவர்கள் அவன் குடலும் கல்லீரலும் மொத்தமாக இனி தேறாது எனக் கை விரித்து விட, அம்மா எட்டு வயதுக் கயல்விழியை அணைத்து மூக்குச் சிந்திக் கொண்டிருந்த போது, குடித்து விட்டு தடுமாறி நெடுஞ்சாலையில் அடிபட்டு இறந்தான். மோதியவன் நிற்காமல் போய் விட்டான். ஸ்பாட் அவுட். உடல் ரொம்பச் சிதறியிருக்க, சாலையில் படம் வரைய வந்தவர்கள் சிரமப்பட்டார்கள். அம்மா அழுகையை நிறுத்தி விட்டாள்.

குடியால் வரவிருந்த மல்டி-ஆர்கன் ஃபெயிலியரை விபத்து முந்திக் கொண்டது. அதிகம் துன்பப்படாமல் உடனடியாகச் செத்துப் போனார் என அம்மா ஒரு முறை சொன்னாள்.

அவளது சாதியைச் சேர்ந்த உள்ளூர் பெரிய மனிதர்களின் இரக்கத்தால் அம்மாவுக்குச் சத்துணவு ஆயா வேலை கிடைத்தது. பதிலுக்கு அவர்கள் எதிர்பார்த்த எதையும் அவள் தரவில்லை. அது ஒரு நெடிய போராட்டம். இளமை தீரும் வரை போராடியாக வேண்டும்.

சமத்துவபுரம் கட்டப்பட்ட போது அவர்களிடமிருந்து தப்பிக்க அங்கு விண்ணப்பித்தாள். விதவை ஒதுக்கீடு, தனியே வாழும் பெண் ஒதுக்கீடு எல்லாம் கலந்து கிடைத்து விட்டது.

கயல்விழி மதுரை அமெரிக்கன் கல்லூரிக்குப் போய் ஆங்கில இலக்கியம் படித்தாள். நவீன இலக்கியமும் முற்போக்குச் சிந்தனையும் நய நவநாகரீகமும் ஒருசேர அவளுக்கு அறிமுகமாகின. ஆணும் பெண்ணுமாக ஏராள நண்பர்கள் வாய்த்தார்கள். பெண் என்ற உடலிலிருந்து வெளி வந்து சிந்திக்கும் விசாலம் அமைந்தது. வாழ்க்கை பற்றிய அவளது பார்வை விரிந்தது. அகமும் புறமும் மாறிப் போனாள். தனக்கென்று புற அடையாளமும் உண்டாக்க விளையாட்டாகத் தொடங்கியதுதான் ஜாக்கெட் மீன் எம்ப்ராய்டரி டிஸைன்!

அம்மா எல்லாவற்றையும் மகிழ்ச்சியாகப் பார்த்துக் கொண்டிருந்தாள். கயல்விழியில் தன்னை அவள் பார்த்திருக்கக்கூடும். அவள் இறுதித் தேர்வு எழுதச் சென்று விட்டு வந்த இரவில் சூடான இட்லியை தட்டில் வைத்து சாம்பாரை ஊற்றியபடியே அம்மா கேட்டாள்.

"எனக்கு முடியல. ஓய்வு எடுக்கலாம்னு இருக்கு. நீ வீட்டுப் பொறுப்பை எடுத்துக்கறியா?"

திடுக்கிட்டாள். அம்மாவை உற்றுப் பார்த்தாள். தனியே உழைத்துக் களைத்த கண்கள். அதற்கு முறிந்து விடும் ஓர் எல்லை உண்டு என்பதைச் சொல்லிக் கெஞ்சுகின்ற முகம்.

கயல்விழி மறுக்கவில்லை. தன் படிப்பை அதோடு முடித்துக் கொள்ளத் தீர்மானித்தாள். சொல்லப் போனால் அவளுக்குப் பெரிய லட்சியக் கனவுகள் என ஏதும் இருக்கவில்லை. மிகச் சரியானவளாக வாழ்க்கை நெடுக இருக்க வேண்டும் என்ற எண்ணமே இருந்தது. வெறுமனே வீட்டிலேயே இருந்தாலும் சரி, நாட்டையே ஆளப் போவதாக இருந்தாலும் சரி.

வேலைக்கு விண்ணப்பிக்க முனைந்த போது அம்மா இங்கே பள்ளியிலேயே ஆசிரியை பணியோ பாரத ஸ்டேட் வங்கியில் வேலையோ நல்லது என யோசனை சொன்னாள். வங்கி வேலைக்கான பணியமர்த்தல் அப்போது சென்ட்ரலைஸ் ஆகி எந்தக் கிளையில் வேண்டுமானாலும் போடுவார்கள் என்றாகி இருந்தது. எனவே பள்ளி இலக்கு என்றானது.

கயல்விழி விண்ணப்பித்த பின் தலைமை ஆசிரியரிடம் தனக்கு இருந்த செல்வாக்கைப் பயன்படுத்தி வேலை வாங்கித் தந்தாள் அம்மா. பதிலுக்கு சத்துணவு ஆயா பணியை அவள் ராஜினாமா செய்து விடுவது, அதைத் தன் உறவினப் பெண்மணி ஒருத்திக்குக் கிடைக்க தலைமையாசிரியர் ஏற்பாடு செய்வார். பேரம் படிந்து சுமூகமாக முடிந்தது.

கயல்விழி வேலைக்குச் சேர்ந்த மாத இறுதியில் முதல் சம்பளம் வங்கிக் கணக்குக்கு வந்த மறுநாள் அம்மா சத்துணவுக்கூட வேலை வேண்டாமென எழுதிக் கொடுத்தாள்.

தான் படித்து ஆளான பள்ளியிலேயே ஆசிரியை பணி என்பது ஒரு பக்கம் பெருமிதமாக இருந்தது கயல்விழிக்கு. தான் கைகட்டி நின்ற இடத்தில் இப்போது அதிகாரம் செலுத்த முடியும். இன்னொரு பக்கம் தன் தகுதிக்கு மேலும் நல்ல சம்பளத்தில் சிறந்த வேலை கிடைக்கும் என்பதும் அவளுக்குத் தெரியும். என்னவென்றாலும் இது அரசாங்கக் காசு. அவள் அரசு ஊழியை இல்லை என்றாலும் அவளது சம்பளத்தை அரசுதான் தருகிறது.

தவிர, அம்மாவின் கடைசிச் சம்பளத்தை விட ஏறத்தாழ மும்மடங்கு அதிகச் சம்பளம்.

ஆனாலும் ஊருக்குள் இருக்க வேண்டும் என்பது போல் வலிந்து இறங்கியதாகப் பட்டது. பணி பிடித்திருந்ததால் அவளுக்கு அந்த உறுத்தல் சில மாதங்களில் கரைந்து போனது.

கயல்விழி சங்கரை எண்ணியபடி கோயிலில் இருந்து பள்ளிக்கு நடந்து கொண்டிருந்த போது எதிரே புல்லட்டில் பாண்டியன் வருவதைக் கவனித்தாள். கூலிங் க்ளாஸ் அணிந்த அவன் அவளைக் கண்டு புன்னகை செய்ய, அளவாக ஒரு தலையசைப்பைத் தந்தாள்.

புல்லட்டின் ஹேண்டில் பார் பகுதியில் சிவப்பு, பச்சை கொடி பறந்ததைக் கவனித்தாள்.

★

13

பாண்டியனை எல்லோருக்கும் பிடிக்கும். துறுதுறுப்பும் சுறுசுறுப்பும் மிக்க அவனைப் பள்ளி நாளிலிருந்தே கயல்விழிக்குத் தெரியும். அவளுக்கு மூன்று வருடம் மூத்தவன்.

அவனது தந்தை செல்வமும் செல்வாக்கும் கொண்டவர். குற்றப் பின்னணி கொண்டவர். சிறை சென்றிருக்கிறார். அவர் மீதான பயம் மரியாதையாக வெளிப்பட்டது ஊராரிடம்.

படிப்பு ஏறவில்லை என்றாலும் விளையாட்டில் முந்தி நின்றான் பாண்டியன். சிரிக்கப் பேசுவான். அந்த வசீகரம் அவனைச் சுற்றி எப்போதும் நண்பர்களை இருக்கச் செய்தது. போக, செழித்த பின்புலம் என்பதால் படிக்கிற காலத்திலேயே கையில் பணம் புரளும். அது அவனுக்கென சில அடிமைகளை ஈட்டித் தந்தது. பலர் அவன் சொற்படி நடந்தனர்.

அந்தப் பிரபல்யத்தில் சில ஆண்டுகள் முன் தனியாகக் கட்சி ஆரம்பித்தான். வேங்கைச் சேனை எனப் பெயர் முடியும் ஒரு சாதிக் கட்சி. அவனது சாதியின் இளந்தாரிப் பயல்கள் எல்லோரும் அதில் உறுப்பினர்களாக இருந்தார்கள். இப்போது வரை தேர்தல் அரசியலில் இறங்கவில்லை. ஆனால் சீக்கிரம் இறங்குவான் என ஊருக்குள் பேசிக் கொண்டார்கள்.

இப்போதைக்கு ஊரில் ஏற்படும் கட்டப் பஞ்சாயத்துப் பிரச்சனைகளைக் காசு வாங்கிக் கொண்டு தீர்த்து வைக்கிறான்.

போக, சுற்று வட்டாரத்தின் காதல் விவகாரங்களிலும் அவனது தலையீடு இருந்தது. அழகர் ஆற்றில் இறங்கல், தலைவரின் குரு பூஜை போன்ற வருடாந்திரத் திருவிழாக்களில் சிவப்பு, பச்சை கட்சிக் கொடியை நெற்றிப் பட்டையாகக் கட்டிய அவன் கட்சி இளைஞர்களின் ஆட்டமும் அலப்பறையும் அதிகமாகவே இருக்கும். போதையைப் போட்டு விட்டு பேருந்துகள், ஆட்டோக்களை மறித்துக் கோஷம் போடுவர்.

எந்த ஆட்சி என்றாலும் போலீஸே வேடிக்கைதான் பார்க்கும் - அவர்களும் அதே சாதி என்பது ஒரு காரணம், எதிர்த்தால் கலவரம் மூளும் என்கிற அச்சம் மற்றொரு காரணம்.

பள்ளிக் காலத்திலேயே கையில் வண்ணக் கயிறுடன்தான் திரிவான் பாண்டியன். அன்று அவனைக் கண்டித்த பள்ளி ஆசிரியரை அவனது தந்தை மிரட்ட, இறுதியில் தலைமை ஆசிரியர் தலையிட்டுச் சமாதானம் செய்தார். அவன் கயிறு கட்டுவது நிற்கவில்லை; மாறாக அந்த ஆசிரியர் பணியிட மாற்றம் செய்யப்பட்டார். அப்போதே நாயகனாகப் பார்க்கப்பட்டான் பாண்டியன். அன்று அவன் பத்தாவது படித்துக் கொண்டிருந்தான்.

கயல்விழிக்கும் முதலில் பாண்டியனைப் பிடித்துதான் இருந்தது. அவள் ருதுவாகி நின்ற பருவத்தில் ஊரில் கண்ட விரல் விட்டு எண்ணக் கூடிய வசீகரமான ஆண்களில் ஒருவன். அதைப் பள்ளியில் ஓர் அக்காளிடம் சொன்னபோது “நல்லா விரல் விட்டு எண்ணுடி” எனச் சொல்லிச் சிரித்தாள். அர்த்தம் புரிந்து ஒரு கணம் நாணமும் பின் அருவருப்பும் எழுந்தது.

பாண்டியனுக்கும் அவள் மீது அபிப்பிராயம் இருப்பது செவிவழிச் செய்தியாக வந்தது. அவளைப் பிடிக்காத ஆண்கள் அவ்வூரில் குறைவுதான் என்பது அவளுக்கும் தெரியும். சிலர் சொல்லவும் செய்திருக்கிறார்கள். ஆனால் பலருக்கும் பிடித்த ஆணால் விரும்பப் படுவது பெண்ணுக்கு வெற்றிதான். பெண்களுக்குத் தமக்கு வரும் காதல் அறிவிப்புகள் எல்லாம் சட்டையில் பதக்கம் வாங்கி வரிசையாகக் குத்திக் கொள்வது போன்றதுதான். ஆனால் பாண்டியன் அவளிடம் வந்து ஏதும் சொன்னது கிடையாது. அதுவும் குறுகுறுப்பு.

கயல்விழி அவனிடம் அதிகம் பேசியது இல்லை. பெண்களிடம் மரியாதையாக நடந்து கொள்பவன் என்ற பெயர் இருந்தது. அது

கூடுதலான மதிப்பை அவன் மீது அவளுக்கு அளித்திருந்தது. ஆனால் சமீபத்தில் நடந்த ஒரு சம்பவத்தில் மொத்தமும் உடைந்தது.

அது நடந்து பத்து மாதம் இருக்கும். பள்ளியில் அவள் சேர்ந்து ஈராண்டு ஆகியிருந்தது. ஆங்கிலப் பாடம் போக, கணிணி அறிவியலும் கற்பிக்க ஆரம்பித்திருந்தாள். அவள் சேரும் போது இருந்தவர் மாறி ஒரு புதிய அம்மாள் தலைமை ஆசிரியர் ஆகியிருந்தாள்.

அவளுக்குக் கயல்விழியின் புத்தி தெளிவும், அறிவு விரிவும் புரிந்து, பள்ளி தொடர்பான தீர்மானங்களில் அவளது உள்ளீடுகளை எடுத்துக் கொண்டாள்; அவளது கேள்விகளைப் பொருட்படுத்தினாள். அந்த அம்மாள் வெளியூரிலிருந்து வந்தவள், இவள் உள்ளூர்க்காரி என்பதும் பொதுவாகவே கொஞ்சம் நிதானச் சிந்தனைக்காரி என்பதும்தான் காரணம். எனவே கூடுதலாகப் பள்ளி நிர்வாகத்திலும் பங்களிக்க ஆரம்பித்திருந்தாள் கயல்விழி.

பாண்டியன் கொண்டு வந்த விஷயம் சற்று விநோதமானது. பள்ளியில் பன்னிரண்டாம் வகுப்பு படிக்கும் ப்ரியாவும், இசக்கியும் மதுரைக்கு சினிமாவுக்குப் போயிருக்கிறார்கள். பருத்தி வீரன் என்ற அப்போது வெளியாகி இருந்த புதிய திரைப்படம். அதை ஊர்க்காரர் ஒருவர் பார்த்து விட, பாண்டியனிடம் சொல்லியிருக்கிறார். அவன் நேராகப் பள்ளிக்கு வந்து விட்டான். அப்போது தலைமையாசிரியை பள்ளிக் கல்வி அலுவரைப் பார்க்க மதுரை நகருக்குப் போயிருந்தாள். எனவே கயல்விழியிடம் முறையிட வந்திருந்தான்.

அவள் நிதானமாக அவனிடம் புகாரை விசாரித்தாள். மாணவி பாண்டியன் சாதியைச் சேர்ந்தவள். மாணவன் அவர்களிடம் கை கட்டி நிற்கும் சாதி. அவர்கள் சேர்ந்து சினிமா போனதுதான் பிரச்சனை. எல்லாவற்றையும் கவனித்து கயல்விழி இறுதியில் கேட்டாள்.

“ஸ்கூல் யூனிஃபார்ம்ல போயிருந்தாங்களா?”

“இல்ல. கலர் ட்ரெஸ்தான்.”

“ஸ்கூல் நடக்கற நேரத்துல போயிருந்தாங்களா?”

“இல்ல, ஞாயித்துக் கிழம.”

“சரி, ரெண்டு பேரும் தனியாப் போனாங்களா?”

“இல்ல, கூட வேற பசங்க, பொண்ணுங்க இருந்தாங்க.”

"அப்போ இதுல நாங்க என்னனு தலையிடறது? ஸ்கூலுக்கு வெளியே, ஸ்கூல் நேரத்துக்கு வெளியே, ஸ்கூல் அடையாளம் ஏதும் இல்லாம நடந்திருக்கு. ஸ்கூலைப் பொறுத்த வரை இதில் தப்பே இல்லயே! எங்க நடவடிக்கையின் எல்லைக்கு வெளியே இருக்குதுங்க இது!”

“...”

“தவிர, ஸ்டூடண்ட்ஸ் சினிமாவுக்குப் போகக் கூடாதுனு சட்டமேதும் இல்லீங்களே?"

“ரொம்பப் பேச வேண்டாம். நான் சொல்றேன். பையனுக்கு டிசி கொடுத்துடுங்க.”

“அப்படிப் பார்த்தாலும் அவன் என்ன கடத்திட்டா போனான்? ரெண்டும் பேரும் சேர்ந்து போயிருக்காங்க. டிசி கொடுக்கறதுனாக் கூட அந்த ரெண்டு பேருக்கும்தானே தரனும்?”

“பொண்ணு நம்ம ஆளுக, கயலு.”

“ஸ்டூடண்ட்ஸ் எல்லாருமே என் ஆளுகதான், பாண்டியன்!”

“சரி, அப்ப நான் பார்த்துக்கறேன்.”

விருட்டென எழுந்து கிளம்பினான் பாண்டியன். பிறகு அந்தப் பையனுக்குப் பள்ளியில் டிசி கொடுக்க வைக்க முடிந்தது அவனால். பள்ளி முதல்வரிடம் அவள் அப்பையனுக்கு ஆதரவாகப் பேசியும் எடுபடவில்லை. மாற்றுச் சான்றிதழில் ‘ஒழுங்கீனம்’ என்றல்லாமல் ‘தனிப்பட்ட காரணங்களுக்காக’ என்று எழுதிக் கொடுக்க மட்டும் அவளால் முடிந்தது.

கயல்விழியே திருப்புவனத்தில் உள்ள அரசுப் பள்ளியில் சேர்க்க எல்லாத் திசைகளையும் பையனின் பெற்றோருக்குக் காட்டினாள். இப்போது அவன் தினமும் பத்து கிமீ சைக்கிள் மிதித்து அங்கே போய்ப் படிக்கிறான். எல்லாம் விட இன்னும் அப்பெண்ணும் அவனும் பேசிக் கொள்கிறார்கள் என்கிற விஷயம் காற்றுவாக்கில் அவளுக்கு வந்து சேர்ந்தது.

ஒரு பக்கம் கவலையாக இருந்தாலும் மறுபுறம் மகிழ்ச்சியாக இருந்தது கயல்விழிக்கு.

மானுடப் பேரினத்தின் அத்தனை அயோக்கியத்தனங்களையும் அற்பத்தனங்களையும் சுத்தமாகக் கழுவி விடுகிற ஒற்றை மருந்தாக என்றென்றும் நின்றிருப்பது காதல்தான்.

இச்சம்பவம் பாண்டியன் மீதான வெறுப்பை அவளுக்கு அளித்தது என்றால் பேச்சினூடே அன்று அவன் சொன்ன ஒரு விஷயம் அவளது அம்மா மீதான அருவருப்பை அளித்தது.

“பொம்பள ஊருக்குள்ள இருந்தாத்தான் ஒழுக்கமா இருக்க முடியும். சினிமா, ஓட்டல் எல்லாம் விடு, படிப்புக்கே வெளியே போறது பிரச்சனைதான். அதனால்தான் உன்னை இங்கே இருக்க வைச்சோம். நீயே அப்படி இருந்துட்டு இதுக்குக் குடை பிடிக்கலாமா?”

திடுக்கிட்டாள். இது என்ன புதுக்கதை! ஆனால் அவள் அதைக் காட்டிக் கொள்ளவில்லை.

வீட்டுக்கு வந்து அம்மாவிடம் அது பற்றிக் கேட்டாள் கயல்விழி. அம்மா தலை குனிந்தபடி ஒன்றும் சொல்லாமல் இருந்தாள். எவ்வளவோ திட்டியும் சும்மாவே இருந்தாள் அம்மா.

மறுநாள் காலை கயல்விழி தயாராகிப் பள்ளிக்குக் கிளம்பும் போது அம்மா சொன்னாள்.

“யுத்தம்லாம் முடிஞ்சு இலங்கையிலிருந்து அயோத்தி திரும்பினதும் ராமன் சீதையைத் தீக்குளிச்சு கற்பை நிரூபிக்கச் சொன்னான். அது யாருக்காக? அவனுக்காகவா? இல்லை, அவனுக்குத் தெரியும் அவ பத்தினி தெய்வம்னு. ஆனாலும் சொன்னான். ஏன்? கோசலை ராஜ்யத்தின் மக்களுக்காகச் செஞ்சது அது. அதையேதான் நானும் செஞ்சேன். உன்னை இங்கயே முடக்கி வைக்கக் காரணம் எனக்கு உன் மேல நம்பிக்கை இல்லாததால இல்ல. ஆனா நம்மை நாம இவனுக கிட்ட நிரூபிச்சுக்கனும். வேற வழியில்ல. நாளை உனக்குக் கல்யாணம் காட்சினு இவனுகள நம்பி நமக்கு நிறைய இருக்கு. சுலபமாப் பகைச்சுக்க முடியாது. வீம்பு பிடிச்சா நமக்கு நிறைய இழப்பு இருக்கும். நிம்மதி கெடும். அதனால...”

“அதை என்கிட்ட சொல்லிட்டே செஞ்சிருக்கலாம். ஆலோசிச்சிருக்கலாம். அதை நான் புரிஞ்சுக்குவேன்னோ ஏத்துக்குவேன்னோ என் மேல நம்பிக்கை இல்லதானே உனக்கு?”

“ஆமா. சொல்லியிருந்தா என்ன செஞ்சிருப்பே? நீயே மனசாட்சியத் தொட்டு சொல்லு.”

“...”

“அதனாலதான் சொல்லல. ஆனா அதனால என்ன குறைஞ்சுது? நீ சந்தோசமாத்தானே இருக்கே இந்த வேலைல? சம்பளமும் மரியாதையும்னு கௌரவமாத்தானே இருக்கே?”

“ம்.”

அவளால் விவாதிக்க முடியும். ஆனால் அம்மாவிடம் அது எடுபடாது. மேலும் மேலும் பேசி அம்மாவுக்குச் சங்கடம் ஏற்படுத்த வேண்டாம் எனப் பட்டது. அம்மாவின் விளக்கத்தில் அவளுக்குத் திருப்தி இல்லை. அது அவளில் ஒரு வடுவை உண்டாக்கி விட்டதே நிஜம்.

ஆனால் அதையே பிடித்துத் தொங்கிக் கொண்டிருக்கவும் விருப்பம் இல்லை. அப்படிச் செய்தால் இரண்டே பேர் கொண்ட வீடு நிம்மதியற்ற நரகமாகி விடும் என அறிவாள்.

அதை விட வலிக்குப் பழகிக் கொண்டு அந்தக் கசப்பைக் கடப்பதே உத்தமம். இப்புரிதல் இன்றி பல குடும்பங்கள் சதா சண்டையிட்டுக் கொண்டே இருக்கின்றன. கயல்விழிக்கு அது புரிந்ததால் அவளது வீடு காப்பாற்றப்பட்டது. பக்க விளைவாக அம்மா தப்பித்தாள்.

வழியில் பாண்டியனைப் பார்த்த போது கயல்விழிக்கு அத்தனையும் மனதில் ஓடின. அவனைச் சபித்தாள். சங்கர் என்ற அந்த பூசாரி இளைஞனைப் பார்த்து மனமெங்கும் கிளர்ந்திருந்த நிலை சட்டென வாடிச் சுருங்கிப் போனது என்றே சொல்ல வேண்டும்.

பின் வந்த நாட்களில் சங்கரும் கயல்விழியும் நிஜமாகவே திட்டமிடாமல் இல்லத்துக்கு அருகேயும் பள்ளிக்கு அருகேயும் கோயிலுக்கு அருகேயும் சந்தித்துக் கொண்டார்கள்.

இருவருமே கண்களில் பொங்கிய உற்சாகத்தை மறைத்துப் பேசக் கற்றிருந்தார்கள். பொதுவிடம் என்பதால் சுருக்கமான

பரஸ்பர விசாரிப்புகளோடு விலகிக் கொண்டனர். ஆனால் அதற்குள்ளாகவே அவர்களுக்குள்ளான பொதுப்புள்ளிகள் வெளிப்பட்டிருந்தன.

புத்தகங்களைப் பரிமாறிக் கொள்ளத் தொடங்கினார்கள். கயல்விழி ஆங்கில இலக்கிய க்ளாஸிக்குகளை அறிமுகம் செய்தாள். பதிலுக்கு சங்கர் நவீனத் தமிழ் இலக்கியத்தை அறிமுகம் செய்தான். அவள் *Animal Farm* கொடுத்தாள். அவன் பின்தொடரும் நிழலின் குரல் தந்தான். அவள் *Uncle Tom's Cabin*-ஐச் சிபாரிசு செய்த போது அவன் சிலுவைராஜ் சரித்திரம் பற்றிப் பேசினான். காமக்கடும்புனல் பற்றிக் கூச்சமின்றி விவாதித்தார்கள்.

பேச்சுவாக்கில் நண்பகலுக்குக் கோயில் நடை சாத்திய பிறகு மாலை மீண்டும் அதைத் திறக்கும் வரை பொழுதை என்ன செய்வதெனத் தெரியவில்லை என்று சங்கர் தனது பிரச்சனையைச் சொன்னதும் அந்தச் சமயத்தை அவன் உ.மு.தே. பள்ளி நூலகத்திலே கழிக்கலாம் என்று யோசனை சொன்னாள் கயல்விழி. தலைமையாசிரியரிடம் அதை மறுநாளே சொல்லி அனுமதியும் வாங்கினாள். அவன் நூல்களை வெளியே எடுத்துப் போகக்கூடாது. அங்கேயே அமர்ந்து வாசித்துக் கொள்ளலாம் என்பதுதான் ஏற்பாடு.

அவனும் அவளும் கூடுதலாகச் சந்தித்துக் கொள்ள அது மார்க்கம் உண்டாக்கியது.

அந்நூலகத்தில் நெஞ்சுக்கு நீதி நான்கு பாகங்களும் இருப்பதைக் கவனித்தான் சங்கர். தினம் அதில் சில அத்தியாயங்கள் வாசிக்க ஆரம்பித்தான். நிறைய உரையாடினார்கள்.

“உன்னை எல்லோரும் கயல்னுதானே கூப்பிடறாங்க. நான் விழின்னு அழைக்கவா?”

சங்கர் அப்படிக் கேட்ட இரவு முழுக்க கயல்விழி உறங்கவே இல்லை. ‘விழி’ என்றால் கண்ணே என்ற பொருள்தானே! ஒவ்வொரு விளியிலும் அன்பை ஏற்ற முடிந்த சொல். மறுப்பாளா! முடிந்த அளவு நாணத்தின் இளிப்பை வெளிக்காட்டாமல் ஆமோதித்தாள்.

அவன் விஜய் ரசிகன் என்பது அதற்குள் அவளுக்கு அத்துபடியாகி இருந்தது. எனவே தன் செல்பேசியின் காலர் ட்யூனை மறுநாள் இந்த ‘நிலாவே வா’ பாடல் வரியாக வைத்தாள்.

“நீ விழி நான் இமை
உனைச் சேரும் வரைக்கும்
நான் துடித்திருப்பேன்”

அவன் மறுநாள் தொலைபேசுகையில் வேண்டுமென்றே அவன் முழுக்க வரிகளைக் கேட்க வேண்டும் என ஒரு முறை எடுக்காமல் விட்டு மீண்டும் அவளே அழைத்தாள்.

“ஹலோ-ட்யூன்லாம் பலமா இருக்கே, மேடம்!”

கயல்விழி வெட்கப்பட்டாள். ஒன்றும் சொல்லாமல் அடுத்த விஷயத்துக்குத் தாவினாள்.

சங்கர் ஒடுக்கப்பட்ட சாதி என அறிந்த போது அத்தகவல் தனக்குள் சிறிய சஞ்சலத்தைக் கூட உண்டாக்கவில்லை என்பதைக் கவனித்தாள். அது அவளுக்கு மகிழ்ச்சியூட்டியது. சங்கருக்கும் அவள் அதை அணுகிய விதம் பிடித்திருந்தது. அவள் கண்களில் விலகலும் இல்லை, இரக்கமும் இல்லை. அதற்கு முந்தைய கணமும் அதுவும் வெவ்வேறாக இல்லை.

ஒரு மாற்றம் நிகழ்ந்தது. சங்கருக்கு அவளது புறத்தோற்றம் மீதான கவர்ச்சி எல்லாம் வடிந்து மதிப்பிற்குரிய சினேகிதியாகப் பார்க்க ஆரம்பித்திருந்தான். ஆண்களுக்குப் பொதுவாக அப்படித்தான். பெண் தொலைவில் இருக்கும் வரைதான் பிரவாகிக்கும் ஆர்வமெல்லாம். அதுவரைதான் பார்வை பெண்ணின் மார்பை மேயும். அருகே வந்து தோழியாகப் பழக ஆரம்பித்ததுமே அம்மாதிரி பாலியல் ஈர்ப்புகள் சட்டென அழிந்து போகும். அப்புறம் அவளது முலையும் கை, கால் போல் மற்றுமொரு தசைத்திரள்தான்.

தன்னம்பிக்கையுடனும், தயக்கமில்லாமலும் கயல்விழியுடன் பேச ஆரம்பித்திருந்தான் சங்கர். ஆரம்ப விகற்பங்கள் யாவும் தகர்ந்திருந்தன அவன் மனதில். அது நடந்த வேகம் அவனுக்கே ஆச்சரியமாக இருந்தது என்றாலும் அது அவனுக்கு மிக நிம்மதி அளித்தது.

அதற்கு நேர்மாறாக கயல்விழிக்கு அவன் மீதான ஈர்ப்பு பெருகிக் கொண்டே இருந்தது. அவனது மனப்பாங்கும் தெள்ளறிவும் அவளுக்கு மிக இணக்கமாக இருந்தன. அவளை மிக மதித்தான். கண்ணியமாக நடந்தான். அவள் பேச விரும்பாத இடங்களை

அவன் அழுத்திக் கேட்காமல், இயல்பாகக் கடந்தான். அவனுடன் இருக்கும் நேரத் துண்டங்கள் மகிழ்ச்சிகரமாகக் கழிந்தன. அதை இரவில் மறுபடி யோசித்துப் பார்த்தால் இனித்தன.

அது காதல் இல்லை எனத் தனக்குத்தானே வேகமாக மறுத்துக் கொண்டாள் கயல்விழி. பின் தனக்குத் தானே அதற்காகச் சிரித்தும் கொண்டாள். அம்மா ஒரு முறை அவர்களின் பழக்கத்தைப் பார்த்து சங்கரின் பூர்வீகத்தை ஜாடையாக விசாரித்தாள். கடுமையாகப் பேசி அதற்கு முற்றுப் புள்ளி வைத்தாள் கயல்விழி. அவன் யாராக இருந்தால் எனக்கு என்ன? அரச குடி மீனாட்சிக்கு வாய்த்தவன் சுடலை நடனமாடும் சுந்தரேஸ்வரன்தான்.

ஒரு நாள் கயல்விழி சங்கருக்குத் தொலைபேசியில் அழைக்க, காலர் ட்யூன் கேட்டது -

> *"பார்த்த விழி பார்த்தபடி பூத்து இருக்க,*
> *காத்திருந்த காட்சி இங்கு காணக் கிடைக்க,*
> *ஊன் உருக உயிர் உருக தேன் தரும் தடாகமே..."*

'விழி' என்ற வார்த்தை கேட்டதும் பெண்மையில் பூ மலர்ந்து சிலிர்த்தது கயல்விழிக்கு. அக்கணம்தான் அவனுக்கும் தன் மீது இஷ்டம் இருக்கிறது என்பதை உறுதி செய்தாள்.

சங்கருக்கு குணா திரைப்படத்தின் தலைகீழாக்கமே தனது கதை எனத் தோன்றியது. அவன் மனுஷியைத் தெய்வமாகக் காண்கிறான்; தானோ தெய்வத்தை மனுஷியாகக் காண்கிறேன். இரண்டிலும் மனமேறி நிற்கின்ற பித்தின் கதியும் விதியும் ஒன்றுதான்!

சங்கரும் கயல்விழியும் ஒன்றாக ஆனால் எதிரெதிர் திசையில் ஓடிக் கொண்டிருந்தனர்.

★

14

சங்கர் கன்னியம்மனின் மூன்றாம் முலை பற்றி யோசித்தான். உலகெங்கும் முலைகள் மீது கவர்ச்சியும் ஆர்வமும் உண்டுதான். தமிழ் சமூகத்துக்குக் கூடுதல் *obsession* உண்டு.

முதன்மையாக தாய்மையின் அதீத உணர்ச்சிவசம். புறநானூறெங்கும் உதாரணங்கள் இருக்கின்றன. மகன் போர்க்களத்தில் வீர மரணம் எய்தியது கண்டு முதுதாயின் வற்றிய முலையில் பால் சுரந்தது. இன்னொரு தாய் தன் மகன் யுத்தத்தில் புறமுதுகிட்டான் எனக் கேட்ட போது, அது நிஜம் என்றால் என் முலையை அறுத்தெறிவேன் எனப் போர்க்களம் போய், மகன் நெஞ்சில்தான் புண் தாங்கி இறந்தான் என அறிந்து நிம்மதி கொள்கிறாள்.

மஹாபாரதத்தில் குந்தி கர்ணனைச் சந்திக்கும் போது அவளது முலையிலிருந்து பால் பீறிடுகிறது. அதை அருந்தினால் கர்ணன் சாகாவரம் பெறுவான் என்பதால் கண்ணன் பூனையாக மாறிப் போய் அதைத் தடுத்து விடுவதாக ஒரு கதை தெருக்கூத்தில் உண்டு.

காதலன் அல்லது கணவன் கை விட்டாலோ, பிரிய நேர்ந்தாலோ, மரணமடைந்தாலோ அவனுக்கு உதவாத முலைகளை அறுத்தெறிந்து தம் விரக அழலைத் தீர்த்துக் கொள்வது பண்டைத் தமிழ் மகளிர் வழக்கம். கோபத்துடன் முலைகளை அறுத்து எறிவதன் மூலம் எதிரி அழிபடுவான் என்பது தாய்வழிச் சமூக நம்பிக்கை. அரசனின் அநீதித் தீர்ப்பால் கணவனை இழந்த கண்ணகி அறுத்து எறிந்த முலைகளால்தான் மதுரை எரியுண்டது.

இன்னொரு புறம் அன்பின் நிமித்தம் செய்யும் தியாகமாகவும் முலை அரியப்படுகிறது. புத்த ஜாதகக் கதையில் தாய்ப் புலி குட்டிப் புலியைத் தின்ன முனையும் பசி அவலம் கண்டு இரங்கிய ரூபாவதி என்பவள் தன் முலை திருகிப் புலிக்கு உணவாக அளித்தாள்.

தீவிர வாசகனாக மாறத் தொடங்கிய காலத்தில் மனிதர்கட்கு வாசிப்பின் அவசியத்தை அடிக்கோடிட, "புத்தகம் என்பது மூன்றாம் முலை" என்று சங்கர் சொல்லியிருக்கிறான்.

இப்போதுதான் முதல் முறையாக பொருத்தமான இணைத் தேர்வின் குறியீடாக முலை நீங்குவதைக் கேள்விப்படுகிறான். முலைகள் என்ன மயிரா, முகப்பருவா சுலபத்தில் உதிர்ந்து போக! கல்யாணம் நிச்சயமானதும் மேட்ரிமோனி கணக்கை மூடுவது போல் மார்பு நீக்கம் நிகழ்கிறது. என்றேனும் அது நிகழுமாயின் அம்முவுக்கு வலிக்காதுதானே?

★

ஒரு பிற்பகல் நூலக உரையாடலினூடே சங்கர் கயல்விழியிடம் தயக்கமாகக் கேட்டான் -

"மனிதர்கள் கடவுளைக் காதலிப்பது என்ற விவகாரம் பற்றிய உன் கருத்து என்ன, விழி?"

அவன் அதற்கு முன் காதலைப் பற்றித் தன்னிடம் பேசியிருக்கிறானா என யோசித்தாள் விழி. இல்லை. அவளுக்கு உள்ளூர மகிழ்வாக இருந்தது. பேச்சை வளர்க்க விரும்பினாள்.

"காதலிக்கும் போது எல்லோரும் கடவுளாகி விடுவார்கள். அப்புறம் எப்படி அது கடவுளை மனிதன் காதலிக்கும் கணக்கில் வரும்? கடவுள் கடவுளைக் காதலிப்பதாகவே அர்த்தம்."

"..."

"ஆண்டாள் கடவுள், மீரா கடவுள், இனியும் யாராவது காதலித்தால் கடவுளாவார்கள்."

"துலுக்க நாச்சியார் கூட உண்டல்லவா? அர்ச்சகர் படிப்பின் போது பார்த்து அறிந்தேன்."

"ஓ!"

"அலாவுதீன் கில்ஜியின் தளபதி மாலிக் கஃபூர் படையெடுத்து வருகையில் ஸ்ரீரங்கம் கோயில் உற்சவ மூர்த்தி சிலையைக் கடத்திச் சென்றான். சுல்தான் அதைத் தன் மகள் சூரத்தானிக்கு விளையாட்டுப் பொம்மையாக அளித்தான். அவள் அதை நேசித்தாள். ஸ்ரீரங்கத்திலிருந்து சிலர் மாறுவேடத்தில் தில்லி சுல்தான் அரண்மனைக்குள் புகுந்து சிலையைத் திருடிச் சென்றனர். பிரிவுத் துயருற்ற சூரத்தானி கிளம்பி ஸ்ரீரங்கம் கோயில் வந்து உற்சவ மூர்த்தியைத் தேடி அது இங்கே இல்லாததால் கோயிலிலேயே மரிக்கிறாள். பிற்பாடு சிலை மீட்கப்பட்டு கோயிலில் சேர்க்கப்படுகிறது. பூசாரியின் சொப்பனத்தில் வந்த திருவரங்கர், சூரத்தானியை மணம் செய்து கொண்டதாகச் சொல்ல, அவளுக்கு ஸ்ரீரங்கம் கோயிலில் தனிச் சந்நிதி செய்து துலுக்க நாச்சியார் என வழிபடுகிறார்கள்."

"ரைட். அக்கமாதேவி கூட அப்படித்தான். காலத்தால் சில நூறாண்டுகள் பிற்பட்டவள் என்பதால் ஆண்டாளின் பிரதி எனலாம். கன்னடத்தியான அவளை ஏகே ராமானுஜன் ஆங்கிலத்தில் பெயர்த்திருக்கிறார். சிவன் மீதான காதலில் கணவனை நிராகரித்து வீட்டை விட்டு வெளியேறும் அக்கா, ஆடைகளை முழுக்கப் பகிஷ்கரித்து விட்டு தன் அடர்ந்த நீள்கூந்தலால் நிர்வாணம் மறைக்கிறாள். அது பற்றி 'உலகமே கண்ணான சென்னமல்லிகார்ச்சுனனிடம் மூடி மறைக்க என்ன இருக்கிறது, சொல்' என்கிறாள்."

"காதலில் இருப்பவர்களை சக மனிதர்கள் மட்டுமல்ல, கடவுளாலுமே உணர முடியாது."

"ஆனால் தன்னைக் காதலிப்போரை கடவுள் கை விடுவதே இல்லை அல்லவா, சங்கர்!"

"காதலிப்பது பெண் என்றால்தான் அந்தச் சலுகை. ஆண்களுக்கெல்லாம் கிடையாது."

"அதென்னவோ சரிதான். ஆண்களைப் பார்த்தால் சற்று பாவமாகத்தான் இருக்கிறது!"

"பொதுவாக ஆண் - பெண் உறவில் பெண்களின் கை ஓங்கித்தான் இருக்கும். அவர்கள் சந்திக்கும் காத்திருப்புகள், நிராகரிப்புகள், அவமதிப்புகள் குறைவு. காரணம், அவர்கள் விரும்பும்

வண்ணம்தான் பொதுவாக அந்த உறவின் எல்லையானது அமையும். யாரிடம் எவ்வளவு தூரம் நெருங்கலாம் என்பதன் கட்டுப்பாடு அவர்களிடம்தான் இருக்கிறது!"

"வலியப் பெண் வந்து காதலித்தாலும் விளங்காத அப்பாவிகளும் உண்டுதானே, சங்கர்!"

"இது என்ன வீடியோ கேமா! பெண்கள் இதையெல்லாம் உடைத்துப் பேசிட வேண்டும்."

அவள் சிரித்துக் கொண்டாள். சங்கர் நெஞ்சுக்கு நீதியை எடுத்துப் புரட்ட ஆரம்பித்தான்.

★

கயல்விழி ஒரு நாள் சங்கரிடம் பொதுவாக காதல், திருமணம் பற்றிக் கேட்டாள். அதை மெல்ல ஆண்கள் பெண்களிடம் என்ன எதிர்பார்ப்பு கொள்கிறார்கள் என்ற இடத்துக்கு நகர்த்தினாள். இறுதியில் அவனது எதிர்பார்ப்புகளையோ அவளைப் பற்றிய அவனது எண்ணத்தையோ வெளிப்படுத்த வைப்பதே இலக்கு. அது பெண்களுக்குக் கை வந்த கலை - தாம் உத்தேசித்த திசையில், விரும்பும் அளவில் உரையாடலை நகர்த்துவது. பொதுவாக ஒரு பெண் விரும்பாத பேச்சை ஓர் ஆண் அவளுடன் நிகழ்த்திட முடியாது.

சங்கர் ஆண்களின் வாழ்க்கைத் துணைத் தேர்வுபற்றிச் சிறுபிரசங்கம் நிகழ்த்தினான் -

"ஆண்கள் உடன் வாழ்வதற்கு இணை தேடுவதை யோனி தேடும் சடங்காகச் சுருக்கி அதிலிருந்து எல்லா யோனியும் நல்ல யோனியே என்ற ஞானத்தை வந்தடைகிறார்கள். ஆகவே, காமம் போதுமானது, காதல் அபத்தம் என்கிறார்கள். உண்மையில் அது ஓர் அதீதமான எளிமைப்படுத்தல். திருமணம் செய்வது, குடும்பம் வளர்ப்பது, அல்லது வெறுமனே சேர்ந்து வாழ்வது என எந்த வாழ்க்கை முறையை எடுத்தாலும் பிடித்த எதிர்பாலின ஆள் ஒருவருடன் சேர்ந்து குறிப்பிட்ட காலத்தைச் செலவிடுவதே இலக்கு. அது சரியாக அமைந்தால் அவர்கள் இணைந்து வாழும் கால அளவு கூடும். மிகச் சில அதிர்ஷ்டக்காரர்கட்கு ஆயுள் முழுக்க ஒருவருடனே வாழக் கொடுத்து வைத்திருக்கும்!"

"ம்."

“ஓர் ஆரோக்கியமான ஆணுக்கு இருபது முதல் ஐம்பது வயது வரை காமத்தின் தேவை இருக்கலாம். நோய் அண்டாத உடல் என்றால் இக்காலம் மேலும் நீளும். அவனது ஆயுள் எண்பது ஆண்டு என்று கொண்டால் முற்பகுதி முழுக்க அவனுக்குக் காமம் அவசியம். ஆண் காமம் கொள்ள குறைந்தபட்ச ஆரோக்கியமும் ஓரளவு உடல்வாகும் கொண்ட எந்தப் பெண்ணும் தோதுபடுவாள். அழகு என்பது குறைந்த அளவில்தான் உடலுறவில் பங்கு வகிக்கின்றது. ஆனால் வாழ்வில் உடன் வாழும் இணை என ஒருவரைத் தேர்வு செய்ய அது போதாது. காமம் வாழ்வில் ஒரு பகுதி மட்டுமே. அது பிரதானம் எனினும் இணை தேர்ந்தெடுக்கையில் காமம் மட்டும் கணக்கில்லை. தவிர, அது கிட்டத்தட்ட எல்லாப் பெண்களாலும் தர முடியும் என்பதால் அது ஒரு நல்ல வடிகட்டியே அல்ல.”

“ம்.”

“ஒரு நாள் என்பது வெறும் இரவு மட்டுமல்ல; ஒரு முழுப் பகலையும் உள்ளடக்கியது. எனவே, புரிந்து கொண்டு இணக்கமாகவும் ஆதரவாகவும் வாழும் பெண் அவசியம். அதற்குப் பெண்ணின் அறிவு, குணம் இரண்டையும் பார்க்க வேண்டும். அறிவு என்றால் திறமை, புரிதல் முதலானவை. குணம் என்பதில் முதிர்ச்சி உள்ளிட்டவை வரும். அவை எல்லாம் சிறப்பாக இருந்தாலும் அவள் அவனை விரும்பவும் மதிக்கவும் செய்தால்தான் வாழ்க்கை இனிக்கும். ஆக, அவளுக்கு அவன் மீதான அன்பு என்பதும் முக்கியம். இந்த மூன்றுமே இணை தேர்ந்தெடுக்கையில் சிறப்பாக இருப்பதை உறுதி செய்ய வேண்டும்.”

“ம்.”

“ஆனால் சமூக, குடும்ப அழுத்தத்தாலும் தம் பேராசையாலும் இணை தேடும் ஆண்கள் முற்றிலும் வேறு அளவுகோல்களையே வைக்கிறார்கள் - அழகு, பணம், கல்வி, வேலை, அந்தஸ்து, சாதி, குடும்பப்பெருமை முதலியவை. உண்மையில் யதார்த்தத்தைக் கணக்கிட்டால் இவை இணையைத் தீர்மானிப்பதில் எவ்வகையிலும் பயனற்றவை. சொல்லப் போனால், தவறான இணையைத் தேர்ந்தெடுக்க மட்டுமே உதவுபவை.”

“மற்ற விஷயங்கள் சரிதான். ஆனால் இப்பட்டியலில் அழகும் வருமா? தனக்கு வரும் மனைவி அழகாக இருக்க வேண்டும் என ஓர் ஆண் எதிர்பார்ப்பது நியாயம்தானே?”

"நீ யோசித்துப் பார் விழி. ஒரு வாரம் சேர்ந்து வாழ்ந்தபின், பத்து புணர்ச்சிகளுக்குப் பின் எவ்வளவு பேரழகி என்றாலும் அழகு பழகிப் புளித்து விடும். பின் பிரம்மிப்பு அளிக்காது. அப்படி ஆன பிறகு அந்த அழகால் அந்த ஆணுக்கு ஒரு பயனும் இல்லை! அதிகபட்சம் சமூக அந்தஸ்துக்காக 'என் தகுதியால் எப்பேர்பட்ட அழகியை மடக்கி இருக்கிறேன், பார்' என்ற தன்முனைப்பு திருப்தி அடையலாம். அது லாபகரமான வியாபாரம் அல்ல."

"..."

"ஆக, மிஞ்சுவது பெண்ணின் அறிவு, குணம், அவள் அந்த ஆண் மீது கொள்ளும் அன்பு. அதில் தோதான பெண்ணை அடைவதில்தான் ஆண்களுக்கு இடையே போட்டி இருக்க வேண்டும். ஆனால் இன்றைய நடப்பில் உள்ள போட்டி முறையில் இந்த மூன்றையுமே கண்டறிய முடியாது. கண்ணுக்குத் தெரிவதெல்லாம் முன்பு குறிப்பிட்ட அர்த்தமற்ற விஷயங்களே. ஆகவே, போட்டி அந்த மொக்கைத் தகுதிகளுக்கு நடக்கிறது. அதனால் பொருத்தமற்ற ஜோடிகள் அமைகின்றன. திருமணங்கள் தோல்வியுற்றுத் பிரிகின்றனர்."

"ம்ம்ம்."

கயல்விழிக்கு அவன் வர்ணித்தவை தனக்கு அப்படியே பொருந்துவதாகத் தோன்றியது. புற அழகையும் கொஞ்சம் அவன் அங்கீகரித்துப் பேசியிருக்கலாம் என எண்ணினாள்.

★

சங்கர் கயல்விழியிடம் அவ்வப்போது ஒடுக்கப்படுதல் என்பதைப் பற்றிப் பேசினான். அது அவளுடன் அவன் இயல்பாக, இணக்கமாக இருப்பதன் அளவுகோலாக இருந்தது.

"சில கோயில்களில் மாரியம்மன் தலை மட்டும் இருக்கும், பார்த்திருக்கிறாயா, விழி?"

"ஆமா..."

"அதன் பின்னே ஒரு சாதி ஆதிக்க மனநிலை ஒளிந்திருக்கிறது என்பதை அறிவாயா?"

"ஓ!"

“ஜமதக்னி முனிவரின் மனைவி ரேணுகா. வழக்கம் போல் கற்புக்கரசி. அவர்களுக்கு நான்கு பிள்ளைகள். முதல் மூவர் பெயர் எனக்கு மறந்து விட்டது. நான்காமவன் நாம் நன்கறிந்த பரசுராமன். அப்போது ஜமதக்னி முனிவர் தவம் செய்யப் போயிருந்தார்.”

“ம்.”

“குளத்துக்கு நீரெடுக்க மண் குடத்துடன் சென்றாள் ரேணுகா. அப்போது வானில் ஒரு கந்தர்வன் வந்தான். குளத்து நீரில் அவனது பிம்பம் கண்டு அவனது அழகில் லயித்தாள் ரேணுகா. அவள் கற்பு பங்கமானது. அதன் விளைவாக அவள் கொண்டு சென்ற மண் குடம் கரைந்தது. அவள் செய்த சில்மிஷம் ஜமதக்னி முனிக்குத் தெரிந்து போனது.”

“இதுதான் கற்புக் கோடுன்னா இன்னிக்கு ஊருக்குள்ள் ஒரு மண் குடமும் இருக்காதுல்ல!”

“ஆமா. அதனால்தான் எதுக்கு வம்புனு எல்லோரும் ப்ளாஸ்டிக் குடத்துக்கு மாறிட்டாங்க.”

“ம்.”

“ஜமதக்னி கடுப்பாகித் தன் மகன்களை வரவழைத்தார். தாய் ரேணுகாவின் தலையை வெட்டி வர உத்தரவிட்டார். முதல் மூவரும் மறுத்து விட, பரசுராமன் கிளம்பிப் போனார். ரேணுகாவுக்கு விஷயம் தெரிந்து ஒரு வெட்டியான் வீட்டில் போய் ஒளிந்து கொண்டாள்.”

“ம்.”

“பரசுராமன் சரியாகத் தேடி இடம் கண்டுபிடித்து விட்டான். தன் அன்னையை வெட்ட மழுவை ஓங்கிய போது வெட்டியான் மனைவி காப்பாற்ற குறுக்கே வந்தாள். அவளது தலையை முதலில் கொய்து விட்டுப் பின் தன் தாயின் தலையையும் வெட்டி எறிந்தான்.”

“ம்.”

“ஜமதக்னியிடம் போய்ச் சொன்னான் பரசுராமன். தந்தை மகிழ்ந்து அவனுக்கு என்ன வரம் வேண்டும் எனக் கேட்டார்.

அவனுக்கு அவ்விடம் வரும் எனத் தெரிந்துதான் தாயின் தலையை வெட்டியிருந்தான். வரமாகத் தாயிடம் மன்னிப்பு கேட்க வேண்டும் என்றான்."

"ம்."

"ஜமதக்னி திடுக்கிட்டார். வேறு வழியில்லை, வாக்கு கொடுத்தாயிற்று. மகனிடம் தன் கமண்டல நீரைக் கொடுத்து, வெட்டுண்டவளின் தலையையும், உடலையும் இணைத்து, தீர்த்தம் தெளித்தால் உயிர் பெறுவாள், பிறகு மன்னிப்பு கேட்டுக் கொள்ளலாம் என்றார்."

"ம்."

"நன்றி கூறி உற்சாகமாக வெட்டியான் வீட்டுக்கு ஓடிய பரசுராமன் அவசரத்தில் தாயின் தலையையும் வெட்டியான் மனைவி உடம்பையும் இணைத்து நீர் தெளித்து விட்டான்."

"ம்."

"அப்புறம் அந்த அரை ரேணுகாவோடுதான் ஜமதக்னி முனி வாழ்ந்தார் என்கிறார்கள்."

"ம்."

"இன்று நாம் காணும் தலை மட்டுமுள்ள மாரியம்மன்கள் ரேணுகாவின் அம்சம்தான். அவளது தலை உயர்சாதி என்பதால் வழிபாட்டுக்குரியது. ஆனால் உடல் வெட்டியான் மனைவியுடையது என்பதால் வணங்கற்குரியதல்ல. எவ்வளவு ஆச்சாரம் பார்த்தாயா!"

"ரைட். கொடுமைதான். ஆனால் இது பற்றித் தெரியாமலே ஏற்று வாழ்ந்து வருகிறோம்."

"ம்ம்ம்."

"இது போல இந்த ஊரில் ஒரு விஷயம் இருக்கிறது. ஒரு நாள் உனக்குக் காட்டுகிறேன்."

சங்கர் புன்னகை செய்து சரியென்றான். மீசையை முத்தமிடத் தூண்டும் புன்னகை!

★

15

சங்கர் தன் பெட்டியைக் குடைகையில் ஓராண்டு முன் அர்ச்சகர் பயிற்சிப் பள்ளியில் நடத்திய கட்டுரைப் போட்டியில் எழுதிய கட்டுரையின் ஒளிப்பிரதி கைக்குச் சிக்கியது.

சாமியும் சாதியும்

சி.சங்கர்

சாமிகளிலும் பொருளாதார வேற்றுமைகள் உண்டு - உத்தேசமாகச் சிறுதெய்வங்கள், பெருந்தெய்வஙகள் எனலாம். பணக்காரச் சாமிகளைக் கும்பிட்டால் பணக்காரர் ஆகி விடலாம் என்ற நப்பாசையில்தான் ஏழைகள் எல்லாம் அவற்றின் பின்னால் ஓடினார்கள். பணக்காரச் சாமிகளுக்கு ஒரே சாதிதான் - உயர்சாதி. ஆனால் ஏழைச் சாமிகளில் சாதி வித்தியாசம் உண்டு. கீழ்ச்சாதிச் சாமியை மேல்சாதிக்காரன் கும்பிடும் வழக்கமில்லை.

பெருந்தெய்வங்கள் வைதீகப் பார்ப்பன மதத்தால் ஸ்தாபிக்கப்பட்டவை. முற்காலத்தில் அவை இங்கே காலூன்றத் தொடங்கிய காலத்தில் செல்வாக்கு மிக்க சிறுதெய்வங்களை பெருந்தெய்வங்களாக சுவீகரித்துக் கொண்டார்கள். அது புத்திசாலித்தனமான நகர்வு. அப்படியே எடுத்துக் கொள்தல், திரித்தல், ஏற்கெனவே

இருப்பதோடு இணைத்தல் எனப் பல வகைமைகளில் இது நடந்தது. அவற்றின் தோற்றம், வரலாறு யாவும் மாற்றப் பட்டது. அந்தச் சமஸ்கிருத மயமாக்கலை மேல்நிலையாக்கம் என்றே மக்கள் பார்க்கிறார்கள்.

பிராமணர் அல்லாத சாதியில் பெரும்பாலானோருக்குப் பிராமணர் மாதிரி வாழ்வதும், பிராமணர்களாகத் தம்மை முன்வைப்பதும் ஒரு பெருங்கனவு. "நாங்க அய்யர் மாதிரி இதைச் செய்வோம்" என்ற பெருமிதக் குரல்கள் சகஜம். காரணம் அதுவே உயர்வு என்ற காலங்காலமான ஆழ்மனப் பதிவும், தாம் கீழே என்ற தாழ்வுணர்வுமே. எல்லோருக்கும் பாரதி பூணூல் போட்டு விட்டது அன்றைய தேதியில் புரட்சி. தவிர, பாரதி பிராமணன் என்பதால் மற்றவர்களும் தனக்குச் சமமே என்று அவன் சொல்வதாக அதை எடுத்துக் கொள்ளலாம். ஆனால் பிராமணர் அல்லாதோர் "நானும் பூணூல் அணிவேன், அதனால் உயர்ந்தவன் ஆகிறேன்" என்பது அறிவார்ந்த செயல் அல்ல. பதிலாக, பிராமணர்களும் பூணூலைத் துறக்க வேண்டும் என்று சொன்ன பெரியாரின் கருத்தே சரியான தீர்வு.

வேத காலத்தில் யக்ஞம் அல்லது யாகம்தான் வழிபாட்டு முறை. அதில் மிருகங்களைப் பலியிடுவார்கள். அது மெல்ல அழிந்து பூஜை என்கிற எளிய வழிபாட்டு முறை வந்தது. வேத கால யாகம் இன்று ஹோமம் என்ற குறுக்கப்பட்ட சடங்காக மட்டும் எஞ்சுகிறது. இது வழிபாட்டை ஜனநாயகப்படுத்தல் என்று சொல்லலாம். சிறுதெய்வங்களிடமிருந்து மக்களைக் கவர பெருந்தெய்வங்கள் செய்து கொண்ட சமரசம் என்றும் சொல்லலாம்.

ஆனால் யாக வழக்கிற்கும் பூஜை முறைக்கும் ஒரு தொடர்பும் தொடர்ச்சியும் உண்டு.

மந்திரம் என்பது தெய்வம் பற்றிய புகழுரைதான். தீ வளர்த்து, மந்திரம் சொல்லி, பலி கொடுத்து வழிபடுவது யாகம். அங்கே தெய்வத்துக்கு உருவமில்லை. இன்றைய பூஜை முறையில் சிலையோ, படமோ, கல்லோ, சாணியுருண்டையோ தெய்வத்தை அதில் உருவகித்து, வருவித்து, அலங்கரித்து, உபசரித்து, கொண்டாடி வழிபாடு நடக்கிறது.

யாகத் தீயில் உயிர்கட்குப் பதில் நவதானியம் போல் பொருட்களைப் பலி தருவதற்கு இணையானதே பூஜையில் தேங்காய் உடைத்து அதன் குடுமி நீக்கிப் படைப்பதும்!

ஒவ்வொரு யாகமும் ஒரு தெய்வத்துக்குரியது. அதற்குச் சொல்லப்படும் மந்திரங்களில் அந்தத் தெய்வமே விதந்தோதப்பட்டு மற்ற தெய்வங்கள் அதற்கு அடுத்த நிலையில் வைக்கப்படும். கோயில்களிலும் அதே தர்க்கம்தான். கோயில் எந்தத் தெய்வத்துக்கு உரியதோ - அதாவது மூலவர் - அவருக்கே முதல் மரியாதை, அதிக பூஜை, நிறையப் படையல். சுற்றியுள்ள மற்ற தெய்வங்களுக்கு எல்லாம் ஒரு படி கீழேதான் கிட்டும்.

வேத காலத்துக்கு சுமார் இரண்டாயிடம் ஆண்டுகளுக்குப் பின்புதான் புராணங்கள் உருவாகின்றன. வேதங்களில் நாயகர்களாக இருந்த இந்திரன், வருணன், அக்கினி, வாயு, சோமன் போன்றோர் புராணங்களில் உபதெய்வங்களாகச் சுருக்கப்பட்டார்கள். மாறாக, வேதங்களில் ஓரமாக இருந்த சிவனும் விஷ்ணுவும் பிரம்மனும் விநாயகனும், முருகனும் புராணங்களில் மையக் கடவுள்கள் ஆனார்கள். அதே போல் உஷா, அதிதி போன்ற தெய்வங்கள் மறைந்து பார்வதி, லக்ஷ்மி, சரஸ்வதி, துர்க்கை, காளி ஆகிய தெய்வங்கள் மேலே வந்தன. பின் நாட்டார் தெய்வங்களும் வைதீக தெய்வங்களும் இணைக்கப்பட்டன. நாட்டார் தெய்வங்கள் காணாமலாகின. மாயோன் கிருஷ்ணனில் கரைந்தார், சேயோன் கார்த்திகேயனில் கரைந்தார், அம்மன்கள் சக்தி ரூபமாகினர்.

கிபி 3ம் நூற்றாண்டிலிருந்தே ஈசனும் திருமாலும் பெருந் தெய்வங்கள் ஆக்கப்பட்டனர். குப்தர் காலத்தில் நாடெங்கும் இத்தெய்வங்களின் பல உருவங்கள் ஸ்தாபிக்கப்பட்டன. அவர்களுக்குப் புராணங்கள் இயற்றப்பட்டன. சைவமும் வைணவமும் எழுச்சி பெற்றன. சிவனுக்கும் விஷ்ணுவுக்கும் நால்வருணத்திலும் அதன் வெளியிலும் பக்தர்கள் பரவினர்.

சிவனுக்குக் கைலாயம் - அதாவது வடக்கு - வீடு என மாற்றினர். அகத்தியர், திருமூலர், பரஞ்சோதி முனிவர் எல்லாம் கைலாயத்திலிருந்து தென்னகத்திற்குக் கற்றுக்

கொடுக்க வந்தவர்கள் ஆனார்கள். 9ம் நூற்றாண்டுக்குப் பின் இயற்றப்பட்ட பக்தி இலக்கியங்கள், பெரிய புராணம், கம்ப ராமாயணம் எல்லாமே மனு நீதியுடன் இணக்கம் பேணுபவை. எனவே, வர்ணாசிரம தர்மத்தை ஆதரித்தே இதன் செய்திகள் அமைந்திருக்கின்றன.

ஆரியர் வருகைக்கு கனகாலம் முன்பே இங்கு கன்னிச் சாமிகள் நிலைபெற்றிருந்தன. கன்னிமை கற்புடைமையை விட உயர்ந்ததாகக் கருதப்பட்டது. தாய்மைப்பேறுக்கும் பயிர் உற்பத்திக்கும் கன்னிமையின் அதீத சக்தியே காரணம் என நம்பினார்கள். கன்னி வழிபாடு பரவலாக இருந்தது. சிலப்பதிகாரத்தில் கொற்றவை கன்னித் தெய்வம்தான். அதில் அவளது கன்னித்தன்மை மிகச் சக்தி வாய்ந்ததாகச் சொல்லப்படுகிறது. கன்னிப் பெண்டிரை நிஜமாகவே வணங்கினர். இதை வாம பூசை, குமரிப்பூசை என்றழைத்தனர். வைதீகத்தில் அதன் சாயையில் கன்னி வழிபாடு, கன்னி வணக்கம் போன்றவை தேவி புராணம், தேவி பாகவதத்தில் கூறப்பட்டுள்ளன. பாலதிரிபுரசுந்தரி என்ற பிராமணக் கன்னியரைத் தேவியாக வணங்குதல் வழக்கில் இருந்தது. கல்யாணமாகாமல் சாகும் பெண்களுக்கு எப்போதும் ஒரு தனி மரியாதை தரப்படும். நேபாளத்தில் குமாரி பூசை இன்றும் நடைமுறையில் இருக்கிறது. கன்னிச் சிறுமியைத் தேர்ந்து வணங்குகின்றனர். மன்னரே அக்கன்னியை வழிபட்டே ஆட்சி நடத்துகிறார். அவளுக்குக் காயம்பட்டாலோ அவள் பூப்படைந்தாலோ வேறு ஒரு கன்னி அவ்விடத்துக்குத் தேர்ந்தெடுக்கப்படுகிறாள்.

பிறகு மேய்ச்சல் தொழில் மேலெழுந்த போது பெண்ணுக்கு முக்கியத்துவம் குறைந்து இரண்டாம் பட்சம் ஆனாள். ஆண் தொழில் நிமித்தம் வெளியே செல்ல, பெண் வீட்டில் காத்திருப்பவள் ஆனாள். அதிலிருந்துதான் கற்புடைத் தெய்வங்கள் தோன்றியிருக்கும். கண்ணகி தெய்வமாக நிலைபெற்றதும் பகவதியாகப் பரவியதும் இக்காலகட்டத்தில்.

பிற்பாடு வேளாண் சமூகமாக மாற்றம் பெற்ற காலகட்டத்தில் பெண்ணுக்கு மறுபடி ஓர் ஏற்றம் நிகழ்கிறது. தொடர்ந்து தாய்த் தெய்வங்கள் உண்டாகின்றன. அவற்றின் மீது குல அடையாளங்களை ஏற்றினார்கள். பெண் குலதெய்வங்கள்

உண்டானது அப்போதுதான். இறுதியில் சிவனோடு அந்தத் தாய் தெய்வம் சேர்த்து வைக்கப்பட்டாள். உதாரணமாக பாண்டியரின் சின்னம் மீன். மதுரையிலிருந்த தாய்த் தெய்வத்தை அதோடு இணைத்து மீனாட்சி ஆக்கினார்கள். அப்புறம் அவளைச் சுந்தரேஸ்வரருக்கு மணம் முடித்தார்கள். நெல்லையில் சந்திர வம்சம் இருந்தது. அங்கே இருந்த தாய்த் தெய்வத்தை காந்திமதி ஆக்கினார்கள். இறுதியில் காந்திமதியை நெல்லையப்பருக்கு மணம் செய்வித்தார்கள்.

அதாவது கொற்றவையைச் சிவன் மனைவியாகக் காட்டும் முயற்சிகள், சிவனுக்குரிய அடையாளங்களைக் கொற்றவைக்கு உரியதாகக் கூறும் முயற்சிகள் இரண்டுமே சதா நடைபெற்றன. அவ்வாறு தாய்த் தெய்வங்கள் எல்லாம் மனைவியாக அடக்கப்பட்டன. அதாவது அவற்றுக்குத் தனித்து இயங்கும் அடையாளங்கள் இல்லாமல் ஆக்கப்பட்டன. தாய் தெய்வக் கோயில்களைத் தந்தை தெய்வக் கோயில்களாக மாற்றுவதும் நடந்தது.

அம்மாற்றத்தின் முக்கியக் கூறு பெண் தெய்வத்தின் உக்கிரத்தை மட்டுப்படுத்துதல். கடவுளின் கோபத்தைக் குறைக்கும் மந்திரங்களைச் செப்புத் தகட்டில் எழுதி ஆலய வாசலில் பதிக்கும் வைதீகமாக்கல் முறைக்கு ஸ்ரீசக்கரப் பிரதிஷ்டை எனப் பெயர். திருவானைக்காவல் கோயிலின் அகிலாண்டேஸ்வரி ஆதியில் உக்கிர தெய்வம்தான். பக்தர்கள் வணங்க அச்சப்படுகிறார்கள் என்று ஆதி சங்கரர் பெரிய காதணிகளை அம்மனுக்கு அணிவித்து உக்கிரத் தோற்றம் தணித்தார். பெண்களின் அலங்காரம், அணிகலன்கள் எல்லாம் அவர்களுடைய வீரியத்தை, வீச்சை மட்டுப்படுத்துவதற்கே!

தமிழகத்தின் சில ஊர்களில் சிறுதெய்வமாக வீற்றிருக்கும் காமாட்சி, காஞ்சிபுரத்தில் மட்டும் வைதீகச் சாமியாக சங்கர மடத்தின் கட்டுப்பாட்டில் இருப்பதும் அபகரிப்பே. முன்பு அச்சாமி விஸ்வகர்மாக்களின் சிறுதெய்வமாக இருந்ததாகச் சொல்கின்றனர். தாய்த் தெய்வக் கோயில்களைக் குறித்த காமக் கோட்டமே காமமோடி என்றானது.

இந்த வைதீகமாக்கலை மறுத்து நின்ற ஒரே இடம் கன்னியாகுமரிதான். அப்பிரதேசத்து மக்கள் பகவதி அம்மன் கன்னியாக இருப்பதையே விரும்பி இருக்கிறார்கள். பகவதி கன்னியாக இருந்தால்தான் பாணாசுரனை வீழ்த்த முடியும் என்பதால் - அவன் வாங்கி வந்த வரம் அப்படி - நாரதர் சதி செய்து சிவனின் அம்சமான சுசீந்திரம் தாணுமாலயன் அவளை மணம் செய்ய விடாமல் தடுத்து விடுகிறார் என்கிறது குமரியின் தல புராணம். (திருமண நாள் அன்று ஈசன் பொழுது புலர்வதற்குள் வர வேண்டும் என்பது பகவதியின் நிபந்தனை. நாரதர் சேவல் வேடமெடுத்து விடியும் முன்பே கூவ, சிவன் விடிந்து விட்டதே என்று எண்ணி கல்யாணம் முடிக்கும் திட்டத்தைக் கை விட்டு சுசீந்திரம் திரும்புகிறார்.)

அதாவது சில இடங்களில் தாய்த் தெய்வங்கள் ஆதி இயல்பான உக்கிரத்தைக் கைவிட மறுத்து விட்டன. இதைக் கையாளத்தான் வைதீகம் தாய்த் தெய்வத்திற்கு சாந்த அம்சப் பரிணாமம் தவிர காளி, பிடாரி என்ற உக்கிர அம்ச அம்மன்களையும் உருவாக்கியது. யோசித்தால் அதன் இலக்கு ஒன்றுதான் - சமரசம் செய்தேனும் வெகுஜன மயமாவது.

ஆதி காலம் முதல் இன்று வரையில் பெண்களுக்குச் சில உரிமைகள் மறுக்கப்பட்டே வருகின்றன. நடுகற்கள் பெண்களுக்கு உரியவை அல்ல - ஒரே விதிவிலக்கு சேரன் செங்குட்டுவன் கண்ணகிக்கு நடுகல் நட்டு வழிபட்டான். வேத காலத்திலும் பெண்கள் யாகத்தில் கலந்து கொள்ளலாம், ஆனால் யாகத்தின் எஜமானர்களாக அமர முடியாது.

தஞ்சை பனையக்கோட்டை வீரனார் கோயில் திருவிழாவுக்கு நாள் குறித்த பின் மாத விலக்கானோரை ஊரில் வைத்துக் கொள்வதில்லை. தண்டோரா போட்டு அவர்களை அழைத்துச் சென்று ஊர் எல்லையில் குடிசை போட்டு தங்க வைத்து விடுகிறார்கள். சபரிமலையாவது பரவாயில்லை, சிறுமிகளையும் கிழவிகளையும் அனுமதிக்கிறது - நாசிக் சனீஸ்வரன் கோயிலில் முற்றிலும் பெண்களுக்கு அனுமதி

இல்லை. கெட்டது தரும் சனி பகவான் முன்னால் பெண் வந்தால் குடும்பத்துக்கே கேடு விளையுமாம்.

வைதீக மதமே ஆணாதிக்க குணம் கொண்டதுதான். பக்தி இலக்கியங்களில் ஆண் தெய்வங்களே பாடப்பட்டன. பெண் தெய்வங்கள் அவற்றில் துணைப்பாத்திரங்களே! நாட்டார் தெய்வங்களைப் வைதீகத் தெய்வங்கள் முந்திச் செல்ல அதன் இந்தக்கூறும் காரணமாக இருக்கலாம். நம் சமூகமே ஆணாதிக்கத்தில் திளைக்க விரும்புவதுதானே!

பெருங்கோயில்களில் பெண்களுக்கு அப்படி என்றால், அதை விடப் பல நூறு மடங்கு ஒடுக்கத்தைத் தாழ்த்தப்பட்டோர் சந்தித்தார்கள். அர்ச்சகர் ஆவதையோ கருவறை நுழைவதையோ விடுங்கள், ஆலய வாசற்படியை மிதிக்கவே அவர்களுக்கு அனுமதி இல்லை. அங்கொன்றும் இங்கொன்றுமாகச் சில உடைப்புகள் நிகழ்ந்தன. பறையரான நந்தனார் தில்லை நடராசர் ஆலயத்தில் பிரவேசம் செய்து நாயன்மாராக அடையாளம் பெற்றார் - ஆனால் அதுவுமே கூட நெருப்பில் இறங்கிப் பிறவி இழிவு போக்கித்தான். ராமானுஜர் தாழ்த்தப்பட்டோரைச் சீடர்களாக ஏற்று அவர்களை அழைத்துக் கொண்டு மேல்கோட்டை ஆலயம் புகுந்தார். இப்போதும் திருவாரூர் கோயில் உற்சவத்தில் யானை மீது ஏறி தாழ்த்தப்பட்டவர் அபிஷேக நீர் கொணர்கிறார். ஆனால் இவை விதிவிலக்கு.

பொதுவாக வைதீக மதம் தாழ்த்தப்பட்டோரை ஆலய விஷயங்களில் ஒதுக்கி வைத்தது. மனு நீதி, மஹாபாரதம் மற்றும் பிரகஸ்பதி, கௌதமர் இயற்றிய நூல்களை மேற்கோள் காட்டி பஞ்சமர்கள் மீதான தீண்டாமையை, கோயில் அனுமதியின்மையை ஆதரித்தது. சனாதன தர்மத்தை எதிர்த்துப் பேசி வரும் மஹாத்மா காந்தி போன்றோரை இந்துக்கள் கண்டிக்க வேண்டும் என 1925ல் வந்த சண்டாள ஜாதி தத்வ நிரூபணம் என்கிற நூல் சொல்கிறது. தாழ்த்தப்பட்டோர் ஆலயத்தில் நுழைந்தால் கால்களையும் வெட்டலாம் என்று தீண்டாதோர் ஆலயப் பிரவேச நிக்ரஹம் என்ற 1932 வருஷத்து நூல் சொல்கிறது.

20ம் நூற்றாண்டின் மத்தியில்தான் அவர்கள் கோயிலுக்குள் நுழைவதே சகஜமானது.

நம் ஆட்களின் திறமை என்னவென்றால் வெளிநாடு போனாலும், ஏன், வேறு மதத்துக்கு மாறினாலும் அங்கும் தம் சாதியைச் சுமந்து செல்வதுதான். சாதி நமக்கு மூச்சு மாதிரி.

சாதி இழிவு நீங்கவும் பிற சலுகைகளுக்காகவும் தாழ்த்தப்பட்ட இந்துக்கள் கிறிஸ்துவ மதத்துக்கு மாறினார்கள். அவர்கள் அனுபவித்த லாபங்களைப் பார்த்து கடுப்பான சில ஆதிக்க சாதியினரும் சிலுவையின் பக்கம் சாய்ந்தார்கள். ஆனால் அங்கே தேவாலயம் ஒன்றுதான். திருநெல்வேலி மாவட்டம் வடக்கன்குளம் என்ற ஊரில் நடந்த கதை இது.

அங்கே பள்ளர், பறையர் மக்களோடு பிள்ளைமார்களும் கிறிஸ்துவர்களாகி இருந்தனர். பிள்ளைமார்களுக்குத் தாமும் தாழ்த்தப்பட்ட மக்களுடன் தேவாலயத்துக்குப் போவதும் ஒன்றாக அமர்வதும் அவமானகரமாக இருந்தது. எனவே பாதிரியாரிடம் முறையிட்டனர். அவர் நன்கு சிந்தித்து புதிய தேவாலயம் கட்ட முடிவெடுத்தார். அதற்கு இரு வாயில்கள் வைத்தார். ஒன்று பிள்ளைமார்கள் வந்து போக, மற்றது தாழ்த்தப்பட்டவர்கள் புழங்க.

அவர்கள் ஒருவரை ஒருவர் பார்க்கக் கூட அவசியம் இல்லை. ஆனால் இரண்டு தரப்பும் ஒரே சமயம் சிலுவையில் அறையப்பட்ட இயேசுவையும் பாதிரியாரையும் பார்க்கலாம். இப்போது பாதிரியார் இதில் எந்த வழியாக வருவது எனப் பிரச்சனை எழுந்தது. ஏதோ ஒரு வாயிலில் வந்து போனால் சார்பு எடுத்ததாகி விடும். எனவே இரண்டுக்கும் இடையே மூன்றாவதாக ஒரு வாயில் கட்டப்பட்டது. அது பாதிரியாருக்கு மட்டும் பிரத்யேகமானது.

அத்தேவாலய அமைப்பை மேலிருந்து பார்த்தால் ஒரு சிறுவனின் அரைக்கால் சட்டை போல் தோற்றமளித்தது. எனவே அது 'டவுசர் சர்ச்' என அழைக்கப்படலாகிற்று. காலம் நகர்ந்தது. கௌசானல் என்பவர் பாதிரியாராக அத்தேவாலயத்துக்கு வந்தார். அங்கே நிலவிய இரட்டைச்

சாதிய வாயில்கள் கண்டு அதிர்ச்சியடைந்தார். 'இயேசுவுக்குச் சாதி இல்லையப்பா' என்று சொல்லி வாயில்களை ஒன்றாக்க முனைந்தார். பிள்ளைமார்கள் அதற்கு எதிர்ப்பு தெரிவித்து நீதிமன்றத்தை அணுகினர். பாதிரியாரும் சளைக்காமல் போராடி, இறுதியில் தீர்ப்பு சாதகமாக வந்து வாயில்கள் இடித்து ஒன்றாக்கப்பட்டன.

சாதியத்தின் டவுசர் கழற்றப்பட்டது என்றும் இதை குறிப்பேற்றிச் சொல்ல முடியும்.

ஆக, எங்கே தப்பித்து ஓடினாலும் சாதிய இழிவு விடாது. அரசுக்கு மேல் நிற்பது சாதி, மதத்துக்கு மேல் நிற்பது சாதி, கடவுளுக்கு மேல் நிற்பது சாதி. சாதி சாஸ்வதமானது!

★

16

இந்து மதம் என்பது ஒரு மெய்நிகர் மதம் என்பதிலிருந்து தொடங்குகிறது பிரச்சனை. அது இயல்பாக உருவான ஒற்றை மதமல்ல, ஏற்கெனவே இருந்த பல சமயங்களின் தொகுப்பாக உருவாக்கப்பட்டது. முதலில் இந்து என்ற ஒரு குடைத் திரளல் நடந்தது சமயம் சார்ந்த சமூகச் சீர்திருத்தங்களுக்காக - 19ம் நூற்றாண்டின் பிற்பகுதியில் - உதாரணமாக சதி ஒழிப்பு, குழந்தைத் திருமண ஒழிப்பு, விதவை மறுமணம். பிறகு சீர்திருத்தம் தாண்டி மெல்ல தினசரிகளிலும் இந்து மதம் என்பது இங்கிருந்த எல்லாச் சமயங்களுக்குமான ஒற்றை அடையாளமாக மாறி விட்டது. அது ஓர் ஆக்ரமிப்புதான்.

அது இந்தியச் சுதந்திரப் போராட்டம் தீவிரமாக இருந்த காலகட்டம் என்பதும் காரணம். திலகர் உள்ளிட்டோர் விநாயக சதுர்த்தி மாதிரி சில பெருந்தெய்வப் பண்டிகைகளைத் தேசப் போராட்டத்துக்கு மக்களை ஒருங்கிணைக்கும் கருவியாகப் பயன்படுத்தினர். 20ம் நூற்றாண்டின் ஆரம்பத்தில் காந்தி சுதந்திரப் போராட்டத்தில் நுழையும் போது நாட்டில் எல்லோரும் இந்துவாகி விட்டார்கள். முக்கிய விஷயம் உருவாக்கப்பட்ட அந்த மதத்துக்கு வேதங்களே வழிகாட்டி என்பது பார்ப்பனர்களுக்கு அனுகூலமாக ஆனது!

இந்து யார் என்பதற்கு இந்து திருமணச் சட்டம், இந்து வாரிசுரிமைச் சட்டம் முதலியவை தெளிந்த வரையறை அளிக்கவில்லை. கர்நாடகத்தின் வீரசைவர்கள், லிங்காயத்துகள், ப்ரம்ம, ப்ரார்த்தன, ஆர்ய சமாஜைப் பின்பற்றுவோர் முதலியோரைக் குறிப்பிட்டாலும் இறுதியில் யாரெல்லாம் இஸ்லாமியர், கிறிஸ்துவர், பார்ஸி, யூதர் இல்லையோ அவர்கள் எல்லாம் இந்துக்கள் என்று சொல்லி விடுகிறது. இப்படி வேதத்தை மட்டுமே கடவுளாக பாவிக்கும் ஸ்மார்த்தர்கள், ஆகமங்களைப் பின்பற்றி ஆலயங்கள் கட்டி சிவனையோ விஷ்ணுவையோ கும்பிடும் சைவர்கள், வைணவர்கள், இந்த இரண்டு வகைமையிலும் அடங்காத, தொன்மையான சிறுதெய்வங்களைக் கும்பிடுவோர் என எல்லோரையும் இந்து என்ற ஒரே பெட்டிக்குள் அடைப்பது சமய வல்லாதிக்கம்தான். இது மூலச் சிடுக்கு.

இதிலிருந்துதான் இன்றைய கோயில் பிரச்சனைகள் அனைத்தும் தொடங்குகின்றன.

கோயில் என்ற அமைப்பில் அர்ச்சகர் மட்டுமா இருக்கிறார்! இன்னும் ஏராளம் பேரின் ஒன்றிணைந்த ஒழுங்கமைவில்தான் ஓர் ஆலயம் பிசிறின்றி இயங்குகிறது, பல உதிரி பாகங்களின் திட்டமிட்ட ஒத்திசைவில் ஓர் இயந்திரம் பழுதற்று இயங்குவதைப் போல்.

பிராமணர்கள் பூஜை செய்தல், தண்ணீர் கொண்டு வருதல், நைவேத்யம் சமைத்தல் ஆகியவற்றைப் பார்த்துக் கொள்கிறார்கள். இது போக, ஓதுவார், இசை வாசிப்போர், விளக்கேற்றுவோர், பூந்தோட்டம் பராமரிப்போர், பூக்கள் பறித்து வருவோர், மாலை தொடுப்போர், பெருக்கிச் சுத்தம் செய்வோர் உண்டு. தவிர, நிர்வாகிகள், கணக்கு எழுதுபவர்கள், குத்தகை வசூலிப்பவர்கள், காவல்காரர்கள், ஏவல் வேலை செய்வோர் இருக்கிறார்கள். இவர்கள் எல்லோரும் இணைந்தே ஆலயத்தை உயிர்ப்பிக்கிறார்கள்.

கோயிலுக்குள் மட்டுமின்றி, அதைச் சுற்றிலும் வேலைகள் உருவாகும், வியாபாரங்கள் செழிக்கும். விவசாய நிலம் கொண்டுள்ள வேளாண்மைச் சமூகங்கள், கால்நடைகள் வைத்திருக்கும் இடையர் சமூகம், மலர் விளைவிப்போர்,

கட்டி விற்போர், செக்கு எண்ணெய் ஆட்டுவோர், கட்டிடம் கட்டுவோர், சிற்பிகள், உலோக வேலை செய்வோர், தச்சு வேலை செய்வோர், நகை ஆசாரிகள், நெசவாளிகள், குயவர்கள், சோதிடர்கள், தேவதாசிகள் எனப்படும் நடனப் பெண்கள், கரகாட்டக்காரர்கள், கூத்துக் கலைஞர்கள், கற்பூரம், சாம்பிராணி உள்ளிட்ட பூசைச் சாமான் விற்போர், விபூதி, மஞ்சள், குங்குமம், சந்தனம், பஞ்சாமிருதம் உள்ளிட்ட பிரசாதம் தயாரிப்போர், சாமி படங்கள், ஆன்மீக அணிகலன்கள், பக்திப் புத்தகங்கள் விற்போர், பொம்மை விற்போர், உணவகங்கள், கட்டணக் கழிப்பிடங்கள், குளியலறைகள், விடுதிகள், சுற்றுலாப் பணிகள், வாடகை வாகனங்கள் உள்ளிட்ட போக்குவரத்து வேலைகள், கூட்டத்தை ஒழுங்கு செய்வோர், யாசகர்கள் எனப் பட்டியல் நீண்டது. இப்படியாக பெருந்தெய்வக் கோயில்களைச் சுற்றி நகரங்கள் உருவாகுமளவு அதன் வியாபார விஸ்தீரணம் விரிந்தது. உதாரணம் தஞ்சை, மதுரை, காஞ்சி, ஸ்ரீரங்கம், கும்பகோணம், திருப்பதி, திருவனந்தபுரம், வாரணாசி...

இதில் பல பணிகளையும் சில குறிப்பிட்ட சாதிகள் செய்கின்றன என்றாலும் அது திறன் ரீதியிலான ஆதிக்கம் மட்டுமே, மற்ற சாதிகள் செய்யக் கூடாது என்ற தடை கிடையாது. அர்ச்சகர் என்ற ஒரு பணி மட்டுமே சாதி அடிப்படையிலான கட்டுப்பாடு கொண்டது.

'அனைத்து சாதியினரும் அர்ச்சகர் ஆகலாம்' திட்டம் முன்னெடுக்கும் போதெல்லாம் போடப்படும் முட்டுக்கட்டை ஆகமம். எச்சாதியினரும் அர்ச்சகர் ஆகத் தடையில்லை, ஆனால் ஆகம விதிகள் பின்பற்றப்பட வேண்டும் என்பதாக நீதிமன்ற உத்தரவு வரும். அது மேலோட்டத்துக்கு தடை போல் தோன்றினாலும் உண்மையில் அப்படி இல்லை.

புராணங்கள் உருவான அதே காலகட்டத்தில்தான் ஆகமங்களும் உருவாகின. அதில் நான்கு பாகங்கள் உண்டு. ஞான பாதம் கடவுள் - மனிதன் உறவு, மனிதனின் மோட்சம் ஆகியவற்றைப் பேசுகிறது. யோக பாதம் மனிதன் செய்ய வேண்டிய யோகப் பயிற்சி, தியான முறைகளைக் கூறுகிறது. கிரியா பாதம் ஆலயங்கள் கட்ட வேண்டிய முறைகள்,

ஆலயங்கள் அமைப்பது, தெய்வங்கள் நிறுவுவது, வழிபாட்டு முறைகளை விவரிக்கிறது. சரியா பாதம் வழிபடுவோர்க்கான நெறிகளை, வாழ்வியல் சடங்குகளை விளக்குகிறது.

சைவம், வைணவம், சாக்தம் என ஒவ்வொரு பிரிவுக்கும் தனித்தனி ஆகமங்கள் உண்டு. சைவ ஆகமங்கள் மொத்தம் 28. வைணவ ஆகமங்கள் 2, சாக்த ஆகமங்கள் மொத்தம் 77. சமணத்துக்கும் பௌத்தத்துக்கும் ஆகமம் உண்டு. ஆகமங்களின் மொழி சமஸ்கிருதம்.

பூவைக் கொண்டு செய்வதுதான் பூசை. பூசை செய்பவர் பூசாரி அல்லது பூசகர். பூசை இரண்டு வகை. தன் நலத்துக்கு வீட்டில் செய்வது ஆன்மார்த்த பூசை. ஊர் நலனுக்கு ஆலயங்களில் செய்வது பரார்த்த பூசை. அர்ச்சகர் என்பது பரார்த்த பூசாரியையே.

பெருந்தெய்வக் கோயில்களில் பொதுவாக பிறப்பால் பிராமணர்களாக உள்ளோர் பூசாரிகளாக இருக்கிறார்கள். பிராமணர் என்பது உண்மையில் சாதியைக் குறிக்கும் சொல் அல்ல. பிரம்மத்தை உணர்ந்தவர் பிராமணர். "அந்தணர் என்பவர் அறவோர்" என்கிறது திருக்குறள். சைவ ஆலயங்களில் பூசை செய்வோர் சிவாச்சாரியார்கள் - இவர்கள் ஆச்சாரியார், அர்ச்சகர், ஸ்தானிகர், பாசகர், பரிசாரகர் என ஐந்து வகை. வைணவ ஆலயங்களில் பூசை செய்வோர் பட்டர்கள் எனப்படுவார்கள் - இவர்கள் வைகானசர், உத்தமாதிகாரி, மத்தியமாதிகாரி, அதமாதிகாரி என வகைப்படுவர்.

ஆகமங்கள் சொல்லும் பூசகர் தகுதிகள்: உடற்தகுதிகள் - விரும்பத்தக்க தோற்றம், சிகையுடைமை, சிகையை முடிந்திருத்தல், தாடி, மீசை இல்லாமை, நோயில்லாமை. குணத்தகுதிகள் - நேர்மை, பொறாமையின்மை, அபவாதம் செய்யாமை, இனிமைப் பேச்சு, சொல்வன்மை, நன்னடத்தை, உலகியலில் மனம் செல்லாமை, ஜீவகாருண்யம்.

ஆகமங்கள் சொல்லும் தகுதிக் குறைகள்: உடல் பற்றியவை - கவர்ச்சி இல்லாமை, மஞ்சள் கண், கண்ணில் பூ, மிகப் பருமன், மிகக் குள்ளம், அதிக ரோமம், சொட்டைத் தலை, செம்பட்டை மயிர், பல் இல்லாமை, உடைந்த பற்கள்,

உடல் ஊனமுற்றவன், துக்கமுடையவன், பிச்சைக்காரன், பெண்தன்மை மிக்கவன், பெருந்தீனிக்காரன், திறமையற்றவன், வைத்தியன், ஆடல், பாடல்காரன். குணம் பற்றியவை - வீண் பெருமை, கெட்ட நடத்தை, பாவி, பாவம் பெற்றவன், தயவற்றவன், உணர்ச்சியற்றவன், சபலமுடையவன், சமயம் விட்டவன், வியாபாரி, பெண்களால் பிழைப்பவன், நன்றி கெட்டவன், கஞ்சன், அசட்டையானவன், தாமதக்காரன், ஐயமுற்றவன், இழிந்தவன், சந்நியாசி, நாத்திகன், தெய்வ நிந்தனை, பிராமண நிந்தனை, விரதம் கைவிட்டவன்.

ஆகமங்கள் எதிலும் குறிப்பிட்ட சாதியைச் சேர்ந்தவர்தான் பூசை செய்ய வேண்டும் என்று சொல்லப்படவில்லை. பெருந்தெய்வக் கோயில்களில் பரம்பரையாக பூசாரிப் பொறுப்பு ஒப்படைக்கப்பட்டு வந்ததால் அங்கே பிராமணர்கள் மட்டுமே பூசாரிகளாக இருக்க முடியும் என்ற எண்ணம் உண்டாகி விட்டது. இது வாரிசு அரசியல் குழப்பம் மட்டுமே. சைவர்கள் சைவக் கோயில்களிலும் வைணவர்கள் வைணவ ஆலயங்களிலும் பூசாரிகளாக செய்ய வேண்டும் என்பது மட்டுமே ஆகமம் விதிக்கும் ஒரே கட்டுப்பாடு. இது பிறப்பு சார்ந்ததல்ல, நம்பிக்கை சார்ந்தது. சைவமும் வைணமும் வெவ்வேறு மதங்களாக அறியப்பட்ட காலத்தில் இயற்றப்பட்ட விதி. ஓர் இஸ்லாமியரோ, ஒரு கிறிஸ்துவரோ இந்துக் கோயில்களில் பூசாரி ஆக முடியாது என்பது போலத்தான்.

அந்த விதிப்படி ஸ்மார்த்த பிராமணர்கள் சைவ, வைணவ கோயில்களில் பூசாரிகளாக இருக்கலாகாது. ஆனால் தமிழகத்தின் பல பெருந்தெய்வக் கோயில்களில் ஸ்மார்த்த பிராமணர்கள் பூசாரிகளாக இருக்கிறார்கள். அந்த மீறலை உறுத்தாமல் ஏற்கும் போது சைவர்களிலே பிராமணர் இல்லாத சாதியினர் சைவக் கோயில்களில் ஏன் அர்ச்சகர் ஆகக் கூடாது? இதே வினாவை வைணவக் கோயில்களுக்கும் நீட்டித்துக் கொள்ளலாம்.

ஒரு கோயிலில் பின்பற்றப்படும் பூசைகள், செய்முறைகள், மந்திரங்கள், விழாக்கள், விசேஷங்கள், காலை முதல் இரவு வரை செயல்படுத்த வேண்டிய நடைமுறைகள் - எல்லாம் கற்ற ஒருவர் எந்தச் சாதியாக இருந்தாலும் அவர்

அக்கோயிலில் அர்ச்சகராக இருக்கலாம். இவற்றை எல்லாம் முறையான கல்வி மூலமும் நேரடியான பயிற்சிகள் மூலமும் ஒருவர் எளிதில் கற்றுக் கொள்ளலாம். உண்மையில் தமிழக ஆலயங்களில் இந்த அறிவு கொண்டவர்களே குறைவுதான். பிராமணர்கள் என்பதால் வாரிசுரிமை அடிப்படையில் அர்ச்சகர்களாகி விட்டவர்கள் கணிசம். இவர்கள் முறையான கல்வியும் பயிற்சியும் பெற்றிருக்கவில்லை. எனவே இன்று பூசாரிகளாக இருப்பவர்களுமே இதைக் கற்றுத் தேறாதிருந்தால் இடைவெளியைச் சரி செய்த பின்பே பணி தொடர வேண்டும்.

அர்ச்சகர் தகுதி தாண்டி பிற ஆலய நடைமுறைகளிலும் கூட ஆகமங்கள் தீவிரமாகப் பின்பற்றப்படுவது இல்லை. உதாரணமாக பூசைகள் ஆமகப்படி அல்லாமல் தேவை மற்றும் சூழ்நிலைக்கேற்ப மாற்றம் பெற்றுள்ளன. ஆறு காலப் பூசைகள், திருவிழாக் காலங்கள் சுருக்கப்பட்டு விட்டன. தனிநபர் அர்ச்சனைகள் ஆகம விதியில் அடங்காது.

எனவே அனைத்து சாதியினரும் அர்ச்சகராவதற்கும், தமிழில் அர்ச்சனை செய்வதற்கும் எந்த ஆகமங்களும் எதிரானவை அல்ல. அர்ச்சகர் பயிற்சிப் பள்ளிகளில் கற்று பூசாரி ஆகிறவர்கள் ஆலயங்களின் நேர்த்தியை அதிகரிக்கவே செய்வார்கள், இன்றிருக்கும் குறைகளையும் இடைவெளிகளையும் நிரப்பி கோயில்களைத் தரம் உயர்த்துவார்கள்.

உதாரணமாக ஒரு கோயில் இந்து சமய அறநிலையத் துறைக்குக் கீழ் இயங்கினால் ஊழல், நகைத் திருட்டு, சிலைக் கடத்தல் எல்லாம் நடக்க வாய்ப்பிருக்கிறதுதான். நிர்வாக அமைப்பை இறுக்கமாக்கி, சீர்திருத்த முறைகளை அமல்படுத்துவதன் வழி அதை எல்லாம் தடுக்கலாம். மாறாக, அதைச் சாக்காக வைத்து கோயில் அதிகாரத்தை உள்ளூர்கார்களிடமோ மடாதிபதிகளிடமோ குறிப்பிட்ட இனக்குழுவிடமோ தந்தால் பிறகு கோயிலில் சாதி ஆதிக்கம் தலைதூக்கும். தவிர இவர்கள் கட்டுப்பாட்டிலும் மேற்சொன்ன குற்றங்கள் நடக்காது என்பதற்கு எந்த ஓர் உத்தரவாதமும் இல்லை. எல்லாவற்றுக்கும் மேல் அரசு கண்காணிக்க இயலாமலும் போகும். ஒரு பிரபலக்

கோயிலில் அப்படித்தான் நிலைமை மோசமாகப் போய்க் கொண்டிருக்கறது.

சாமிக்குச் சாதி இல்லை. இத்தனை ஆகமங்களும் ஆச்சாரங்களும் நாம் பேசுவது சுடலையில் நடனமாடும் சிவனுக்குத்தான் என்பதை நாம் மறந்து விடக்கூடாது!

முற்பகுதியை இன்னும் கூடுதல் சரளத்துடன் எழுதியிருக்கலாம் என்பது தவிர நல்ல கட்டுரை என்று பட்டது சங்கருக்கு. தன்னைத் தானே முதுகில் தட்டிக் கொடுத்தான்.

அப்போதே கன்னி வழிபாடு பற்றி எழுதியிருப்பது இப்போதுதான் நினைவு வருகிறது. அம்முவுக்கும் தனக்குமான பந்தம் பற்றி அப்போதே ஏதோ உள்ளுணர்வு இருந்ததோ!

★

கோயிலில் எத்தனை பிழைகள் மக்கள் செய்கிறார்கள் என்று சங்கர் கவனித்தான்.

குளியலிட்டு கோயில் வர வேண்டும். கோபுரம் வணங்கி கோயில் நுழைய வேண்டும். கோயிலுக்கு தேங்காய், பழம், வெற்றிலை, பாக்கு, பூ ஆகியன வாங்கி வர வேண்டும். முதலில் மூலவரைப் பார்த்து விட்டுத்தான் மற்ற தெய்வங்களைத் தரிசிக்க வேண்டும். கோயிலில் மூலவருக்கு அபிஷேகம் நடந்து கொண்டிருந்தால் பிராகாரம் சுற்றக்கூடாது. சாமிக்கு அபிஷேகத்தைக் கண்டால் அலங்காரமும் கண்டு விட்டே கிளம்ப வேண்டும்.

அடுத்து இறையை வணங்கும் முறை. மும்மூர்த்திகளை தலை மேல் ஓர் அடி உயர்த்திக் கை கூப்பி வணங்க வேண்டும். கன்னியம்மன் மாதிரி மற்ற தெய்வங்களை தலைக்கு மேலாகக் கை கூப்பி வணங்கினால் போதும். குருவை நெற்றிக்கு நேராகக் கை கூப்பி வணங்க வேண்டும். அரசனை, தகப்பனை வாய்க்கு நேராக. பிராமணரை மார்புக்கு நேராக, தாயை வயிற்றிற்கு நேராக. கோயிலுக்குள் கொடி மரத்தில் மட்டுமே விழுந்து நமஸ்காரம் செய்ய வேண்டும். கால் மேற்கு அல்லது தெற்குப்புறம் இருக்க வேண்டும்.

ஆண்கள் நெடுஞ்சாண் கிடையாக விழுந்து அஷ்டாங்க நமஸ்காரம் செய்ய வேண்டும். பெண்கள் மார்புகள் தரையில் படாமல் பஞ்சாங்க நமஸ்காரம்தான் செய்ய வேண்டும். ஆண்கள்

தெய்வத்துடன் மாதா, பிதா, குருவையும் நமஸ்கரிக்க வேண்டும். பெண்கள் இவர்களுடன் புருஷனையும் வணங்க வேண்டும். திருநங்கைகள் பற்றிக் குறிப்பில்லை.

விநாயகருக்கு மூன்று கொட்டு மூன்று தோப்புக்கரணம் போட்டு விட்டு ஒரு முறை மட்டுமே சுற்ற வேண்டும். சூரியனை இரண்டு முறை சுற்ற வேண்டும். அம்மனையும் விஷ்ணுவையும் நான்கு முறை சுற்ற வேண்டும். அனுமனை ஐந்து முறை சுற்றலாம்.

திருநீறு தரும் போது இரு கைகளையும் நீட்டி, வலது கையால் வாங்கிப் பூச வேண்டும். இடக்கையில் வைத்துப் பூசக்கூடாது. திருநீற்றை கிழக்கு அல்லது வடக்கு பார்த்து நின்று நீரில் குழைத்து அண்ணாந்து பார்த்து “சிவ சிவ” என்று சொல்லி நடு மூன்று விரல்களால் நெற்றியில் பூச வேண்டும். வேண்டுதல் கொடி மரத்தின் அருகேதான் வைக்க வேண்டும்.

கோயிலுக்குள் எவரிடமும் பேசக்கூடாது. ஒருவரை ஒருவர் பார்த்துக் கும்பிடவும் கூடாது. பிரசாதம் தவிர கோயிலிலிருந்து எதையும் எடுத்துச் செல்லக்கூடாது. சிவன் சொத்து குல நாசம் என்பார்கள். கோயிலுக்கு போய் விட்டு நேரே வீட்டுக்குத்தான் செல்ல வேண்டும்.

மனிதனின் உடலிலிருந்து வெளியேறும் எல்லாக் கழிவுகளும் தூய்மையற்றவைதாம். எச்சில், வியர்வை, மூத்திரம், மலம், குருதி, கோழை, சீழ், விந்து, தூமை யாவும் அசுத்தம். இவை ஏதும் எக்காரணம் கொண்டும் கோயில் வளாகத்துக்குள் வெளியேறக் கூடாது.

இதில் கணிசமான விஷயங்களை எளிய மக்கள் மாற்றித்தான் செய்கிறார்கள். அதில் ஒன்றும் பிரச்சனை இல்லை. ஆனால் ஆலய அர்ச்சகர் நியமனம் மட்டும் ஆகமங்களைப் பின்பற்றி நடக்க வேண்டும் என அதே மக்கள் எதிர்பார்ப்பதில் நியாயமே இல்லையே!

★

17

அன்று சனிக் கிழமை. கயல்விழிக்குப் பள்ளி அரை நாள் வேலை. சனிக் கிழமைகளில் பள்ளி விடுமுறை என்றாலும் நிர்வாகப் பணிகள், ஆலோசனைக் கூட்டங்கள், விழாக்கள், தேர்வுகள் நடத்தத் திட்டமிடுதல், விளையாட்டு சம்மந்தப்பட்ட நிகழ்ச்சிகள் என ஏதாவது இருக்கும். எனவே, முற்பாதி எல்லா ஆசிரியர்களும் பள்ளிக்கு வர வேண்டும் என்ற விதி இருந்தது. அதற்கு முணுமுணுப்பில்லாமல் வந்து போன ஒரே ஆள் கயல்விழி. காரணம் அவள் அந்நாள் பள்ளியைச் சீர் செய்ய, செதுக்கக் கிட்டும் வாய்ப்பு எனக் கருதினாள்.

அன்று சங்கரை அவள் ஓரிடத்துக்கு அழைத்துப் போவதாக வரச் சொல்லியிருந்தாள்.

பள்ளி முடிந்து அவள் வெளியே வருகையில் அவனும் உச்சி பூசை முடிந்து நடை சாத்தி கோயிலைப் பூட்டி விட்டு வந்து விட்டான். கயல்விழி வெயிலில் பக்கத்தில் அவனைப் பார்த்ததே குறைவு. ஊர்க் கண்கள் படும் என்ற தயக்கம் சொல்லிக் கொள்ளாமலேயே இருவருக்கும் இருந்தது. அதுதான் அவர்கள் வெளியே ஒன்றாகப் போக முடிவெடுத்த முதல் நிகழ்வு. இன்னும் எங்கே போகப் போகிறோம் எனக் கயல்விழி சொல்லவில்லை.

சங்கர் முதல் சட்டைப் பொத்தானைப் போட்டு அவள் பார்த்தது இல்லை. அதில் அவனது மார்பு ரோமங்கள் தென்படும். அதோடு

ஒரு மச்சமும். அது அவளுக்குப் பிடிக்கும். அவன் சட்டை இல்லாமலே ஆலயத்துள் இருக்கும் போது கூட அது அத்தனை எடுப்பாக இராது. ஆடையில் பாதி மறைந்து, மீதி தெரிவதுதான் வசீகரமே! ஆண்களுக்கு நிர்வாணத்தை விட க்ளீவேஜ் போன்ற சமாச்சாரங்கள் கவர்ச்சியாகத் தெரிவதன் தாத்பர்யம் அவளுக்கு அதன் வழியேதான் விளங்கியது. குறுகுறுப்புடன் ஓரக் கண்ணால் மார்பைப் பார்த்தாள்.

கருப்புத் தோல், அதனினும் கருப்பு ரோமம், அதை விடக் கருமையான அழகிய மச்சம்!

“எங்கே போறோம்னு சொல்லவே இல்லையே, விழி!”

அவள் கவனத்தைக் குலைத்தது சங்கரின் குரல். சுதாரித்துக் கண்ணடித்துச் சிரித்தாள் -

“பயப்படாத, தம்பி, பத்திரமாத் திரும்ப வந்திடலாம்.”

கொஞ்ச நாட்களாக இருவரின் பேச்சும் இயல்பாகவே மரியாதை ஒழித்து ஒருமைக்கு மாறி இருந்தது. விரைவில் போடா போடிக்கு மாறி விடும் எனக் கயல்விழி நினைத்தாள். அவள் தயாராகவும் இருந்தாள். ஆனால் சங்கர் ஒருமை விளியோடே நின்று விட்டான்.

“ரொம்பத்தான் சஸ்பென்ஸா வைக்கறியேக்கா!”

கயல்விழிக்குச் சுருக்கென்றது. அவள் விளையாட்டாகத் தம்பி என்று அழைக்க அவன் பதிலுக்கு அக்கா என்கிறான். சில நாட்கள் முன் பேச்சுவாக்கில்தான் கண்டறிந்தார்கள் - அவள் உண்மையில் அவனை விட ஓராண்டு மூத்தவள். இருவரையும் சேர்த்து வைத்துப் பார்த்தால் தோற்றத்தில் அது புலப்படாதுதான். ஆனால் அது அவளுக்கு ஒரு மெல்லிய துணுக்குறலை அளித்தது. ஒரு காதலில் எத்தனை சமூக மீறல்களைத்தான் செய்வது என்ற கவலை எழுந்தது. இப்போது அது மெல்லப் பழகி விட்ட போது அக்கா என்கிறான்.

அந்த உரையாடலை அவள் தொடர விரும்பவில்லை. எனவே, அப்பேச்சை மாற்றினாள்.

“பூசாரியக் கூட்டிட்டு பூங்காவுக்கா போக முடியும்! கோயிலுக்குத்தான் போறோம் சாமி.”

“ஓ!”

பேசிக் கொண்டே போட்ட வேக நடையில் பத்து நிமிடத்தில் அந்த இடத்தை அடைந்து விட்டார்கள். சமத்துவபுரம் செல்லும் வழிக்கு எதிர்த் திசையில் ஊரின் மறுகோடியில் இருந்தது. பெரிய கோயில் எல்லாம் இல்லை. நான்கு தூண்கள் தாங்கி நிற்கும், எல்லாப் புறமும் திறந்திருக்கும் சிறிய மண்டபம். அதில் ஒரு சிறிய பீடம் இருந்தது. அதற்கு முன் ஓர் அகல் விளக்கு எரிந்து கொண்டிருந்தது. கடவுளின் சிலை என ஏதும் இருக்கவில்லை.

பீடத்தை உற்றுப் பார்த்தான். ஒரு வட்டம் வரையப்பட்டிருந்து. நடுவில் சின்னக் கோடு. சங்கர் கேள்வியாக அவளைப் பார்த்தான். கயல்விழி ஒரு புன்னகையுடன் சொன்னாள் -

"தீப்பாய்ச்சி அம்மன் கோயில் இது. ஒரு சாதி அடையாளம் கொண்ட சாமின்னாலும் எல்லா ஆட்களுமே வந்து போற கோயில்தான். ரோசக்கார சாமினு சொல்வாங்க."

"ஓ!"

"இந்த அம்மனின் கதை எனக்குத் தெரியும். சின்ன வயசுல இருந்து கேட்டதுதான். ஆனா இங்க இருக்கறவங்க சொல்லக் கேட்டா சரியா இருக்கும். எங்க சொந்தக்காரங்கதான்."

"ரைட்."

கயல்விழி அவனை அருகே இருந்த வீட்டுக்கு அழைத்துச் சென்றாள். ஓடு வேய்ந்த சிறிய வீடு. சமீபத்தில்தான் சுண்ணாம்பு அடித்திருந்தார்கள். கயல்விழி குரல் கொடுத்தாள்.

"பெரியப்பா..."

"வா, கயலூ. மோர் சாப்பிடறியா?"

"இல்ல, இப்பத்தான் சாப்பிட்டுக் கிளம்பினோம். இவர்தான் கன்னியம்மன் கோயிலுக்கு வந்திருக்கும் புதுப் பூசாரி. தீப்பாய்ச்சி அம்மன் கோயிலுக்குக் கூட்டி வந்தேன். அந்தச் சாமி கதை என்னனு கேட்டார். நீங்க சொன்னா நல்லா இருக்குமேன்னு நினைச்சேன்."

"அப்படியா! நல்லா இருக்கீங்களா?"

சங்கர் சற்றுத் தயக்கமாகச் சிரித்து நலம் என்பதாக ஆமோதிப்பைத் தெரிவித்தான்.

“இது சில நூறு வருசங்கள் முன்ன நடந்ததுங்க. அப்ப இது சின்ன ஊர். எங்காளுக இங்க ஒரு நூறு குடும்பம் வாழ்ந்திருக்கும். கட்டுக்கோப்பா வாழ்ந்த ஜனம். அப்ப இந்த ஊரை ராஜா ஒரு பொறுக்கிக்குப் பரிசாக் கொடுத்துட்டாரு. அவன் பேரு கருத்தப்பன். ஈனச் சாதிப் பயதான். சும்மா ரவுடித்தனம் பண்ணிட்டு சுத்திட்டு இருந்தவன் அப்படியே கத்தி, குதிரை, மல்யுத்தம்னு கத்துக்கிட்டான். அப்புறம் ராஜாவோட படைல சேர்ந்து கொஞ்சம் கொஞ்சமா மேல வந்துட்டான். படையக் கூட்டிட்டு நாலு இடத்துல சண்டைக்குப் போய் நாடு புடிச்சுக் கொடுத்தான். அதுல ராஜா அவன்ட்ட மயங்கிட்டார். அதனால் இந்த ஊரை அவன் பேருக்கு எழுதிக் கொடுத்துட்டாரு. அப்படிப் பொறப்பு கீழா இருந்தாலும் எங்க எல்லோருக்கும் மேலன்னு ஆகிட்டான். அதோடு நின்னுருக்கலாம். எல்லைய மீறிட்டான்.”

“...”

“நூத்துல ஒரு குடும்பத்துல குலசாமி ரூபமா வந்து பொறந்தவ மாரியம்மா. அவளுக்கு வெள்ளச்சின்னு பட்டப் பேர் போட்டாங்க - அவ மேனி நிறம் பாத்துனு வைங்க. அப்படி ஒரு நிறம், அப்படி ஒரு அழகு, அப்படி ஒரு வடிவம். கண்ணுக்கு லட்சணமா வளர்ந்து நின்னா. கண்ணும் கருத்துமா அவள வளத்தாங்க பெத்தவங்க. ஊரே கண்ணு வெச்சுது. எளந்தாரிப் பயலுக எல்லோருக்கும் அவ மேல எண்ணம் இருந்துச்சு. ஆனா யாரையும் அவ ஏறெடுத்துப் பாக்கல. அப்படி ஒரு ஒழுக்கமான பொம்பள. பொன்னுல கல்லு பதிச்ச மாதிரி அழகுக்கு அழகு சேர்த்துச்சு குணம். ஆனா விதி அப்படியேவா விட்டு வைக்குது!”

“...”

“இந்தக் கருத்தப்பன் ஒரு தடவ ஊர்ல உலா வந்தப்ப குடத்துல தண்ணி எடுத்துட்டு வந்த மாரியம்மாளைப் பாத்துட்டான். அவ மேல ஆசை ஆகிடுச்சு. அவன் கூப்பிட்டும் நிக்காம வீட்டுக்கு ஓடி வந்து ஒளிஞ்சுக்கிட்டா. ஆனா கருத்தப்பனுக்குத் தினவு அடங்கல. அவள அடைய முடிவெடுத்தான். ஆள் அனுப்பி அவளைப் பெத்தவங்க கிட்ட பேசினான். அவ வீட்டுக்கு வேணுங்கறப்ப ராத்திரி வந்து போக விரும்பறதச் சொன்னான். பெத்தவங்க அழுது புரண்டு மறுத்தாங்க. இன்னும் இருபது வயசு கூடத் தாண்டல. சின்னப் புள்ள. கல்யாணம் காட்சினு

ஆக வேண்டிய. அவ வாழ்க்கையே பாழாகிடும், விட்ருங்கன்னு கெஞ்சினாங்க. ஆனா அவன் மனம் இறங்கல. அடைய வர்றதுக்கு நாள் குறிச்சிட்டான்."

"..."

"இப்படி நடக்கறது புதுசில்ல. முன்ன ராஜாக்கள், பாளையக்காரர்கள், ஜமீந்தார்கள்னு செஞ்சிருக்காங்க. பெண் கேட்டல்னு சொல்வாங்க. இதுக்குனு ஆட்கள் வெச்சிருப்பாங்க. ஊர்ல எந்தப் பொண்ணு அழகா இருக்கு, எந்தப் பொண்ணு வயசுக்கு வருதுனு பார்த்து சொல்றதுக்கு. அப்புறம் பொண்ணு வீட்ல வந்து பேரம் பேசறதுக்கு. பல்லக்கு அனுப்பி மாளிகைக்குத் தூக்கிட்டு வர்றதுக்கு. நாலஞ்சு நாள் வெச்சிருந்துட்டு திருப்பிக் கொண்டு வந்து விடறதுக்கு. கடைசியா ஒரு பிச்சைத் தொகைய மூஞ்சில வீசறதுக்கு. அப்பலாம் இப்படிக் கேட்டா மானத்தைக் காப்பாத்த பூப்படைந்த பெண்களை பெத்தவங்களே உயிருடன் புதைக்கற வழக்கம் இருந்தது. கூப்பிட்டவங்க வந்து விசாரிச்சா பொண்ணு அம்மை நோயில் போயிடுச்சுனு சொல்லிடுவாங்க. அப்புறம் காலம் மாறுச்சு. இப்படிக் கேட்கறதும் குறைஞ்சது. கேட்டாலும் வேறு வகையில் மறுக்கவோ தப்பிக்கவோதான் பார்த்தாங்க. அப்பத்தான் இந்த பஞ்சமச் சாதி சண்டாளப் பாவி வந்து பெண் கேட்டான்."

"..."

"பெத்தவங்க ஊர்க்காரங்களைக் கூப்பிட்டு விஷயத்தைச் சொன்னாங்க. எல்லோரும் இங்க அண்ணன், தம்பி, மாமன், மச்சான், சகலை, பங்காளி முறைதான். உள்ளுக்குள்ள அடிச்சுக்கிட்டாலும் ஊருக்கு ஒண்ணுனா ஒத்துமை ஆகிடுவாங்க. அவுங்க பேசிப் பேசி ஒரு முடிவெடுத்தாங்க. கருத்தப்பனுக்கு இப்ப ஆள், அம்பு, சேனை, சொத்து, அதிகாரம்னு எல்லாம் இருக்கு. அவனைப் பகைச்சுக்க முடியாது. அதனால் வேற வழிலதான் அவனக் கையாளனும். அந்த ஊர்ல இருக்கற ஆடுகளை எல்லாம் எண்ணுனாங்க. மொத்தம் பதினாறு உருப்படி இருந்துச்சு. அவன் குறிச்ச தேதிக்கு அவன் ஊருக்குள் வரட்டும்."

"..."

"ஊர் நடுவால நல்ல மரக் கட்டைகளைக் குவிச்சு பெருசா

நெருப்பு வைக்கறது. அவன் வந்ததும் அவன் கண் முன்னாலயே ஒவ்வொரு ஆடா உயிரோட நெருப்புல எறியறது. சாமிக்குப் பலி கொடுக்கறாப்லதான். அவனுக்குத்தான் அந்த ஆடெல்லாம். ஆடுகள் கதறல் தொடர்ந்து கேட்கும். ஏதாவது ஒரு எடத்துல அதைக் கேட்க முடியாம ஆடுகளே போதும், மாரியம்மா வேண்டாம்னு அவன் மனசு தானா இரங்கும். அவள விட்டுட்டுப் போயிடுவான். இதுதான் ஊர்க்காரங்களோட திட்டம். நப்பாசை மாதிரி தெரியுதுல்ல!”

“...”

“பதினெட்டு ஆட்டையும் தீயில போட்டப்புறமும் ஆட்டையும் ஆட்டையப் போட்டுட்டு, பொம்பளயும் வேணும்னு நின்னான்னா? பேரம் பேசினதே வீண் அப்படினு ஆகிடும்ல. அதனால் அதுக்கும் ஒரு வழி யோசிச்சாங்க. அப்படி அந்தப் படுபாவி செஞ்சான்னா ஊர் இளவட்டங்க சேர்ந்து அவனை அந்த நெருப்புல தள்ளிக் கொன்னுடனும். அதுக்கப்புறம் ராஜாவோட கோவத்தை ஊர் பார்க்க வேண்டி இருக்கும். அது பரவால்ல. இன மானம் காக்க இதைச் செஞ்சுதான் ஆகனும்னு தீர்மானிச்சாங்க. ஆக, அது நப்பாசைல போட்ட திட்டம் இல்ல. முதல்லயே சண்டை வேண்டாம். ஒரு வாய்ப்பு தருவோம். அமைதியாப் பிரச்சனையத் தீர்க்க முடிஞ்சா அதைச் செய்யலாம்னுதான். அப்படி ஒரு முன்யோசனை இந்தக் கூட்டத்துக்கு அப்பவே இருந்துச்சு, தம்பி. கருத்தப்பன் குறிச்ச நாளும் வந்துச்சு.”

“...”

“அன்னிக்கு இருட்டு விழுந்ததும் நல்லாக் குளிச்சு, புதுச் சொக்கா மாட்டி, நகை நட்டு போட்டு, சந்தனம் பூசி தன் ஆளுகளோட கிளம்பி வந்தான் கருத்தப்பன். சந்தனம் சாக்கடைய மறைக்குமா என்ன? நாயைக் குளிப்பாட்டி நடுவீட்ல வெச்சாலும் பேண்டு வைக்கறதுதானே நடக்கும்! தோரணை என்னவோ கல்யாணம் பண்ண வர்றாப்லதான் இருந்துச்சு. ஆனா, கன்னி கழிச்சுட்டுப் போற அரிப்புக்குத்தான் அத்தனை அலப்பறை.”

“...”

“ஊர்ப் பெரிய மனுசன் கருத்தப்பன் கிட்ட வந்து பேசினார். பதினாறு ஆடுகளைப் பலி கொடுக்கறோம், பொண்ணை

விட்ருன்னு. மாரியம்மாளோட அப்பன் ஆத்தாளும் அவன் கிட்ட வந்து கெஞ்சுனாங்க. சரியா இல்லையானு சொல்லாம இளிச்சுட்டே ஆரம்பிக்கச் சொன்னான். மாரியம்மா தன் வீட்டின் சன்னல் வழியா இது எல்லாத்தையும் பார்த்துட்டு இருந்தா. கட்டைகளைப் போட்டு தீ வெச்சாங்க. கொஞ்ச நேரத்துல பிரம்மாண்ட சிதை மாதிரி எரிய ஆரம்பிச்சுது. ஆடுகளைப் பிடிச்சிட்டு வந்து ஒவ்வொண்ணா நெருப்புக்குள் வீசினாங்க. குட்டி ஆடு, சினையாடுன்னு பார்க்காமத் தீயில் போட்டாங்க. ஆடுகளின் அலறல் ஊரையே தூக்குச்சு. சில துடியான ஆடுகள் தீக்காயத்தோட தப்பிச்சு வெளியே ஓடி வந்துச்சு. அதுகளப் புடிச்சு மறுபடி உள்ளே எறிஞ்சாங்க. இப்படி எல்லாம் முடிஞ்சுது."

"..."

"ஊரே கருத்தப்பன் மூஞ்சியப் பார்க்குது. ஆனா அவன் இன்னும் மரமாட்டம் நிக்கறான். எல்லா ஆடுகளும் கறி நல்லா வெந்திருக்கும், தீயிலிருந்து வெளியே எடுத்துத் தன்னோட வீட்டுக்கு வண்டி கட்டச் சொன்னான் தன் ஆளுக கிட்ட. ஊர்க்காரங்க அந்தப் படையல் போட்டது சந்தோசம். ஆனா இது வெறும் ஊறுகாய், நிஜ விருந்துக்கு மாரியம்மாளோட வீட்டுக்குப் போறேன்னு சொன்னான். ஊர் மொத்தமும் அதிர்ச்சியாகி உறைஞ்சு போய் நின்னுச்சு. அது நடந்தா என்ன பண்ணனும்னு போட்ட மாற்றுத்திட்டம் மாரியம்மாளோட பெத்தவங்க, ஊர்ப் பெரியாளு, திட்டத்தச் செயல்படுத்தப் போற சில எளசுப் பயலுக, இப்படி ரொம்ப சிலருக்கு மட்டும்தான் தெரியும். விஷயம் வெளிய கசிஞ்சு கருத்தப்பன் எச்சரிக்கையாகிடக் கூடாதுனுதான் அப்படி ரகசிய ஏற்பாடு. மாரியம்மாளுக்குக் கூட திட்டத்தின் இந்தப் பகுதி மட்டும் தெரியாது. ஊர்ப் பெரிய மனுசன் இனிப் பிரயோசனம் இல்லனு புரிஞ்சுக்கிட்டு கருத்தப்பனைத் தீக்குள் தள்ற நேரம் வந்துடுச்சுனு எளந்தாரிப் பயலுகளுக்குக் கண்ணைக் காட்டினார். ஆனா அப்பத்தான் அந்த விபரீதம் நடந்துச்சு."

"..."

"இனி தன் மானத்தைக் காப்பாத்திக்க வழியில்லனு நினைச்சு மாரியம்மா தன் வீட்டை விட்டு வெளியே ஓடி வந்து நேரா அந்தத் தீயில் பாய்ஞ்சிட்டா. ஊர்க்காரங்க சுதாரிச்சுப் பாய்ஞ்சு தடுக்கறதுக்குள்ள எல்லாம் நடந்து முடிஞ்சிடுச்சு. சில இளசுக

ரிஸ்க் எடுத்து நெருப்புக்குள்ள பூந்து காப்பாத்தப் பார்த்திருக்காங்க. ஆனா உள்ளே போய்ப் பாத்தா அவ ஆளையே காணோம். பொணம் கூடக் கிடைக்கல. எலும்பு கூட மிஞ்சாம அத்தனை வேகமா எரிஞ்சு சாம்பலானாளா இல்ல காத்தோட கரைஞ்சு மாயமானாளானு தெரில.”

“...”

“ஆனா கற்பு முக்கியம், குல மானம் முக்கியம்னு உயிரை விட்டா. தன் விருப்பமில்லாம அடுத்தவன் நிழல் கூட தன் மேல படக்கூடாதுனு வாழ்ந்துட்டு போனவளச் சாமியாக்காம இருக்க முடியுமா! ஊர் ஆட்கள் சக்திக்கேற்ப காசு போட்டு இந்தச் சின்னக் கோயிலை எழுப்பினாங்க. அவ தீயில் மறைஞ்சு போனதாலதான் சிலை வெக்காம வெறும் பீடம் மட்டும் இருக்கு இங்க. அவ நினைச்சிருந்தா அந்தப் பயலுக்குக் கூத்தியாளா சொகுசா வாழ்ந்திருக்கலாம். ஆனாப் புழங்காத சாதிப் பயலோட கலக்க மாட்டேன்னு செத்தவ. அதான் அவ எங்களோட சாமி ஆகிட்டா. மாரியம்மா தீப்பாய்ச்சி அம்மனா ஆகிட்டா...”

“...”

“இதுல ஒரு கொடுமை என்னனா கருத்தப்பனோட சாதி ஆட்களுமே கூட இங்க வந்து அவளைக் கும்பிட்டுப் போய்ட்டுதான் இருக்காங்க. சாமி எல்லோருக்கும் சாமிதானே!”

“...”

“இதான் தீப்பாய்ச்சி அம்மன் கதை. எங்க புள்ளைகளுக்கு அவ கதைய சொல்லித்தான் வளர்க்கறோம். நம்ம கயலூ எங்கிட்டயே நூறு தடவையாவது சலிக்காமக் கேட்ருக்கும்.”

கயல்விழி வெட்கம் மேடிட சங்கரைப் பார்த்தாள். அவன் யோசனையாகக் கேட்டான் -

“அவ்ளோதானா ஸார்? கதை முடிஞ்சுதா?”

“ஆமாந்தம்பி. ஏன் அப்படிக் கேட்கறீங்க?”

“இல்ல. அந்தக் கருத்தப்பன் என்ன ஆனான்?”

“ஓ, அதுவா? மாரியம்மா அப்படி தீப்பாய்ஞ்சு செத்ததும் அவன் பயந்து அவசரமா தன் ஆட்களோட அங்கிருந்து கிளம்பிட்டான்.

ஆடுகளைக் கூட எடுத்துக்கல. ஒரு வாரத்துல ராஜாவோட கனவுல மாரியம்மா வந்து எல்லாக் கதையும் சொல்லி நியாயம் கேட்ருக்கு. ராஜாவுக்கு கருத்தப்பன் முக்கியம்னாலும் அறம் அதை விட முக்கியம். கூப்பிட்டு அவன விசாரிச்சார். ஆனா அவன் அதெல்லாம் பொய்னு சொன்னான். அப்புறம் அவன் கூடப் போன ஆட்களையும் இந்த ஊர்க்காரங்களையும் கூப்பிட்டு விசாரிச்சார் ராஜா. எல்லா உண்மையும் வெளிய வந்துடுச்சு. தப்பு ஒரு பக்கம், பொய் மறுபக்கம்னு கோபத்துல கருத்தப்பனுக்கு மரண தண்டனை கொடுத்துட்டாரு. அவனும் செத்துட்டான், தம்பி.”

“ம்ம்ம்.”

“வருசம் தவறாம மாரியம்மாளுக்கு திருவிழா எடுக்கறோம். அதே மாதிரி கட்டையக் குவிச்சு நெருப்பு கொளுத்தி சிதை உண்டாக்கி கிடாய் பலியும் உண்டு. எங்க அப்பன் காலத்துல எல்லாம் அசல் சம்பவத்துல நடந்தாப்ல பதினாறு ஆடுகள உசுரோடு தீயில் போடுவாங்களாம். அப்புறம் வெந்த ஆட்டுக்கறிய ஊரே உட்கார்ந்து திங்குமாம். இப்ப எல்லாம் மாறிடுச்சு. சாங்கியத்துக்கு ஒத்தக் கிடாய நெருப்புல போட்டுட்டு இருக்கோம்.”

கயல்விழியும் சங்கரும் மோர் அருந்தி விட்டு அவரிடம் விடை பெற்றுக் கிளம்பினார்கள்.

★

18

கபாடபுரத்தில் வெயில் தாழத் தொடங்கி இருந்தது. கயல்விழியும் சங்கரும் மெதுவாக நடந்து கொண்டிருந்தனர். இருவரும் யோசனையில் இருப்பதை அந்த நடை காட்டியது.

கயல்விழி உண்மையில் அந்தக் கதையைக் கேட்டு ஏழெட்டு ஆண்டுகளாவது இருக்கும்.

கடைசியாகப் பள்ளியில் கேட்டது. அப்போது வில்லன் கருத்தப்பன் தாழ்த்தப்பட்டவன் என்ற அம்சமே அவள் மனதில் பதியவில்லை. அந்தப் பெண்ணின் கற்புத்திறம், ஆடுகள் பலி என்ற விஷயங்கள் மட்டுமே நெஞ்சில் நின்றன. இப்போது சங்கரை அழைத்து வந்து பெரியப்பனிடம் கதை கேட்க வைத்து 'ஈனச்சாதி' என்ற பிரயோகத்தை எதிர்கொள்ள வைத்தது அவளுக்குச் சங்கடம் அளித்தது. பத்து முறையாவது வெவ்வேறு சொற்களில் அவனிடம் மன்னிப்பு கேட்டு விட்டாள். அவன் பரவாயில்லை என்று சொல்லி விட்டான்.

சங்கரின் சிந்தை வேறு திசையில் இருந்தது. இது போல் சிறுதெய்வங்களின் கதைகள் கணிசம் கேட்டிருக்கிறான். பெரும்பாலும் செத்த முன்னோர்களைத்தான் சாமியாக்கி இருப்பார்கள். தீப்பாய்ச்சி அம்மன் கதை போல் கற்பைக் காக்க அல்லது அவச்சொல் தாங்காமல் தற்கொலை செய்திருப்பர். சில இடங்களில் சாதி அல்லது பொருளாதார அந்தஸ்து வித்தியாசத்தில்

காதலித்ததால் ஆணவக் கொலை செய்யப்பட்ட ஜோடிகள் கனவில் வந்து மிரட்ட, பயந்து சாமியாக்கி இருப்பார்கள். ஆனால் இந்தக் கதையில் ஏதோ ஒரு நெருடல் இருந்தது சங்கருக்கு. இக்கதையில் ஒடுக்கப்பட்டவன் கெட்டவன் என்றாக்கப்பட்டதால் வரும் கோபமா என்று யோசித்தான். எல்லாச் சமூகங்களிலும் கெட்டவர்கள் உண்டு. ஒடுக்கப்பட்டோரிலும் இருப்பார்கள். அவர்கள் சம்மந்தப்பட்ட கதையைக் கேட்கையில் தான் கண்களை மூடிக் கொள்கிறேனோ எனச் சிந்தித்தான். எனில் அது சாதி வெறியில் சேர்ந்து விடும். அதனால் அதைப் பற்றி ஆழச் சிந்தித்தான்.

சட்டென ஒரு ஞாபகம் மின்னல் வெட்டியது. நாட்டார் கதைகள் பதிவு செய்யும் நண்பன் ஒருவன் சொல்லி இருக்கிறான். பொதுவாக அம்மாதிரி கதைகள் சம்மந்தப்பட்ட எல்லாச் சமூகத்திடமும் விசாரிக்கப்பட வேண்டும், அப்போதுதான் முழு வடிவம் கிட்டும் என.

காரணம் அவரவர் தமக்குச் சாதகமாக வடிவையே பரவலாக்குவார்கள். கயல்விழியின் தூரத்துப் பெரியப்பா சொன்னது ஒருவேளை கதையின் ஒரு பகுதி மட்டும் என்றால்? அல்லது அவர் சொன்னது கதையின் திரிபு வடிவம் என்றால்? ஆக, கருத்தப்பன் சமூக ஆட்களிடமும் விசாரிக்க வேண்டும், அதுவே உண்மை வெளிப்படுத்தும் எனப் பட்டது.

செல்பேசியில் மணி பார்த்தான். மூன்றாகியது. இன்னும் ஒரு மணி நேரம் இருக்கிறது, மாலை கோயில் நடையைத் திறக்க. இடையில் ஏன் இதில் இறங்கிப் பார்க்கக்கூடாது?

கயல்விழியை விசாரித்தான். பாண்டியன் விவகாரத்தில் பள்ளியிலிருந்து நீக்கப்பட்டு திருப்புவனம் அரசுப் பள்ளியில் கயல்விழி சேர்த்து விட்ட மாணவன் அச்சமூகத்தைச் சேர்ந்தவன்தான். நல்ல வேளையாக அவன் வீடு அதற்கு அருகேதான் அமைந்திருந்தது.

உடனே தீர்மானித்து இருவரும் அவன் வீட்டுக்குப் போனார்கள். பையன் விளையாட மைதானத்துக்குப் போயிருந்தான். அவனது அம்மா கயல்விழிக்குத் திரும்பத் திரும்ப நன்றி சொன்னாள். சங்கர் முன்னால் அச்சொற்கள் கேட்பது மகிழ்ச்சியூட்டினாலும் சற்று சங்கோஜமாகவும் இருந்தது. அவனது கல்வி நிலவரம் பற்றிச்

சில விஷயங்கள் அந்த அம்மாளிடம் பேசி விட்டு தீப்பாய்ச்சி அம்மன் கோயில் பற்றி விசாரித்தார்கள்.

“தீப்பாய்ச்சி அம்மன் தியாகத் திருமகள். எங்களுக்கும் சாமி. வருசமானா கருத்தப்பன் கோயில் விசேசத்துக்குப் பின் இங்கிருந்து அங்க விளக்கு எடுத்துப் போய் ஏத்துவோம்.”

“கருத்தப்பன் கோயிலா? எங்க இருக்கு? இப்ப அங்க போக முடியுமா? பார்க்க முடியுமா?”

சங்கர் பரபரத்தான். பையனின் அம்மா அவர்களைக் கோயிலுக்குக் கூட்டிப் போனாள்.

அக்கோயிலும் சிறியதாகவே இருந்தது. சற்றே சிதிலமடைந்து புதரும் சூழ்ந்திருந்தது. கடவுள் இருக்க வேண்டிய நடுப்பகுதியில் கருப்பேறிய ஒரு சிறிய குத்துக்கல் இருந்தது.

“இதுதான் கருத்தப்பன் கோயில். இவரோட கதையைத்தானே கேட்டீங்க, சொல்றேன்.”

“...”

“இவரோட நிஜப் பேரு ராசப்பன். எதிரியே இல்லாத மாவீரர். இச்சாதில பொறந்தாலும் ஒடுங்கி இருக்காம தேவையான வித்தை எல்லாம் கத்துக்கிட்டுப் பல போர்க்களத்துல ஜெயிச்சார். நாட்டு ராசா கிட்ட பணமும், பாராட்டும், ஊரும், அதிகாரமும் வாங்கினார். பேருக்கேத்த மகராசன் ஆனார். அவர் காலத்தில்தான் எங்க சனங்க இந்த ஊர்ல வந்து குத்த வெச்சாங்க. அவரும் இங்க வந்து வாழ ஆரம்பிச்சார். அப்பதான் ஆதிக்க சாதியச் சேர்ந்த மாரியம்மாளை வைகை ஆத்தங்கரையில் பார்த்தார். நீண்ட பிரயாணம் முடிச்சு களைப்பா வந்தவர் அவ கிட்ட தாகத்துக்குத் தண்ணி வாங்கிக் குடிச்சார். அவ குடுத்த தண்ணி அவருக்கு இனிச்சுது. அவர் கிட்ட வீசுன வேர்வைக் கவுச்சி அவளுக்கு மணக்குது. பார்த்ததும் ரெண்டு பேருக்கும் காதல் பத்திக்கிச்சு. பிச்சுத் தின்னாங்க.”

“...”

“ஆனா மாரியம்மா வீட்ல அதுக்கு ஒத்துக்க மாட்டாங்கனு ரெண்டு பேருக்கும் புரிஞ்சுது. ஊருக்கே ராசானாலும் தான் தீண்டத்தகாத சாதினு ராசப்பனுக்குத் தெரியும். அதனால

ராத்திரில ரகசியமா சந்திச்சுக்கிட்டாங்க. காதல் ரொம்ப ஆழமா பூந்துடுச்சு ரெண்டு பேருக்கும். ஒருத்தர் இல்லாம இன்னொருத்தர் இல்லன்னு ஆகிடுச்சு. ராசப்பன் பொன் தாலி ஒண்ணு செஞ்சிட்டு வந்து மாரியம்மா கிட்ட கொடுத்து வெச்சுக்கச் சொன்னாரு. எல்லோரும் ஒத்துமையா நிம்மதியா வாழற காலம் ஒண்ணு வரும், அப்ப அவ கழுத்துல கட்டுவேன்னு வாக்குக் கொடுத்தார். மாரியம்மா அத இடுப்புல முடிஞ்சு வெச்சுக்கிட்டா."

"..."

"காதலை ரொம்ப நாள் ரகசியமா வைக்க முடியாது. ஊர்ல சிலர் கண்ல பட்டுட்டாங்க ரெண்டு பேரும். அரசல் புரசலா பேசிக்கிட்டாங்க. காதலை மறைச்சாலும் கர்ப்பத்தை மறைக்க முடியுமா? முடியாதுல்ல! அவளுக்குத் தீட்டு நாள் தப்புச்சு. அப்ப ராசப்பன் ஒரு போருக்குப் போயிருந்தார். அவர் வந்ததும் சொல்லனும்னு காத்திருந்தா மாரியம்மா."

"..."

"மாரியம்மா முழுகாம இருக்கறது அவளோட ஆத்தாளுக்குத் தெரிஞ்சிடுச்சு. அவளைப் போட்டு அடிச்சாங்க வீட்ல. ஆனா அடியத் தின்னுட்டு அவ யாரு காரணம்னு சொல்லல. அவளை வீட்ல அடைச்சு வெச்சாங்க. அப்புறம் ஊருக்குள்ள விசாரிச்சதுல ராசப்பன் ராத்திரில அந்தப் பக்கம் சுத்திட்டு இருந்தது தெரிஞ்சிடுச்சு. அவர்தான் காரணம்னு ஒரு மாதிரி ஊகிச்சாங்க. அவுங்களுக்கு என்ன செய்யறதுனு தெரியல. தாழ்ந்த சாதி ஆளக் கட்டி வைக்க முடியாது. மொத்த சாதிக்கும் கேவலம்னு நினைச்சாங்க. இனத் தூய்மை பாழாகிடும்னு பயந்தாங்க. அடுத்தடுத்து இப்படி நடக்க அனுமதிச்சாப்ல ஆகிடுமேன்னு அஞ்சினாங்க. ஆனால் இதை வெளிப்படையா எதிர்த்தா பெரிய இடத்துப் பொல்லாப்பு. ஊர்ப் பெரியாளு கிட்ட இந்த விஷயத்தைக் கொண்டு போனாங்க. மொத்த சமூகமும் கூடி ஆலோசிச்சுது. அப்படித்தான் அந்தக் கொடூரமான கொலைத் திட்டம் உருவாச்சு."

"ஊரார் திட்டப்படி மாரியம்மாளைப் பெத்தவங்க ராசப்பனைத் தேடிப் போனாங்க. அவரு எப்பவும் போல யுத்தத்துல வெற்றி வாகை சூடி வந்தார். அவரைப் பார்த்து, அவ கர்ப்பமா இருக்கறதைச் சொல்லி, இனியும் கல்யாணம் பண்ணாம இருந்தா

ஊருக்குள் அவமானமாகிடும், அதனால் வேற வழியில்லாமக் கட்டி வைக்கறோம், ஆனா அப்புறம் ஊருக்குள்ள வாழ்ந்தா எங்களுக்கு அவமானம் ஆகிடும், அதனால் ஊரை விட்டு ரெண்டு பேரும் ஓடிப் போயிடுங்க, கண் காணாம மதுரை போய் வாழ்ந்துக்கங்க அப்படினாங்க. மாரியம்மா கர்ப்பம்னதும் ராசப்பன் பதறிட்டார். நடந்ததுக்குலாம் மன்னிப்பு கேட்டார். எப்பவும் போல அன்னிக்கு ராத்திரி அவ வீடு தேடி வந்தா அங்கயே கல்யாணம் பண்ணி வெச்சு அனுப்பிடறோம்னு சொல்லிட்டுப் போயிருந்தாங்க அவ அம்மையும் அப்பனும். அவளுக்குப் புடிச்ச இனிப்புகளை வாங்கிட்டு ராத்திரி வீட்டுக்குப் போனார் ராசப்பன்."

"..."

"ரகசியக் கல்யாணம்ங்கறதால யாரையும் கூட கூட்டிட்டுப் போகல. ஆயுதங்களும் ஏதும் எடுக்கல. இங்க வந்தா ஊர் மத்தியில் கட்டைகளைக் குவிச்சு தீ மூட்டி வெச்சிருந்தாங்க. ஆட்டைப் பலி கொடுத்து கல்யாணத்த ஆரம்பிக்கற வழக்கம்னு சொல்லி அவனை அது பக்கமா வர வெச்சாங்க. இதையெல்லாம் வீட்ல இருந்தபடி கையும் வாயும் கட்டப்பட்ட மாரியம்மா பாத்துட்டுதான் இருந்தா. அவளால காப்பாத்த ஒண்ணுமே செய்ய முடியல."

"..."

"ராசப்பன் நெருப்புக்கு அருகே வந்ததும் ஒளிஞ்சிருந்த நாலு இளவட்டங்க பாய்ஞ்சு வந்து ராசப்பனை நெருப்பில் தள்ளினாங்க. அவர் அலறிட்டு திரும்ப வெளியே வரப் பார்த்தார். கையில் கட்டைகளை வெச்சு ஒவ்வொரு முறை வெளியே வரும் போதும் அவரை அடிச்சு உள்ளே தள்ளினாங்க. தொடர்ந்து அவரோட கதறல் கேட்டுட்டே இருந்துச்சு. உள்ளருந்து மாரியம்மாளும் அழுதுட்டே இருந்தா. ஊரே சுத்தி நின்னு அதை வேடிக்கை பார்த்துச்சு."

"..."

"கொஞ்ச நேரத்துல ராசப்பன் உயிர் அடங்கிடுச்சு. மாரியம்மாளோட வீட்டுக் கதவைத் திறந்து விட்டாங்க. அவ கையும் வாயும் கட்டுக்களை அவுக்காமலே ஓடி வந்து நெருப்புல பாய்ஞ்சிட்டா.

ஊர்க்காரங்க தடுக்கப் பார்த்தும் முடியல. யாரும் தடுக்கல, கதவைத் திறந்து விட்டா அவ தீயில் பாய்ஞ்சு செத்துடுவான்னு தெரிஞ்சுதான் விட்டாங்கன்னும் சிலர் சொல்றாங்க. தீண்டப்படாத வாரிசு அவ வயித்துல வந்துடுச்சே. எப்படியோ அவ உயிரை மாய்ச்சுக்கிட்டது நெசம். அவ வயித்துல இருந்த மூணு மாசச் சிசுவும் போச்சு.”

“...”

கயல்விழி, சங்கர் இருவரும் கதையில் மிகப் பாதிப்புற்றிருந்தனர். கயல்விழி கேட்டாள் -

“ராசப்பன் எப்படி கருத்தப்பன் ஆனார்?”

“சம்பவம் நடந்து சில நாள் கழிச்சுதான் ராசப்பன் உறவினர்களுக்கு அவர் காணோம்னு தெரிஞ்சுது. ஏதோ போருக்கு அவர் ஊருக்கு வெளியே போயிருக்கறதா நினைச்சாங்க. அங்கயும் சிலருக்கு அவுங்க காதல் தெரிஞ்சிருந்தது. சந்தேகப்பட்டு மாரியம்மாளோட வீட்ல வந்து விசாரிச்சாங்க. தங்களோட மகளையும் சில நாட்களாகக் காணோம், ஓடிப் போயிருப்பாளோனு சந்தேகப்படறோம்னு சாதிச்சாங்க. ஊருக்குள் வந்து தேடினாங்க. அதுக்குள்ள சாம்பல் எல்லாம் அப்புறப்படுத்திட்டாங்க. அப்புறம் விசாரிச்சு ராசப்பனின் மிச்சங்களை எங்கே போட்டுருந்தாங்கனு கண்டறிஞ்சாங்க. முழுக்க கருகிப் போன ஒரு துண்டு மட்டுமே கிடைச்சுது. அதை எடுத்து வந்துதான் இங்கே கோயில் கட்டினாங்க. அதனால்தான் கருத்தப்பன்னு பேர். அதுதான் இப்ப குத்துக்கல்லா மாறிப் போயிருக்கு.”

“ம்ம்ம்.”

“இன்னொரு கதையும் சொல்வாங்க. மாரியம்மா நெருப்புக்குள்ள பாய்ஞ்சப்ப ராசப்பன் கருத்தப்பனா மாறி செத்துக் கிடக்கறதப் பார்த்தா. அழுது புலம்பி ஒப்பாரி வெச்சிட்டே இடுப்புல முடிஞ்சு வெச்சிருந்த பொன் தாலிய எடுத்து அவர் கையால, அதாவது அவர் பொணத்து கையால கழுத்துல கட்டிக்கிட்டா. அப்புறம்தான் தீயில அவ உசுரு போச்சு.”

“ஓ!”

“வருசா வருசம் இங்க கருத்தப்பனுக்கு போர் வெற்றி விழா

கொண்டாடின கையோட அங்க மாரியம்மாளைப் பொண்ணு கேட்டு போறதுதான் சடங்கு. அமைதியாப் போய் அங்க விளக்கேத்தி வெச்சிட்டு வந்திடறோம். அவ எங்களுக்கும் சாமிதான். எங்க ஊட்டு ஆம்பிளைய நம்பி தன்னோட மனசையும் உடம்பையும் கொடுத்தால்ல. அப்புறம் அவன் சாவுக்குக் காரணமானோம்னு தானும் உயிரை விட்டால்ல. அவ எங்களைக் காக்கறவ."

"..."

"அவுங்க வருசா வருசம் தீப்பாய்ச்சி அம்மன் ஊர்வலம் நடத்துவாங்க. எங்க சேரிக்கு மட்டும் அந்தச் சாமி வராது. இப்பவும் அவுங்க ஊட்டுப் பொம்பளய இங்க விடறதில்ல."

"..."

"அங்க மாரியம்மாளோட பீடத்துல கவனிச்சீங்களானு தெரியல. வட்டமும் அதுக்குள்ள ஒரு கோடும் இருக்கும். அது அவ கர்ப்பமா இருந்து தீயில் எரிஞ்சதைத்தான் குறிக்குது."

"ஓ! ஆமா, பார்த்தேன். நினைவிருக்கு."

"வருசா வருசம் ஆட்டை உயிரோட எரியற நெருப்புக்குள்ள எறியற சடங்கு தீப்பாய்ச்சி அம்மன் கோயிலில் நடக்கும். அது என்னனு நினைக்கறீங்க? எங்களுக்கான எச்சரிக்கை. ஏதாவது அவுங்க ஊட்டுப் பொண்ணைக் காதலிச்சா கருத்தப்பனை இப்படி நெருப்புல எரிச்சு கொன்னாப்ல உங்களையும் கொன்னுடுவோம்னு எமக்குச் சொல்ற சேதிதான்."

"..."

"நாங்க மாரியம்மாளைக் கும்பிடற மாதிரி அவுங்க கருத்தப்பனை மதிக்கறதில்லங்க. சாமின்னாலும் ராசப்பன் தாழ்த்தப்பட்டவன்ல, அவனைப் பார்த்து கை கூப்ப முடியுமா?"

"ஆனா நான் வேற மாதிரி கேள்விப்பட்டிருக்கேனே? சாதி ஆதிக்கத்தால் கொல்லப்பட்ட ஒருவன் இரண்டு சாதிகளாலும் வணங்கப்படுவான். கொன்றவர்கள் அச்சத்தாலும், அவன் சாதியினர் அபயம் வேண்டியும் கும்பிடுவார்கள். இங்க அப்படி நடக்கலயோ?"

"ஆரம்ப காலத்துல அப்படி இருந்துச்சாம். அப்புறம் அவுங்களுக்கு பயம் போய்டுச்சு."

“ம்ம்ம்.”

“அதாங்க உள்ள விஷயம். வேற என்ன உங்களுக்குத் தெரிஞ்சிக்கனும்னு சொல்லுங்க.”

“அவுங்க தீப்பாய்ச்சி அம்மன் கோயிலுக்குச் சொல்ற கதை வேற மாதிரி இருக்கே!”

“அவுங்களுக்குத் தெரிஞ்சத அவுக சொல்றாங்க. எனக்குத் தெரிஞ்சத நான் சொல்றேன்.”

தாமதமாகி விட்டிருந்தது. கன்னியம்மன் கோயிலைத் திறக்க வேண்டும். கருத்தப்பன் கோயிலிலிருந்து பையனிடம் அம்மாவிடம் நன்றி சொல்லி விடை பெற்றுக் கிளம்பினர்.

வரும் வழியெங்கும் சங்கரும் கயல்விழியும் பெரும்பாலும் மௌனமே காத்தார்கள். மிக அருகில் கோயில் வந்ததும் சங்கர் கேட்டான் - “இது பற்றி என்ன நினைக்கிறாய் விழி?”

“இரண்டாம் கதைதான் நிஜத்துக்கு நெருங்கியும் நம்பும்படியும் இருக்கிகிறது, சங்கர்.”

“கருத்தப்பன் - வெள்ளச்சி கதை என்றாலும் அப்படிக் கருப்பு - வெள்ளையாகச் சொல்ல முடியாது. உண்மை இரண்டுக்கும் மத்தியில் இருக்கலாம் எனப்படுகிறது.”

“ம்ம்ம்.”

“ஆனால் எனக்கு இதிலிருந்து தோன்றுவது ஆணவக் கொலைகளில் இரு அம்சங்களைக் காண முடிகிறது. ஒன்று ஆதிக்க சாதியினர் அந்தக் கொலைகளைக் கதைகள் ஆக்கி தம் பெண்டிரிடம் ஓர் அச்சத்தை அல்லது விழுமியத்தை உண்டாக்குகின்றனர். மற்றது கொலைகளைத் தைரியமாகச் செய்தாலும் பிற்பாடு மறைக்கத்தான் முனைகின்றனர். தைரியமாக வெளியே சொல்லித் தண்டனை பெற்றுத் தியாகி ஆவதில்லை. அப்படி ஒரு சம்பவமே நடக்கவில்லை என்றோ நடந்தாலும் அதில் தமக்குத் தொடர்பில்லை என்றோ நிறுவவே பார்க்கிறார்கள். இது அவர்கள் கூறும் ஆண்ட சாதி வீரத்துக்கே எதிரானது...”

“ஆனால் அது சமீபச் சட்ட நெருக்கடிகளால் நேர்ந்ததா முன்பிருந்தேவானு தெரியல.”

“இல்ல, அவ்ளோ சாதிப் பற்று இருந்தா தைரியமா குற்றத்தை ஒப்புக்கிட்டு ஜெயிலுக்குப் போய் தூக்குல தொங்கி வரலாற்றில் இடம் பெறலாம்! சமூகம் இன்னும் அணி திரளும்.”

“...”

கோயில் வந்து விட்டது. சங்கர் அவசரமாக தெற்கு வாயில் திறந்து உள்ளே போனான். அப்போதுதான் கயல்விழி அந்த வாயிலைக் கவனித்தாள். அவளும் வீடு திரும்பினாள்.

கயல்விழியின் பெரியப்பனின் நண்பர் வாயிலாக அவர்கள் கோயிலுக்கு வந்து போன விஷயம் பாண்டியனுக்குப் போய்ச் சேர்ந்தது. அவன் பற்களைக் கடித்து யோசித்தான்.

★

19

“பள்ளன், பறையன், சக்கிலியன் எல்லாம் பூசாரியாகி நிப்பானாம். நாங்க அவன் கிட்ட கையேந்தி விபூதி, குங்குமம் வாங்குவோமா? அவ்வளவு மானங்கெட்டுப் போனோமா?”

கன்னியம்மன் திருக்கோயிலின் வாசலில் நின்று ஆவேசமாகப் பாண்டியன் கேட்டான். அவனைச் சுற்றி பத்து பேர் நின்றிருந்தனர். அவர்கள் அவனை முன்பே தெரிந்தவர்கள்.

கடந்த ஒரு வாரமாகக் கன்னியம்மன் கோவிலில் நடப்பனவற்றைக் கவனித்து வந்தான் பாண்டியன். ‘அனைத்து சாதியினரும் அர்ச்சகர் ஆகலாம்’ திட்டத்தின் வழி ஒரு பட்டியல் சாதி இளைஞன் அந்த ஆலயத்துக்கு அர்ச்சகராக வந்திருக்கிறான் என்று தேவநாத ஐயர் மக்களிடம் சொன்ன ஒரு மணி நேரத்தில் அவன் காதுக்கு அந்த விஷயம் வந்து விட்டது.

மக்களைப் பிளவுபடுத்த அற்புதமான வாய்ப்பு! அதனைப் பயன்படுத்தத் தோன்றியது.

“நம் சாதி சனத்துக்கு ஒரு கௌரவம் இருக்கு. நாம யாரோட புழங்கனும்னு வரைமுறை இருக்கு. எங்க யாரை நிறுத்தனும்னு எல்லைக்கோடு இருக்கு. நம்ம பசங்க, புள்ளைங்கள கட்டுக்கோப்பா வெச்சிருக்கோம். நம்ம வித்தை யார் சுமக்கனும், நாம் யார் வித்தைச் சுமக்கனும்னு தராதரம் இருக்கு. அப்படி எல்லாமே

கறாரா இருக்கும் போது கோயில் விஷயத்தில் மட்டும் விட்டுக் கொடுத்துட முடியுமா? சாமி என்ன சாக்கடையா? எவன் வேணாலும் இறங்கி வேலை செய்யலாம்னு விட. தெய்வத்துக்கே தீட்டு ஆகிடாதா இது?"

கூட்டம் இருபது பேரைக் கடந்திருந்தது. வாய் பிளந்து அவன் பேச்சைக் கவனித்ததோடு தமக்குள் கிசுகிசுத்துக் கொண்டனர். பாண்டியன் இடைவெளி விட்டுத் தொடர்ந்தான்.

"ஒரு காலத்தில் இவனெல்லாம் இந்தக் கோயில் வாசப்படியையே தொட்ருக்க முடியாது. அன்னிக்கு எல்லாம் சரியா இருந்துச்சு. முதலில் கோயிலுக்கு உள்ளே வந்தாங்க. இப்ப கருவறைக்குள்ளயே வந்துட்டாங்க. அடுத்து நேரா நம்ம படுக்கையறைக்கு வருவாங்க."

அதைச் சொன்ன போது சட்டென ஒரு கணம் கயல்விழி முகம் வந்து போனது அவனுக்கு.

அவன் பேசப் பேசக் கூட்டம் அவனைச் சுற்றிக் கணிசமாக அதிகரிக்க ஆரம்பித்தது. அது வரையில் காற்று வாக்கில் அவனது பெயர் மட்டும் அறிந்தோர் அதில் இருந்தனர்.

அந்த இடத்தில் வழக்கத்துக்கு மாறாக அதிகக் கூட்டம் சேருவதைக் கவனித்த அங்கே இருந்த ஒரு கான்ஸ்டபிள் கூட்டத்தை அணுகிக் கவனிக்க ஆரம்பித்தார். அதைத் தான் கையாள வேண்டுமா ஸ்டேஷனுக்குச் சொல்ல வேண்டுமா என்கிற குழப்பம் வந்தது.

"செருப்பை வீட்டுக்கு வெளியே விடனும். அப்படி இவனுகள ஊருக்கு வெளிய இருக்க வைக்கனும். அதுதான் சரியான முறை. காலாகாலமா அப்படித்தான் இருந்துச்சு. இப்பக் கொஞ்ச வருசமாத்தான் சமத்துவம், சமூக நீதினு எதையாவது சொல்லிட்டு பக்கத்துல வந்து உட்கார ஆரம்பிச்சிட்டாங்க. சாதிப் படிநிலைலாம் காத்துல பறந்தாச்சு. இந்தக் கட்சிக இவனுக ஓட்டை வாங்க இப்படி வேசம் போடறாங்க. மத்தபடி அவனுகளுக்கும் மனசார அப்படிலாம் எந்த எண்ணமும் இல்லை. அவனுக ஓட்டு வாங்கி ஜெயிச்சிட்டுப் போயிடறாங்க. கடைசில இந்தக் கழிசடைங்க கூட மாரடிக்கறது யாரு? நாமதான்..."

"சரிதான்."

"அதுக்குத்தான் இனி இந்தக் கட்சிகளை நம்பக்கூடாது. அந்த அம்மாவாவது பரவால்ல, இந்த ஐயா நமக்கு நாமம்தான்

போடறார். நமக்குனு ஒரு கட்சி இருந்தா நம் சொல்லுக்கு மதிப்பிருக்கும். அதாவது அந்தக் கட்சி தேர்தலில் நின்னு நம்ம பலத்தைக் காட்டனும்."

"அதெப்படி?"

"எங்க அமைப்பையே தேர்தலில் இறக்கலாம்னு இருக்கேன். எங்க அமைப்புனு சொல்றத விட நம்ம அமைப்பு. நம்ம ஆட்களுக்கான கட்சி. நம் கனவுகளை நிறைவேத்திக்க வழி."

"உன்னுதா?"

"ஆமா. உங்களுக்கு உடனே ஒரு கேள்வி வரும். இந்தக் கட்சிக்கு என்ன வக்கு இருக்கு? நியாயம்தான். அதை நிரூபிக்கறது என் கடமை. என்ன செய்யப் போறேன்னு சொல்லி ஓட்டுக் கேட்கறத விட ஒரு விஷயத்தையாவது செஞ்சு காட்டிட்டு ஓட்டுப் போடுன்னு கேட்டா நல்லா இருக்கும். அப்படித்தான் இந்த அர்ச்சகர் பிரச்சனையப் பார்க்கிறேன்."

"அடடா!"

"நான் சொன்னாப்ல இது நம்ம கட்சி. சேரலைனாலும் நம்ம ஆளுக இயல்பாவே இதில் கட்சி உறுப்பினர்கள்தான். அதனால் நாம எல்லோரும் சேர்ந்துதான் இதச் செய்யனும்."

"..."

"நாம ஒரு போராட்டத்த ஆரம்பிப்போம். சண்டை இல்லை. சட்டப்பூர்வமாத்தான். அந்த ஆள் அர்ச்சகரா இருக்கும் வரை நாம கோயிலுக்குள் போக மாட்டோம்னு சொல்வோம்."

மறுபடியும் கூட்டம் கசகசவெனப் பேசிக் கொள்ள ஆரம்பித்தது. அவனை ஆதரித்தும் மறுத்தும் என இரண்டாகப் பிரிந்து நின்றது பேச்சு. பாண்டியன் காத்திருந்தான். சிலர் கூட்டத்தைக் கண்டுகொள்ளாமல் ஒதுங்கிக் கோயிலின் உள்ளே போகவும் செய்தனர்.

"உங்க வீட்டுல பொம்பளப் புள்ளைக பொழங்காத சாதிக்காரன லவ் பண்றேன்னு வந்து நின்னா ஏத்துக்குவீங்களா? அப்படி அதை ஒத்துக்கறவங்க இதையும் கடந்து போகலாம். உங்களைப் புரிஞ்சுக்க முடியுது. மானத்தை விட சோறு, சொகுசு முக்கியம்னு

ஆகிடுது. ஆனாப் பாருங்க... உங்களப் பாத்து நம் ஆட்களில் மத்தவங்களும் மோசம் போறாங்க."

இப்போது கோயிலுக்கு உள்ளே போகிறவர்கள் கொஞ்சம் தயங்கி நின்றனர். அது 'ஊர் என்ன நினைக்கும்?' என்ற கௌரவம் சார்ந்த குழப்பவுணர்வைத் தூண்டும் அஸ்திரம். எளிய மனங்களைச் சுலபத்தில் சீண்டி ஓர் உடனடிப் பதற்றத்தை, பின் மாற்றத்தை உண்டாக்கும். அது பாண்டியனுக்கு நன்கு தெரியும். உள்ளூரப் புன்னகை செய்தபடி மேலும் தன் பேச்சைத் தொடர்ந்தான். அங்கே மேலும் கூட்டம் சேரத் தொடங்கியது.

"மனசாட்சிக்கு உண்மையா இருங்க. நம்மாளுகள்ள சுத்தபத்தமா இருக்கற, சாதிசனத்த மதிக்கறவங்க மட்டும் நில்லுங்க. மத்தவங்க தாராளமாக் கோயிலுக்குள்ள போகலாம்."

சாதி உணர்வு என்பது சாதி வெறியாகத் திரிய ஒரு கொம்பு சீவல் வேண்டியிருக்கிறது. அது வெறியேற்றலாகவும் இருக்கலாம் அல்லது குற்றவுணர்வூட்டலாகவும் இருக்கலாம். சூழ இருப்பவர் தரும் அழுத்தம் அதில் முக்கியப் பங்கு வகிக்கிறது. எந்த ஒரு சிரமமும் இல்லாமல் இலவசமாகப் பிறப்பில் கிட்டும் சாதிப் பெருமையை எவர் கை விடுவார்!

கோயிலுக்கு உள்ளே போகிறவர்கள் நின்று போயினர். பலர் பாண்டியன் கூட்டியிருந்த கூட்டத்தில் ஐக்கியமாக, சிலர் முணுமுணுத்தபடி கோயிலுக்கும் செல்லாமல் அவனது கூட்டத்திலும் சேராமல் விலகி நடந்தனர். அது பரவாயில்லை, எப்போதும் ஜனத்திரளில் நடுநிலைமை எனச் சொல்லும் ஆட்கள் பத்து விழுக்காடு இருக்கத்தான் செய்வார்கள், நேர்மையாக யோசிப்பதாக எண்ணி முறுக்கிக் கொண்டு தன் தரப்புக்கே எதிராகச் சிந்திப்பவர்கள், அவர்கள் எல்லாம் அச்சத்திலோ அருவருப்பிலோ கருத்துப் பேசாமல் ஒதுங்கி விடுவதுதான் அவர்கள் நமக்குச் செய்யும் பெரிய உபகாரம் என்று எண்ணிக் கொண்டான் பாண்டியன். இப்போதைய கூட்டமானது அவனுக்குத் திருப்தியளித்தது.

அரசியல் செய்ய எப்போதும் ஓர் எதிரி அவசியம். அவனைக் காட்டித்தான் ஆட்களைத் திரட்ட முடியும். அதாவது அந்தப் பொது எதிரியால் பாதிக்கப்பட்டவர்களை. காந்திக்கு ப்ரிட்டிஷ் அப்படித்தான் இருந்தார்கள். பெரியாருக்குப்

பார்ப்பனர்கள். அம்பேத்கருக்கு சாதி இந்துக்கள் அனைவரும். லெனின் தலைமையிலான ரஷ்யப் பாட்டாளிகளுக்கு ஜார் மன்னரும் பெருமுதலாளிகளும். அந்த எதிர்ப்புணர்வுதான் ஒடுக்கப்பட்டோரைத் திரட்டும் ஆக்கச் சக்தி. ஆனால் உண்மையில் அந்த எதிரியால் அப்படியான பாதிப்புகள் ஏதும் நிகழவில்லை எனில் பாதிப்புகள் இருப்பதான பிம்பத்தை உண்டாக்க வேண்டும். அல்லது பாதிப்பு நிகழப் போகிறது என்கிற அச்சத்தையாவது உண்டாக்க வேண்டும்.

அப்படிப் போலி செய்கையில் எதிர்ப்புணர்வை விட வெறுப்புணர்வு அதிகம் வெளிப்பட ஆரம்பிக்கும். இந்துத்துவர்கள் சிறுபான்மை மதங்களை வெறுப்பது, தமிழ்த் தேசியர்கள் மாற்று மொழியினரை வெறுப்பது, பிற்பட்ட சாதியினர் தலித்களை வெறுப்பது என அதன் வடிவங்கள் பல. கவனித்தால் தெரியும், எதிர்ப்புணர்வு என்பது தனக்கு மேல் இருக்கும் ஒருவர் மீது எழுவது. வெறுப்புணர்வோ தனக்கு இணையான ஒருவர் மீதோ, தனக்குக் கீழே இருக்கும் ஒருவர் மீதோ கவிவது. எனவே இவ்வகை வெறுப்புணர்வுக்கு எதிர்ப்புணர்வை விட இயல்பாகவே பலம் அதிகம். ஏனெனில் அங்கே வெறுப்பவன் பலவான், வெறுக்கப்படுபவன் பலவீனன். இதெல்லாமே பாண்டியனுக்கு அத்துபடி.

பாண்டியன் சிறுவயது முதலே தன்னைச் சுற்றி அரசியல் மற்றும் அரசியல் அல்லாத இயக்கங்கள் செயல்படும் முறைகளையும் அதற்கு வெகுமக்கள் எதிர்வினையாற்றும் விதத்தையும் கவனித்து வந்திருக்கிறான். பெரும்பாலும் மக்களிடம் சுரணை என்பது இருப்பதில்லை. சோறும் கலவியும் கிடைத்தால் போதும். நிம்மதி, சந்தோஷம். அப்படி வந்தாலும் அர்த்தமில்லாத, பயனற்ற விஷயங்களுக்கே உணர்ச்சி வசப்படுகிறார்கள். அதில் சாதி முதன்மை, மொழி இரண்டாவது, மதம் மூன்றாவது. தேசமெல்லாம் கடைசி.

அவன் பத்தாண்டுகளாகக் காத்திருந்தது இம்மாதிரி சந்தர்ப்பத்துக்குத்தான். முதலில் அவன் தன் சாதிப் பெண்கள் தலித் ஆண்களைக் காதலிப்பதை, கல்யாணம் புரிவதைத் தடுக்க ஆரம்பித்தான். காதல் செய்வோரை பொய் சொல்லி அல்லது பேரம் பேசிப் பிரிப்பது, காதலிக்கும் சாத்தியம் இருக்கும் நண்பர்களைப் பயமுறுத்துவது, காதலித்து ஓடிப் போய் மணம்

செய்தோரை தேடிப் போய் மிரட்டியும், அடிதடி செய்தும் மீட்டு வருவது எனப் பல செயல்கள். காவலர்களில், வழக்கறிஞர்களில், நீதிபதிகளில் அவன் சாதி ஆட்கள் கணிசம் இருந்ததால் இந்த விவகாரங்களில் வெற்றிகள் ஈட்ட முடிந்தது.

காதலித்து ஓடிப் போய்க் கல்யாணம் செய்தோ செய்யாமலோ திரும்பும் பெண்களைத் தன் சாதி இளைஞர்கள் தயங்காமல் திருமணம் செய்ய வேண்டும் எனப் பாண்டியன் பரப்புரை செய்தான். அது பெண்களைச் சாதிக்குள் திரும்பத் தூண்டும் என நம்பினான். தானுமே அவ்வகையில் பெண் அமைந்தால் திருமணம் செய்யத் தயாராக இருந்தான்.

அதை ஒரு ஒடுக்கப்பட்ட சாதித் தலைவர் அவமதிப்பாகப் பேசிய போது கொதித்தான். எவருடன் எப்படிப் போய் வந்தாலும் நம் ஆண்கள் கல்யாணம் செய்து கொள்வர் என்ற அலட்சியத்தை அது தம் பெண்களுக்கு உண்டாக்கி விடலாகாது என்றும் நினைத்தான். நடந்த பின் கையாள்வதை விட நடக்கும் முன்பே தடுத்து விடுவது மேல் எனப் புரிந்தது.

பெண்கள் உயர்கல்வி படிப்பதும் வெளியூரில் பணியமர்வதுமே இம்மாதிரி கலப்புக் காதல் ஆர்வங்களுக்குத் தூண்டுதலாக இருக்கிறது எனப் புரிந்த போது அவர்களின் பெற்றோர்களை மூளைச் சலவை செய்ய ஆரம்பித்தான். பள்ளி, கல்லூரி விழாக்களில் கல்விக்கூட நிர்வாகிகள் ஒத்துழைப்புடன் அங்கு பயிலும் பெண்களிடம் சாதி மாறிக் காதலிக்க மாட்டேன் எனக் கும்பலாகப் பகிரங்கச் சத்தியம் வாங்கினான். வள்ளிக் கும்மி போன்ற மாணவிகள் பங்கேற்கும் கலைகளை அதற்குப் பயன்படுத்தினான்.

பெண்கள் இயல்பாகவே சாதி அமைப்புக்கு இணக்கமாகவே இருந்தனர். அவர்களால் இரு எதிரெதிர் துருவங்களில்தான் செயல்பட முடிந்தது. ஒன்று காதலின் நிமித்தம் சாதி, சொந்தம் யாவற்றையும் தூக்கியெறிவது அல்லது சாதியை இறுகப் பற்றிக் கொண்டு அதைப் பத்திரமாக அடுத்தடுத்த தலைமுறைகளுக்குக் கடத்துவது. இவ்விரண்டுமே அவர்களின் பிழைத்திருத்தலின் சுயநலத்தை ஒட்டியே அன்றி அதில் முற்போக்கும் இல்லை, பிற்போக்கும் இல்லை. இது பாண்டியனுக்கு சீக்கிரமே விளங்கி விட்டதால் சிறிய நகர்வுகளில் அவர்களைத் தனது சொற்படி ஆட வைக்க அவனால் முடிந்தது.

நம் சமூகம் ஆணாதிக்கச் சமூகம்தான். ஆனால் அதனுள்ளே பெண்களுக்கு நுட்பமான ஓர் அதிகாரம் ஒளிந்திருக்கிறது. அதைக் கண்டுகொள்ளும் பெண்கள் மேலோட்டமாக ஆணாதிக்கம் பற்றி அலுத்துக் கொண்டாலும் அதுவே அவர்களுக்கு அனுகூலமானது. *Domestic Violence* எனப்படுகின்ற குடும்ப வன்முறை குறித்து மூன்று மூட நம்பிக்கைகள் இருக்கின்றன - அது உடல்ரீதியான துன்புறுத்தல் மட்டுமே, அது ஆண்களால் மட்டுமே நிகழ்த்தப்படுகிறது, அது தம்பதியரிடையே மட்டுமே நிகழ்வது. நிஜத்தில் பெண்களால் உளவியல் ரீதியாக ஆண்கள் மீது சதா குடும்ப வன்முறை நிகழ்த்தப்பட்டுக் கொண்டே இருக்கிறது. தாய் மகன் மீது, தங்கை அண்ணன் மீது என. இந்தியக் குடும்ப அமைப்பு என்பதே பொதுவாக ஆண்களின் மீதான சுமையும் சுரண்டலும்தான். இதை எல்லாம் மத்திம வயதுக்கு மேல்தான் ஓர் ஆணால் உணரவே முடியும். முப்பது வயதைக் கடந்த எந்த ஆணிடமும் கடவுள் தோன்றி என்ன வரம் வேண்டுமெனக் கேட்டால், காமத்தை முற்றிலும் நிராகரிக்க முடிந்த உடலும் உளமும் வேண்டும் எனக் கேட்பான். பெண்களை எவ்வடிவிலும் விலகி வாழ்வதே நிம்மதிக்கு ஒரே வழி என்ற முடிவுக்கு வந்திருப்பான்.

பாண்டியன் பெரும்பாலும் தன் சாதிப் பெண்டிரையே நம்பியிருந்தான். அதனாலேயே அதற்கு வளையாத கயல்விழி மாதிரி பெண்கள் அவனுக்கு அதிகப் பதற்றம் தந்தனர்.

அவன் சாதி ஆண்களுமே அவ்வளவாகச் சிந்திக்காத உயரத்தில் வைத்துக் கொள்வது அவனுக்கு அவசியமாக இருந்தது. அவனைச் சுற்றி ஒரு ரசிகப் படை உருவாக்கினான், சீக்கிரத்திலேயே அதை ஓர் அடிமைக் கூட்டமாக மாற்றினான். அவனைப் போலவே சிந்திக்கும் கும்பல், அல்லது அவன் விரும்பிய திசையில், விரும்பிய தொலைவு மட்டும் யோசிக்கும் கூட்டம். அவன் காட்டுமிடத்தில் கேள்வியின்றிப் பாய்கின்ற விசுவாசிகள்!

அப்படித்தான் கட்டப்பஞ்சாயத்துக்காரனாக ஆரம்பித்த பாண்டியன், விரைந்து சாதிச் சங்கத் தலைவனாக வளர்ந்தான். ஆனால் அது அவனுக்குப் போதவில்லை. அவனிடம் செல்வமும் செல்வாக்கும் சேர்ந்து கொண்டே இருந்தது. ஆனால் அதிகாரம் இல்லையே என்ற குறை இருந்தது. பயம் மட்டும் இன்றி, மரியாதையும் வேண்டுமென விரும்பினான்.

பாண்டியனுக்குத் தன் சாதி பற்றிய பெருமிதம் இருந்ததா என்றால் நிச்சயம் இருந்தது. ஆனால் அவனுக்கும் அவனுக்குக் கீழ் திரண்டிருந்த அடிமைகளுக்குமான வித்தியாசம் அவன் அதோடு திருப்திப்பட்டுக் கொள்ளவில்லை. அதைப் பயன்படுத்திக் கொண்டு அதிகாரத்தைக் கைப்பற்றுவது எப்படி எனச் சிந்தித்தான். ஆண்ட சாதியாக இருந்தது போக ஆளும் சாதியாகவும் இருக்க வேண்டும் என விரும்பினான் பாண்டியன். ஒரு சாதி வெறித் தலைவனுக்கும் சாதி வெறி அடிமைக்குமான வித்தியாசம் என்பது அதுதான்!

ஒரு முரட்டு விசுவாசியின் கருத்துக்களில் பொருட்படுத்த ஒன்றுமே இல்லை. ஒருவரின் சொற்கள் மதிக்கப்பட வேண்டுமெனில் அவர் குறைந்தபட்ச நேர்மை கொண்டிருக்க வேண்டும். அப்படி இல்லையெனில் கருத்துக்கள் நமுட்டுச் சிரிப்புடன் கடக்கப்படும். கட்சிகளின் அமைப்புகளின் கொத்தடிமைகள் புரிந்து கொள்ளத் தவறுவது இதையே!

அப்படி அவர்களின் உயரம் அல்லது உயரமின்மை அவனுக்கு நன்கு தெரியும் என்றாலும் அது ஏளனமாகவோ அவமதிப்பாகவோ அவர்களைக் கையாள்வதில் ஒருபோதும் அவன் வெளிப்படுத்தியவன் அல்லன். காரணம் அவனது முன்னேற்றத்தில் அவர்கள் முக்கியம். அவர்களின் எண்ணிக்கை என்பது போராட்டத்தில் கூட்ட பலம், தேர்தலில் வாக்கு பலம். இரண்டுக்குமே அரசும், அரசியல் கட்சிகளும் அஞ்சுவார்கள். அதுவே அவனது மூலதனம்.

★

20

அதிகாரத்தை நோக்கிய தனது நகர்வைச் சாத்தியப்படுத்த பாண்டியனுக்கு இரண்டு யோசனைகள் இருந்தன. ஒன்று பூரண வன்முறை வழி, மற்றது சற்று சாத்வீக மார்க்கம்.

முதல் திட்டம் ஏதாவது சாதி மீறிய காதலில் அல்லது திருமணத்தில் கொலை செய்வது. அல்லது அந்த ஜோடி ஓடிப் போய் ஒளிந்து கொண்டதைச் சாக்கிட்டு ஒடுக்கப்பட்டோர் குடியிருப்பைத் தாக்கி உடைத்து அங்கு வாழ்வோரை அடித்து, உதைத்துக் கலவரம் செய்வது. அது அவனது பெயரை நிச்சயம் அவன் சாதியினர் மத்தியில் மாவீரனாக, ரட்சகனாக நிலைநிறுத்தும். அவன் கட்சியைப் பொருட்படுத்தத்தக்கதாக மாற்றும்.

மாநிலத்தின் இரு பெருங்கட்சிகளும் பெரியார் படம் போட்டுக் கொண்டு சமூக நீதி பேசினாலும் சாதி பார்த்தே தேர்தலில் ஆட்களை நிறுத்துகின்றன, சாதிச் செல்வாக்கே கட்சியிலும் ஆட்சியிலும் பதவிகளைத் தீர்மானிக்கிறது. இதன் நீட்சியாக அந்த இரண்டு கட்சிகளின் தலைவர்கள் சாதிக் கட்சிகளைக் கை விடுவது கிடையாது. எனவே, சிறிது புகழ் சேர்த்துக் கொண்டால் தேர்தல் கூட்டணியின் மூலம் எம்எல்ஏ சீட் பெற்று விடலாம். அது அம்முறை ஜெயிக்கும் கூட்டணியாக இருந்தால், கொலையோ கலவரமோ அளித்த செல்வாக்கைச் சேர்த்துக் கொண்டு வெற்றி பெற்று சட்டமன்ற உறுப்பினராகி விடலாம்.

ஆனால் இதிலுள்ள சிக்கல் இன்று அப்படிக் குற்றம் செய்து விட்டு எளிதாகத் தப்பி விட முடியாது. தலித் கட்சிகள் ஒன்றிரண்டு சொல்லிக் கொள்ளும்படி இன்று மாநிலத்தில் வளர்ந்து நிற்கின்றன - வட மாவட்டங்களில் ஒன்று, தென் மாவட்டங்களுக்கு ஒன்று. இது போக, கம்யூனிஸ்ட் கட்சிகள் இரண்டும் உண்டியல் குலுக்கியாவது எல்லாவற்றுக்கும் போராடுகிறார்கள். அந்தக் கட்சிகள் எல்லாம் இந்த மாதிரியான சாதிய அடக்குமுறை சம்பவங்களைச் சும்மா விட மாட்டார்கள். அது போக, ஊடகங்களும் இன்று பெருகி விட்டன. எல்லாவற்றையும் அலசி ஆய்ந்து வெளிக்கொண்டு வந்து விடுகிறார்கள்.

அதுவும் தகுந்த ஆதாரங்களுடன் சிக்கிக் கொண்டால் சட்டத்தின் பிடியிலிருந்து பல ஆண்டுகள் வெளியே வர முடியாமல் ஆகி விடும். அப்போது இந்தச் சாதி ஏதும் உடன் வராது. தவிர, அப்படிக் குற்றம் நிரூபணமான பின், பெரிய கட்சிகளும் ஏதோ தாம் புனிதமானவர்கள் என்ற பாவனையுடன் அவனை ஒதுக்கி வைப்பார்கள். முதலுக்கே மோசமாகி விடும். அதனால் நிதானமாகவும் கவனமாகவும் செயல்பட வேண்டும்.

அதிகாரமடைதல் என்பதே சமரசத்தில் இறங்குவதன் மூலம்தாம் சாத்தியம் என்பதை அறிவான். அதைத் தக்க வைக்க மேலும் மேலும் சமரசம் செய்ய வேண்டி இருக்கும்.

எனவே, அந்த வன்முறைத் தீர்வை வேண்டாமென ஒதுக்கி வைத்தான். இத்தனைக்கும் ஓரிரண்டு சந்தர்ப்பங்கள் அப்படி அமையத்தான் செய்தன. சம்மந்தப்பட்ட தலித்களைக் கொலை செய்யும் வெறியும் தினவும் அவனுக்கு இயற்கையிலேயே இருக்கவும் செய்தது. ஆனால் பல்லைக் கடித்தபடி கடந்து போனான். ஒத்திப் போட்டான் என்று சொல்லலாம்.

இரண்டாவது யோசனை சமூக அளவில் ஏதேனும் சாதிய முரண் உண்டானால் அதைக் கூர்மைப்படுத்தி பெரும் போராட்டமாக மாற்றித் தலைமை தாங்கி முன்னெடுப்பது. அதில் ஆபத்தும் குறைவு, வரும் புகழ் கொஞ்சம் நேர்மறையாகவும் அமையும். ஆனால் ஒரே பிரச்சனை அத்தகைய சமூக முரண்கள் அவ்வளவு அதிகமாக ஏதும் எழுவதில்லை. அப்படியே வந்தாலும் அதில் கிடைக்கும் வெற்றி என்பது மிக மெதுவானதாக இருக்கும்.

இந்தச் சூழலில்தான் சங்கர் கன்னியம்மன் கோயிலில் பணியமர்த்தப்பட்ட விஷயம் வாகாகக் கையில் சிக்கியது. அந்த விஷயத்தை எவ்வளவு தூரம் தீவிரப்படுத்தலாம் எனப் பாண்டியன் சரியாகக் கணித்தான். எனவே அதை விடாது பற்றிக் கொண்டான். கயல்விழி அந்த அர்ச்சகனிடம் நட்பு நெருக்கம் காட்டுவதும் கூடுதல் காரணம்தான்.

கோயில் வாசலில் கவனித்த கான்ஸ்டபிள் கவனமாக எல்லாவற்றையும் குறித்துக் கொண்டு காவல் நிலையம் சென்று சப்-இன்ஸ்பெக்டரிடம் சொன்னார். ஆய்வாளர் விடுப்பில் இருந்ததால் சப்-இன்ஸ்பெக்டர் டிஎஸ்பியிடம் இதைச் சொல்லி வைத்தார்.

இன்னும் தீவிரமான போராட்ட வடிவம் எடுக்காததாலும், வன்முறைக்கான வாய்ப்பு குறைவாகத் தெரிவதாலும் இப்போதைக்குப் பொறுத்திருக்கச் சொன்னார் டிஎஸ்பி.

உள்ளே கூட்டம் குறைவதை சங்கர் கவனித்தான். அவன் காதுக்கும் விஷயம் வந்தது. அவன் அது பற்றி கவலைப்பட வேண்டுமா எனக் குழம்பினான். பக்தர்கள் வராவிட்டால் வேலை குறைவு, கருவறைக்குள் கன்னியம்மனுக்குச் செய்யும் காரியங்கள், கடமைகள் தவிர, அர்ச்சனை, அபிஷேகம், பிரசாதம், காணிக்கை என ஏதும் கிடையாது. பாதிக்கு மேல் அவன் பணிச்சுமை குறையும். ஆனால் அது தற்காலிகப் பலன்தான். நீண்ட கால அடிப்படையில் கோயிலுக்கு ஆட்கள் வருவது குறைந்தால் அக்கோயில் மூடப்படலாம், அது அவன் பணிக்கே ஆபத்தாகலாம். அல்லது ஆட்கள் வருவதை உறுதி செய்ய அவன் வேலை பறிக்கப்படலாம். ஆனால் அவ்வளவு சுலபமாக இவ்விஷயத்தை விட்டு விடுமா இந்த அரசு! அவனை ஜோலியை விட்டு நீக்குவது அவனுக்கான இழப்பு மட்டுமா என்ன! அது அரசனுக்கான அவமானம் இல்லையா? இது கலைஞருக்கும் அவரது உத்தரவை சிரமேற்கொண்டு நிறைவேற்றும் சர்க்கார் அதிகாரிகளுக்கும் தெரியாதா என்ன!

வெளியூர் ஆட்கள் தவிர பெருமளவு ஆட்களின் வரத்து குறைந்தது. சங்கர் தனிமையில் காத்திருக்க ஆரம்பித்தான். மறுநாள் ஒருவர் கூட கோயிலுக்கு வரவில்லை. ஆனாலும் சங்கர் அதிகாலையில் கோயிலுக்கு வருவதும், அபிஷேகம் செய்வதும், பக்தர்களுக்குக் காத்திருப்பதும், நடை சாத்துவதும் மறுபடி மாலை நடை

திறப்பதும், காத்திருப்பதும் இரவில் கோயிலைப் பூட்டிக் கிளம்புவதும் நிற்கவே இல்லை. மூன்று நாட்கள் தீர்ந்தன.

இடையில் ஒருமுறை கயல்விழியைச் சங்கர் சந்தித்த போது அவள் தன் ஆட்கள் வழி அறிந்த செய்திகளைத் தொகுத்து பாண்டியன்தான் இதற்குக் காரணம் என அவனைச் சபித்தாள். சங்கருக்கு முதல் முறையாகப் பாண்டியனின் பெயரும் அவனது ஆகிருதியும் அறிமுகமானது. கயல்விழியின் சொற்களில் இருந்தது பாண்டியன் மீதான வெறுப்பு மட்டுமா அவன் அப்படிச் செயல்படுவது குறித்த ஆதங்கமுமா என்று யோசித்தான்.

நான்காம் நாள் காலை ஏதும் மாறவில்லை என்றதும் இந்து சமய அறநிலையத் துறை அதிகாரிக்குத் தொலைபேசியில் தகவல் கொடுத்தான் சங்கர். தான் என்ன செய்ய வேண்டும் என்றும் அதில் கேட்டிருந்தான். அந்த அதிகாரி பாண்டியனின் சாதியை வெறுக்கும் வேறோர் ஆதிக்கச் சாதி ஆள். அவர் இதைப் பயன்படுத்திக் கொள்ள நினைத்தார். பாண்டியனின் போராட்டமானது மறைமுகமாக ஓர் அரசு ஊழியரைப் பணி செய்ய விடாமல் தடுக்கும் குற்றம்தான். எனவே போலீஸில் புகார் அளித்தார்.

இங்கே வெவ்வேறு அடுக்குகளில் கொண்ட சாதிகள் மட்டுமல்ல, ஒரே அடுக்கில் உள்ள சாதிகள் கூட பரஸ்பரம் வெறுத்துக் கொள்கின்றன. இணக்கமான சாதிகள் என எந்த இரண்டையுமே குறிப்பிட முடியாது. சாதி என்பதே வெறுப்புவாதம்தான். சாதி முறை ஒழிய வேண்டும் என்பதற்கு இதை விட வேறு வலுவான காரணம் வேண்டுமா என்ன!

பிரித்தாளும் பார்ப்பனிய சூழ்ச்சியைத் தாண்டி சாதிக்கு வேறு மூலம் ஒன்றுமில்லை.

அதற்குள் காவல் ஆய்வாளர் பணிக்குத் திரும்பி இருந்தார். அவருக்குப் பாண்டியனைத் தெரியும். எனவே, அவனைத் தொலைபேசியில் அழைத்து அவனைக் கைது செய்ய வரப் போவதாகச் சொல்லி இது தற்காலிக நடவடிக்கைதான், புகார் வந்திருப்பதால் வேறு வழியில்லை என ஆறுதல்படுத்தி, ஒத்துழைக்குமாறு கேட்டார். இரண்டு, மூன்று நாளில் ஜாமீனில் வெளிவந்து விடுவது போல் எஃப்ஐஆர் போடுவதாகவும் உறுதி கொடுத்தார்.

பாண்டியன் எதிர்பார்த்தது அதைத்தான். அவன் தனக்குத் தெரிந்த புகைப்படக்காரரை அழைத்து உடனே கோயிலுக்கு வரச் சொன்னான். புதிய வெள்ளைச் சட்டை, கருப்புப் பேண்ட் அணிந்து நெற்றியில் விபூதி, குங்குமத் தீற்றலிட்டுத் தயாராகக் காத்திருந்தான்.

பாண்டியன் கைது செய்யப்பட்டு போலீஸார் சூழ அழைத்துச் செல்லப்படும் மொத்த நிகழ்வும் புகைப்படங்களாக எடுக்கப்பட்டு அவனது சாதி ஆள் மதுரைப் பதிப்பின் பொறுப்பாசிரியராகப் பணி செய்யும் பிரபல நாளேட்டுக்கு அனுப்பி வைக்கப்பட்டது.

மறுநாள் முதல் பக்கச் செய்தியாக பாண்டியனின் கைது அந்தச் செய்தித் தாளில் வெளியானது, அவன் போலீஸார் சகிதம் மீசை முறுக்கியபடி நடந்து வரும் வண்ணப் புகைப்படத்துடன். நான்காம் பக்கம் அச்செய்தியின் தொடர்ச்சியில் மேலும் இரண்டு புகைப்படங்கள் கருப்பு வெள்ளையில் அச்சாகி இருந்தது. செய்தி என்னெவன்றாலும் அது கிட்டத்தட்ட அவனை நாயகனாகவே சித்தரித்தது. சாதிரீதித் திரளல் ஆரம்பித்தது.

செய்தி பரவ ஆரம்பித்தது. சங்கருக்கு தேவர் மகன் திரைப்படம் நினைவுக்கு வந்தது. தின மலரிலும் தின மணியிலும் நான்காம் பக்கத்தில் செய்தி வெளியானது. மடித்துக் கட்டிய லுங்கியுடன் அதிகாலை நடையின் வியர்வையுடன் கலைஞர் அதை வாசித்தார்.

காவல் ஆய்வாளர் கவனமாக பாண்டியன் மீது பிசிஆர் மற்றும் பிஓஏ சட்டப் பிரிவுகள் எதிலும் வழக்குப் பதியவில்லை. இபிகோ பிரிவு 186, பிஎன்எஸ் பிரிவு 221 ஆகியவை மட்டும் எஃப்ஐஆரில் சேர்த்திருந்தார். மூன்று மாதக் கடுங்காவல் மற்றும் 2,500 ரூபாய் அபராதம். பாண்டியன் சிறையேகியதும் வெளியே அவனுக்கான ஆதரவு அதிகரித்தது.

சொந்தக் கட்சியில் அப்படி யாரும் வளர்ந்தாலே ஆட்சியாளர்களுக்கு ஆகாது. அப்படி இருக்க, வெளியாள் ஒருவன் பொதுமக்களின் உணர்ச்சிகரத்தை அறுவடை செய்கிறான் எனில் சும்மா இருப்பார்களா? அவன் சிறை சென்ற இரண்டு நாளில் விடுதலையானான்.

வெளியே வந்ததும் அந்தப் போராட்டத்தைக் கை விட மாட்டேன் என்று பிடிவாதமாக நின்றான் பாண்டியன். இந்து சமய

அறநிலையத் துறை மந்திரி சேலம் வீரபாண்டி எஸ். ஆறுமுகம் அங்கு நேரில் பேச்சுவார்த்தைக்கு வர வேண்டும் என நிபந்தனை விதித்தான்.

அமைச்சர் வரவில்லை. பதிலாக மாவட்ட ஆட்சியர் வந்தார். அமைச்சர் வர மாட்டார் என அவனுக்கும் தெரியும். அதற்காக கோரிக்கை வைக்கும் போது கலெக்டரோ கமிஷனரோ வர வேண்டும் என்று சொல்ல முடியுமா! அவ்வளவு தோரணையாக இராது. வந்த மாவட்ட ஆட்சியருக்கு ஷர்மா என்ற கடைப் பெயருக்கு ஏற்ற வடக்கு முகம். அவர் பாண்டியனை உட்கார வைத்து உடைந்த தமிழில் உரையாடினார். உண்மையில் அவர் இடையிடையே பேசிய ஆங்கிலத்தில்தான் அவர் சொல்ல வருவதைப் பாண்டியன் புரிந்து கொண்டான்.

அங்கு குழுமியிருந்த அவனது சாதிக்காரர்களிடம் பொதுவாகக் கருத்துக்கள் கேட்டுக் கொண்டார். பிராமணர்களே கோயில் அர்ச்சகர் பணியைத் தொடர வேண்டும் என்பது அவர்கள் நிலைப்பாடாக இருந்தது. இறுதியில் “ஒருவருக்குத் தலைவணங்க வேண்டும் என்பதில் மறுப்பில்லை, ஆனால் யாரிடம் தலைவணங்க வேண்டும் என்பதில் தராதரம் இருக்கிறது” என்ற உங்கள் கருத்து புரிகிறது என்று மாவட்ட ஆட்சியர் குறிப்பிட்டார்.

அதுதான் தம் நிலைப்பாடா எனப் பாண்டியன் சற்றுக் குழம்பினான். ஆனாலும் மெத்தப் படித்த ஒருவர் அவ்வுரையாடலின் சுருக்கத்தை விளம்பும் போது மறுக்க முடியவில்லை.

மாவட்ட ஆட்சியர் பின் தனியாக தேவநாத ஐயரிடம் சென்று பேசினார். தெளிவாக அவர் இப்போது நடக்கும் எதிலும் தனக்குத் தொடர்பில்லை என்றும் சட்டப்பூர்வமாகவே தான் இதை எதிர்கொள்ள விரும்புவதாகவும் சொன்னார். பொதுவாக கோயிலின் அர்ச்சகராக பிராமணரே வேண்டும் என்று அம்மக்கள் சொன்னாலும் அது தான் மற்றும் தன் வாரிசு என்றே தான் எடுத்துக் கொள்வதாகக் குறிப்பிட்டார். ஆட்சியர் சிரித்துக் கொண்டார்.

அடுத்து கலெக்டர் கோயிலுக்குள்ளே சென்று முதலில் தன் குடும்பத்தில் ஒவ்வொருவர் பெயர் சொல்லி சங்கரிடம் அர்ச்சனை செய்யச் சொன்னார். மணமாகி மூன்றாண்டு மகவில்லாத தன் மகளுக்கு சீக்கிரம் கரு உருவாக மனமுருக வேண்டிக் கொண்டார்.

சங்கரிடம் கருத்துக் கேட்ட போது அவனுக்குச் சொல்ல ஏதுமிருக்கவில்லை. அரசும் நீதித் துறையும் சரியான முடிவெடுக்கும் என நம்புவதாகவும் எதுவென்றாலும் அதைத் தான் ஏற்பதாகவும் சொன்னான். வழக்கு, போராட்டம் இரண்டுமே சமூக நீதிக்கு எதிரான அறைகூவல் என்றுதான் அவன் குற்றம் சாட்ட விரும்பினான். ஆனால் அவனும் எதிர்த்து நிற்பது நிலைமையை மேலும் மோசமாக்கக்கூடும் என நினைத்து அதைத் தவிர்த்தான்.

எந்த இடத்தில் வாய் திறக்கக்கூடாது என்று உணர்ந்திருப்பது மிகப் பெரிய ஞானம். எந்த இடத்தில் சொற்கள் எதிர்மறை விளைவை உண்டாக்குமோ அங்கே மௌனமே சிறந்தது.

வெளியே வந்து மேலிடத்தில் பேசி விட்டுப் பதில் சொல்வதாக உத்தரவாதம் அளித்தார்.

“அதுவரை கோயிலைப் பூட்டி வைப்பதா?” என்ற ஆட்சியரின் யோசனையை தேவநாத ஐயர் நிராகரித்தார். அம்மனுக்குப் பூசை இல்லாத நாள் என்று ஏதும் இருக்கவே கூடாது!

★

21

மாவட்ட ஆட்சியர் கிளம்பிப் போன பின் முடிவு வரக் காத்திருந்தான் சங்கர். அவனுக்கு தீர்ப்பு பற்றிய பதற்றம் இல்லை என்ற போதும், அது பற்றிய ஓர் ஆர்வம் இருக்கத்தான் செய்தது. காரணம் அந்த முடிவு அவன் அந்த வேலையில் இருப்பானா இல்லையா எனத் தீர்மானிக்கும். இன்னும் முதல் சம்பளம் கூட வாங்கவில்லைதான். அதனால் அந்தப்பணி சார்ந்து இன்னும் பொருளாதார நம்பிக்கையை அவன் உண்டாக்கிக் கொள்ளவில்லை.

அர்ச்சகருக்கு ஊதியம் தவிர, படைக்கப்படும் நைவேத்யம், பக்தர்கள் வாங்கி வருவதில் மிஞ்சும் தேங்காய், பழம், நெய், வஸ்திரங்கள், தட்டில் விழும் பணம் யாவும் உரித்தாகும்.

சங்கர் தட்டில் காசு போட வேண்டாம் என்று சொல்லி விட்டான்தான். அதை மீறிச் சில காசுகள் அவ்வப்போது விழத்தான் செய்தன - "நீ பாட்டுக்குச் சொல்லிட்டு போயிருவே, காசு போடலன்னு சாமி குத்தம் ஆகிடுச்சுன்னா?". அவற்றை எல்லாம் அவனே கொண்டு போய் உண்டியலில் போட்டு விடுவான். சுருங்கச் சொன்னால், இது வரை கைக்காசைப் போட்டுதான் கபாடபுரத்தில் ஜீவித்து வருகிறான். ஆனால் அஃது நெடுநாள் நீடிக்காது.

ஆட்சியரின் முடிவு அவன் கபாடபுரத்தில் இருப்பானா இல்லையா எனத் தீர்மானிக்கும். சமத்துவபுரம், கயல்விழி, அந்த ஆலயம், கன்னியம்மன் எல்லோரும் அவன் வாழ்வில் தொடர்வார்களா இல்லையா என்று முடிவு செய்யும். எனவே அது முக்கியமான ஒன்று.

கூட்டம் அதிகமில்லாத ஆலயத்தில், கருவறையில் சங்கரும் கன்னியம்மனும் நெடுநேரத் தனிமையில் இருக்க வேண்டியதாகிற்று. கன்னியம்மனிடம் பேச ஆரம்பித்தான் சங்கர்.

இலக்கில்லாத பேச்சு. எனவே, தன்முனைப்பும் பாசாங்கும் துளி கலக்காத வார்த்தைகள்.

“அம்மு, என் வேலை உன் சேவை இரண்டும் ஆபத்தில் இருக்கிறது. ஆனால் இதற்குரிய தேவை இருந்தால் தப்பிப் பிழைக்கும். எனவே அது பற்றிய கவலைகளை விட்டொழித்து விட்டேன். நீயும் இது பற்றிய குழப்பங்கள் ஏதுமற்று நிம்மதியாக இருக்க வேண்டும்.”

தனக்குத் தானே பேசிக் கொள்வது போலவோ, தன் மனவோட்டத்தை வார்த்தைகளாக உச்சரிப்பது போலவோ எது நடந்தாலும் அதை அம்மனிடம் பகிர ஆரம்பித்தான். காதல் கொண்டேன் தனுஷ் தனியாகப் பேசிக் கொள்வது போல்தான் இருந்தது அது. தன் மன ஆரோக்கியம் பற்றிக் கூட சங்கருக்கு சுய விமர்சனமும் சுயவிசாரணையும் எழுந்தது.

பின் அதனால் எவருக்கும் எந்தத் தொந்தரவும் இல்லை எனச் சமாதானம் கொண்டான்.

“இதைச் சேவை என்பதா, பணி என்பதா? நான் ஒரு காலத்தில் கடவுள் மறுப்பாளன். ஆனால் இன்று இறை என ஒன்று உண்டு என்றே நம்புகிறேன். அப்படித் தலைகீழாக மாறி விட முடியுமா? இல்லை. நீ வரலாற்றில் எங்கோ வாழ்ந்தவள். எங்களின் மூதாதை. காலத்தால் அடித்துச் செல்ல முடியாத ஆளுமை. உன் துயரம் உன்னை நிலையானவள் ஆக்கியது. துக்கச் சூழலில் அழுது புலம்பி அழிந்து போகாமல் குன்றா மனோதிடத்துடன் எதிர்கொள்ளும் பெண் மற்ற பெண்களுக்கு உதாரணம்தான். என் பார்வையில் நீ யார் தெரியுமா? கல்யாணம் ஆகாத பெண்களுக்குக் கல்யாணம் செய்விக்கும் மாயக்காரி அல்ல; கல்யாணம் ஆகாமல் பெண் இருப்பதில் குறை ஏதுமில்லை என உணர்த்துபவள்.”

பேசும் போது உரையாடல் போல் அம்மன் ஏதும் மறுமொழி தருவாள் என்ற தொனியில் ஆங்காங்கே இடைவெளி விடுவான். மௌனமே பதிலாக வந்ததும் மறுபடி தொடர்வான்.

"இக்காத்திருப்பு உனக்கு அர்த்தம் தருவதாக உன் பக்தர்கள் கருதக்கூடும். மாறாக, உன் தனிமையே உன்னைப் பொருள் மிக்கவள் ஆக்குகிறது என்பது என் எண்ணம். உன்னை ஏற்க அந்த பரமசிவன் வந்தாலும் வராவிட்டாலும் அது பொருட்டே இல்லை. நீ இப்போது ஏங்கி நிற்கும் அந்நிலையைக் கடந்து விட்டவள். உன் தொன்மம் பழங்கதை மட்டுமே."

அவை வாக்குமூலங்களாக, பாவ மன்னிப்புகளாக, தொடர்பற்ற பிதற்றல்களாக, துண்டு துண்டான உளறல்களாக, அர்த்தமில்லாத இடைவெளி நிரப்பல்களாகக் கூட இருந்தன.

ஆனால் சதா எதையாவது பேசினான். வயோதிகர்கள் வாயே மூடாமல் பேசுவது போல். ஆனால் அவர்களுக்கு இனி பேசும் வாய்ப்பு இல்லாமல் ஆகி விடுமோ என்கிற ஆயுள் சார்ந்த ஓர் அச்சம் இருக்கும். தனக்கு ஏன் அப்படி எனக் கேட்டுக் கொண்டான் சங்கர். தெளிவான பதில் ஏதும் இல்லை. ஆனால் அது குறித்து அவன் கவலைப்படவும் இல்லை.

பொழுபோக்கு போல் ஆரம்பித்தது மிகச் சில நாட்களில் தவறாக் கடமையாக மாறிப் போனது. சிறுவயதில் தாயிடம் அப்படித்தான் இருந்தான் சங்கர். பள்ளி முடிந்து வீடு வந்ததும் நடந்தவற்றை ஒப்பிப்பான். கயல்விழியிடம் அப்படித்தான் உரையாடினான்.

சிறந்த மனைவி அலுவலகம் முடிந்து கணவன் வீடு வந்ததும் *"How was your day?"* என்று கேட்பாள் எனக் கேள்விப்பட்டிருக்கிறான். கன்னியம்மன் பதிலுக்குப் பேசினாள் இல்லை எனினும் அது ஒரு கட்டத்தில் உரையாடல் போலவே அவனுக்குத் தோன்ற ஆரம்பித்தது.

யாருக்கும் அந்தப் பேச்சால் பாதிப்பு இல்லை என்று சங்கர் கணித்தது பிழை. ஒருவர் அதனால் பாதிக்கப்பட ஆரம்பித்தார். மெல்ல மெல்ல ஒரு மாற்றத்துக்கு உள்ளானார்.

★

மூன்று நாட்களில் அறநிலையத்துறை அதிகாரியின் கையெழுத்திட்ட சுற்றறிக்கை கோயிலுக்கு வந்தது. சங்கர் அதை முதலில் வாசித்து

விட்டு கண்ணாடி போட்டு மூடிய அதற்குரிய அறிவிப்புப் பலகையில் குண்டூசி குத்தி மக்கள் பார்வைக்கு வைத்தான்.

அதன் சுருக்கம் இதுதான்: ஆலயம், பூஜை, பக்தி என்பவை எல்லாம் அத்தியாவசியச் சேவைகள் இல்லை என்பதால் அதை மக்கள் மேற்கொண்டே ஆக வேண்டும் என ஒரு கட்டாயமும் இல்லை. கோயிலைப் பூட்டி வைப்பது இன்றைய சூழலில் கோயிலுக்கு வர விரும்பும் பக்தர்களுக்குத் தொந்தரவு தருவதாகி விடும். எனவே, கோயிலுக்கு வர விரும்புவோர் எப்போதும் போல் தொடர்ந்து வரலாம். வர வேண்டாம் என நினைப்போர் தவிர்க்கலாம். யாரையும் வரக்கூடாது என்றோ வந்தாக வேண்டும் என்றோ எவரும் கட்டாயப்படுத்தக் கூடாது. அரசு மக்களின் கோரிக்கையைத் தீவிரப் பரிசீலனைக்கு எடுத்துக் கொள்கிறது. தவிர, இது தொடர்பான வழக்கு நீதிமன்றத்தில் நிலுவையில் இருக்கிறது. மக்களின் உணர்வுகளையும் காயப்படுத்தாமல், நீதிமன்ற உத்தரவையும் மீறாமல் இந்தத் திராவிட அரசின் அடிப்படைக் கொள்கையான சமூக நீதிக்கும் பங்கம் வராமல் அடுத்த பணி நியமனத்தில் முடிவு எடுக்கப்படும். தற்போதைய நியமனம் தொடரும். கோயிலுக்கு இரண்டு காவலர்கள் பாதுகாப்பு 24 மணி நேரமும் தரப்படும்.

பாதுகாப்பு அவனுக்கா, அம்மனுக்கா, போராட்டக்காரர்களுக்கா என்று யோசித்தான் சங்கர். பக்தர்கள் மறுநாளில் இருந்து மெல்ல அதிகரிக்க ஆரம்பித்தனர். பல் கடித்தான் பாண்டியன். இதில் அரசு இவ்வளவு உறுதியாக நிற்கும் என அவன் எதிர்பார்க்கவில்லை.

முதல்வரை வைதான். அது அவனுக்குப் பெரிய அவமானமாக இருந்தது. அரசாங்கத்தை விட சங்கர் மீதான வெறுப்பாகவும் வன்மமாகவும் திரும்பவும் திரியவும் ஆரம்பித்தது.

அன்றிரவு தன் சகாக்களுடன் மது எடுத்துக் கொண்டான் பாண்டியன். அவர்கள் உதிர்த்த வெறுப்புச் சொற்களும் நொதித்த சாராயத்தின் சேர்மானமும் அவனை மேலும் வெறி கொள்ளச் செய்தன. முதல் முறை மற்றவர் சொல்லில் வழிநடத்தப்பட்டான் பாண்டியன்.

நம்மை விடவும் புத்தி குறைந்தவர்களுடன் பேசலாம் பழகலாம், ஆனால் அவர்கள் புத்தி சொல்வதைப் பொருட்படுத்தி எடுக்கலாகாது என்ற தெளிவிலிருந்து அன்று தவறினான்.

இந்த விவகாரத்திலேயே ஏன் தனது முதலாவது மார்க்கத்தை முயற்சி செய்யக்கூடாது? அவசியப்பட்டால் கொஞ்சமாய் ரத்தம் சிந்த வைக்க வேண்டிய வன்முறை வழி அஃது!

★

சங்கர் அதைத் தன் வெற்றி எனப் பாவிக்கவில்லை. மறுபடியும் அரசியல் சதுரங்கத்தில் தான் அலைக்கழிக்கப்படுவதாகவே உணர்ந்தான். அந்நிகழ்வுகள் குறித்து எவரிடமும் அவன் பேசவே இல்லை. விதிவிலக்கு இருவர் - ஒன்று கயல்விழி; மற்றது கன்னியம்மன்.

"அம்மு, நீ மக்களைக் கைவிடாதது போல் மக்களும் உன்னைக் கை விடவில்லை. அரசு என்பது மக்களின் பிரதிநிதிதானே! நீ கொஞ்சம் இதைக் கொண்டாடிக் கொள்ளலாம்."

சங்கர் நெய் மணக்க சர்க்கரைப் பொங்கல் வைத்து கன்னியம்மனுக்குப் படைத்தான்.

"அம்மு, நீ பெண்ணாக இல்லாமல் இருந்தால் எவ்வளவு நன்றாக இருந்திருக்கும்! அல்லது நானாவது ஆணாக இல்லாமல் இருந்திருக்கலாம். இன்னும் சாதிப் படிநிலையில் கீழே நிற்கும் ஓர் ஆண் அர்ச்சகர் ஆவதையே சமூகம் ஏற்கவில்லை. இதில் பெண் எப்போது அர்ச்சகர் ஆவது! இன்னும் சபரிமலை மாதிரி கோயில்களில் பெண்கள் வரவே அனுமதி இல்லையே! உளறுகிறேனோ! சொல்ல வந்தது பாலின வித்தியாசம் சில சங்கடங்களைப் புகுத்தி விடுகிறது என்பதை, கடவுள் - பக்தன், இறைவன் - அர்ச்சகன் உறவிலுமே கூட."

திருஆனைக்காவில் உள்ள அகிலாண்டேஸ்வரி கோயிலில் நண்பகல் வேளையில் பூசாரி புடவையைத் தன் உடம்பில் சுற்றிக் கொண்டு, பெண்ணாக மாறி விட்டதாகப் பாவனை செய்தபடி உச்சி பூசை செய்கிறார். அப்படி ஏதாவது சடங்கு கன்னியம்மன் ஆலயத்தில் இருந்திருந்தால் எவ்வளவு இணக்கமாக இருந்திருக்கும்! பெருமூச்சு விட்டான் சங்கர்.

★

சௌந்தர்ய லஹரி ஸ்லோகங்களை சங்கர் குறுங்கவிதை நடையில் மொழிபெயர்க்க ஆரம்பித்திருந்தான். அப்போது அவனுக்கு

சிஎஸ்கே என்ற வலைப்பதிவருடன் ஜிடாக்கில் பழக்கம் இருந்தது. சுமாராக எழுதக்கூடியவன், ஆனால் அதீதத் தன்னம்பிக்கை. அவன் திருக்குறள் காமத்துப் பாலுக்கு குறுங்கவிதை வடிவில் உரை எழுதி வைத்திருப்பதாகச் சில உதாரணங்கள் அனுப்பினான். அது அவனை ஈர்த்தது. அதிலிருந்துதான் சங்கருக்கு சௌந்தர்ய லஹரிக்கு அப்படி உரையெழுதிப் பார்க்கலாம் என்கிற எண்ணம் உதித்தது.

சங்கர் அதை கன்னியம்மன் கருவறையில் அரங்கேற்ற விரும்பினான். வாய்மொழியில் பாடாமல் சற்று பூடகமான மொழியில் செய்வது பாதுகாப்பு எனக் கருதினான். காரணம் சௌந்தர்ய லஹரியைப் பெயர்க்கும் போது 'முலை' உள்ளிட்ட சொற்களைத் தவிர்க்க முடியாது. இறைவியை வர்ணித்துப் பாடியதுதான் என்றாலும் அதைக் கருவறைக்குள் உச்சரிக்க அவனுக்குத் தயக்கம் இருந்தது. எனவே, யோசித்து ஒரு வழி கண்டறிந்தான்.

கன்னியம்மன் கருவறையில் ஒரு பிரத்யேக மணி தொங்கிக் கொண்டிருக்கும். 2002ல் இளையராஜா 'அம்மா பாமாலை' வெளியிட்ட போது ஒன்பது அம்பாள் ஆலயங்களைத் தேர்ந்தெடுத்து மணிகள் காணிக்கை தந்தார். கன்னியம்மன் கோயிலும் அதில் ஒன்று. அவர் தந்தது என்பதாலோ என்னவோ அதில் ஒரு கூடுதல் இசைக்குணம் இருந்தது. இரு உலோகத் துண்டங்களால் ஆன, அதனால் டிங், டாங் என இரு வித ஓசை எழுப்பும் மணி!

சங்கருக்கு மோர்ஸ் கோட் தெரியும். அதாவது தந்தி அனுப்பும் சங்கேத மொழி. பள்ளி நூலகத்தில் இருந்த அ.சிவலிங்கம் எழுதிய 'தமிழில் தந்தி' என்ற நூலைப் படித்து அவனே முயன்று பொழுதுபோக்காகக் கற்றுக் கொண்டது. கணிணியின் பைனரி மொழி போல டாட், டேஷ் என்ற இருமைதான் மோர்ஸின் அடிப்படையும். இந்த மணியிலும் இரண்டு சப்தங்கள் இருப்பதைப் பயன்படுத்தி அதில் மோர்ஸ் கோடில் செய்தி சொல்ல முடியும் என சங்கருக்குத் தோன்றியது. டாட் என்பது டிங், டேஷ் என்பது டாங். அவ்வளவுதான்.

மோர்ஸ் கோடில் சௌந்தர்ய லஹரிக் கவிதைகளைப் பாடி விட வேண்டியதுதான். ஒரு நாள் வீட்டில் குறிப்புகள் தயார் செய்து வந்து அந்தி நேரத்தில் மணியில் இசைத்தான் -

மலையில் விளைந்தவளே!
வெவ்வேறு பால்வீதிகளின்
கணக்கற்ற சூரியன்களை
நெருக்கிக் கோத்ததுபோல்
ரத்னங்கள் ஜ்வலிக்குமுன்
மாசறுபொன் கிரீடத்தை
எழுதப்புகும் ரசிகனுக்கு
விலையற்ற கற்களின்
வண்ண விளையாட்டில்
மினுங்குமதன் பிறை
அழியா வானவில்லாய்
மயக்கங்கள் தராதோ!

அது பழக்கமாகி மறுநாளிலிருந்து தினம் ஒரு ஸ்லோகம் மோர்ஸ் மணியில் பாடினான். மாலை ஆலயம் திறந்ததும் ஜனம் கூடும் முன் தவறாது இந்தக் கடமையை ஆற்றினான்.

தினமும் ஒருவருக்கு ஒரு விஷயத்தைத் தவறாமல் செய்வது என்பது உச்சப் பிரியத்தின் வெளிப்பாடு. அதைச் செய்யாமல் போனாலும் எந்தக் குறையும் இல்லை. ஆனாலும் நீ எனக்கு எவ்வளவு முக்கியம் தெரியுமா என்று உணர்த்த ஒருவர் பயன்படுத்தும் உத்தி. இதில் சங்கருக்கு அமைதியும், ஆன்ம திருப்தியும் கிட்டியது. ஒரு விதப் போதையும்தான்!

பக்தர்கள் கூட்டம் கொஞ்சம் கொஞ்சமாக அதிகரித்தது என்றாலும் பழையபடி கூட்டம் இல்லை. வருவதில் வெளியூர் ஆட்கள் அதிகம் இருந்தார்கள். மீறி வரும் சில உள்ளூர் ஆட்களிடம் அவனை எதிர்கொள்வதில் ஒரு தயக்கம் இருப்பதை அவன் உணர்ந்தான்.

சாதி என்பது வலுவான இரும்புத் திரை. ஒரு முறை அத்திரை விழுந்து விட்டால் அதைக் கடந்து வருவதற்கு எவருக்கும் திராணியும் இருப்பதில்லை, துணிச்சலும் இருப்பதில்லை.

★

22

கயல்விழியிடம் சங்கர் பேசுகிற விஷயங்களின் ஆழமும் அகலமும் கூடிக் கொண்டே போயின. அறிவும் செறிவும் மிளிரும் அப்பேச்சுகள் அவளுக்குப் பெருமுதமும் பித்தும் ஒருசேரத் தந்தன. இயல்பாகவே அவர்களுக்குள் கருத்து ஒற்றுமை வியாபித்திருந்தது. கெட்ட வார்த்தைகளைக் கூட அவளிடம் சகஜமாக உச்சரிக்கத் தொடங்கி விட்டான்.

மார்க்ஸும் ஜென்னியும் இப்படித்தான் உரையாடி இருப்பார்கள் என்று எண்ணினாள்.

ஒரு பக்கம் சாதாரணமான சுவாரஸ்யங்கள் இருக்கும். திடீரென தீவிரமான திசையை நோக்கிப் பேச்சு தடம் மாறும். வில்லன் படத்தில் பேருந்து நடத்துநர் அஜீத்தின் விசிலை அவர் மீது மோகம் கொண்ட கல்லூரி மாணவி ஊத முயற்சி செய்யும் காட்சி உண்டு. அந்த விசிலை ஆண்டாளின் 'சொல்லாழி வெண்சங்கே'-வுடன் ஒப்பிட்டுப் பேசினான்.

அதிலிருந்து ஐந்தாம் நிமிடம் பேச்சு அர்ச்சகர்களின் சாதித் தகுதி பற்றித் திரும்பியது.

"விழி, *Annihilation of Caste*-ன் இறுதிப் பகுதியில் அம்பேத்கர் அனைத்து சாதியினரும் அர்ச்சகர் ஆக வேண்டும் என்று

சொல்கிறார். அதாவது பிறப்பின் அடிப்படையில் இல்லாமல் மருத்துவர், பொறியாளர், வழக்குரைஞர் போல் தேர்வு மூலம் தகுதியின் அடிப்படையில் அர்ச்சகர்கள் உருவாக வேண்டும், அப்போது தான் இந்து மதத்தில் சாதி ஒழிந்து சமத்துவம் உண்டாகும் என்கிறார். கலைஞர் அம்பேத்கரைக் குறிப்பிடாமலே அவர் எண்ணத்தை நிறைவேற்றி உள்ளார். ஆனால் அதை வலிந்து திணிக்க வேண்டி இருக்கிறது, அதை எதிர்க்கிறார்கள். அம்பேத்கரின் அளவுகோலை வைத்துப் பார்க்கும் போது இங்கே மக்கள் மனதில் எந்த மாற்றமும் நிகழவில்லை என்பது புலனாகிறது."

சங்கர் கயல்விழியிடம் இப்படிச் சொன்னான். அவள் அவனைத் தேற்ற முயன்றாள் -

"சாதியுணர்வு என்பது ஏதோ புதிய பாவம் அல்ல. காலங்காலமாக இருப்பது. முன்பு வர்ணம் என்ற பெயரில் இருந்தது. பகவான் கிருஷ்ணனே முன்மொழிந்தது. அதுவே இன்று சாதியாகி நிற்கிறது. ஏதோ ஒரு படத்தில் விவேக் மக்களின் மூட நம்பிக்கைகள் குறித்து இப்படிச் சொல்வார்: தௌசண்ட் பெரியார் வந்தாலும் உங்களைத் திருத்த முடியாதுன்னு. அதை சாதி வெறிக்கும் நீட்டிச்சுக்கலாம். பெயரில் மட்டுமே சாதி ஒழிந்திருக்கிறது. அல்லது பெயருக்கு மட்டுமே சமத்துவம் நிலவுகிறது. உண்மையில் எல்லோருக்குள்ளும் சாதி இருக்கிறது. பீ எனத் தெரிந்தே புசிக்கிறது பன்றி. மனிதனோ பீ என்பதே தெரியாமல் அள்ளி ருசித்துக் கடைவாயோரம் மலம் மணக்கப் பெருமிதச் சிரிப்பை வெளிப்படுத்துவது போல் பிடிவாதமாகச் சாதியைக் கை கொள்கிறான்."

"எச்சாதி எனினும் ஒருவர் ஆக விரும்புவது பார்ப்பனராகவே; இறுதியில் கை கொள்ள விரும்புவது பார்ப்பனியத்தையே. மற்றபடி, சமத்துவம் என்பதெல்லாம் ஒரு தற்காலிக இளைப்பாறல் மட்டுமே. இறுதி இலக்கு அடுத்தவர் மீது ஒடுக்குமுறை மேற்கொள்ளும் ஆதிக்க சக்தியாக ஆவதே. முன்பு திராவிடம் இடைநிலைச் சாதிப் பார்ப்பனியத்துக்கு அழைத்துச் சென்றது. இன்று தலித்தியம் தலித் பார்ப்பனியத்துக்கு அழைத்துச் செல்ல முயற்சி செய்கிறது. யாருக்கும் சமத்துவம் குறித்தோ, இணக்கமான சமூகம் பற்றியோ அக்கறையில்லை. மாறாக, யாவருக்கும் ஆதிக்கம் செலுத்துகிற கிளுகிளுப்பு முக்கியம். அதற்கு திராவிடம், தலித்தியம் என ஒரு முற்போக்கு லேபிள் ஒட்டிக் கொள்கிறார்கள்."

சங்கர் ஆவேசமாகச் சொன்னதும் பெருமூச்சுடன் கயல்விழி பேச்சைத் தொடர்ந்தாள் -

“அடித்தவன், பாதிக்கப்பட்டவன் இருவரையும் ஒரே தட்டில் வைத்துச் செய்தி சொல்வது நடுநிலை பேணும் ஊடக தர்மம் என்பதாகப் பாவனை செய்கிறார்கள். உண்மையில் அது எவரையும் பகைத்துக் கொள்ள வேண்டாம் என்ற நழுவல்நிலை மட்டுமே. சாதிய வன்கொடுமை சம்பவங்கள் நடக்கும் போது ‘இரு சாதி இடையே மோதல்’ என்று செய்தி சொல்வதில் ஓர் அறம் பிறழல் இருக்கிறது. தவிர, குறிப்பிட்ட ஆதிக்க சாதியின் பெயரை வெளிப்படையாகச் செய்தி ஊடகங்கள் குறிக்க வேண்டும். அந்தச் சாதியைச் சேர்ந்த மனசாட்சி கொண்டோர் அந்தச் சாதியோடு தம்மை அடையாளப் படுத்திக் கொள்ளக் கூச்சப்பட்டு இச்செயல்களை எல்லாம் பொதுவெளியிலும் தனிப்பேச்சிலும் கடுமையாக எதிர்க்க வேண்டும். அப்படித்தான் மாற்றம் வரும். ஆனால் இன்று எல்லோரும் வசதியாக கண்டும் காணாமல் மௌனமாக இருந்து விடுகிறார்கள். சாதி ஒழிப்பு என்பது ஆதிக்க சாதியின் பெரும்பான்மை ஜனத்திடம் உண்டாகும் உறுதியான மன மாற்றமே. மேலே இருப்பவனும் தானும் சமம் என்று கீழே இருப்பவன் கருதுவது மட்டுமல்ல சமத்துவம்; மேலிருப்பவனும் கீழிருப்பவன் தனக்குச் சமம் என உளமாற உணர்வதே சமத்துவம்.”

சங்கருக்கு கயல்விழி அப்படிச் சொன்ன சுயசாதி விமர்சனத் தொனி பிடித்திருந்தது.

“உன் போல் எல்லோரும் விரிந்த மனதுடன் இருந்தால் எவ்வளவு நன்றாக இருக்கும், விழி! சாதி எல்லாம் நம் அன்னை வாய் திறந்து ஒரு ரகசியம் உடைத்தால் ஒன்றுமில்லாமல் போய் விடும் சல்லிச் சமாச்சாரம். அதைப் போய்ப் பிடித்துத் தொங்கிக் கொண்டிருப்பது அசட்டுப் பலவீனம். சாதியை மறப்பதும் துறப்பதும் ஒழிப்பதுமே சமத்துவம் நோக்கிய வழி. அந்தச் சாதி ஒழிப்பு என்பது மேல் சாதியை மட்டும் ஒழிப்பதல்ல, நம் சாதியையும் சேர்த்து ஒழிப்பதுதான். நம்மை ஒருவன் தாழ்ந்தவன் என்று இழிவு செய்தால் பதிலுக்கு நானே உயர்ந்தவன் என்று சொல்வது எந்த வகையிலும் சமத்துவத்தை நோக்கிய மார்க்கம் அல்ல. அது இன்னொரு புதிய சாதி வெறியையே தொடக்கி வைக்கும். எந்த உயர்வு மனப்பான்மையும் ஆதிக்கத்தில், அடுத்தவனை ஒடுக்குவதில்தான் சென்று முடியும். ஏனெனில் ஒன்று உயர்வு என்றாலே மற்றது

தாழ்வு என்பதும் மறைமுகமாகச் சொல்லப்படுகிறது. எல்லாப் பெருமிதமும் கீழ்மையே. சமத்துவம் மட்டுமே அறம்."

"நீ மட்டுமென்ன! தெளிவன்! நிதானன்! ஒடுக்கப்பட்டோர் உன் போலிருக்க வேண்டும்."

இப்போது சங்கர் தானும் சுயசாதியை விமர்சிக்கும் தொனியில் பேச ஆரம்பித்தான் -

"நான் உன்னை விட உயர்வு என்று முழங்குவது இன்னொரு சாதிவெறிக் குரல் மட்டுமே. ஆண்ட சாதி என மீசை முறுக்கும் சூத்திர சாதி வெறிக்கும் ஒடுக்கப்பட்டவனின் இந்தக் குரலுக்கும் எந்த வித்தியாசமும் இல்லை. சாதிப் பெருமிதம் எவ்வித சமத்துவத்தையும் நோக்கி அழைத்துப் போகாது. மேலும் பிரிவினையை ஊக்குவிக்கும். ஒடுக்கப்படுபவன் பேசும் தலித்தியம் வேறு, அவன் பேசும் சாதியம் வேறு. தலித் சாதியம் என்றாலுமே அது இன்னோர் அடக்குமுறைக்கு வழிகோலும், அதை வலுப்படுத்தும். எல்லாவற்றையும் விட உயர்வு மனப்பான்மை என்பதே ஓர் ஆழ்ந்த தாழ்வு மனப்பான்மை தரும் பதற்றத்தின் பூச்சு வெளிப்பாடுதான். அது சமத்துவத்துக்கு நேர் எதிரான ஒன்று. நேர்மையாகச் சொன்னால் தலித்களுக்கே சாதியை ஒழிக்க விருப்பமில்லை எனத் தோன்றுகிறது. அவர்கள் விரும்புவது சமத்துவம் அல்ல; தன் சாதி அடையாளத்துக்கு ஒரு பெருமித நிலை. அதாவது பார்ப்பனியம் கொடுத்த சாதிய அடையாளத்திற்குள் இருந்து கொண்டு பார்ப்பனியம் அளித்த சாதிய இழிவை மட்டும் ரத்து செய்ய விரும்புகிறார்கள். அது சாத்தியமில்லை. க்ரோர்பதி போட்டியில் கடைசிக் கேள்விக்கு கோடி ரூபாய் பரிசு என அறிவித்தால் நேராக கடைசிக் கேள்விக்கே போகலாமா என வினவும் அப்பாவித்தனம்."

"மிகச் சரி, சங்கர். சாதியை முற்றாகக் கைவிட்டால்தான் சாதிய இழிவு நீங்கும். சாதி அடையாளத்தில் திரண்டால் இன்று மிதப்பாக இருக்கலாம். ஆனால் அது நீண்ட கால நோக்கில் நம்மை நாமே சிறைக்குள் தள்ளும் செயல். எந்தவொரு சாதிரீதியான அணி திரளலும் - அது தலித் சாதி என்றாலும் - சமூக *Polarisation*-க்கே வழிவகுக்கும். இறுதியில் அது தலித்களுக்கு எதிர்மறைப் பாதிப்பையே உண்டாக்கும். அவர்கள் தலித்களாக ஒன்றிணைவது வேறு. அது அவசியமானது. காரணம் அது சாதிரீதி ஒன்றுகூடல் அல்ல; ஒடுக்கப்பட்டோர் என்ற அடிப்படையிலானது.

மதங்களிடையே இருப்பது வெறுப்பு, ஆக அங்கே தேவை நல்லிணக்கம். மாறாக சாதிகளிடையே இருப்பது ஆண்டான் - அடிமை மனநிலை. அங்கே தேவையானது முழுச் சாதியொழிப்பு மட்டுமே. இச்சூழலில் சாதி அடையாளங்களில் இருந்து எல்லாத் தரப்பும் முழுக்க வெளியேறுவதே தீர்வு. தலித்கள் மட்டும் சாதி அடையாளத்தை வைத்துக் கொள்வோம் என்பது ஆக்கப்பூர்வம் நோக்கிய நகர்வாகாது. நாளை அது இன்னொரு தலித் சாதி மீது ஆதிக்கம் செலுத்த முனைவதில் போய்தான் முடியும். இப்போதே அது நடக்கத்தான் செய்கிறது. மதம் என்பது வாழ்க்கை முறை மட்டுமே, அதிலிருந்து ஒருவர் விரும்பினால் வெளியேறி விடலாம். மாறாக, இந்தச் சாதியைப் பிறப்புடன் தொடர்புபடுத்தி வைத்திருக்கிறார்கள். அது நீங்க அந்த மொத்த அடையாளத்தையே ஒழிக்கத்தான் வேண்டும். ஆக, மதம் சீர்திருத்தப்பட வேண்டியது; மாறாக, சாதி முற்றாக ஒழிக்கப்பட வேண்டியது. இந்தத் தெளிவு முதலில் அவசியம்."

"விழி, இன்னொன்று தோன்றுகிறது. தலித் அல்லாத ஒருவரைத் தலித் எனத் தவறாகப் புரிந்து கொண்டு அடையாளப்படுத்தினால், தான் தலித் அல்ல என்று நிரூபிப்பதில் ஒரு முனைப்பு காட்டப்படுகிறது. அது உண்மை தானே, சொல்வதில் என்ன தவறு என்று கேட்கலாம். தலித் அல்லாத ஒருவர் தலித் என்று அடையாளப்படுத்தப்படும் போது பதற்றமாகி மறுப்பதிலேயே சாதியத்தை அங்கீகரிக்கும் சாயல் இருக்கிறதல்லவா! என்வரையில் சமூகத்தில் மக்கள் எல்லோருமே தலித்தாகவே கருதப்பட வேண்டும். அதுவே சமத்துவம். சாதி ஒழிப்பை நோக்கிய பயணத்தில் அது முதல் படியாக இருக்க முடியும். ஆக, தலித், தலித் அல்லாதோர் அனைவரும் தலித் அடையாளம் ஏற்போம். இது பாரதி எல்லோரையும் பிராமணராக ஆக்க முனைந்ததற்கு நேர் எதிர் நிலைப்பாடு!"

அப்போது கயல்விழிக்குத் தான் தலித் பெண்ணாகப் பிறக்கவில்லையே என ஆதங்கம் எழுந்தது. சட்டென அது மிகையாக, நாடகீயமாகவே பட்டது. அவள் எண்ணத்தில் பிசகு இல்லைதான். ஆனால் அதில் அரசியல் சரிதன்மை இருக்கிறதா? "நான் தலித் வீடுகளில் எல்லாம் சரிசமமாகச் சாப்பிடுவேன், தெரியுமா?" என்று சில அரைவேக்காட்டு ஆதிக்கச் சாதி அரசியல்வாதி சொல்வது போலத்தான் தோன்றும். நல்லவேளை சொல்லவில்லை.

“ப்ரில்லியண்ட். நீ தோழன் என்பதும் உன்னோடு தோள் நிற்கிறேன் என்பதும் உவகை.”

சங்கர் அதைக் கவனிக்காமல் உரையாடல் இறுதிக்கு வந்த தொனியில் சொன்னான் -

“விழி! ஒரு விஷயம். நாம் இருவரும் சாதியை இருவேறு கோணங்களில் அணுகுகிறோம். ஒன்று சாதி வேறுபாடு ஒழிந்தாக வேண்டும் என விரும்பும் ஒடுக்கப்பட்டவன் மனநிலை. மற்றது சாதிக்கு நவீன உலகில் என்ன அவசியம் இருக்கிறது எனக் கேட்கும் முற்போக்கு மனநிலை. இவற்றுக்கு நேர்மாறாக, சாதி அவசியம் என நம்பும், அதைச் சுற்றியே தமது தினசரிகளை அமைத்துக் கொள்ளும் பெருங்கூட்டம் இருக்கிறது. இன்னும் சொன்னால் நம் இருவர் மனநிலைகளுமே கூட முழுக்க நேர்மையானவையா, இவற்றில் அசுத்தம் இல்லையா எனக் கேட்கிறேன். உனக்கு ஆழத்தில் சாதி இல்லாதிருக்குமா? அட, எனக்கே சாதி உணர்வு இல்லாமல் இருக்குமா? எல்லோருக்கும் தேவை தனக்குக் கீழே ஓர் ஆள்.”

“ம்.”

“நான் உண்மையில் தமிழகம் முழுக்கச் சுற்றி சாதி வெறி எவ்வளவு இழிவானது என்பது பற்றிய விழிப்புணர்வை மக்களிடம் உண்டாக்க விரும்புகிறேன். காந்தி இருந்திருந்தால் இன்று அதைத்தான் செய்திருப்பார். பெரியாருமே வாழ்ந்திருந்தால் இடைநிலைச் சாதி ஆதிக்கத்தையே பிரதானப் பிரச்சனையாக இப்போது கையில் எடுத்துப் போராட்டம் நடத்தி இருப்பார். இது முடியும், விழி! நான்கு பேர் சேர்ந்தால் கூட குறைந்த தேவைகளை நிர்ணயித்துக் கொண்டு எளிய பயணத்தை அமைத்துக் கொண்டு இதைச் செய்யலாம்.”

“நீ அப்படி ஆரம்பித்தால், அதில் உன் பின் நிற்கும் இரண்டாம் ஆள் நான்தான் சங்கர்...”

உணர்ச்சிகரத்துடன் கயல்விழி சொன்னதும் சங்கர் சின்னப் புன்னகையைத் தந்தான்.

அவனது கனவுகளில் உடன் நிற்க முடிந்தால் அதுதான் சுக வாழ்வு எனத் தோன்றியது. இப்போதே காதலைச் சொன்னால் என்ன? - அப்படிப் பல முறை எண்ணியிருக்கிறாள். சரி, அவனே

சொல்லட்டும் என்ற ஆசையில் ஒவ்வொரு முறையும் ஒத்திப் போட்டாள்.

எதேச்சையாக இருவருடனான பேச்சையும் ஒப்பிட்டுப் பார்த்தான் சங்கர். கயல்விழியை விடக் கன்னியம்மனிடம் பேசியதில் பாசாங்கற்ற தன்மை இருந்தது என உணர்ந்தான்.

நம் மீதான மற்றவர்களின் நம்பிக்கை என்பதே கூட ஒரு விதச் சுமைதான். கயல்விழிக்கு என் மீது ஒரு பிம்பம் உண்டு. கன்னியம்மனுக்கு அப்படி ஏதும் இல்லை - அது சுதந்திரம்!

அது கன்னியம்மன் என்ற ஒருவர் இருப்பதைத் தான் நம்பவில்லை என்பதாலா அல்லது உண்மையாகவே கன்னியம்மனிடம் தனது மனம் பூரண நிர்வாணம் கொள்கிறதா?

கயல்விழி அவனது சினேகிதி. சினேகிதி கூட இல்லை. சினேகிதன் என்றே சொல்லலாம். இப்போதெல்லாம் அவளது பாலினம் தொடர்பான குறுகுறுப்பு, மனத்தடை சுத்தமாக சங்கருக்கு இல்லை. தணிக்கை இல்லாமல் பேசுகிறான். அவள் என்ன நினைப்பாளோ என்ற தயக்கம் இல்லை. ஆனால் எல்லாம் தாண்டி அவளிடம் பேசுகையில் இயல்பாகவே ஓர் அறிவுஜீவித்தனம் அவனிடம் புகுந்து விடுகிறது. நிச்சயம் அதைத் திட்டமிடவில்லை. அவளை ஈர்க்க வேண்டும் என்ற எத்தனம் இல்லைதான். ஆனாலும் அதுவே நடக்கிறது.

மாறாக, கன்னியம்மனிடம் அவனுக்கு ஊறியிருப்பது பிரியமும் பக்தியும். கயல்விழியை அவன் சமம் என்றும் சஹ்ருதயர் என்றும் கருதுவது போல் இல்லை; கன்னியம்மனிடம் முழுமையாகச் சரணடைந்து விடும் மனநிலை. அங்கே சங்கருக்குச் சில பதற்றங்கள் உண்டு. உணர்ச்சிகரங்களும் உண்டு. நியாயமாக அங்கே ஒரு மிகை நிகழ வேண்டும்.

ஆனால் அம்மாதிரி நடக்காமல் கன்னியம்மனிடம் கூடுதல் பரிசுத்தம் காட்ட முடிகிறது.

அவனுக்கு ஒரு பதில்தான் கிடைத்தது - எவரை நாம் அதிகம் விரும்புகிறோமோ, எவரை நாம் அதிகம் நம்புகிறோமோ அவரிடம்தான் நாம் எதையும் மறைக்காமல் பேசுவோம்!

★

23

சமத்துவபுரத்துக்கு மேல் வானம் மேக மூட்டத்துடன் காணப்பட்டது. இரவு எந்நேரமும் மழை பெய்யலாம் என்ற சூழலில் கயல்விழி வெளியே கொடியில் காயப் போட்டிருந்த துணிகளை ஒவ்வொன்றாக க்ளிப் நீக்கி எடுத்துத் தோளில் போட்டபடி வந்தாள். மீன் பொறித்த நீல ஜாக்கெட் வந்ததும் சற்று நாணத்துடன் எடுத்துக் கொண்டு வந்தாள்.

தனக்குத்தானே சிரித்துக் கொண்டு கயல்விழி சாப்பிட்டு முடித்துக் கை கழுவும் போது அம்மா, "உன் கிட்ட கொஞ்சம் பேச வேண்டும்" என வந்து நின்றாள். கயல்விழிக்கு அவள் உள்ளூரிலேயே வேலைக்குப் போகும் முடிவு எடுப்பதற்குக் காரணமான உரையாடல் நினைவுக்கு வந்தது. அன்றும் இதே போல் ஒரு ராத்திரி சாப்பிடுகிற சமயத்தில்தான் அம்மா தன் சதித் திட்டத்தைப் பேச வந்தாள். பிச்சைக்காரர்கள் உணவக வாசல்களில் அமர்ந்து செய்கின்ற அதே உத்திதான். வயிறாறச் சாப்பிட்டு வருபவரிடம் கையேந்தி நின்றால் நிச்சயம் பிச்சை கிடைக்கும் என்ற கணக்கு. கயல்விழி பெருமூச்சு விட்டாள்.

"ம். சொல்லும்மா. என்ன விஷயம்? ஏதும் முக்கியமா?"

"ஆமா. உனக்கு இருபத்தஞ்சு வயசாகுது, கயலு. கல்யாணம் பண்ணிப் பார்க்கனும்ல."

“அப்படி ஒண்ணும் கட்டாயமே இல்லையேம்மா!”

“ம்.”

“எனக்குப் பிடிச்சா இருபத்து மூணுல கூட செஞ்சிருக்கலாம். இல்ல, முப்பது வயசுலயும் எனக்குத் தோணலைனா வேண்டாம். வயசொண்ணும் காரணமா இருக்கனும்னு இல்ல. எனக்கு எப்படித் தோனுதோ அப்படி நடத்திக்கலாம். நீ போட்டு மனச உழப்பிக்காதே.”

“படிக்க வெச்சா இப்படி ஏதாவது இட்டுக் கட்டிப் பேசு...”

“அதுக்குத்தானேம்மா படிக்கறதே! இல்லனா உன்னை மாதிரிதான் இருந்திருக்கனும்.”

அம்மாவுக்குக் கோபம் வந்தது. ஆனால் இப்போது சமாதானமாகவே போக வேண்டும். காரியம் ஆக வேண்டும். இவளிடம் வீரியம் காட்டுவதில் ஒன்றும் ஆகப் போவதில்லை.

பல்லைக் கடித்துக் கொண்டு அம்மா வரவழைத்த ஒரு புன்னகையுடன் சொன்னாள் -

“நான் உனக்கு ஒரு மாப்பிள்ளை பார்த்திருக்கேன், கயலு!”

“வீட்ல சும்மா இருந்தா இப்படி ஏதாவது செய்யத் தோனும்.”

“உனக்கு நல்லாத் தெரிஞ்சவர்தான். நம்ம பாண்டியன்.”

“அடடா. அவனை நல்லாத் தெரிஞ்சும் கட்டிக்க முடியுமா?”

“சரி, என்ன பிரச்சனை உனக்கு? என்ன குறை அவருக்கு?”

“சிம்பிள். ஆள் சரி இல்ல. அது போதாதா நிராகரிக்க?”

“முரடன்னு சொல்றியா? ஆனா நல்ல செல்வாக்கு. எம்எல்ஏ ஆகக் கூட வாய்ப்புண்டுடி.”

“முரடன்ங்கறது இல்ல சிக்கல். அவன் தப்பானவன்.”

“என்ன தப்பு? எவ கையயும் புடிச்சு இழுத்தானா?”

“அது மட்டும்தானா அளவுகோல்? எவ்ளோ பேர் குடியைக் கெடுத்திருக்கான் தெரியுமா?”

“இனம் மாறிக் காதலிச்சா கொஞ்சுவாங்களா?”

“இனம் மாறின்னா நாயி, பன்னியோட லவ்வா?”

“இதெல்லாம் அர்த்தமில்லாத வீம்புப் பேச்சுடி.”

“தயவு செஞ்சு விடும்மா. உனக்குப் புரியாது. வாழ்க்கைல சில வேல்யூஸ் இருக்கனும்.”

“எனக்குப் புரிய வேண்டாம். எனக்கே அப்படி ஏதுமில்ல.”

“தெரியும். அதுதான் நிம்மதியான வாழ்வும் கூட.”

“நீ இப்ப விட்டுட்டு அப்புறம் வருந்தாதே, கயலு.”

“நிச்சயம் மாட்டேன். ஆனா ஒண்ணு. இது நடந்தா நீதான் அப்புறம் வருந்துவேம்மா.”

“பொடி வெச்சுப் பேசாதே! இல்ல, மிரட்டறியா?”

“இல்ல. மாப்பிள்ளையின் லட்சணம் சொல்றேன்.”

“சரி, பாண்டியனை விடு. உன் கல்யாணம் பத்தி நீ என்னதான் நினைச்சு வெச்சிருக்கே?”

“முதலில் எனக்கு கல்யாணம் செய்ய அவசரம் இல்ல. அப்படிச் செய்யறதுன்னா எனக்கு ஏத்த அறிவும் அறமும் கொண்டவனா இருக்கனும். எனக்கு நல்ல நண்பனா இருக்கனும்.”

அப்படிச் சொல்லும் போதே சங்கரின் முகம் நினைவில் எழுந்து வந்தது கயல்விழிக்கு!

“நீ இப்படிக் கனவு கண்டுட்டே இரு. ஆம்பிளை எப்பவும் பொம்பளைய சிநேகம் செய்ய மாட்டான். அவனுக்குப் படுத்து எந்திருக்க ஒரு சதைப் பிண்டம் வேணும். அது கொஞ்சம் வெளுப்பாவும் கொழுப்பாவும் இருந்தா ரெட்டிப்பு மகிழ்ச்சி. மத்தபடி, வர்றவ அவனை அனுசரிச்சுப் போனா, அவன் மனசறிஞ்சு நடந்தா, அவன்கிட்ட பதமா இதமாப் பேசினா மரியாதையா வெச்சுக்குவான். அவளோதான் நான் கண்ட தாம்பத்யம். என்னைச் சுத்தி கண்டதும் கேட்டதும் இப்படித்தான் இருந்துச்சு. ஏதாவது குறை இருக்கறவன்னா லேசா இறங்கிப் போவான். பணம் சம்பாதிக்க வக்கில்லாம, படுக்கையில் சந்தோசப்படுத்த முடியாம இப்படி ஏதாவது இருந்தா பொம்பளை கை கொஞ்சம் ஓங்கி இருக்கும். ஆனா அது பல வகைல நரகம். பதிலா சொர்க்கத்தில் அடிமையா இருந்துட்டுப் போயிடலாம்.”

"உன்னைப் புரியுதும்மா. உன்னைக் குறை சொல்ல ஒண்ணுமில்ல. அதுதான் யதார்த்தம். உன் மேல கோபம் கூட வரல. இரக்கம் வருது. இதை உன்னை இன்சல்ட் பண்றதுக்குக் கூடச் சொல்லல. தொண்ணூறு விழுக்காடு பெண்கள் இங்கே இப்படித்தான்னு தெரியும்."

"அப்புறம் என்ன? நீயும் அதில் ஒண்ணாகலாம்ல?"

"எனக்கு அப்படி இருக்கப் பிடிக்கலம்மா. என் ஆசை வேறு. உன் பாஷைல பேராசைனு கூட வையேன். என்னை என் போக்கில் விடு. நானே சீக்கிரம் நல்ல சேதி சொல்றேன்."

கயல்விழி சொல்லி விட்டு எழுந்து போய் படுத்துக் கொண்டாள். மழை ஆரம்பித்தது.

"யாரை நினைச்சு இதெல்லாம் பேசறன்னு தெரியாம இல்லடி. அது வேலைக்காகாது."

அம்மாவின் குரல் அறைக் கதவைத் தாண்டி உள்ளே வந்தது. விளக்கை அணைத்தாள்.

மழைக் குளிர்ச்சி ஊடுருவ, தன்னுடலைக் கம்பளிக்குள் புதைத்து மனதில் சங்கரை இழுத்துப் போர்த்திக் கொண்டாள். மறுநாள் அவனிடம் தன் மனம் சொல்ல வேண்டும்.

வந்த கனவில் கயல்விழி ஆண்டாளின் கோலத்தில் சங்கரைப் பார்த்துப் பாடினாள் -

"கமலப்பூ நாறுமோ?
திருப்பளச் செவ்வாய்தான்
தித்தித் திருக்குமோ?
மருப்பொசிந்த மாதவன்தன்
வாய்ச்சுவையும் நாற்றமும்
விருப்புற்றுக் கேட்கின்றேன்
சொல்லாழி வெண்சங்கே!"

சொல்லிக் கொண்டே கடையில் சங்கர் வாய் வைத்து ஜிகர்தண்டா பருகிய கண்ணாடி டம்ளரைக் கவ்விக் கொண்டாள் கயல்விழி. டம்ப்ளர் சங்கரின் உதடுகளாக மாற, கடித்த வலி தாளாமல் சங்கர் அலற ஆரம்பித்தான். கயல்விழி திடுக்கிட்டு உறக்கம் விழித்தாள்.

அவள் கனவில் மீசை குத்தக் கடித்த தடித்த உதட்டுத் தசை அசல் போலவே இருந்தது!

★

மறுதினம் மதியத்தில் கயல்விழி காத்திருந்தாள். அன்று பள்ளிக்கு சங்கர் வரவில்லை.

என்ன ஆயிற்று அவனுக்கு என்று வியந்தாள்! இப்போதெல்லாம் இங்கு அவன் வருவதே குறைந்து விட்டது என்பதே இப்போதுதான் அவளுக்கு உறைத்தது. ஒன்றரை மாதங்கள் முன், பழக்கமான புதிதில் இப்படித்தான் எப்போதாவது வருவான். அவள்தான் சொல்லிச் சொல்லி அவனைச் சகஜமாக்கினாள். ஒரு கட்டத்தில் பள்ளிக்கூட விடுமுறையான வார இறுதிகள் தவிர, கிட்டத்தட்ட தினமுமே அங்கு வந்து விடுவான். அவள் ஏதும் வேலையாக இருந்தால் நூலகத்தில் புத்தகம் மேய்ந்து கொண்டிருப்பான். அப்படி இல்லை என்றால் அவளுடன் தேநீர் அருந்தியபடி ஓர் அரை மணி நேர உரையாடல். தீர்ந்து விடுமே என ஏங்குமளவு சுவாரஸ்யமான தலைப்புகள். கயல்விழி பொதுவாக அந்த நேரத்தில் எந்த வேலையும் வைத்துக் கொள்ளாமல் பார்த்துக் கொண்டாள். சங்கருக்குமே அந்த நீண்ட உரையாடல்களில் ஆர்வம் மிகுதியாக இருந்தது போல்தான் அவளுக்குத் தோன்றியது.

ஆனால் இப்போது சங்கர் வருவதே குறைந்து விட்டது. வாரம் ஒரு முறை வருகிறான். அதிகபட்சம் இரண்டு முறை. இத்தனைக்கும் கோயிலுக்கு ஆட்கள் முன் போல் அதிகம் வருவதில்லை. ஆனாலும் சங்கர் கோயிலை விட்டு ஏனோ வருவதே இல்லை. அதுவே விநோதமாகப் பட்டது. சொல்லப் போனால் இப்போது பேசப் பொது விஷயங்கள் தவிர பற்றி எரிந்து கொண்டிருக்கும் தனிப்பட்ட அர்ச்சகர் நியமன விஷயமும் இருக்கிறதே!

சரி, ஒருவேளை சங்கர் மன அழுத்தத்தில் இருக்கலாம். பெண் அழுத்தம் கொண்டால் அதைப் பகிரத் துணை நாடுவாள், ஆணோ அழுத்தம் வந்தால் நேர் எதிராக ஓட்டுக்குள் தன்னைச் சுருக்கிக் கொள்வான். பெண் ஆணை வலிந்து பேசி மனம் திறக்கச் செய்ய வேண்டும். அதிலுமே கவனம் வேண்டும், தவறாகத் திறந்தால் வெடிக்கும். எரிச்சல் காட்டுவான். ஆனால் இது என்ன! நேற்று நான் அம்மாவிடம் பேசிய ஆதர்சக் காதல் வாழ்வுக்கும் இதற்கும் எந்தப் பொருத்தப்பாடும் இல்லையே! ஆணின் மனமறிந்து

அனுசரித்துப் போய் அவனைக் குஷிப்படுத்துவது பற்றியல்லவா யோசிக்கிறேன்!

பிடித்த ஆணுக்கு அடிமையாக மாறுவது பெண்ணுக்கு எப்போதும் பிடித்தமானதுதான் போல. பிடிக்காதவன் என்றால்தான் எல்லாப் புரட்சியும் பெண்ணால் பேச முடிகிறது.

ஆனால் இன்று சங்கரிடம் காதல் சொல்லி விட வேண்டும் எனத் தீர்மானித்திருந்ததால் இருப்புக் கொள்ளவில்லை கயல்விழிக்கு. அவன் வராவிட்டால் என்ன, அவனைத் தேடி கோயிலுக்குச் செல்வது என முடிவெடுத்தாள். பள்ளியில் ஒரு மணி நேர விடுப்பனுமதி பெற்றுக் கிளம்பினாள். அவள் இன்றே சொல்லி விடத் துடிப்பதற்குக் காரணம் உண்டு.

அம்மா இதில் எவ்வளவு தீவிரமாக இருக்கிறாள் எனக் கயல்விழியால் புரிந்து கொள்ள முடியவில்லை. இது அவளது மனதில் விழுந்த ஆசை மட்டுமா அல்லது பாண்டியனோ அவன் வீட்டாரோ பேசி இருக்கிறார்களா எனத் தெரியவில்லை. அதெல்லாம் கேட்டால் இந்த விஷயத்தில் மறைமுக ஆர்வம் காட்டியது போலாகி விடும் எனத் தவிர்த்திருந்தாள்.

அது அவர்களின் நம்பிக்கையைக் கூட்டி, பேசினால் மனம் மாறி விடுவாள் என மேலும் மூளைச் சலவைகளுக்கு இட்டுச் செல்லும். அவள் திடமாகத்தான் இருப்பாள் என்றாலும் அனாவசியச் சங்கடம், எரிச்சலூட்டும் நேர விரயம். கயல்விழி அதை விரும்பவில்லை.

இதனால்தான் சங்கரிடம் சொல்லி விட வேண்டும் என நினைத்தாள். அடுத்து ஏதாவது நடவடிக்கைகள் இருந்தால் இருவரும் இணைந்துதான் எதிர்கொள்ள வேண்டியிருக்கும்.

ஆரம்பம் முதலே பாண்டியனுக்குத் தன் மீது ஈர்ப்பு இருப்பதைக் கயல்விழி உணர்ந்தே இருந்தாள். சங்கர் வரும் முன்பே கூட அது தன் காலைச் சுற்றிய பாம்பு எனத் தோன்றிக் கொண்டுதான் இருந்தது. ஆனால் அதைத் தடுக்கவோ ஒழிக்கவோ ஒன்றும் செய்ய முடியவில்லை. கல் போல் கரையாமல் இருந்தால் காலப்போக்கில் ஆர்வம் இழப்பான், தானாகச் சரியாகி விடும் என எண்ணியிருந்தாள். ஆனால் ஆகவில்லை என இப்போது தெரிகிறது. பாண்டியன் ஊரார் காதலுக்கே சமாதி கட்டுபவன்,

தான் விரும்பிய பெண் விஷயம் எனில் சும்மா விடுவானா! இன்னொன்றும் தோன்றியது. இப்போது சங்கரைத் தான் காதல் செய்கிறேன் எனத் தெரிந்தால் காதல் தோல்வி தாண்டி சாதிப் பித்தின் காரணமாகவும் அதை ஒழிக்க வெறியுடன் இறங்குவான். அதை எண்ணும் போது பயம் வந்தது. ஆனால் சங்கருடன் இணைவதற்கு எல்லாம் எதிர்கொண்டுதான் ஆக வேண்டும்.

எல்லாம் சரி. சங்கருக்குத் தன் மீது விருப்பம் இருக்கிறதா எனத் தெரிய வேண்டுமே!

அது எப்படி இல்லாமல் போகும்! இல்லாமலா அத்தனை அறிவார்ந்த உரையாடல்களும். இப்படி ஒருத்தியுடன் வாழ்நாளைக் கழிக்க அவனுக்கும் ஆசை இல்லாமல் இருக்குமா?

விருப்பமில்லாமலா 'விழி' என்று செல்லப் பெயர் வைத்து விளிக்கிறான். அதுவும் எவரும் இதுவரை அழைக்காத பேர் எனக் கேட்டு உறுதி செய்து கொண்டு! அப்படி அழைப்பதன் அர்த்தம் என்ன? "கண்மணி!" என்று வாய் நிறைய வாஞ்சையாகக் கூப்பிடுவதுதானே!

தவிர, அவன் கண்களில் அந்தக் காதலைப் பார்திருக்கிறேன். அது பொய்க்குமா என்ன!

இவ்வளவு யோசனைகளுடனும் கயல்விழி கோயிலை அடைந்த போது ஆட்களே இல்லை. உச்சி பூஜை முடிந்து நடை சாத்தி விட்டார்கள். இல்லையென்றாலும் இப்போதெல்லாம் முன்பு போல் அவ்வளவாகக் கூட்டமில்லை. சங்கர் அம்மன் சந்நிதியில்தான் இருக்க வேண்டும். பிரதான வாயிலான கிழக்கு வாசல் பூட்டியிருந்தது. அழைக்க செல்பேசி எடுத்தாள். பிறகு யோசனையாகச் சுற்றி நடந்து கோயிலின் பக்கவாட்டுக்கு வந்தாள்.

தெற்கு வாசல் கதவைப் பூட்டப்படாமல் வெறுமனே சாத்தி வைத்திருப்பான். பொது மக்களுக்கானது அல்ல அது; கோயில் சம்மந்தப்பட்டோர் வந்து போகப் பயன்பாட்டில் இருப்பது. பிற்பகலில் பள்ளி நூலகம் வரும் போது அந்த வழியே வெளியேறி விட்டு பிறகு மாலை அதன் வழிதான் உள்ளே வருவான். ஆலயத்தில் திருட்டுப் போக ஒன்றும் இல்லை. ஊரிலும் கோயிலில் திருட ஆள் இல்லை. அதனால் பாதுகாப்புக்குப் பங்கம் இல்லை. சில தினங்கள் முன் சங்கருடன் கோயில் வரும் போது அந்தக்

கதவைக் கவனித்திருந்தாள். அழுத்தினால் கதவு திறந்து கொள்ளும். இம்முறை அவளே முயற்சி செய்து திறந்தாள்.

சிவன் இல்லாத சிவன் சந்நிதியைக் கடந்து அம்மன் சந்நிதியை நோக்கி நடந்தாள். எங்கும் நிசப்தம். மஹா மண்டபத்தில் நுழைந்து "சங்கர்" எனக் குரல் கொடுத்தாள்.

சில கணங்களில் கருவறையிலிருந்து வெளிப்பட்டு அவளை நோக்கி வந்தான் சங்கர்.

அவன் முகத்தில் வியப்புக் குறி இருந்தது. அந்நேரத்தில் அங்கே அவளது வருகையை அவன் எதிர்பார்க்கவில்லை என்பது அதில் தெரிந்தது. முகத்தில் வழக்கமான புன்னகை இல்லை. எதிர்பார்க்கவில்லையா விரும்பவில்லையா எனக் குழம்பினாள் கயல்விழி.

★

24

சங்கர் கருவறைக்குள்ளே திரும்பிப் பார்த்துக் கொண்டே கயல்விழியைக் கேட்டான்.

“ஹாய் விழி! ஏதும் அவசரமா? ஸ்கூல் இல்லை?”

“அர்ஜெண்ட்தான். பெர்மிஷன் போட்டு வந்தேன்.”

அவளை அழைத்துக் கொண்டு அந்தச் சந்நிதிக்கு வெளியே வந்து படியில் அமர்ந்தான்.

“முதல்ல நீ சாப்ட்டியா? புளியோதரை இருக்கு.”

“ஆச்சு. சாப்பிட்டுத்தான் கிளம்பினேன். நீ?”

“எனக்கு லேட் ஆகும். என்ன விஷயம்? சொல்லு.”

“சங்கர், அம்மா இன்னிக்கு ஒரு விஷயம் பேசினார். இன்ஃபேக்ட் இட்ஸ் எ ப்ரப்போஸல்.”

“ஓ!”

“பாண்டியனைக் கல்யாணம் செய்துக்கச் சொல்லி...”

“அது எப்படி முடியும்? எந்த வகையிலும் அவன் உனக்குப் பொருத்தமில்லதானே!”

“அதான் நானும் சொன்னேன். பதிலுக்கு அப்ப யார் பொருத்தம்னு கேட்கறாங்க.”

"அப்படி யாரும் இல்லன்னு அரைகுறையான ஆளைக் கல்யாணம் பண்ணனுமா?"

"இல்லதான். அது எனக்குத் தெரியும். அம்மாவுக்கு?"

"ம்ம்ம்."

"பை த வே, யாரும் இல்லனு எப்படிச் சொல்ல முடியும்?"

"ஏய் விழி, அப்படினா உன் மனசில யாரும் உண்டா?"

கயல்விழி துணுக்குற்றாள். இவன் நிஜமாகவே புரியாமல் கேட்கிறானா அல்லது தன்னை ஆழம் பார்க்கிறானா? அவளே தன் வாயால் சொல்ல வேண்டும் என எதிர்பார்க்கிறானா!

ஆனால் பழகிய வரை அப்படி ஏதும் தன்னிடம் மூளைப் புதிர்விளையாடுபவன் போலத் தோன்றியதில்லை. எதுவென்றாலும் வெட்கம் விட்டுச் சொல்வதைத் தவிர வழியில்லை.

"நீயே எனக்குப் பொருத்தமானவன்தானே, சங்கர்!"

சங்கர் திடுக்கிட்டு கயல்விழியைப் பார்த்தான். அவள் அவனை விட ஒரு படி தாழ்வாக அமர்ந்திருந்தாள். அவளது வதனம் அவனது முகத்தை அண்ணாந்து பார்த்திருந்தது.

சங்கருக்கு ஒரு கணம் அச்சொற்கள் மகிழ்ச்சியை அளிக்கத் தவறவில்லை. ஒரு பெண், அதிலும் அழகி, அதோடு அறிவி, தன்னைக் காதலிக்கிறாள் என்பது நிச்சயம் உயர்தனி அங்கீகாரம் தான். ஆனால் அந்த ஒரே கணத்துடன் அந்த மகிழ்ச்சியின் ஆயுள் தீர்ந்தது. உடனடியாக ஒரு குற்றவுணர்ச்சி கவிந்தது. சிந்தனை தெறித்தோட, அடுத்து இதிலிருந்து எப்படி உறுத்தாது வெளியே வரப் போகிறோம் என்ற கவலை ஆக்ரமித்துக் கொண்டது.

தன்னை ஸ்திரப்படுத்திக் கொண்டு, சிந்தனைகளைத் தொகுத்து ஒருங்கிணைத்தான். அடுத்து அவற்றைச் சரியாகக் கடத்த சொற்கள் தேடினான். பிறகே பேச ஆரம்பித்தான் -

"விழி, உன் மீது ஆரம்பத்தில் ஓர் ஈர்ப்பு இருந்தது. பிரதானமாகத் தோற்றம். பின் உன் அறிவு விசாலமும் வசீகரிக்கவே செய்தது. அது ஒரு இன்ஃபாச்சுவேஷன். ஆனால் பிறகு மிகச் சில நாட்களிலேயே பாலினம் கடந்து உன்னிடம் மிக இயல்பாகப் பழக ஆரம்பித்து விட்டேன். என் இயல்பே அதுதான் எனப் படுகிறது.

தள்ளி நின்றிருந்தால் இப்போது வரை எதிர்ப் பாலினம் என்ற அடிப்படையிலான ஆர்வம் உன் மீது தொடர்ந்து இருந்திருக்கும். ஆனால் துரதிர்ஷ்டவசமாக நாம் ரொம்பப் பக்கத்தில் வந்து விட்டோம். *The charm is lost.*"

"…"

"நாம் நெருங்க ஆரம்பித்ததும் சகஜமாக உன்னை என் வீட்டுப் பெண் போலவே பாவிக்க ஆரம்பித்து விட்டேன். என் அம்மா மாதிரி, தங்கை சத்யா மாதிரி. இப்போது எனக்கு நீ ஒரு மகத்தான தோழி. தனித்துவமான சினேகிதி. உன் போல் இன்னொருத்தி இல்லை. உன் இடத்தை எவரும் எடுத்துக் கொள்ளவோ நிரப்பவோ முடியாது. வாழ்நாள் முழுக்க எனக்கு உன் சினேகம் வேண்டும். உனக்குமே அப்படித்தான் என்பதை நன்கு அறிவேன்."

"…"

"அதனால் நாம் நல்ல இணையாக வாழ முடியுமா எனத் தெரியவில்லை, விழி. சொல்லப் போனால் அப்படியான உறவு நமது நட்பைக் குலைக்கவே செய்யும் என அஞ்சுகிறேன்."

"…"

"காதலின், கல்யாணத்தின் எதிர்பார்ப்புகளும் எல்லைகளும் கொடூரமானவை. அதன் ஆட்ட விதிகள் சிடுக்கானவை. தோழியைக் காதலிப்பவன் தோழியை இழக்கிறவன். ஒருவனின் ஆகச் சிறந்த தோழியாக மனைவி இருக்க முடியாது என்பதே என் புரிதல்."

"பாண்டியனைக் கட்டினா உனக்குத் தோழியாக இருக்க விட்டுட்டுத்தான் மறுவேலை."

"ச்சீய்… பாண்டியனை ஏன் நீ கல்யாணம் செய்ய வேண்டும், விழி? என் போல், என்னை விடச் சிறப்பாக உனக்குக் கணவன் அமைய வேண்டும். நான் உண்மையில் தோற்றம் உள்ளிட்ட பல விஷயங்களில் உனக்குப் பொருத்தமற்றவன். அதையும் யோசிக்கனும்."

"ஆனா அதை எல்லாம் யார் பார்த்தாங்கள், சங்கர்?"

"நீ பார்க்க மாட்டேதான். மற்றவர்கள் பார்ப்பார்கள்."

“அவர்கள் பற்றி என்ன கவலை? வாழப் போவது நான். தவிர, நானொன்றும் தியாகம் செய்து உன்னைக் கல்யாணம் செய்யலை. உன் தோற்றமே எனக்குப் பிடித்திருக்கிறது. சமரசம் செய்யாமலேயே உன்னைப் பிடித்திருக்கிறது. உனக்குத்தான் விளங்கவில்லை.”

“நீ மயக்கத்தில் இருக்கிறாய். அப்படித்தான் தோன்றும். எனக்கு உன் மனநிலையைப் புரிந்து கொள்ள முடிகிறது. நானும் இப்படி இருந்திருக்கிறேன். ஆனால் அந்த மயக்கம் நழுவும் போது நமக்கே நாம் எண்ணியவை சிறுபிள்ளைத்தனமாகத் தோன்றும் விழி.”

“நான் இதைக் குறித்து எவ்வளவோ சிந்தித்து விட்டேன். நிதானமாகவே இருக்கிறேன். உன்னோடு பகிரும் வாழ்வே மகிழ்ச்சியும் திருப்தியும் தர வல்லது என நம்புகிறேன்.”

“சரி, நான் இதில் வாதிட விரும்பவில்லை, விழி. என்னால் உன்னை என் வாழ்க்கைத் துணையாக, என் கலவிக்கான இணையாகக் கருத முடியவில்லை. என் மனச்சிக்கல் அது. உன்னைத் தோழியாகப் பார்க்க ஆரம்பித்த போதே என் வாழ்வில் இயல்பான ஒருத்தியாகி விட்டாய். அதற்கு மேல் உன்னை ஈர்க்க மெனக்கெடவில்லை. அப்படி ஓர் எத்தனம், தவிப்பு இருந்தால்தான் அது காதல். இதில் உன் பிரச்சனை ஏதுமில்லை. நீ அழகு, அறிவு, அறம் என யாவிலும் அதிசிறந்தவள். இணை தேடுகையில் இந்த மூன்று தகுதிகளைத் தாண்டி ஒன்றுமில்லைதான். உன்னை மணக்கப் போகிறவனால் உன் உயரத்தை உணர முடிந்தால் அவன் பெரும் பாக்கியவான்தான். இப்படி எவற்றிலும் குறையற்று இருந்தும் உன்னை என்னால் ஏற்க முடியாதது என் துரதிர்ஷ்டம்தான்.”

“இப்படிப் பாராட்டி நிராகரித்தால் எப்படி சங்கர்? உருப்படியான காரணம் இல்லாமல் நான் மறுதலிக்கப்படுவதை என்னவென்று புரிந்து கொள்ள முடியும். இது தண்டனை.”

“நான் என் மனநிலையைக் கூட்டாமல் குறைக்காமல் சொல்கிறேன். ஏதாவது எளிய காரணங்களைச் சாக்காகச் சொல்லி மறுக்கலாம். ஆனால் உன்னிடம் பொய் சொல்லப் பழகவில்லை. அது எப்போதும் அப்படியே இருக்க வேண்டும் என்றே விரும்புகிறேன்.”

“நான் ஆதிக்க சாதி என அஞ்சுகிறாயா? பணிக்குப் பங்கம் நேரும் என்று தயக்கமா?”

“உன் சாதியில் ஒருத்தியை நான் காதலிக்கவோ கல்யாணம்

செய்யவோ விரும்பினால் நீ சொல்லும் அத்தனை விஷயங்களையும் யோசிக்க வேண்டும்தான். மறுக்கவில்லை. ஆனால் இப்போது நீ கேட்டு நிற்கும் இந்தக் கணம் நான் மறுக்க அது காரணம் அல்ல."

"ஒருவேளை, நான் உன்னை விட ஒரு வயது மூத்தவள் என்பது உறுத்துகிறதா, சங்கர்?"

"ச்சே... அதெல்லாம் இல்லை. அது பொருட்டே இல்லை. ஒருவகையில் நல்ல விஷயம்."

"..."

"நான் சொன்னவற்றைத் தாண்டிய ரகசியக் காரணங்கள் ஏதும் இல்லை. நாம் பழகியது வெறும் ஒன்றரை மாதங்கள் என்றாலும் அப்படி மறைத்து, திரித்து உன்னிடம் பேசியது இல்லை. நீயும் அப்படியே. அதனால் காரணங்களைக் கற்பனை செய்து கஷ்டப்படாதே."

"ம்."

"நீ யோசி. பேசுவோம். நான் உனக்கு வேண்டாம் என்பது எவ்வளவு தூரம் உண்மையோ அதே அளவு உண்மை பாண்டியன் உனக்குப் பொருத்தமில்லை, அவனை நீ கல்யாணம் செய்யக்கூடாது என்பதும். அதை எப்படி எதிர்கொள்வது என்பது பற்றிச் சிந்திப்போம்."

கயல்விழி மிகப்பலவீனமாக உணர்ந்தாள். கண்களில் நீர் முட்டி நின்று எட்டிப் பார்த்தது.

"நீ யோசிக்க அவகாசம் வேண்டுமா, சங்கர்?"

"எனக்கு எந்தக் குழப்பமும் இல்லை விழி. நிதானமாகவும் தெளிவாகவுமே பேசுகிறேன். நாம் விவாதிப்போம். நம்மிடையே ஏதும் மாறவில்லை. எதற்கும் சங்கடமுற வேண்டாம். நாம் சேர முடியாது என்பது போல் நாம் பிரியவும் கூடாது. அதில் உறுதியாக உள்ளேன்."

கயல்விழி மௌனமாகக் கோயிலிலிருந்து நீங்கினாள். அவள் மனம் நிறையக் குழப்பம் இருந்தது. 'அத்தனையும் விளையாட்டு, நானும் உன்னைக் காதலிக்கிறேன்' என சங்கர் வந்து கட்டிக் கொள்ள மாட்டானா என்று நப்பாசை எழுந்தது. நின்று மெல்லத்

திரும்பிப் பார்த்தாள். சங்கர் முதுகைக் காட்டியபடி கருவறைக்குள் நுழைந்து கொண்டிருந்தான்.

★

சங்கர் கருவறைக்குள் நுழைந்த போது கயல்விழியின் பார்வை தன் முதுகில் விழுவதை உணர்ந்தே இருந்தான். ஆனாலும் அதை உதாசீனம் செய்து விட்டு முன்னே நடந்தான்.

அவனுக்கு உளம் முழுக்கப் பிழையுணர்ச்சி நிறைந்திருந்தது. நிச்சயம் தன் பக்கமும் தவறு இருப்பது அவனுக்குப் புரிந்தது. தன் சொல், செயல், பார்வை, உடல் மொழி என யாவற்றிலும் கலவையான சமிக்ஞைகள் இருந்ததை அவனால் இப்போது தெளிவாக உணர முடிந்தது. அந்த அறிகுறிகள் காதலில் மயங்கி நிற்கும் சிறுபெண்ணை அவனும் தன்னைக் காதலிக்கிறான் என்ற நம்பிக்கை நோக்கி இயல்பாகவே நகர்த்தியிருக்கும்.

அவனுக்கு அப்படி ஓர் எதிர்ப் பாலின உயிருடன் பழகுவது முற்றிலும் புதிது. அதன் பக்க விளைவாகச் சில ஆர்வக்கோளாறுத்தனங்கள் வெளிப்பட்டிருக்கலாம். அதற்கு அவன் அவமானமாக உணர்ந்தான். கயல்விழியுடனான பழக்கத்தை இன்னும் சற்று பூடகம்ற்று இன்னும் கொஞ்சம் கௌரவமாகக் கையாண்டிருக்கலாம் எனத் தோன்றியது. சங்கர் கன்னியம்மனுடன் பேச ஆரம்பித்த போதைக்குப் பின் சட்டென்று கயல்விழியுடனான சந்திப்புகள் குறைந்ததும் கூட அவளைப் புண்படுத்தி இருக்கலாம் எனத் தோன்றியது.

ஆனால் தான் மறுத்ததும் அதற்குச் சொன்ன காரணமும் நேர்மையானவை, மனதார நம்புபவை. காதலும் கல்யாணமும் நிஜமாகவே நட்பை நீர்க்கச் செய்யும். பாண்டவர் பூமி திரைப்படத்தின் தோழா தோழா பாடல் வரிகள் நினைவுக்கு வந்தன அவனுக்கு -

'பிரிந்து போன நட்பினைக் கேட்டால்
பசுமையான கதைகளைச் சொல்லும்.
பிரியமான காதலும் கூட
பிரிந்த பின் ரணமாய்க் கொல்லும்.'

யாவற்றையும் தாண்டி கயல்விழி தன்னைக் காதலிக்கிறாள் என்பது தனக்கு உள்ளூர ஒரு விதப் பெருமையை அளிக்கிறது

என்பதையும் சங்கர் உணர்ந்தான். உலகின் எந்தப் போதையும் காதலிக்கப்படுதலுக்கு இணையல்ல. காமம் கூட அதற்கு அடுத்தபடிதான்.

ஆனால் உண்மையில் காதலிக்கப்படுதல் ஒரு கௌரவமா என யோசித்தான் சங்கர். காதல் என்பதே மூளை மங்கிய பருவம் எனும் போது காதலிக்கப்படுதல் பெருமையும் அல்ல, நிராகரிக்கப்படுதல் சிறுமையும் அல்ல. ஒரு பைத்தியகாரனின் அல்லது ஓர் அடிமுட்டாளின் பாராட்டுக்கு என்ன மதிப்பு இருக்க முடியும்? அதேதானே காதலும்!

எனில், எனக்கு எதற்கு அந்தப் பெருமை வருகிறது? அது வெறும் வயதுக் கிளுகிளுப்பு சம்மந்தப்பட்டதா. அல்லது தன் தாழ்வு மனப்பான்மையிலிருந்து வருகிறதா? ஓர் ஆதிக்க சாதிப் பெண் தாழ்த்தப்பட்ட சாதியைச் சேர்ந்த தன்னைக் காதலிப்பது தனக்கு ஓர் ஆங்கீகாரம் என்று தோன்றுகிறதா? அது ஒரு வெற்றி கொள்ளல் எனப் படுகிறதா?

எனில், அதுவும் பலவீனமான மனநிலைதான். காதலிக்கப்படுதலும் அங்கீகாரம் அல்ல, ஆதிக்க சாதிப் பெண் ஏற்பதும் அங்கீகாரம் அல்ல. இதையெல்லாம் தாண்டி இயல்பாக எழ முடிவதுதான் நல்ல காதல். ஆனால் காதல் அடிப்படையிலேயே பலவீனமானது. எக்கணமும் எதன் பொருட்டும் உடையக் காத்திருக்கும் ஒன்று. அதனால்தான் நீண்ட காலக் காதல்கள் வியப்புக்கு உரியவை! அதனால்தான் கல்யாணம், குழந்தைகள், குடும்பம், சொத்து என்ற தளைகளை முன்னோர்கள் ஏற்பாடு செய்தார்கள். மற்றபடி, சொந்தக் காலில் நிற்க வக்கற்றதுதான் காதல். அதற்குக் காமம், பணம், பாதுகாப்பு, சமூக அழுத்தம், திணிக்கப்பட்ட பொறுப்பு என ஏதேனும் ஓர் ஊன்றுகோல் தேவை.

என் சமூக ஏற்பு எனும் ஊன்றுகோலைக் கொண்டு கயல்விழியின் விருப்பத்தை ஏற்று காதலைக் கொச்சைப்படுத்தக்கூடாது. சங்கருக்குத் தன் முடிவில் தெளிவு இருந்தது.

சரி, நடந்ததை மாற்றும் வல்லமை மனிதனுக்கு இல்லை. நடக்கப் போவதை நல்லதாக ஆக்கிக் கொள்ளும் வாய்ப்பு மட்டுமே அவனுக்கு அருளப்பட்டது. சங்கர் சிந்தித்தான்.

தனக்குத் திருமணம் பேசப்படுவதை அறிந்ததும் கயல்விழி என்ன செய்தாள்? அதை நிராகரித்து விட்டுத் தன் காதலைச் சொல்ல என்னிடம் ஓடோடி வந்தாள். என்னிடம் ஒருத்தி காதலைச் சொல்லி விட்டாள், அதை மறுத்து விட்டேன். அடுத்து நான் என்ன செய்ய வேண்டும்? என் காதலை உரியவரிடம் வெளிப்படுத்தி விட வேண்டும்தானே!

கன்னியம்மனிடம் தன் காதலைச் சொல்லி விடுவது எனத் தீர்மானித்தான் சங்கர்.

★

25

சங்கர் தன் சிந்தையின் சரித்தன்மை பற்றி ஆயிரத்து எட்டாம் முறையாக யோசித்தான்.

இந்து தர்மத்தில் ஆணும் பெண்ணும் கூடுவது பாவச் செயல் இல்லை. இங்கே ஆதாம் - ஏவாள் போல் ஆதி பாவம் என்று ஒன்று சொல்லப்படவில்லை என்பதைக் கவனிக்கலாம். காமம் வரையறை இன்றி இருந்தால் கேடு என்பதை மட்டுமே இந்து மதம் சொல்கிறது.

அது போல ஒரு தேவாலயத் திருச்சபையின் பாதிரியார் போல் இங்கே ஆலய அர்ச்சகன் துறவறம் மேற்கொள்ள வேண்டியதில்லை. சொல்லப் போனால் அவன் கிரஹஸ்தனாக மனைவியுடனும், அவளைக் கலந்து பிறந்த குழந்தைகளுடனும் இருக்க வேண்டும் என ஆகமத்தில் அறிவுறுத்தப்படுகிறது. ஆனால் இதெல்லாம் கோயிலுக்கு வெளியேதான்.

கோயிலுக்குள் காலடி எடுத்து வைத்த பின் விதிகள் முற்றிலும் வேறு. எதிலும் அவனது மனம் சிதறக்கூடாது. அவனுள் சஞ்சலங்கள் வரலாகாது. அவன் மனம் நிச்சலனத்துடன் இருத்தல் வேண்டும். சுருங்கச் சொன்னால் உடற்திரவங்கள் ஆலயத்துள் சிந்தக்கூடாது என்ற கட்டுப்பாடு போல் உடலுக்குள்ளேயே ஹார்மோன்கள் சுரப்பது இங்கு வந்ததும் நின்று விட வேண்டும். நாளமில்லாச் சுரப்பிகள் சட்டென வேலை விட்டு விட வேண்டும்.

கோயிலுக்குள் இந்த விஷயம் அனுமதிக்கப்படுவது கடவுளுக்கு மட்டுமே. அவர் குடும்ப சகிதமாக வாழும் கோயில்களில் தினம் இரவு உற்சவர் சிலையை அம்மன் சந்நிதிக்கு எடுத்துப் போய் அவளது உற்சவ சிலைக்கு அருகில் கட்டிலில் படுக்க வைப்பார்கள். இது பள்ளியறைப் பூசை. அங்கே விகற்பத்துக்கு இடமில்லைதான். ஆனால் ஆச்சாரத்துக்கும் அனாசாரத்துக்குமான கோடு அங்கே கலைகிறது. ஒருமாதிரி திரிசங்கு ப்ரம்மச்சரியம்!

சிவன் குடும்பஸ்த தெய்வம். ஆனால் அவர் பொதுவாகக் காமம் சம்மந்தமான ஒழுக்க மீறல்களுக்கு எதிரானவர். பிரம்மன் தான் படைத்த சதரூபா என்ற பெண்ணின் அழகில் மயங்கி அவள் மீது மோகம் கொண்டார். அவளை எப்போதும் பார்த்து ரசிக்க, திசைக்கு ஒன்றாக நான்கு தலைகள் உண்டாக்கிக் கொண்டார். இதனால் சங்கடமுற்ற சதரூபா, அவரது காமப் பார்வையிலிருந்து தப்பிக்க, அவரது தலைக்கு மேலே பறந்து சென்றாள். பிரம்மன் அவளை விடாமல் பார்க்க, ஐந்தாவதாக மேலே ஒரு தலையை உருவாக்கினார். சிவன் இடைமறித்து அவரே படைத்ததால் சதரூபா பிரம்மனுக்கு மகள் முறை என்பதை நினைவூட்டி, அது தகாத உறவு என்று எச்சரித்தார். காதலுக்குக் கண்ணில்லை, ஆனால் காமத்துக்கு உடம்பெல்லாம் கண்கள். பிரம்மன் சிவனின் சொற்களை மதிக்கவில்லை. சினமுற்ற சிவன், பிரம்மனின் ஐந்தாம் தலையைக் கொய்தார். மிச்சமிருந்த நான்கு தலைகள் குற்றவுணவுக்கு உள்ளாகி ஒவ்வொன்றும் ஒரு வேதத்தை ஓத ஆரம்பித்தது.

ஆனால் அதே சிவ பெருமானுக்கு வேறு சில முகங்களும் இருப்பதை மறுப்பதற்கில்லை. சிவன் தவத்தைக் கலைத்து பார்வதியை மணக்கச் செய்ய மன்மதனை அனுப்புகிறான் இந்திரன். அவனது மலர்க்கணைகள் பட்டு தவம் கலைந்ததும் சினத்தில் நெற்றிக் கண் திறந்து அவனை எரித்தார். இதில் விஷயம் சிவன் கட்டுப்பாடும் கலைந்தது என்பதே. கன்னியம்மனை நிராகரித்த சிவன் அதனால் தானும் இணையின்றி அதாவது புணர்ச்சி இல்லாத தனிமையில் துன்புறப் போவதாகச் சொன்னது வெண்பாமாலையில் உள்ளது.

சிவனை விடுத்தாலும் அம்மனே கன்னியாகுமரியில் பகவதி ரூபம் எடுத்த போது தன் மீது மோகம் கொண்டு அடைய விரும்பிய பாணாசுரனை சம்ஹாரம்தானே செய்தாள்! அவன் அசுரன்,

நான் நரன் என்பதுதானே வித்தியாசம்! ஆனால் என்னுடையது அவன் போல் தினவெடுத்த காமத் தழல் அல்லவே! உயர்தரப் பிரேமை! தனிப்பெருங்காதல்!

இந்துப் பூசாரி ஒரே உடலில் சம்சாரியாகவும் சாமியாராகவும் இருக்க வேண்டும் என்று எதிர்பார்க்கப்படுகிறான். அது எப்படித்தான் சாத்தியம் என்று வியந்தான், குழம்பினான்.

★

சங்கருக்கு இப்போதுதான் தன் செயலின் அபத்தம் உறைத்தது. நான் யாரைக் காதல் புரிகிறேன்? கன்னியம்மனையா? உருவம் இல்லாத அம்பாளையா? மனிதன் கடவுளைக் காதல் செய்வதா? அதன் பொருள் என்ன? அதன் விளைவு என்ன? அதன் பயன்மதிப்பு என்ன? இதற்கு முன் இப்படி நடந்திருக்கிறதா? வைணவத்தில் ஆண்டாளும் மீராவும் உண்டு. சரி, பெண்கள் செய்துள்ளனர். ஆண்கள் இறைவியை நேசித்திருக்கிறார்களா? சைவத்தில் ஆதிசங்கரும் அபிராமி பட்டரும் உண்டு. இவற்றைக் காதல் என்று கொள்ள முடியாவிட்டாலும் அதனருகே வருகின்றன. பக்தி என்று கூறிப் பத்தோடு ஒன்று எனக் கடக்க முடியாதவை. சரியோ குற்றமோ நான் இதைச் செய்யும் முதலாமவன் அல்லன்.

இது என்ன தப்பித்தலா, பொறுப்புத்துறப்பா, முன்ஜாக்கிரதையாகச் சொல்லி வைப்பதா!

ஆனால் எல்லாம் தாண்டி தெய்வத்தைக் காதலிப்பது என்கிற இந்த விவகாரமே கேட்கப் பைத்தியகாரத்தனமாகத்தான் இருக்கிறது. முதலில் இதையறிந்தால் மதப்பற்றுள்ளோர் கொதிப்பார்கள். அவமதிப்பு, ஆபாசம் என எதிர்த்துக் கொடி பிடிப்பார்கள். அவர்கள் ஒரு பக்கம் இருக்கட்டும். நானே ஒரு வெளியாளாக இருந்து யோசித்தால் இதை ஒவ்வாதது என்றல்லவா சொல்வேன்! ஒருதலை ராகம் என்ற அடிப்படையில் இதை நிராகரிப்பேனே!

ஆக, பதிலுக்குத் தெய்வம் காதலிக்காது என்பதுதான் இதிலுள்ள சிக்கல் அல்லவா! ஆம், அப்படி இருந்தும் ஒருவன் காதலிக்கிறான் என்றால் அவன் மனதின் சிடுக்கு ஆராயத் தக்கது. மனச்சிதைவு மாதிரி ஏதாவது உள ஆரோக்கியச் சிக்கலாகக் கருத இடமுண்டு.

ஆனால் ஒரு தலைக்காதல் என்பது நம் சூழலில் புதிதா என்ன! கைக்கிளைத் திணை என்ற பெயரில் காலங்காலமாகப் புழக்கத்தில்

இருப்பதுதான். நீ காதலிக்கவில்லை என்றால் என்ன குறைகிறது, அதனால் ஒன்றும் எனது காதல் மாறாது என்றிருக்கும் காதலின் உன்னத நிலையல்லவா! சொல்லப் போனால் Unconditional Love என்றெல்லாம் ஒருதலையாகக் காதலிப்பது பற்றித்தான் ஒருவர் பிதற்றிக் கொள்வது பொருத்தம்.

ஆனால் இதில் எனது நிலை இன்னும் சிக்கலானது. ஒரு பிள்ளை விளையாட்டு போல் நான் இதைச் செய்து விட இயலாது. நான் இப்போது ஒரு குறியீடு, ஓர் அடையாளம். பல்லாயிரமாண்டு சட்டதிட்டத்தை ஒரு தலைவன் உடைத்து 'அனைத்து சாதியினரும் அர்ச்சகராகலாம்' எனப் புதுவரலாறு எழுதுகிறான். அதற்கு எனைத் தேர்ந்தெடுக்கிறான். ஆனால் நான் இப்படி அதற்குரிய பொறுப்போடு நடக்காமல் காதல் என்று திரியலாமா?

'இப்போது பாருங்கள், இவனது அத்துமீறலை, அதிகப்பிரசங்கித்தனத்தை, இதனால்தான் இவனை, இவர்களை இத்தனை ஆண்டுகளும் அடக்கி வைத்திருந்தோம். இவர்களை விடுவிக்கப் போராடியோரே, இப்போது எங்கே கொண்டு போய் உங்கள் திருமுகத்தை வைத்துக் கொள்வீர்கள்? இவர்களின் லட்சணம் தெரிந்துதானே இவர்களைக் கோயில் வாயிலிலேயே நிறுத்தி வைத்தோம். முதலில் ஆலயத்தின் வளாகத்துக்குள் வந்தார்கள், பிறகு கருவறைக்குள் அனுமதித்தீர்கள். இப்போது என்ன செய்திருக்கிறான்? இந்தப் புனித பீடத்தில் பேண்டு வைத்திருக்கிறான். இதுதான் உங்களின் புரட்சியா? இந்தப் புண்ணாக்கை வென்றடையத்தான் இத்தனை போரும் அக்கப்போருமா? புல் ஷிட்!'

இப்படி எல்லாம் பேசுவார்கள். ஒடுக்குமுறைக்கு ஆதரவாகப் போராடியோர் முகத்தில் எல்லாம் சாணி அடித்தது போலாகி விடும். சமூக நீதிப் போராட்டத்தைப் பத்து, இருபது ஆண்டு பின்னிழுத்தது போலாகி விடும். இதனால் விளைந்த நற்பயன்களை அப்படியே மறந்து விட்டு இந்நிகழ்வை மட்டுமே எடுத்து வைத்து எதிராகப் பரப்புரை செய்வார்கள்.

ஆனால் அதெல்லாம் பக்க விளைவுதானே! என் சுதந்திரம் எங்கே? தனி மனித உரிமை கூட்டத்தின் உரிமைக்கு இணையானது என்ற பின்நவீனத்துவ உலகத்தைச் சேர்ந்தவன் நான்! உலக நன்மைக்காக உதிரிகளை உதாசீனம் செய்யலாம் என்ற கருதுகோளுக்கு எதிரான

சிந்தனை மரபில் வந்தவன். நானே அதற்கு நேர் எதிராக இப்படி யோசிப்பதா!

தவிர, நான் இந்தக் காதலை எவரிடமும் சொல்லப் போவதில்லை. அம்மனிடம் மட்டுமே சொல்லப் போகிறேன். தவிர, அவள் இறை. இன்னுமா என் மனம் தெரியாமல் இருக்கும்!

அப்படி முக்காலமும் உணர்ந்தவளிடமே போய் நான் என் மனதை வெளிப்படையாக அறிவிக்கப் போகிறேன், அவ்வளவுதான். எவருக்கும் இதனால் தொந்தரவு உண்டாகாது.

சங்கர் தீர்மானித்தான். கருவறைக்குள் அணையவிருந்த ஒரு விளக்குக்கு எண்ணெய் ஊற்றி திரி தீண்டி ஒளி பிரகாசித்ததும் மின்னி வெளிச்சமிட்ட அம்மனிடம் சொன்னான்:

“அம்மு, பிரபஞ்சப் பேரழகி! உன்னை எல்லையற்று ஆராதிக்கிறேன். நிபந்தனையின்றி நேசிக்கிறேன். உன்னுடன் இருக்கும் காதற்கணங்களே என்னை நிறைவாக்குகின்றன. என்றென்றும் உன் பார்வைக் குளிர்ச்சியில், பாத வெம்மையில் ஜீவிக்கும் வரம் கொடு!”

“…”

““நள்ளென் யாமத்து நட்சத்திரமென விழி விரித்துப் பார்ப்பதெல்லாம் பல நூறு கோடி ஆண்டுகட்கு முன் மின்னிய சரித்திரத்தைத்தான்! உன்னை நான் அத்தகு விண்மீன் என்றே பார்க்கிறேன். என் கைக்கு எப்போதும் எட்டாத எங்கோ எப்போதோ நிகழ்ந்து விட்ட அற்புதம் நீ. ஆனால் அதனால் உன்னை ரசிக்காமல் இருக்க முடியாது, அம்மு!”

“…”

“நீ எவ்வளவோ காலமாக இங்கே நிலை பெற்றிருக்கிறாய். நான் இங்கு வருவதற்கு முன். நான் கருவாவதற்கும் முன். என் மூதாதையர்கள் இங்கே வருவதற்கும் முன். ஆனால் இந்த ஒன்றரை மாதத்தில் நான் ஓர் ஆயுளுக்குரிய சிந்தனைகளை இக்கருவறைக்குள் சிதற விட்டிருக்கிறேன். அது இந்தப் பிரபஞ்சம் தோன்றிய காலத்திலிருந்து காட்டப்பட்ட ஒட்டுமொத்த காதலின் எடையை விடவும் ஒரு படி அதிக எடையோடே இருக்கும் என்பது என் நம்பிக்கை. உனைக் கண்ணியக் குறைவாக எண்ணியதே

இல்லை. இதைக் காதல் என்று சொல்லாலாமா என நான் தயங்கக் காரணம் இதில் காமமே இல்லை என்பதே.”

“...”

“அன்பு மனதின் ஈரம். காமமோ உடம்பின் ஈரம். இரண்டுக்கும் இடைப்பட்டது காதல். எனக்குக் காதலின் உட்பிரிவுகள் பற்றிச் சில அளவுகோல்கள் உண்டு. பெண்ணுக்குக் கண்ணைக் கொடுத்தல் ஈர்ப்பு, மூக்கைக் கொடுத்தல் மோகம், நாக்கைக் கொடுத்தல் காதல், தோலைக் கொடுத்தல் காமம், காதைக் கொடுத்தல் பிரியம். நான் உனக்கு என் கண்ணையும் காதையும் தந்திருக்கிறேன். அம்மனை அம்முவாக்கியதே என் காதல்.”

“...”

“இவை எட்டும் பரஸ்பரமாக இருந்தால் மட்டுமே அஃது காதல்: ஆர்வம், புரிதல், பகிர்தல், அக்கறை, மரியாதை, நம்பிக்கை, விசுவாசம், அர்ப்பணிப்பு. இதில் ஒன்று குறைந்தாலும் அஃது வேறேதோ! பரஸ்பரம் பற்றித் தெரியாது. ஆனால் என் பக்கம் எட்டும் உண்டு.”

“...”

“காதல் இயற்கையானது என்ற கற்பிதத்தைக் காலங்காலமாக வைக்கிறோம். ஆனால் உண்மையில் காதல் என்பது இயற்கைக்கு முரணானது, அதற்கு எதிரானது. காமம்தான் இயற்கை முன்வைக்கும் விஷயம். இயற்கைக்கு காதல் என்பது வெறும் தூண்டில் புழு மட்டுமே; மீனின் ருசி காமம். அதாவது இனப் பெருக்கத்தின் வழி ஆயுளை நீட்டித்துக் கொள்ள இயற்கை அமைத்த திரைக்கதைதான் காமம். ஆனால் மனிதனோ அதற்குக் கூடுதலாகக் காதல் என்கிற வசனத்தை எழுதினான். பிரியம் என்கிற பின்னணி இசை சேர்த்தான். அவை எதுவுமே இயற்கையின் திட்டத்தில் இருந்திருக்க வாய்ப்பே இல்லை. இயற்கை அதை எல்லாம் கண்டு திடுக்கிடவே செய்திருக்கும். மானுட குலத்தை உந்தித் தள்ளி முன்னேற்றிக் கொண்டிருப்பது காமம், அக்குலத்தைத் தொடர்ந்து பின்னிழுத்துக் கொண்டிருப்பது காதல் என்பதுதான் இயற்கையின் பார்வையாக இருக்க முடியும். சில நிமிடங்களில் முடிய வேண்டிய சமாச்சாரத்தை ஆயுள் முழுக்க ரசித்து ரசித்து ஜவ்வாக இழுக்கிறானே மனிதன் எனக் குழம்பிப் போயிருக்கும்.

மனிதன் இந்த உலகின் உச்ச உயிரினம் என்பதற்கும் அவன் இயற்கையை வென்றதற்கும் அடையாளம் காதல்தான். காதலே தனித்துவ மனித அடையாளம், காதலே மானுட மீட்சி, காதலே கடவுள் அம்சம்!"

"..."

"இந்த மெய்யும் கரணமும் பொறியும் இருபத்து நான்கு வருடங்கள் காத்தனன்; வந்தனம்; சிந்தனை தெளிந்தேன் இனியுன்தன் திருவருட்கென அர்ப்பணஞ் செய்தேன், அம்மு!"

"..."

"ஆமாம். தசையினைத் தீசுடினும் உன்னைப் பாடும் நல்லகத்தையே கேட்டு நிற்பேன்!"

"..."

"சரி, உளம் சுருங்காதே. இதை மட்டும் எனக்கு அருள் செய்! - இந்த வையத்தில் யானுள்ள மட்டிலும் எனை வேற்று நினைவின்றித் தேற்றியே இங்கோர் விண்ணவனாகப் புரியுமே!"

ஐப்பசி இருபதாம் நாளான அன்று கபாடபுரத்தின் மேல் வானம் பிளந்தது போல் மேகம் உடைந்து மாமழை பெய்யத் தொடங்கியது. சங்கர் எரியூட்டிய தீபம் இன்னும் வீரியமாக எழுந்து அருள்மிகு கன்னியம்மன் ஒளிர்ந்து மிளிர்ந்தாள். ஆயிரமாயிரம் ஆண்டுகளாக எண்ணெயேறி இறுகிய அந்த முகத்தில் பொலிந்தது பிரியமும் பேரன்புமான ஒரு கனிவு.

★

26

நவம்பர் ஆரம்பத்தில் - அதாவது ஐப்பசி பிற்பகுதியில் - கபாடபுரத்தில் மழை உச்சம் எய்துகிறது. காரணம் வீரிய வடகிழக்குப் பருவக் காற்று, செழித்து ருதுவாகி நிற்கும் கருமேகப் பொதிகளுடன் கலந்து புணர்ந்து ஊரின் மேல் ஊற்றித் தள்ளுவதால்தான்.

அப்போது பெருமழையினூடே கன்னியம்மன் கோயிலை ஒட்டிய வைகை ஆற்றின் கரையில் ரத்தம் கலந்தது போல் செந்நீராக ஓடத் தொடங்கும். கன்னியம்மனுக்கு ஆண்டுதோறும் நடக்கும் 'சக்திப் பெருக்கு' விழா தொடங்க வேண்டியதன் அறிகுறி அதுதான். அதிலிருந்து தொடர்ந்து மூன்று தினங்களுக்கு மழை விடாமல் பெய்யும். சிவப்பு ஆறு நில்லாது ஓடும். ஐதீகப்படி அது ரத்த ஆறு. கன்னியம்மனின் தூமை நதி!

வருடத்துக்கு ஒரு முறை அவளுக்கு வரும் விலக்கு. சாதாரணப் பெண்களுக்கு மாத விலக்கு; அம்மனுக்கு ஆண்டு விலக்கு. அம்மனுக்கு இடுப்பைச் சுற்றி ஏராளச் சிவப்புத் துணிகள் சாத்தி பிரத்யேகப் பூஜை செய்த பின் மூன்று நாளும் கோயில் மூடப்படும்.

நான்காம் நாள் கோயில் திறக்கப்பட்டு மறுபூஜை செய்து பக்தர்களுக்குப் பிரசாதம் வழங்கப்படும். வைகையோடும் செந்நீரும், அம்மனுக்குச் சாத்திய சிவப்புத் துணியும் பிரசாதம். அதனால்தான்

கபாடபுரத்தில் 'தூமைச்சீலை' என்பதும் 'தூமையக்குடிக்கி' என்பதும் வசைச் சொற்கள் அல்ல. அப்படிப் பாவிப்பவர்கள் குரல் போகும் என்பார்கள்.

சங்கர் சென்ற மாதம் பணியில் சேர்ந்த போதே இந்த விழா குறித்து பண்டைய நூல் கொத்தில் விலாவாரியாகப் படித்திருந்தான். அதன் பின் எங்கே செந்நீர் சுரக்கும் என விசாரித்து ஆற்றின் அந்தப் பகுதியில் நீந்தி ஆழம் பார்த்திருந்தான். அவனுக்கு அதன் எளிய இயற்பியல் பிடிபட்டு விட்டது. அந்த இடத்தில் விநோதமாக அதிக அளவிலான செம்மண் சேகரமாகி இருக்கிறது. அதீதச் சிவப்பு நிறம் கொண்ட தாதுப் பொருட்கள் நிறைந்த மண். அது பாறைகளோடு வலுவாக ஒட்டிக் கொண்டிருக்கிறது. ஐப்பசியின் கனமழைக் காலத்தில் மண் விரிசல் விட, மெல்ல மெல்லக் கரைந்து சிவப்பு நீராகக் குருதி ஆறு போல் ஓட ஆரம்பிக்கிறது. மூன்று நாள் தொடர்ந்து மழை பெய்கையில் ஆண்டு முழுக்கச் சேகரமாகிய மொத்த மண்ணும் தீர்ந்து போகிறது. அதற்கு மூன்று நாட்கள் ஆகிறது. அடுத்து, ஆண்டு முழுக்க மறுபடி நதிமூலத்திலிருந்து கபாடபுரம் வரையிலான முழு வைகையின் நீளத்திலும் அம்மாதிரி தாதுக்கள் அடித்துக் கொண்டு வரப்பட்டு கபாடபுரத்தில் கோயிலுக்கு அருகிலான இடுக்குகளில் மறுபடி சேகரமாக ஆரம்பிக்கிறது. அதன் நிலவியல் கூறு அப்படி. இதுதான் ஆண்டு சுழற்சியின் ரகசியம்.

நில அதிர்வு என்பது டெக்டானிக் தட்டுகளின் திட்டமிடாத சோம்பல் முறிப்புதான்; பூமாதேவியின் கோபமோ சாபமோ அல்ல என்கிற பகுத்தறிவு போல்தான் இதுவும்.

பல நூற்றாண்டுகள் முன் அந்த இயற்கை நிகழ்வை அம்மனின் சுழற்சியுடன் ஒப்பிட்டு 'சக்திப் பெருக்கு' விழாவை உருவாக்கிய அந்த முகமறியா நபரின் கற்பனை சக்தியை வியந்தான் சங்கர். கயல்விழியிடம் இதைப் பற்றி பேசிய போது, அவள் சொன்னாள்:

"நீ சொன்னதெல்லாம் சரிதான், சங்கர். ஆனால் இந்த மண் விஷயம் பெண்களுடன் அப்படியே ஒத்துப் போகிறது பார். பெண் உடலிலும் இதேதானே நடக்கிறது! மாதம் முழுக்க உருவான கரு மாதத்தின் மூன்று நாட்களில் சிதைந்து குருதியாக ஓடுகிறது. அதேதானே இங்கும். ஆண்டு பூராச் சேகரமான செம்மண் தாது கடைசியில் இந்த மூன்று நாளில் சிதைந்து செந்நீராக

ஓடுகிறது. எனவே இது குத்துமதிப்பான அடித்து விடலாக அன்றி ப்ரக்ஞைப்பூர்வமாகத் திட்டமிட்ட சம்பிரதாயம் போலத் தெரிகிறது."

சங்கர் திடுக்கிட்டுப் பார்த்தான். கயல்விழி எப்போதும் அப்படித்தான். வியப்புகளுக்குக் குறைவற்ற பெண். இப்போது திரும்பிப் பார்க்கும் போது அவளை நிராகரித்ததில் ஓர் அநியாயம் இருப்பதாகத் தோன்றியது. எல்லா நேரமும் நியாயமாக நடந்து கொள்ளும் அளவு சொகுசில் வாழ்க்கை நம்மை வைத்திருப்பதில்லை என எண்ணிக் கொண்டான்.

வந்த புதிதில் அந்தத் திருவிழா நடக்கும் நாளுக்காக ஆர்வமாகக் காத்திருந்தான் சங்கர். ஒன்று அதன் அமானுஷ்யத்தனம் குறித்த ஆர்வம். அடுத்து மூன்று நாள் சேர்ந்தாற் போல் விடுப்பு கிடைக்கிறது. ஆனால் சமீப நாட்களில் அவன் எண்ணம் அப்படியே தலைகீழாக மாறி விட்டது. அந்த விழா வந்து விடுமோ என்று அஞ்சினான். தள்ளிப் போட முடியாதா என ஏங்கினான். *Norethisterone* மாத்திரைகள் பற்றிக் கேள்விப்பட்டிருக்கிறான். ஆனால் அது மனுஷிகளுக்கு. அம்மனின் விலக்கைத் தள்ளிப் போடுவது எனில் ஆகிற காரியமா!

அப்படி அவன் எண்ணக் காரணம் அம்மனுடன் தினமும் பேசிக் கொண்டிருந்ததுதான். எந்த எதிர்வினையும் இல்லாத அந்தப் பேச்சே வெறும் ஒரு மாதத்தில் சங்கருக்கு ஒரு போதை போல் மாறி விட்டிருந்தது. அதற்கு முழு அடிமை ஆகி விட்டிருந்தான். *Addiction* என்கிற சொல்லை வேற்றாளாக, வெளியிலிருந்து பார்த்திருந்தவனுக்கு, அடிமையான விஷயத்தின் இல்லாமை தருகிற கர நடுக்க அவஸ்தையை மனதார உணர முடிந்தது.

இன்னுமொரு காரணம் சௌந்தர்ய லஹரி மோர்ஸ் இசைக் கச்சேரி! தினம் ஒன்று வீதம் இதுவரை முப்பது முடிந்திருக்கிறது. இன்னும் முப்பது சொச்சம் பாக்கி. அது மூன்று நாள் தடைபடும். அப்படி உண்டாகும் இடைவெளி ஒரு குறை போல், பிசிறு போல் உறுத்தியது.

இம்முறை மாரி பொய்த்தால்தான் என்ன! காற்று மேகத்தைக் கிழிக்காமல் விடலாமே!

ஆனால் இந்த மழையை நம்பி எத்தனை புன்செய் நிலங்கள்

தவமிருக்கின்றன. இப்படி ஒருவனின் அற்பச் சுயநல நோக்கிற்காக பூமி வறட்சியை எதிர்கொள்ள வேண்டுமா!

சரி, அப்படியெல்லாம் காலமும் சூழலும் ஒருவருக்குச் சாதகமாக நின்று விடுமா! பிறகு இயற்கைக்கு என்ன மதிப்பு! சரியாக ஐப்பசி தொடங்கி இருபதாம் நாள் மழை அடித்துப் பெய்ய ஆரம்பித்தது. அதிலிருந்து இரண்டாம் நாளில் கோயில் பின்புறம் சிவப்பாக ஓடத் தொடங்கியது வைகை. அதைக் காண இந்தியா முழுமையிலிருந்தும் சிவ பக்தர்கள், அகோரிகள், சாக்த வழிபாட்டாளர்கள் வருவார்கள் என சங்கர் கேள்விப்பட்டிருந்தான்.

சங்கர் மரியாதை நிமித்தம் தேவநாத ஐயரைப் போய்ப் பார்த்து பிரத்யேகப் பூஜையில் பங்கேற்குமாறு அழைத்தான். புன்னகையுடன் மறுத்து அவனை அனுப்பி வைத்தார்.

பாண்டியன் குடும்பம் தவிர அனேகமாகக் கபாடபுரத்தின் அத்தனை குடும்பங்களும் தம் வீம்பை மறந்து அம்மனின் சக்திப் பெருக்கு விழாவில் பங்கேற்க முடிவெடுத்தனர்.

சிவப்புத் துணிகள் ஆலயத்தில் வந்து குவிந்தன. சங்கர் ஆள் வைத்து மொத்தமாக அவற்றை எடுத்துக் கொண்டு போய் அவனே ஒவ்வொன்றாக அம்மனுக்கு உடுத்தி விட்டான். முடித்துப் பார்க்கையில் கருவறையே ரத்த வெள்ளமாகக் காட்சியளித்தது.

அந்தக் கணத்தில் சிவப்பின் இயல்புக் குணமான ரௌத்ரத்தை மீறிக் கொண்டு அங்கே தனிமையின் தியாகமே சங்கருக்கு அதில் தென்பட்டது. உலகிற்காக வலியேற்றவள்!

சிறப்புப் பூஜைகள் எல்லாம் முடித்து ஆலயத்தைப் பூட்டினான் சங்கர். மிகக்களைப்பாக உணர்ந்தான். மெல்ல நடந்து வீடு வந்து சேர்ந்த போது மனம் வெறுமையாக இருந்தது.

இன்னும் மூன்று நாட்களுக்கு அம்மன் தரிசனம் இல்லை. பூட்டிய கதவுகளுக்குப் பின் இருக்கிறாள் தேவி. அதை நினைக்கும் போதெல்லாம் இருதயம் ஒரு துடிப்பைத் தவற விட்டது. குளியலறை புகுந்து நெடுநேரம் தலையில் நீரூற்றிக் கொண்டே இருந்தான்.

அவனை அறியாமல் குளியலறையிலேயே சரிந்து விழுந்து உறங்கியும் போனான்.

மறுநாள் எழுந்த போது உடல் கொதித்தது. வீட்டில் எப்போதும் மாத்திரை இருக்கும். பேரஸிட்டமால். ஆனால் அவனுக்கு அப்போது போடத் தோன்றவில்லை. உண்ணவும் தோன்றவில்லை. அப்படியே சுவரில் சாய்ந்து விட்டம் பார்த்து அமர்ந்திருந்தான். மல, ஜலம் கழிக்க எழுந்தது தவிர அப்படியே பகல் முழுக்க அசையாமல் அமர்ந்திருந்தான்.

அன்று அவனுக்குள் போராட்டமே நடந்தது. அவனுடலும் மனமும் இரண்டாகப் பிரிந்து நின்று அடித்துக் கொண்டன. மனதுக்கும் மூளைக்குமான சமர் அது. காதல் எப்போது மூளையின் பேச்சைக் கேட்டிருக்கிறது? எனவே மனதைத் தொடர முடிவெடுத்தான்.

மனம் என்ன சொன்னது? எது தடுத்தாலும் உனது தேவியைத் தேடிப் போ, சங்கரா!

மனிதர்கள் காதலில் இருக்கும் சமயங்களில் எல்லாம் அவர்தம் மூளை சரியாக வேலை செய்வது இல்லை. காதல் சிந்தையை மழுக்கடிக்கும் ஓர் உணர்வு. அவ்வகையில் அது ஒரு போதைப் பொருள் போன்றதே. அது மனித வளத்தைப் பிழையான திசையில் செலுத்திப் பயனின்றி வீணாக்கும். இறுதியில் "இதற்குத்தானா அத்தனையும்!" என்ற ஞானோதயம் வரும் போது நேரம், சிந்தை, உழைப்பு, பணம் எல்லாம் வீணாகி மிகத் தமாதமாகியிருக்கும். இதில் வினோதம் என்னவென்றால் அதே மூளை வெட்கங்கெட்டு ஆக்கங்கெட்டு மீண்டும் இன்னொரு காதலில் இறங்கும். அது மானுட குலத்தின் தலை விதி. அதனால் வாழ்வில் எதையேனும் சாதிக்க விழைவோர், உலகிற்கு உருப்படியாகப் பங்களிக்க விரும்புவோர் காதலில் இருந்து தள்ளியே இருப்பர் என்று சங்கரே சிந்தித்து இருக்கிறான். ஆனால் இன்று அவனே அதில் சிக்கி அலைக்கழிகிறான். காதல் மனமும் தற்கொலை எண்ணம் மாதிரியானதே. வெளியிலிருந்து பார்க்கையில் அதைப் பற்றி சரியாக எடை போட முடியும். சரி, தவறு யோசித்து தர்க்கம் பேச முடியும். ஆனால் அந்த மனநிலைக்குள் நுழைந்து விட்டால் அத்தனை வியாக்கியானமும் காணாமலாகி விடும்.

சங்கர் நிராயுதபாணியாக அந்தக் கையறு நிலையில்தான் மாட்டிக் கொண்டிருந்தான்.

எப்போதும் போல் பத்தரை மணிக்குத் தூங்கிப் போனான். அலாரம் வைக்காமலேயே சரியாக நள்ளிரவுக்கு விழித்துக் கொண்டான்.

அது ஓர் உள்ளுணர்வு. உள்ளூர எரிந்து கொண்டிருக்கும் உணர்வு. அன்று முழுக்க அவன் கன்னியம்மனுடன் பேசவில்லை. அன்று முழுக்க உண்ணவும் இல்லை - ஆனாலும் பசி பெரிதாக உறைக்கவில்லை.

சங்கர் கிளம்பித் தன் வீட்டைப் பூட்டினான். மெல்ல இருளில் நடந்து சமத்துவபுரத்தை நீங்கினான். கபாடபுரத்தில் காலடி வைக்கும் போது மணி பார்த்தான் ஒரு மணிக்குப் பத்து நிமிடம் இருந்தது. மேலும் நடந்து கோயிலை அடைந்தான். பக்கவாட்டில் நடந்து தெற்கு வாசலை அடைந்தான். கதவு அடைக்கப்பட்டிருந்தது. சற்று நேரம் அதையே பார்த்தான். பிறகு பார்வையை எண்திசையிலும் சுழல விட்டு எவரும் அங்கே இல்லை, அவனைப் பார்க்கவில்லை என உறுதி செய்து கொண்டு அக்கதவை நெருங்கினான்.

தெற்கு வாயில் கோயில் தொடர்பானோரின் பயன்பாட்டுக்காக இருப்பது. பக்தர்கள் அதை உபயோகிப்பதும் இல்லை, அது பற்றிய அறிதலும் அவர்களுக்கு இல்லை. உச்சி பூஜைக்குப் பின் பிரதான வாயில் பூட்டி வைக்கப்படும். ஆனால் தெற்கு வாயில் கதவு மட்டும் சாத்தி வைக்கப்பட்டாலும் பூட்டாமல்தான் இருக்கும். இது தெரிந்தவர்கள் அந்த வழியே கோயிலுக்குள் வந்து போவதுண்டு. இரவு கிளம்பும் முன் சங்கர் அக்கதவையும் பூட்டி விட்டுத்தான் கிளம்புவான். பிறகு மறுநாள் அதிகாலை அவன் வந்து திறப்பான்.

கோயிலின் பிரதான வாயிலான கிழக்கு வாயிலின் சாவியை மட்டுமே இரவு சங்கர் தன் வீட்டுக்கு எடுத்து வருவான். மற்ற வாயிலின் சாவிகளையும் கருவறையின் சாவியையும் இரவு கோயிலுக்குள்ளே இருக்கும் அலுவலகத்திலேயே வைத்து விட்டு வருவான். எனவே கிழக்கு வாயிலைத் திறந்தால்தான் கோயிலுக்குள்ளே போய் அலுவலகத்தில் இருக்கும் சாவிகளை எடுத்து மற்ற எல்லா வாயில்களையும் திறக்க முடியும். பாதுகாப்புக்காகச் செய்திருக்கும் ஏற்பாடுதான் அது. சங்கருக்கே இம்முறை பழகச் சற்று சமயமெடுத்தது.

கிழக்கு வாயிலின் கதவுதான் பிரதான வாசல் என்பதால் அக்கதவு பிரம்மாண்டமானது. அதைத் திறக்கும் போது பண்டைய உலோக உராய்வின் காரணமாகவும் அதில் தொங்க விடப்பட்டிருக்கும்

நூற்றுக்கணக்கான மணிகள் காரணமாகவும் பெருத்த ஓசை எழும். கோயிலின் நால்வீதிகளில் வசிப்போருக்கும் கோயில் கதவு திறக்கப்படுவது தெரியும்.

முந்தைய இரவு கிளம்பும் போதே என்ன தோன்றியதோ தெற்கு வாயிலில் ஓர் ஏற்பாடு செய்து விட்டுத்தான் வந்திருந்தான் சங்கர். உள்ளே கதவைச் சரியாகப் பூட்டாமல் வெளியிலிருந்து தட்டினால் திறக்கும் நேக்கில் பூட்டை வைத்து விட்டு வந்திருந்தான்.

சங்கர் தெற்கு வாயில் கதவை மெல்லத் தட்ட, பூட்டு வாயைப் பிளந்து கொண்டு கதவு திறந்தது. உள்ளே நுழைந்து நேராக அம்மன் சந்நிதி நோக்கி நடந்தான். நடையில் நிதானம் இருந்தாலும் மனதில் நடுக்கம் இருந்தது. தான் செய்து கொண்டிருப்பது திருட்டுக்குச் சமானமான குற்றம். மாட்டினால் என்ன விளக்கம் சொன்னாலும் நம்ப மாட்டார்கள். ஆனாலும் பிரியத்தின் ஏக்கம் அவனைத் தீவிரமாகச் செலுத்தியது.

நட்சத்திரங்கள் கூட அன்று இல்லை. மழை இன்னும் பெய்து கொண்டுதான் இருந்தது. முழுக்க நனைந்தபடி சந்நிதிக்குள் நுழைந்தான் சங்கர். உடல் நீரில் ஊறிக் கிடந்தது. நீரை வழித்து எறிந்தான். லேசாக நடுங்கினாலும் சளி பிடித்துக் கொள்ளும். எனவே உடல் நடுங்காமல் தவிர்த்தான். தும்மல் போடக்கூடாது என வைராக்கியம் காத்தான்.

கருவறைக்குள் நுழைந்த போது அங்கு ஏற்கெனவே யாரோ இருப்பதாகத் தோன்றியது.

★

27

சங்கர் தன் மேலுடை களைந்து, மேனியெங்கும் வியர்வை மினுமினுக்கும் அர்ச்சகர் உருவெடுத்து கருவறையுள் நுழைந்தான். அம்மனிடம் என்ன பேச என அவனுக்குத் திட்டம் இருக்கவில்லை. எப்போதும் அப்படித்தான். அவனை அறியாமல் அதுவாகப் பொங்கும், பிரவாகிக்கும் - ஆடிப் பெருக்கில் நீர் சுழித்தோடும் வைகை நதி போல்.

அங்கே கருவறையில் யாரோ இருப்பது போல் தோன்றியதை உதாசீனம் செய்தான்.

எட்டு வயதில் சங்கர் உறங்கும் போது யாரோ அவனைப் பார்த்துக் கொண்டிருப்பது போல் தோன்றும். பயந்து அலறிக் கண் விழிப்பான். அல்லது படுக்கையிலேயே சிறுநீர் கழிப்பான். அப்போது அம்மா அவனைச் சமாதானம் செய்ய அவர்களின் குலசாமி அம்மன்தான் அவனைக் கவனித்துக் கொண்டிருக்கிறாள், அது அவன் நன்மைக்காக, தீமைகள் அண்ட விடாத பாதுகாப்புக்காக என்றாள். அதை அப்படியே நம்பினான். பயமும், படுக்கையில் சிறுநீரும் அன்றோடு நின்றது. இப்போது அது நினைவு வந்தது.

சங்கர் கன்னியம்மனைப் பார்த்தான். நேற்று ஏற்றி வைத்த அகண்ட தீபம் இன்னும் எரிந்து கொண்டிருந்தது. அதில் எண்ணெய் ஊற்றி நிரப்பினான். கருவறைக்குள் எப்போதும் இரவின் உணர்வுதான்

இருக்கும் என்றாலும் இப்போதுதான் நிஜ இரவில் கருவறைக்குள் நிற்கிறான். அம்மனைக் கண் பருகினான். சிவப்பு உடைகள் மத்தியில் கன்னியம்மன் அமர்ந்திருந்தது அந்நியன் படத்தில் சிவப்பு ட்யூலிப் மலர்கள் நிறைந்த தோட்டத்தின் நடுமத்தியில் சதா நிற்பதை நினைவூட்டியது. சிரித்துக் கொண்டான்.

இன்னும் உற்று அம்மன் முகத்தைக் கவனித்த போது அதில் ஒரு விதக் கனிவு இருந்தது. நியாயமாக விலக்கு காலத்தில் பெண் முகத்தில் கடுகடுப்புதானே இருக்க வேண்டும்!

பின்னோர் இராவினிலே-கரும்
பெண்மை யழகொன்று வந்தது கண்முன்பு;
கன்னி வடிவமென்றே-களி
கண்டு சற்றேயரு கிற்சென்று பார்க்கையில்
அன்னை வடிவமடா!-இவள்
ஆதி பராசக்தி தேவி யடா!

பாரதியின் சொற்கள் மனதில் ஏறி வந்தன. ஆம், இந்த எல்லாமும்தான் இவள். என் சர்வி!

சங்கரின் மனதெல்லாம் இளகி விழிகள் வழி, நாவின் வழி ஒழுகத் தயாராக இருந்தது -

"ஒரு நாள் முழுக்க உன்னிடம் பேசாமல் மூச்சடைத்த மாதிரி ஆகி விட்டது. மலச் சிக்கல் வந்தால் வயிற்றில் ஓர் அவஸ்தை வருமே அது போல் உன்னிடம் சொற்கள் உதிர்க்காமல் மனதில் அதே மாதிரி அவஸ்தை. தள்ளி நிற்பதுதான் நெருக்கத்தை உணரச் செய்கிறது."

மூச்சுக்காற்றுக்குத் தவிப்பது போல் அன்றைய மோர்ஸ் கடமையை ஆற்றினான் சங்கர்.

அன்று வரிசைப்படி சௌந்தர்ய லஹரியின் 72வது பாடல். அது நாள் வரை அம்பாளின் கிரீடம், கேசம், வகிடு, முன்விழும் மயிர், நெற்றி, புருவங்கள், கண்கள், மூன்றாம் கண், முகம், குரல், மூக்கு, உதடுகள், நாக்கு, வாய், மோவாய், கழுத்து, கைகள், நகங்கள் என்று மேலிருந்து கீழிறங்கிய வரிசையில் அன்று மார்புகள். கந்தனும் கணபதியும் அவற்றில் பால் பருகுவதைச் சொல்லி அவற்றின் செழிப்பைப் பகடியாகச் சொல்லும் ஸ்லோகம்.

அதை ஒலித்து முடித்ததும் சங்கர் உள்ளத்தில் நிம்மதி படர்ந்தது. அவனது உள்ளங்கை சிவந்து போயிருந்தது. இன்னொரு புறம் மறுநாளும் இப்படித் திருட்டுத்தனமாக வந்து இசைக்க முடியுமா என்ற கவலை வந்தது. நாளைய கவலை நாளைக்கு எனக் கடந்தான்.

சங்கர் விளக்குகள் எல்லாம் எரிகின்றனவா எனச் சரி பார்த்து விட்டு கருவறையைச் சுத்தம் செய்ய ஆரம்பித்தான். அப்போது சட்டென மணியோசை கேட்டது. கருவறையில் தொங்கும் அதே மணிதான். மோர்ஸ் சங்கேதத்தை இத்தனை நாளும் இசைத்த மணி!

கருவறை சிறிய கனசதுர அறை. அதற்குச் சன்னல்கள் கிடையாது, உள்ளே நுழையும் கதவு மட்டுமே. அதனால் கருவறைக்குள் நிற்கையில் சங்கருக்கு எப்போதும் வியர்க்கும். அதுவும் இத்தனை ஆண்டுகளும் எப்போதும் வெட்டவெளியில் அலைந்து திரிந்த உடல் அவனுடையது. உடம்பு கசகசத்து வீச்சம் எடுக்கும். ஆரம்பத்தில் அதனாலேயே முடிந்த அளவு கருவறையில் இருப்பதைத் தவிர்ப்பான். பூஜை, அர்ச்சனை, அபிஷேகம் தவிர்த்து வெளியேதான் பெரும்பாலும். சமீப நாட்களில்தான் அது தலைகீழாக மாறி அங்கேயே குடியிருக்க ஆரம்பித்தான். கசகசப்பும், வீச்சமும் பழகிப் போய், பின் பிடித்தும் விட்டது.

சொல்ல வந்தது காற்றும் ஒளியும் அவ்வளவாகச் சுதந்திரமாகப் புழங்காத அறை அது. திறந்திருக்கும் கதவு வழி வீசும் காற்றுக்கு கருவறையின் மணி தானாக அடிப்பது எப்போதேனும் நிகழ்வதுதான். ஆனால் அதற்காக இத்தனை சப்தமாகவா! அவ்வளவு வாட்டமாகக் காற்று வீசியது போலவும் தெரியவில்லை. சங்கர் குழம்பிக் கடந்தான்.

நிசப்தம். இன்னும் கொஞ்சம் நிசப்தம். மறுபடி மணி அடித்தது. சங்கர் திடுக்கிட்டான்.

இப்போது அவன் அதிர்ச்சியடையக் காரணம் மணி அடித்தது அல்ல; அதன் அமைவு. இந்த மணியோசை முன்பு அடித்த மணியின் அதே அமைவில் இருந்தது. துல்லியமாக அதே ஒலிச் சரம். சங்கர் யோசனையாக மீண்டும் அதை நினைவுபடுத்திப் பார்த்தான். விரல்களில் எண்ணினான். உதடுகள் முணுமுணுத்தன. மனக்கணக்கிட்டான். அவன் கண்கள் விரிந்தன. அது பழக்கமான ஒரு சொல்லை உச்சரிப்பது போல் தோன்றியது.

அந்த மணியில் இரண்டு ஓசைகள் சாத்தியம் - ஒன்று வெண்கலம், மற்றது வெள்ளி. அதில் வெண்கல ஓசையை டிங் என்றும் வெள்ளி ஓசையை டாங் என்றும் வைத்துக் கொண்டால் மணி இப்படி அடித்தது - டிங் டிங் டிங் சிறிய இடைவெளி டிங் டாங் டாங் டாங் டிங் சிறிய இடைவெளி டாங் டிங் டாங் சிறிய இடைவெளி டிங் டாங் டிங் டிங். ஒவ்வொரு சிறிய இடைவெளியிலும் ஓர் எழுத்து முடிகிறது என்பதாக எடுக்கலாம்.

சங்கர் யோசனையாக அதை மோர்ஸ் குறியீட்டிற்கு மொழிபெயர்த்துப் பார்த்தான்.

"ச ங் க ர்."

ஆ! யாரோ தன்னைப் பெயர் சொல்லி அழைக்கிறார்கள்! ஏதாவது பேய் வேலையா!

சங்கர் குழம்பினான். கொஞ்சம் பயம் வந்தது. வெக்கை தாண்டி அச்சத்தால் வியர்வை ஜனித்தது. சுற்றிப் பார்த்தான். கருவறைக்குள் யாரோ இருப்பதாகத் தான் உணர்ந்தது உண்மைதான்! ஆனால் என்ன மூட நம்பிக்கை இது! சக்திப் பெருக்கு விழாவின் வைகை ஆற்றுச் செந்நீருக்கே பகுத்தறிவு விளக்கம் கண்டவன் நான். பேயாவது பிசாசாவது!

திரும்ப மணி அடித்தது. இம்முறை சற்று நீண்டதாக இருந்தது. சங்கர் கவனித்து அதை மனதில் பெயர்க்கவும் ஆரம்பித்தான். டாங் டிங் டிங் டிங் டாங் டாங் சிறிய இடைவெளி டாங் டிங் டாங் டாங் டிங் பெரிய இடைவெளி டாங் டிங் டாங் சிறிய இடைவெளி டாங் டிங் டாங் டாங் டிங் சிறிய இடைவெளி டாங் டிங் டாங் டாங் டாங் டாங் டிங். முடிந்தது.

பெரிய இடைவெளி வருகிறதென்றால் சொல் முடிவதன் அடையாளம் - "நா ன் அ ம் மு"

அச்சொல்லைக் கிரஹித்து உணர்ந்ததும் சங்கரின் உடல் அதிர்ந்து கொண்டே இருந்தது. அம்முவா! எனது கன்னியம்மனா! அவளா என்னிடம் பேசிக் கொண்டிருக்கிறாள்! ஏதோ அமானுஷ்ய சக்தி பேசுகிறது என்றதுமே பேயைத்தானே இப்பாழும் மனம் யோசித்தது! தெய்வத்தை நினைக்கவில்லையே! அதை எண்ணும் போது மிக வெட்கமாக இருந்தது.

சங்கருக்குத் தான் இயல்பாகப் பேசலாமா அல்லது தானும் மணி வழியாகத்தான் பேச வேண்டுமா எனக் கேள்வி எழுந்தது. அதை உணர்ந்தது போல் அடுத்த மணி அடித்தது.

“நீ குரலாய் இரு.”

பரிசுத்த வேதாகம வாசகம் போல் தோன்றியது. சங்கர் புன்னகையுடன் சொன்னான் -

“அம்மு! எனில், உன்னால் கேட்க முடியும்; ஆனால் பேச முடியாது. அப்படித்தானே?”

மணி தொடர்ச்சியாக அடிக்க ஆரம்பித்தது. மெல்ல அதைப் பெயர்க்கப் பழகினான்.

“இல்லை. என்னால் உன்னைக் கேட்க முடியும். உன்னால் என்னைக் கேட்க முடியாது.”

“ஓ! புரிகிறது.” - சொல்லி முடிக்கும் போது அவனது முகத்தில் மென்சிரிப்பு எழுந்தது.

“என்ன சிரிக்கிறாய்?”

“காதலா காதலா படத்தில் ‘தமிழ்க் கடவுளுக்கு இந்திப் பாடலா?’ என்று முருகனாக வரும் கமல் ஹாசன் கேட்பது நினைவுக்கு வருகிறது. அப்படித் தமிழ் மண்ணின் தெய்வமான உனக்கு என்னுடன் பேச அமெரிக்கன் கண்டறிந்த மோர்ஸ் கோட்தான் கிடைத்ததா!”

“சங்கர், நீதானே இந்த பாஷையைத் தேர்ந்தெடுத்தாய்! நான் அதைத் தொடர்கிறேன்.”

“ஆனால் நான் ஒரு மனிதன். இது நான் ஓர் ஆர்வத்தில் மேற்கொண்ட செயல். அதையே இந்த மண்ணின் ஆதிதெய்வமான கன்னியம்மனும் செய்வது விநோதமாக இருக்கிறது!”

“பண்ணைபுரத்துக்காரர் இசைக் குறிப்புகளை மேற்கத்திய வடிவில்தான் எழுதுகிறார்!”

“ஆஹா! ஆமா!”

“தொடர்புகொள்ளும் முறையை ஒருவரின் பூர்வீகம் தீர்மானிப்பதில்லை. உரையாடும் இருவரின் திறனும், சூழலின்

சாத்தியமும் தீர்மானிக்கின்றன. உன்னால் இருபது முதல் இருபதாயிரம் ஹெர்ட்ஸ் அதிர்வுகளை மட்டுமே கேட்க முடியும். என்னால் பொருட்களை அசைக்க முடியும். இங்கே இந்த மணி இருக்கிறது. உனக்கு மோர்ஸ் சங்கேதம் தெரியும். இந்நான்கு விஷயங்களை இணைத்து பொதுத் தொடர்புப் புள்ளிக்கு வந்திருக்கிறோம்.”

“ரைட், அம்மு!”

“ஓய்ஜா போர்ட் போன்ற முறைகளையும் நாம் பின்பற்றலாம். என்ன ஒன்று, ஏற்கெனவே பேய் என்றுதான் என்னை ஊகித்தாய். ஓய்ஜா என்றால் அதை உறுதிப்படுத்தி விடுவாய்.”

“ஐயோ, இல்லை. அது மானுட முட்டாள்தனம். அப்படிப் பழக்கப்படுத்தப்படுகிறோம்.”

“பதறாதே! கேலிதான். ஆனால் நீ ரொம்பவும் உணர்ச்சிவசப்பட்டிருக்கிறாய், சங்கர்!”

“ஆம். பிரபஞ்சம் தோன்றி பல கோடி மனிதர்கள் தோன்றியும் மறைந்தும் விட்டார்கள். சுமார் ஏழுநூறு கோடி பேர் இன்றும் இங்கு வாழ்ந்து கொண்டிருக்கிறார்கள். அவர்களில் எத்தனை பேருக்கு இந்தப் பாக்கியம் கிடைத்திருக்கிறது, அம்மு! இறையுடன் பேசியது எத்தனை பேர்? அந்த உளப் பெருக்கு இந்த எளியவனுக்கு இருக்கத்தானே செய்யும்!”

“நியாயம்தான். அதைப் புரிந்து கொள்ள முடிகிறது.”

“ஆனால் இத்தனை நாட்கள் இல்லாமல் இன்று எப்படி திடீரென்று? ஒருவேளை, இரவில் மட்டும்தான் பேசுவாயா? நான் எப்போதுமே பகலில்தான் உன்னைக் கண்டிருக்கிறேன்.”

“இல்லை. என்னால் எப்போதும் பேச முடியும். நான் பேச விரும்பியது இல்லை. அவரவர் எல்லைக்குள் நின்று செயல்படுவதுதான் சகலருக்கும் சௌக்கியம். இப்போது உனக்குக் கேள்வி எழலாம் - எனில், இன்று மட்டும் ஏன் பேசினாய் என. அதையும் சொல்கிறேன்.”

“...”

“இது என் ஆண்டு சுழற்சிக் காலம். சற்று உணர்ச்சிகரமாக இருக்கிறேன். எப்போதும் உக்கிரமானவள் இந்நாட்களில் உடைந்து

விடுவது போலிருக்கிறேன். மனதில் மகிழ்வும் துயரும் அதீத எல்லைகளில் மனதில் பொங்கிப் புரண்டு கொண்டிருக்கின்றன. மானுடப் பெண்களுக்கு நேரும் அதே பலவீனம்தான். அதே ரத்தம், அதே வாதை, அதே எரிச்சல். அதன் உந்துதலில்தான் உன்னிடம் பேசத் தீர்மானித்தேன். மற்றபடி, இது ஒரு விதிமீறல்."

"எந்த ஆணும் பெண்ணிடம் பேச விரும்பாத காலம் என்றால் அது இதுதான். ஏனெனில் நல்ல முறையிலான எந்தப் பேச்சும் கூட ஆபத்தாகத் திரியும் மோசமான தினங்கள்."

"உடலிலிருந்து கொஞ்சம் தசை பிய்ந்து குருதியாக வெளியேறுவது சும்மா இல்லை."

"சரிதான். அதைக் குறைத்துப் பேசவில்லை. ஆனால் சில சமயம் மூட் ஸ்விங் என்பது மிகைப்படுத்தப்படுவது போல் தோன்றியிருக்கிறது. அதைச் சாக்காக வைத்து ஆண்கள் மீது, ஏன் பொதுவாகச் சுற்றம் மீதே பெண்கள் அத்துமீறல் செய்வதாகக் கணிக்கிறேன்."

"ஆனால் நான் இப்போது அசலான மூட் ஸ்விங்கில்தான் இருக்கிறேன். என் எல்லைகள் மீறி உன்னுடன் வந்து இப்படிப் பேசிக் கொண்டிருப்பதே அதற்கான நிரூபணம், சங்கர்."

"ஸாரி. உன்னைச் சந்தேகிப்பதோ சோதனை செய்வதோ நோக்கம் அல்ல. ஆர்வம்தான்."

"இதை எல்லாம் புரிந்து கொள்ள என் எல்லைகளை அல்ல, என் எல்லையற்ற தன்மையை உணர்ந்தால்தான் உண்டு. அது உனக்குச் சாத்தியம் இல்லை. அது அவசியமும் இல்லை."

"ம்."

"உடனே துணுக்குறாதே! என் பேச்சின் இயல்பு அது. முகத்திலடித்தாற் போல் சொல்வது."

"ம்ம்ம்."

"இதன் பௌதீக எல்லைகள் குறித்து விவாதித்து நேரத்தை வீணாக்கப் போகிறாயா?"

"இல்லை, இல்லை. எனக்குப் பேசத் தெரியவில்லை. நீ சொல்ல வந்ததைச் சொல், அம்மு."

"அவ்வளவு தூரம் உரை போல், உபன்யாசம் போல் வைத்துக் கொள்ள வேண்டாம். எளிய உரையாடலாகவே இருக்கலாம். உன் குழப்பத்தை, பதற்றத்தைப் புரிந்து கொள்கிறேன்."

"இன்னொரு சந்தேகம். இது போல் முன்பு வேறு யாரிடமாவது பேசியிருக்கிறாயா?"

"இல்லை. நீதான் முதல். நான் இங்கு கோயில் கொண்டு ஆயிரக்கணக்கான ஆண்டுகள் கடந்து விட்டன. இதுவரை எந்த மனித உயிருடனும் தொடர்பு கொண்டதே இல்லை..."

"ஓ!"

"ம்."

"மனிதர்களுடன் பேசவில்லை, சரி. கடவுள்களுடன்? கோடிக்கணக்கான தேவர்களுடன்?"

"அவர்கள் என்னுடன் பேசுவதில்லை. அதாவது என்னை ஒதுக்கி வைத்து விட்டார்கள்."

"ஒரு சங்கடமான கேள்வி, அம்மு."

"சொல்."

"அந்தப் பரமசிவனுடன் கூடவா பேச்சுவார்த்தை இல்லை?"

"இந்த முறிவு தொடங்கியதே அன்னாரிடம் இருந்துதானே!"

"ம்."

"நான் அவரை விலக்கினேன். அவர் என்னை நிராகரித்தார்."

"உன்னை நிராகரிக்கும் தகுதி இங்கே எவர்க்கும் இல்லை."

"இல்லை. இதில் வருத்தம் ஏதும் இல்லை. ஒரு தகவலாக மட்டுமே இதைப் பகிர்கிறேன்."

"ம். அதுதான் சரி."

"கதைச் சுருக்கம் இதுதான்: நான் எவருடனும் பல்லாண்டு காலமாகக் கதைத்ததில்லை."

"எனில்..."

"எனில்?"

“ஒன்றுமில்லை.”

“எனில் இப்போது மட்டும் ஏன் என்னிடம் பேச முடிவெடுத்தாய் என யோசிக்கிறாயா?”

“உலகநாயகி உன்னிடம் உளத்தின் உள்ளே வைத்து எதையும் மறைக்க முடியுமா! ஆம்.”

“ஏனெனில், உன்னைத் தவிர வேறு எவரும் என்னை நேசிப்பதாகச் சொன்னதில்லை.”

“...”

“இத்தனை ஆயிரம் வருஷங்களில் எத்தனை லட்சம் பேர் என் மீது உருகியிருக்கிறார்கள். நாள் தவறாது என் நாமத்தை உச்சரித்திருக்கிறார்கள். பெருஞ்சொத்தைக் காணிக்கை செய்திருக்கிறார்கள். தம் வாழ்வை என் சேவைக்கென அர்ப்பணித்திருக்கிறார்கள். என் பொருட்டு இல்லறத்தில் துறவு பூண்டு சதா என்னைத் தியானித்திருக்கிறார்கள். எல்லாம் பக்தி. அவை ஏதும் குறையில்லை. என் பிரியத்துக்குரியதே. ஆனால் எவரும் என்னிடம் வந்து காதலிப்பதாக நின்றதில்லை. என்னை இறைவியாக அன்றிச் சமமாக, சகியாகக் கண்டதில்லை. எல்லாம் மேல் எனக்கெனச் செல்லப் பெயர் வைத்து அழைத்ததில்லை.”

“அம்மு...”

சங்கருக்கு உள்ளே பனி விழத் தொடங்க, வெளியே கிழக்கே வெளுக்க ஆரம்பித்தது.

★

28

சங்கர் சாவி கொடுத்த பொம்மை போல் வீட்டுக்கு வந்தான். அவன் பூட்டைத் திறக்கும் சமயம் சமத்துவபுரத்தில் இருக்கும் ஒரே ஒரு சேவல் கூவியது. ராத்திரி முழுக்கக் கண் விழித்திருந்ததும், தொடர்ச்சியாக மணியோசையை மனதில் மொழிபெயர்த்துப் புரிந்து கொண்டு பதிலுரையாடியதும் சேர்ந்து மண்டையை இடித்தது. அப்படியே படுக்கையில் விழுந்து உறங்கிப் போனான். அந்தி சாயும் நேரம் கண் விழித்தான். சோம்பல் முறித்து எழுந்தான். வயிற்றைச் சுத்திகரித்தான். முகச்சவரம் செய்தான். தீவிரமாகக் குளித்தான்.

கடைக்குப் போய் காய்கறி வாங்கி வந்தான். வெண்சோறும், வெங்காய சாம்பாரும், செங்கீரைப் பொரியலும் செய்தான். கொஞ்சம் ரசம் வைத்து அப்பளம் பொரித்தான்.

இரண்டு நாட்களாகத் தின்னாத குறை தீர்க்க வயிறு முட்டத் தின்றான். ஏப்பம் விட்ட பின் துகிலுடுத்தித் தாயாரானான். சற்று நேரம் தொலைக்காட்சி மேய்ந்தான். சன் டிவியில் 'லிட்டில் ஜான்' போட்டிருந்தார்கள். 'என்னடா இது சோதனை!' என எண்ணியபடி சற்று நேரம் மூக்குத்தி அம்மனைத் தரிசித்தான். ஜோதிகாவை விட மூக்குத்தி அம்மன் அழகு என்றொரு ஹேஷ்யம் அல்லது மதிப்பீடு தோன்றியது. அவசரமாக அதை உதறினான்.

முந்தைய இரவின் சம்பவங்களை அசை போட்டுப் பார்த்தான் சங்கர். அப்போதிருந்த தூக்கக் கலக்கமோ என்னவோ பிசி ஸ்ரீராம்

ஒளிப்பதிந்த காட்சி போல் எல்லாம் புகை படர்ந்து தோன்றின. எல்லாம் தன் கனவு அல்லது கற்பனைதானோ என யோசித்தான்.

Delusion, Hallucination, Schizophrenia என்றெல்லாம் சொல்வார்களே! அது மாதிரி ஏதாவது ஒன்று தனக்கு நடக்கிறதா? ஆனால் உளச் சிக்கல் இலாதோர் யார்! எல்லோருக்குமே ஏதேனும் பிறழ்வு இருக்கத்தான் செய்கிறது. அதன் அளவுதான் வித்தியாசம். உடம்பில் உயிர் இருப்பதை வலி உணர்த்துவது போல் நாம் மனிதர் என்பதை மனப் பிறழ்வுகளே உறுதி செய்கின்றன. இல்லையென்றால் மிருகங்கள் போல் எளிதில் கணிக்க முடிந்த செயல்பாடுகளில் ஈடுபடும் சட்டகத்துள் மனித இனம் சிக்கிக் கொண்டிருந்திருக்கும்.

மற்றதெல்லாம் கிடக்கட்டும். ஆனாலும் அந்தக் கோயில் மணி உரையாடல் பொய்யா!

அப்போது 'அரசு' திரைப்படத்தின் நகைச்சுவைக் காட்சி நினைவுக்கு வந்தது அவனுக்கு. பாலாஜியிடம் வடிவேலு "அவனவன் ஈமெயில் இண்டர்நெட்னு சொல்லி லவ் பண்ணிட்டு இருக்கான், உங்க சிக்னல் மணியில, அதுவும் கோயில் மணியில. பகவானுடைய மணி உனக்கு அவ்வளவு எளக்காரமாப் போச்சு. இதுதான் தெய்வீகக் காதலா?" எனச் சொல்லி அடித்து விரட்டுவார். பரவாயில்லை. இங்கே வடிவேலுவும் நானே, பாலாஜியும் நானே!

என்ன மாதிரி அபத்த நகைச்சுவைகளுக்கிடையே வாழ்வு நகர்ந்து கொண்டிருக்கிறது!

மீண்டும் இன்றிரவு கோயிலுக்குப் புறப்பட வேண்டும். இன்றும் அம்மன் இறங்கி வந்து பேசுவாளா? நேற்று கிளம்பும் போது உரையாடல் முடிந்த விதத்தை நினைவு கூர்ந்தான்.

"நேரமாகி விட்டது கிளம்பு, சங்கர்."

"சரி. நாளை இரவும் வருவாயா?"

"தெரியவில்லை. பார்க்கலாம்."

"மழுப்பாமல் பதில் சொல்லலாம்."

"நிஜமாகவே தெரியாது, சங்கர்."

அம்மு இன்றும் பேசுவாள் என்றுதான் உள்ளுணர்வு சொன்னது.

'அம்பாள் என்றைக்கடா பேசினாள்?' என்ற கலைஞர் வசனம் நினைவுக்கு வந்து மெல்லச் சிரித்துக் கொண்டான்.

நன்கு இருட்டி விட்டதை உறுதி செய்து கொண்டு வீட்டைப் பூட்டி விட்டுக் கிளம்பினான்.

அவன் அந்த நடுநிசியில் கிளம்பி ஊரைப் பார்த்து நடப்பதை விளக்கணைக்க ஜன்னல் பக்கம் எழுந்து வந்த கயல்விழி பார்த்துக் குழம்பினாள். இந்நேரம் எங்கே போகிறான்?

★

சங்கர் நல்லிருட்டில் ஆலயத்தின் தெற்கு வாசல் கதவைத் திறந்து உள்ளே நுழைந்தான். துஷ்டி வீட்டின் நில்லாத அழுகை போல் இன்னும் மழை பெய்து கொண்டுதான் இருந்தது.

சங்கர் அடி மேல் அடி வைத்து நிதானமாகக் கருவறைக்குள் நுழைந்தான். உண்மையில் அவன் இருதயம் இரு மடங்கு வேகமாகத் துடித்துக் கொண்டிருந்தது. அவள் வருவாளா?

சற்று நேரம் அம்மன் சிலையைப் பார்த்தபடி நின்றான். அம்மு 'லிட்டில் ஜான்' மூக்குத்தி அம்மனை விட அழகு! அவன் ஏதும் பேசவில்லை. அம்மன் பேசுவதற்குக் காத்திருந்தான்.

முழுதாக ஒரு நிமிடம் மௌனமாகக் கடக்கும் முன் மணியோசை கேட்க ஆரம்பித்தது.

"நான் இன்றும் வருவேன் என எந்த நம்பிக்கையில் வந்தாய், சங்கர்?"

"வர வேண்டும் என விரும்பினேன். இல்லை, வருவாய் என அறிவேன்."

"ம். அந்த மட நம்பிக்கைதான் என்னை இன்றும் இழுத்து வந்ததோ!"

"ஓ!"

"ம். விசித்திரம்தான். உண்மையில் நேற்றைய மீறலோடு நிறுத்திக் கொள்ள வேண்டும் என்றே தீர்மானம் செய்தேன். ஆனால் இது ஒரு போதை போல் என்னை மீறி நடக்கிறது."

"கடவுளுக்கு வந்தாலும் காதலுக்குக் கண்ணில்லை போலிருக்கிறது!"

“ஆனால் நான் காதல் செய்வதாகச் சொல்லவே இல்லையே, சங்கர்!”

“ஆம். நீ வெளிப்படையாக அப்படிச் சொல்லவில்லைதான், அம்மு.”

“சற்று தள்ளி நின்று இதைக் கண்டால் அசட்டுத்தனமாக இருக்கிறது.”

“உலகில் புத்திக்கு எந்த வேலையும் இல்லாத ஒரே விஷயம் இதுதான்.”

“ம்.”

“சரி, உன்னைப் பற்றிச் சொல், அம்மு. நீ மகிழ்ச்சியாக இருக்கிறாயா?”

“இந்தக் கேள்வியையும் வாழ்வில் முதல்முறையாக எதிர்கொள்கிறேன்.”

“ஓ! சரி, பரவாயில்லை. இனி மேல் அடிக்கடி கேட்பாய். பதில் சொல்.”

”நேரடியாகப் பதில் சொல்வதை விட கொஞ்சம் சுற்றி வளைக்கிறேன்.”

“பூடகப் பேச்சு பெண்களின் பிறவிக் குணம். அம்மனும் விலக்கல்ல.”

“அடடா, சங்கர்! ஆனால் இன்று இந்த அம்மனும் கூட விலக்குதான்.”

“ஐயோ, அம்மு! மூட் ஸ்விங்கில் புவர் ஜோக் எல்லாமா வருகிறது!”

“டேய்!”

“சரி, சரி. மேலே சொல்.”

“ஊர் என்னைக் கன்னி என அழைக்கிறது. அதாவது அதுதான் என் அடையாளம் என நினைக்கிறது. ஆனால் எனக்கு நானே இன்னொரு பெயர் தேர்ந்தெடுத்திருக்கிறேன்.”

“என்ன பெயர்?”

“முண்டக் கண்ணி என்று ஒரு தெய்வத்தைக் குறிப்பார்கள். முண்டகக்கண்ணி என்பதன் திரிபு. அவளது கண்ணின் சிறப்பை

ஒட்டி எழுந்த பெயர். அது மாதிரி என்னை முண்டக் கன்னி எனலாம். அதாவது முண்டைக் கன்னி. கன்னியாகவே கைம்பெண் ஆனவள்."

"ஏன் அப்படி அபச்சொல்லாகச் சொல்கிறாய், அம்மு?"

"ஆம். நான் நித்யகன்னி. எனக்கு ஒருபோதும் மணமாகப் போவதில்லை. நான் ஏன் ஓர் ஆடவனின் வருகைக்குக் காத்திருக்க வேண்டும்? அப்பிம்பமே அவமானகரமானதாகத் தோன்றுகிறது. எனவே அதை விட முண்டைக் கன்னியாக இருப்பது மேலானதுதானே!"

"இதற்கு நான் எப்படி எதிர்வினையாற்ற எனத் தெரியவில்லை."

"இதை இரக்கம் கோரி அல்ல, ஒரு தகவலாகவே சொன்னேன்.

"ம்."

"என் முன் ஜென்மத்தில் நான் சதியாகப் பிறப்பெடுத்தேன். அக்கதை அறிவாயல்லவா?"

"தெரியாமல் என்ன! தாட்சாயணி என்ற பெயர்தான் இங்கே வெகுபிரபல்யம். சிவனாக சிவாஜி கணேசன் நடித்த திருவிளையாடல் திரைப்படத்தில் அப்படித்தான் அழைப்பார்."

"ஓஹோ, சங்கரா! அப்படியா சேதி!"

"இந்தியப் பத்தினிகள் செத்த கணவனின் சிதையில் விழுந்து சாகும் உடன்கட்டை ஏறும் வழக்கத்துக்கு உன் நினைவாக சதி என்ற பெயரைத்தான் வைத்திருக்கிறார்கள். அந்த அடையாளம் உனக்கு உவப்பானதா என்ன? எனவே, அந்தப் பெயரைத் தவிர்க்கிறேன்."

"நியாயம்தான்! மேலே சொல், கேட்போம்."

"இப்போது படத்தை விட்டுவிடுகிறேன். அது வெகுமக்களுக்காக எளிமைப்படுத்தப்பட்ட ஒரு நாடகீய வடிவம். நானறிந்த புராணத்துக்கு வருகிறேன். புருஷனாகிய சிவன் சொல் கேளாமல் தன் தந்தை தட்சன் நடத்திய மஹாயாகத்துக்கு அழைப்பில்லாமல் சென்று அவமானம் எய்துகிறாள் தாட்சாயிணி. அதனால் அந்த யாக குண்ட நெருப்பில் பாய்ந்து உயிர் விடுகிறாள். சிவன் சினமுற்று வீர பத்ரனையும் பத்ர காளியையும் உண்டாக்கி தட்சனையும் அவன் யாகத்தையும் அழிக்கிறார். தாட்சாயணியின் இழப்பு

தாளாமல் அவளது உடலைத் தோளில் சுமந்தபடி பித்தனாகப் பிரபஞ்சமெங்கும் திரிகிறார் சிவன்.”

“ம்.”

“ஒரு கட்டத்தில் அதனால் உலகின் சமநிலை குலையவே காக்கும் கடவுளான விஷ்ணு தன் சுதர்சனச் சக்கரத்தால் தாட்சாயணியின் இறந்த உடலைக் கூறு போடுகிறார். அது ஐம்பத்தியொரு துண்டங்களாகப் பூமியில் சிதறி விழுகிறது. அப்படி விழுந்த ஒவ்வொரு உறுப்பும் ஒரு சக்தி பீடக் கோயிலாக உருப்பெறுகிறது. தமிழகத்தில் கன்னியாகுமரி, சுசீந்திரம் உட்பட இந்தியா முழுக்கப் பல ஆலயங்கள் இதில் அடக்கம். பாகிஸ்தான், பங்களாதேஷ், இலங்கை, நேபாளம் என பிற நாடுகளிலும் சக்தி பீடங்கள் உண்டு.”

“யாரோ ஒரு மூன்றாம் நபரின் கதையைச் சொல்வது போல் சொல்கிறாய், சங்கர்!”

“ஐயோ, ஸாரி. சரிதான். இன்னும் கொஞ்சம் சென்சிடிவாகச் சொல்லி இருக்கலாம்.”

“நானுமே அப்படித்தான் கேட்டுக் கொண்டிருந்தேன். யாரோ ஒருவருக்கு நடந்தது போல். நடந்து வெகுகாலம் ஆகிற்று! நானும் அதிலிருந்து வெகுதூரம் நகர்ந்து வந்து விட்டேன்.”

“ம்.”

“ஏறத்தாழ நீ சொன்னதுதான் எனக்கு நடந்தது. ஒரே ஒரு விஷயம்தான் வித்தியாசம்.”

“என்ன?”

“ஐம்பத்தியொரு துண்டுகள் அல்ல; ஐம்பத்தியிரண்டு துண்டுகளாகச் சிதறினேன்.”

“அப்படியா!”

“ஆம். அந்த கடைசி உறுப்பு என் மனம்.”

“ஓ!”

“அது விழுந்த இடம் எது தெரியுமா?”

“எங்கே.”

“இங்கேதான். இந்தக் கபாடபுரத்தில்.”

“எல்லா உறுப்பையும் விழுந்து சேவிப்பவர்கள், என் மனதை மட்டும் மறந்து விட்டார்கள்.”

“ம்.”

“பெண்கள் மனம் மறக்கப்படுவது, உதாசீனம் செய்யப்படுவது உலக வழக்கம்தானே!”

“என் நிலைப்பாடு சற்று வேறு. பெண்கள் சமமாக பாவிக்கப்பட வேண்டியவர்களே! அதற்கு மாறாக அவர்கள் ஒடுக்கப்படுகிறார்கள் என்பது நிஜம்தான். அதே சமயம் அவர்களும் தம்மை உயர்த்திக் கொண்டு அதற்குத் தகுதி பெற வேண்டும். குனிந்து தருவது பிச்சை, அண்ணாந்து ஏற்பது யாசகம். சமமாக நின்று பெறுவதே கௌரவம்.”

“போதும் போதுமென ஆண் - பெண் சமத்துவம் பற்றிச் சிந்தித்தும் பேசியும் விட்டேன். அதுதான் என்னை இந்த இடத்தில், இந்த நிலையில் கொண்டு வந்து நிறுத்தியிருக்கிறது.”

“ம்.”

“ஆணாதிக்கம் அல்ல, நிஜத்தில் குடும்ப அமைப்பே பெண்ணை அடிமையாக்குகிறது.”

“ம்.”

“எனக்குக் குடும்பம் உண்டாக்கியவர்கள் மனிதர்கள்தாம். நானும் அதைக் கலைக்க விரும்பாமல் தொடர்ந்து கொண்டிருக்கிறேன். நான் தனியளாகவே என் கதையைத் தொடங்கினேன். முதலில் சிவனைப் பிடித்து எனக்குக் கட்டி வைத்தீர்கள். அப்புறம் விஷ்ணுவை எனக்குச் சகோதரன் ஆக்கினீர்கள். என் ஆயுதங்களைப் பிடுங்கி விட்டு அலங்காரத்தைக் கொடுத்தீர்கள். ரௌத்ரத்தை நீக்கி விட்டு சாந்தம் வழங்கினீர்கள்.”

“...”

“போர்த்தொழில் பழகும் தாய்த் தெய்வம் நான். என்னை முதலில் குடும்பஸ்தியாக்கி இப்போது தாய்மைக்கான தெய்வம் ஆக்கி விட்டீர்கள். கணவன், பிள்ளை, குடும்பம் எல்லாம் பொறுப்புகள். அலங்காரங்கள் களைந்து கொஞ்சம் உடைத்துச் சொன்னால்

சுமை. நத்தை தன் வீட்டை முதுகில் சுமந்தபடியே திரிவது போல் அந்தப் பொறுப்புகள் எல்லாமும் சுமந்தபடி நான் இந்த ஊரைக் காக்கும் வேலைகளையும் செய்ய முடியுமா!"

"நியாயம்தான். அம்மனுக்குப் பத்துக் கை இருக்கிறது என்றாலுமே இது சிரமம்தான்!"

பிறகு நெடுநேரம் பொருளில்லாமல் பேசிக் கொண்டார்கள். அர்த்தமற்ற இனிமைகள். இடையே கன்னியம்மன் ஒரு நீண்ட பெருமூச்சுடன் ஒரு விஷயம் பேச ஆரம்பித்தாள் -

"மும்முலை அம்மன் கதை வெறும் ஆயிரம் ஆண்டுகளுக்கு முன் உருவானது. என் மீது ஏற்றப்பட்டது. இப்போது அதுவும் என் கதைதான். அதில் வரும் தடாதகையை நான் என நானே நம்பத் தொடங்கி விட்டேன் என்பதாலேயே உன்னிடமும் அவ்வாறே பேசுகிறேன். ஆனால் என் அசல் கதை ஒன்று உண்டு. அதற்கும் வெகு முந்தையது. அந்தப் பண்டைய கதையை நானே இன்று கிட்டத்தட்ட கடந்து வந்து விட்டேன் என்றே சொல்ல வேண்டும்."

"ஓ!"

"ஆனால் இந்த நெடிய இரவில் உனக்குச் சொல்லலாம் எனத் தோன்றுகிறது. இது வரை நீ அறிந்தது ஒரு பெருந்தெய்வத்தின் கதை. ஆனால் இப்போது நான் சொல்லும் பழங்கதை ஒரு சிறுதெய்வத்தின் கதை. சாதாரண மனுஷி சிறுதெய்வமான கதை. என் மனதுக்கு நெருக்கமான கதை. ஆனால் நானே ஞாபகத்திலிருந்து நீக்க விரும்பும் வாதைக் கதை!"

அம்முவாகிய கன்னியம்மன் தன் பூர்வீகக் கதையைச் சொல்ல ஆரம்பித்தாள். சங்கர் தன் கவனம் முழுக்கவும் குவித்து ஒரு தவம் போல் அவள் கதையை செவி மடுத்தான்.

அம்மன், அம்மு என்பவை தாண்டி மூன்றாவதாக ஒரு முகத்தை அறிமுகம் செய்த கதை. சங்கரின் முகத்தில் கதைப்போக்கின் வெவ்வேறு உணர்ச்சிகள் மாறி மாறித் ததும்பின.

இரவு முடிய ஆரம்பித்தது, விடியல் புலரத் தொடங்கியது, மணியோசை மௌனமானது.

"நாளை நான் வர மாடேன் சங்கர்."

“ஏன்? நாளைதானே கடைசி நாள்!”

“ஆம். நான் கொஞ்சம் ஓய்வெடுக்க வேண்டும். சற்று தனிமையில் இருந்தால் தேவலாம் எனத் தோன்றுகிறது. எனவே, அப்படித் தீர்மானித்திருக்கிறேன். அதனால் நீயும் வராதே!”

“ம்.”

“தவிர, நீ நாளை வருவது உனக்குப் பாதுகாப்பில்லை. யாரும் உன்னைப் பார்க்கவில்லை என நீயாக நம்பிக் கொண்டிருக்காதே. உன்னை விரும்புவோர், வெறுப்போர் ஏராளம்.”

“சரி, நீ வர வேண்டாம். நான் வருவேன்.”

“ஏன்? எதற்கு? என்ன முட்டாள்தனம் இது?”

“இத்தனை நாளாக நீ பதில் பேசுவாய் என்றா நான் பேசிக் கொண்டிருந்தேன்? அது என் ஆசை, என் திருப்தி, என் மகிழ்ச்சி, என் நிம்மதி. அதை நான் அப்படியே தொடர்வேன்.”

“ம்.”

“நீ வருவதும் அளவளாவுவதும் கூடுதல் சந்தோஷம். பெருமை. ஏன் கர்வம் என்றே கூட வைத்துக் கொள்ளேன். எத்தனையோ மானுடர்கள் ஆண்டுக்கணக்கில் தவம் இருந்தும் கிட்டாத பாக்கியம், எத்தனையோ குறைகள் கொண்ட அற்பனான எனக்கு வாய்ப்பது அதிர்ஷ்டம்தான். அது பற்றிய நிறைவும் நன்றியும் என்றும் எனக்கு உண்டு. அது வேறு.”

“நான் வருகிறேன். இல்லை, போகிறேன்.”

“ம்.”

★

29

சங்கர் இருளில் வீட்டுக்கு நடை போடும் போது அம்மனின் கதையை அசை போட்டான்.

கபாடபுரத்துக்கு கபாடபுரம் என்ற சிடுக்குப் பெயர் சிக்காத பழங்காலம். ஆழ்வார்களும் நாயன்மார்களும் தோன்ற அவசியப்பட்டிராத எளியர் பக்திக் காலம். சிறுதெய்வங்கள் திரிபடையாமல் ஜீவித்திருந்த, வைதீகப் பெருங்கோயில்கள் உருவாகாத பொற்காலம்.

ஓர் ஊரில் ஒரு கணவன், மனைவி இருந்தார்கள். அவர்கள் இக்கதையின் ஆரம்ப வரியை 'ஓர் ஊரில் ஓர் அப்பா, அம்மா இருந்தார்கள்' என்று மாற்றி எழுத மிக ஆசைப்பட்டார்கள்.

ஆனால் நெடுநாள் காத்திருந்தும் அவர்களுக்கு மகவு வாய்க்கவில்லை. மருந்து, மாயம், பக்தி, பரிகாரம், தானம், தருமம் என அத்தனை வழிகளும் முயன்று பார்த்து விட்டார்கள். பயனில்லை, பலனில்லை. பரம்பரையாகப் பணம் கொழிக்கும் வீடு. எனவே, கணக்குப் பாராமல் வாரி இறைத்தார்கள். ஆனாலும் ஒற்றை வாரிசுக்கு வழியில்லாமல் இருந்தது.

ஒரு நாள் ஒரு பிச்சைக்காரன் அவர்களின் வீட்டின் வெளியில் நின்று யாசகம் கேட்டான்.

அவனுக்குக் குறைந்தது எழுபது வயதிருக்கும். குளித்து வாரங்களும் முகச்சவரம் செய்து மாதங்களும் உடைகளைத் துவைத்து

வருடங்களும் ஆகியிருந்தன. அது போக உடலில் ரோகங்கள் இருந்தன. ஆச்சரியமாக, ஒரு துர்நாற்றமும் அவனிடம் வீசவில்லை. உடல் எங்கும் விபூதி பூசியிருந்ததால் இருக்கலாம். நெற்றியில் பட்டை. கணவன் அவனைக் கண்டதும் அருவருப்பாகி விரட்டி அடித்தான். மனைவி அவனை வீட்டுக்குப் பின்புறம் கூப்பிட்டு சோறு போட்டாள். அவளைப் பார்த்தபடி நிதானமாகச் சாப்பிட்டு முடித்தான்.

கை கழுவி விட்டுக் கிளம்புகையில் பிச்சைக்காரன் அந்த மனைவியிடம் கேட்டான் -

“சாலைப் பள்ளம் மாதிரி உன் முகத்துல ஏதோ ஒரு மனக்குறை தெரியுதேம்மா. என்ன தீரனும் உனக்கு? சோறுண்ட நன்றிக்கு ஏதாவது செய்ய முடியுதான்னு பார்க்கறேன்.”

அவளுக்கு என்ன தோன்றியதோ, படபடவென மனதிலிருந்ததைக் கொட்டி அழுதாள். பிச்சைக்காரன் தீட்டுத் துணியைத் தொடுவது போல் இரண்டே விரல்களால் அவளது வலது கை மணிக்கட்டைப் பிடித்து நாடி பார்த்து விட்டுப் பெருமூச்சுடன் சொன்னான் -

“இது உன் புருஷன் பிரச்சனை. தீர்வு உண்டு. இரண்டு விஷயங்கள் செய்ய வேண்டும். நான் ஒரு மலர் தருகிறேன். நூறு இதழ்கள் கொண்டது. தினம் ஓர் இதழ் என அதைத் தின்ன வேண்டும். அதை விட முக்கியம் உன் புருஷனை இந்த நூறு நாளும் உன்னை அண்ட விடாதே. நூற்றி ஒன்றாவது நாள் சோதனை செய்தால் கரு உண்டாகி இருக்கும்.”

அவளுக்கு ஒன்றுமே புரியவில்லை. நூறு நாட்கள் கணவனைத் தொட விடாது இருந்தால் எப்படிக் கரு உண்டாகும்? இந்த மனிதர் சித்த சுவாதீனத்துடன்தான் இருக்கிறாரா எனக் குழம்பினாள். அப்போது வீட்டினுள்ளே இருந்து கணவனின் கோபமான குரல் கேட்டது -

“அங்க அந்தச் சொறி புடிச்ச பைத்தியகாரனோட என்ன பேச்சு வார்த்தை? உள்ளே வா!”

மனைவி அவசரமாகக் கிளம்பினாள். பிச்சைக்காரன் புன்னகையுடன் சொன்னான் -

“என் சொல் உனக்கு உளறலாக இருந்திருக்கலாம். விளக்கம் கூறுகிறேன். உன் புருஷன் உயிரணு ஒன்று உன் பிறப்பு வாயிலில்

ஒட்டிக் கொண்டு உள்ளே வரும் உயிரணுக்கள் எல்லாவற்றையும் கொன்று குவிக்கிறது. அதற்கு நீந்தும் சத்து இல்லாமல் இருப்பதால் கரு முட்டையைச் சென்று அடையவும் முடியவில்லை. அந்தக் கோபத்தில் பல காலமாக இதைச் செய்து கொண்டிருக்கிறது. அது உள்ளே இருக்கும் வரை உனக்கு மகவு இல்லை. அதற்குச் சாவு இல்லை என்பது அதன் விதி. இன்னும் சொன்னால் உன் கணவனின் பிரதி அது. அதே புத்தி, அதே செயல். எனவே அதை அழிக்க முனைவதை விட சாந்தப்படுத்தி, சக்தியூட்ட வேண்டும். அப்புறம் அது கரு முட்டையைத் தானாக அடைந்து கலந்து உன் வயிற்றில் கருவை உண்டாக்கிடும். இதுதான் விஷயம். இதைச் செய்யத்தான் நான் தரும் மலர் உதவும். இப்போது நீ சொல். உனக்கு அந்த மலர் வேண்டுமா இல்லையா? உனக்கு என் மீது நம்பிக்கை இல்லை எனில் அதில் ஒன்றும் தவறில்லை. நான் போய் விடுவேன். மலரை வீணடிக்க விரும்பவில்லை. மற்றவர்க்குப் பயன்படும். நீ நம்பினால் தருகிறேன்."

எதைத் தின்றால் பித்தம் தெளியும் என்ற மனநிலையில் இருந்தவள் காலில் விழுந்தாள். பிச்சைக்காரன் தன் இடுப்பு வேட்டியை உதற, ஒரு புத்தம் புதிய மலர் கைக்கு வந்தது. அதை அவளிடம் கொடுக்க, அவள் தன் கண்களில் ஒற்றி அதை வாங்கிக் கொண்டாள்.

புருஷனிடம் நடந்ததைச் சொன்னாள். அவளோடு அடுத்த மூன்றரை மாதங்களுக்குப் படுக்க முடியாது என்பது எரிச்சலூட்டும் சமாச்சாரம் என்றாலும் அவனுக்கு ஊருக்குள் 'பெட்டை' என்ற பட்டப் பெயர் உருவாக ஆரம்பித்திருந்தது. அதிலிருந்து அவசரமாகத் தப்பிக்க விரும்பினான். எனவே, அரை மனதுடன் அச்சிகிச்சைக்கு ஒப்புக் கொண்டான்.

நூறு நாள் தவறாமல் இதழை உண்டாள். தவறிக் கூட கணவன் கை படாமல் பார்த்தாள்.

மலருண்ண ஆரம்பித்த பின் அவளுக்கு மாத விலக்கே வரவில்லை. நூற்று ஒன்றாம் நாள் நேராக இருவரும் வைத்தியரைப் போய்ப் பார்த்தார்கள். அவள் கர்ப்பம் என்பதை உறுதி செய்தார். கோபக்கார உயிரணு சாந்தியாகி இருந்தது. ஒன்பதாம் மாதம் அழகிய பெண் குழந்தையைப் பெற்றெடுத்து வந்தாள் மனைவி. ஆண் பிறந்திருக்கலாம் என ஆதங்கம் புருஷனுக்கு எழுந்தாலும் தன் அவப்பெயரைத் துடைத்ததே என்று ஆறுதல் கொண்டான்.

இப்போது கதை எழுதினால் 'ஓர் ஊரில் ஓர் அப்பா, அம்மா இருந்தார்கள்' என்றே எழுத வேண்டியிருக்கும். அந்தப் பெண்ணுக்குப் பொன்முத்தம் எனப் பெயர் சூட்டினார்கள்.

பொன்முத்தம் தங்கம் புடம் போடுகிற மாதிரி வளர்ந்தாள். முத்தத்தை எல்லோருக்கும் பிடிக்கும் என்பது போல் அவளைக் குடும்பமும் சுற்றமும் ஊரும் உறவும் விரும்பியது.

அவ்வூரில் அந்நாளில் பொதுவாக பன்னிரண்டு வயதில் பெண் பருவமடைந்து விடுவாள். அதிகம் போனால் பதினாறு வயது. சில பெண்கள் பத்து வயதில் கூட ருதுவானது உண்டு. பொன்முத்தம் பதின்மூன்று வயதாகியும் வயதுக்கு வரவில்லை. இத்தனைக்கும் மிகச் செழிப்பான உடல்வாகு. மாசு, மருவற்ற தோற்றம். ஆனால் உடம்புக்குள் பெண்மையின் குரல் கேட்கவே இல்லை. முதலில் அம்மா கவலைப்பட ஆரம்பித்தாள். பதினான்கு வயது கடந்தும் அவள் வயதுக்கு வரவில்லை என்றதும் அப்பாவும் கவலைப்பட ஆரம்பித்தார்.

குழந்தைக்கு அலைந்தது போலவே ஆலோசனையாக வந்து சேரும் பாதைகள் எல்லாம் முயன்றார்கள். அவளுக்குப் பதினைந்து வயதானது. அப்போதும் தூமை கசியவில்லை பொன்முத்தத்துக்கு. ஏதோ சாபம்தான் தொடர்ந்து பீடிக்கிறது என்று நினைத்தார்கள்.

யாரோ ஒருவர் சொல்லி யாகம் கூட நடத்திப் பார்த்தார்கள் பயனில்லை. அவளுக்குப் பதினாறு வயதும் கடந்தது. அவர்கள் இருவரைத் தவிர ஊரில் எவருக்கும் இந்த விஷயம் தெரியாது. ஆனால் பதினாறு கடந்த பின் பெண் கேட்க ஆரம்பிப்பார்கள். ரொம்ப நாள் இதை மறைக்க முடியாது. என்ன செய்வதெனத் தெரியாமல் கையைப் பிசைந்தனர்.

அன்றைக்குப் பெண் வயதுக்கு வராதிருப்பது மிகப் பெரிய அவமானமாகப் பார்த்தனர். வளர்ப்பு சரியில்லை, ஒழுக்கம் சரியில்லை என வாய்க்கு வந்ததை எல்லாம் பேசுவர். அதற்கு அஞ்சியே பொதுவாக இந்தப் பிரச்சனையை மறைத்தே வைத்தார்கள். சிலர் மறைத்துக் கல்யாணமே பண்ணிக் கொடுத்துப் பிரச்சனையான கதைகளும் உண்டு.

அப்பாவும் அம்மாவும் பேசி, வயதுக்கு வராமலேயே பொன் முத்ததுக்குப் பூப்புனித நீராட்டு விழா எடுத்தார்கள். சொந்தம்

பந்தம் எனப் பெருந்திரள் வந்து விருந்துண்டு அவளை வாழ்த்திப் போனது. அவளிடமும் அதையே சொல்லச் சொல்லி இருந்தனர்.

அதில் எதற்குப் பொய் சொல்ல வேண்டும் என அவளுக்குக் குழப்பம் இருந்தாலும் புதுப் பாவாடை, அலங்காரம், இனிப்புகள் என அவளுக்குப் பிடித்த விஷயங்களை அந்நிகழ்வு தந்ததால் உற்சாகமாகப் பங்கேற்றாள். பையன்கள் அவளை உற்றுப் பார்ப்பது மட்டும் அவளுக்குப் பிடிக்கவில்லை. இன்னும் மாராப்பிழுத்து மறைக்க வரவில்லை அவளுக்கு.

அதற்குச் சில மாதம் கழித்து பக்கத்து வீட்டிலிருந்த அவள் வயதுப் பையன் அவளுக்கு அதிரசம் வாங்கிக் கொடுத்து அவளைக் காதலிப்பதாகச் சொல்லிச் சிரித்தான். அவள் அதிரசத்தைத் தின்று விட்டு அப்பாவிடம் அவன் சொன்னதைச் சொல்லி விட்டாள். இரு வீட்டாரும் சேர்ந்து அவனை நையப் புடைத்தார்கள். அவளுக்குப் பாவமாக இருந்தது.

பதினேழு வயது ஆனது பொன்முத்தத்துக்கு. இன்னும் அவளுக்கு ஒன்றும் நிகழவில்லை. அவளோடு இருந்த தோழிகளில் கணிசமானோருக்குக் மணம் ஆக ஆரம்பித்திருந்தது. அதில் சிலருக்குக் குழந்தையும் கூட பிறக்க ஆரம்பித்தது. ஆனால் இது பற்றி எல்லாம் ஒரு கவலையும் இன்றி மகிழ்ச்சியுடன் விளையாடிக் கொண்டிருந்தாள் பொன்முத்தம்.

அவளைப் பெண் கேட்டு வந்த உறவினர்களை எல்லாம் மறுத்துத் திருப்பி அனுப்பினர். அப்பா பேராசை கொண்டு, ராஜ குடும்பத்தில் மாப்பிள்ளை பார்க்கிறார் என்று வதந்தி பரப்பினார்கள். சில சொந்தங்களுடன் இதன் நிமித்தம் பகை உண்டானது. அப்பாவின் வியாபாரத்தை அது பாதித்தது. வீட்டில் நிம்மதி போனது. பொன்முத்தம் சுமையானாள்.

“அன்று வந்த அந்தப் பிச்சைக்காரர் மறுபடி வந்தால் எவ்வளவு நன்றாக இருக்கும்!”

அம்மா அங்கலாய்த்தாள். அதைக் கேட்டு அப்பா கடும் வசவு வார்த்தைகள் உதிர்த்தார் -

“அந்தப் பிச்சைக்கார நாய் பண்ணுன மந்திரத்துல பொறந்ததாலதான் ஏதோ சத்துக் குறைபாடு இருக்கற குழந்தை பொறந்து இப்படி நம்மை அலைக்கழிக்குது. சாதாரணக் குழந்தையா இருந்தா

எல்லோரையும் போல் வயசுக்கு வந்திருக்கும். இது ஏதோ களி மண்ணால் செய்த பொம்மை. திங்கும் பேளும் மோளும். வேற ஒண்ணுக்கும் ஆகாது. வெளக்குமாத்துக்குப் பட்டுக்குஞ்சம்னு பேர் வெச்சாப்ல பேர் மட்டும் பொன்முத்தம்."

இதனை உள்ளே இருந்து கேட்டுக் கொண்டிருந்த பொன்முத்தம் அதிர்ந்து போனாள்.

தனக்கு இருப்பது இவ்வளவு பெரிய துயரத்துக்கு உரிய பிரச்சனை என்பதே அவளுக்கு அன்றுதான் விளங்கியது. வயதுக்கு வந்தால் கல்யாணம், குழந்தை எனப் பொறுப்புகள் வரும். அது நடக்காத வரை நன்றாக விளையாடி நிம்மதியாக இருக்கலாம் என்பதே அவளது எண்ணமாக இருந்தது. பிறகு அவளும் அதற்குக் கவலைப்பட ஆரம்பித்தாள்.

பொன்முத்தத்துக்குப் பதினெட்டு வயதும் ஆனது. வெளித்தோற்றம் பெரிய பெண் போல இருந்தது. ஆனால் உள்ளூறுப்பு இறங்கி வரவே இல்லை. இயற்கை இரங்கவே இல்லை.

அப்பா இதற்குத் தீர்வாக ஒரு திட்டத்தை அம்மாவிடம் சொன்னார். அவள் அதை ஒப்புக் கொள்ளாததுடன் மிருகம் என அவரைத் திட்டினாள். அவர் மௌனமாகப் போய் விட்டார்.

சில வாரம் கழித்து ஓர் உறவினர் கல்யாணத்துக்கு அம்மா போய் வந்த போது அங்கே பொன்முத்தத்துக்கு ஏதோ உடல் குறைபாடு இருப்பதால்தான் மணம் செய்யவில்லை, அவர்கள் வீட்டுப் பின்கட்டிலுள்ள கொடியில் மாதா மாதம் அம்மாவின் அரையாடைகள் மட்டுமே உலர்கின்றன, அவள் நிஜமாகவே வயதுக்கு வந்து விட்டாளா என்று ஒருத்தி இளக்காரமாகக் கேட்க, எல்லோரும் சிரித்தார்கள். அம்மா பாதியிலேயே அங்கிருந்து கிளம்பி வந்து விட்டாள். அன்று இரவு அப்பாவின் திட்டத்துக்கு சம்மதம் சொன்னாள். அப்பா புன்னகை செய்தார். அவருக்குத் தெரியும் எப்படியும் இறங்கி வருவாள் என்று.

எகத்தாளக் கேள்வி கேட்ட பெண்மணிக்குக் காசு தந்து அந்தச் சம்பவத்துக்கு ஏற்பாடு செய்ததே அப்பாதான் என்பது அம்மாவுக்கு ஒருபோதும் தெரியப் போவதே இல்லை.

திட்டப்படி வண்டிக் கட்டிக் கொண்டு வடதிசையில் இருந்த கொற்றவை கோயிலுக்குச் செல்ல ஏற்பாடு செய்தார்கள்.

அப்பா, அம்மா, பொன்முத்தம் மூவர் மட்டுமே. தானே மாட்டு வண்டியை ஓட்டுவதாகச் சொல்லி வண்டிக்காரரைக் கூடச் சேர்க்கவில்லை அப்பா. அவள் பிரச்சனைக்குத் தீர்வு காணவே கோயிலுக்குப் போகிறோம் என அம்மா பொன்முத்தத்திடம் சொல்லி வைத்திருந்தாள். அவளும் பயணம் போகிறோம் என்றதும் ரொம்பவும் உற்சாகமாகி விட்டாள். வேடிக்கை பார்க்கலாம், விதவிதமாகத் தின்னலாம்.

மரப்பாச்சி பொம்மையும் தான் உடன் எடுத்துச் செல்ல வேண்டும் என்றதற்கு அப்பா கத்தாமல், திட்டாமல் உடன் சம்மதித்து விட்டது அவளுக்கு ஆச்சரியமாகவே இருந்தது.

★

30

ஒரு நாள் மாலை கிளம்பி விட்டார்கள். ஓர் இரவு ஒரு பகல் கடந்து மறுபடி ஓர் இரவு வந்து விட்டது. வண்டி ஒரு வனாந்திரத்தில் சென்று கொண்டிருந்தது. நல்ல நிலா வெளிச்சம்.

அருகே ஓடை ஓடிக் கொண்டிருந்தது. அப்பா வண்டியை நிறுத்தினார். மூவரும் அங்கே முகம், கை, கால் கழுவி விட்டுச் சாப்பிட உட்கார்ந்தார்கள். வீட்டிலிருந்து எடுத்த வந்த உணவின் கடைசிப் பகுதியைச் சாப்பிட்டார்கள். பொன்முத்தம் அதைக் கவனித்து இருந்தாள். மறுநாளில் இருந்து கடைகளில்தான் உணவு. அவளுக்கு எச்சில் ஊறியது.

அம்மா அவளுக்குத் தனியாக எடுத்து வந்திருந்த எள்ளுருண்டையைக் கொடுத்தாள். பொன்முத்தம் ஆசையாக வாங்கி உண்டாள். தூக்கமாக வந்தது அவளுக்கு. அப்பா ஒரு மரத்திற்கு அடியில் படுக்கைக்கு உரிய துணிகளை விரித்தார். மூவரும் படுத்துக் கொண்டார்கள். காற்று நன்கு குளிர்ந்து வீசியது. பொன்முத்தம் அம்மாவைக் கட்டிக் கொண்டாள். ஆற்றின் சலசலப்பு தாலாட்டுவது போலிருக்க உறங்கிப் போனாள்.

திடீரென்று விழிப்பு வந்தது பொன்முத்தத்துக்கு. அவளுக்கு விக்கல் எடுத்தது. மூச்சு முட்டியது. கை கால்களை அசைப்பதில் சிரமம் இருந்தது. "அம்மா!" எனக் கத்தினாள்.

அப்பா - அம்மா இருவருமே சத்தம் கேட்டு எழுந்து விட்டார்கள். நேரம் நள்ளிரவைக் கடந்திருந்தது. அம்மா நிதானமாகத் தன் மீது போட்டிருந்த அவளது கையை விலக்கிக் கொண்டு எழுந்தாள். இருவரும் தள்ளிப் போய் நின்று கொண்டு அவளை வேடிக்கை பார்த்தார்கள். பொன்முத்தத்துக்கு என்ன நடக்கிறது எனப் புரியவில்லை. ஒருவேளை கனவா எனக் குழம்பினாள். இதோ தூக்கத்திலிருந்து விழிக்கப் போகிறோம் எல்லாம் சரியாகி விடும் எனத் தோன்றியது. தாகம் அதிகரித்தது. “தண்ணீ” என அரற்றினாள்.

ஆனால் அம்மாவோ அப்பாவோ அவளுக்குத் தண்ணீர் தர எத்தனிக்கவில்லை. அதுதான் அவர்கள் திட்டம். பொன்முத்தத்துக்குத் தந்த இனிப்பில் விஷம் வைத்திருந்தார் அப்பா.

கோயிலுக்குப் போன இடத்தில் மகள் பெருங்கூட்டத்தில் காணாமல் போய் விட்டாள் என ஊருக்குத் திரும்பி ஒப்பாரி வைக்கப் போகிறார்கள். மகள் ஓர் அவமானமாக எஞ்சுவதை விட அது மேல் என்பது அவர்களின் எண்ணம். அதைத்தான் செயல்படுத்தி இருந்தார்கள்.

பொன்முத்தத்துக்கு மெல்ல என்ன நடந்திருக்கும் எனப் பிடிபட்டு விட்டது. அம்மாவும் அப்பாவும் தன்னைக் கை விட்டு விட்டார்கள். அவள் கண்களில் நீர் வழிந்தது. ஒவ்வொரு கணமும் தாகம் அதிகரித்தபடி இருந்தது. ஆற்றில் நீரோடுவது தெரிந்தது. கொஞ்ச தூரம் மட்டும் போக முடிந்தால் தவிக்கும் வாய்க்குத் தண்ணீர் கிடைத்து விடும். பொன்முத்தம் கைகளையும் கால்களையும் தரையில் உராய்ந்து மெல்ல மெல்ல நகர ஆரம்பித்தாள்.

அவள் ஊரிலிருந்து எடுத்து வந்து, தன்னோடே வைத்திருந்த மரப்பாச்சியை விட்டாள்.

ஊனமுற்ற பெண் ஒருத்தி கோயில் வாயிலில் தவழ்ந்து போய்ப் பிச்சையெடுப்பது போல் தோன்றின அவளது அந்த அசைவுகள். அம்மா அதைக் காணச் சகிக்காமல் கிளம்பலாம் என்றாள். அப்பாவும் பெருமூச்சுடன் கிளம்பி வண்டியில் ஏறி மாடுகளை முடுக்கினார்.

மாடுகள் இரண்டும் கீழே கிடந்த பொன்முத்தத்தைத் திரும்பிப் பார்த்தபடியே சென்றன.

பொன்முத்தம் பல நாழிகைகள் தரையில் நகர்ந்து ஆற்றங்கரைக்கு அருகே வந்தாள். ஆற்றின் நீர் கண்களில் தட்டுப்பட்ட போது அவளுக்கு அடிவயிற்றில் வலி உண்டானது.

அவளது யோனி பூத்து குருதி கசிந்தது. நிலாவின் பால் மழை அவள் மீது பொழிந்தது. அந்த உதிர நறுமணத்துக்கு ஏங்கிக் கிடந்த அவளது பாவாடை சாபல்யம் அடைந்தது. அவள் முழுமையான பெண்ணாகி விட்டாள். உலகைப் பிரசவிக்க அவளது சூலகம் தயாராகி விட்டது. முலைகளுக்கும் இடுப்புக்கும் அர்த்தம் தர உடம்பு அருளி விட்டது.

பொன்முத்தத்தின் உடலில் சட்டென வலிப்பு வர ஆரம்பித்தது. விட்டு விட்டுத் துடித்தாள். கடைவாயின் ஓரத்தில் நுரை நொதிக்க ஆரம்பித்தது. தாகத்திலேயே செத்து விடுவோம் என அவளுக்குத் தோன்றியது. இறுதி முயற்சியாக யாக்கை வலு மொத்தமும் திரட்டிக் கையை எட்டினாள். அது ஆற்றுக்குள் இறங்கிய அக்கணம் உடல் அவளை நிராகரித்தது.

நீரிலிட்ட கை வலிப்பில் தீ பட்டது போல் அதிர்ந்து பின்வாங்க, வான் பார்த்து விழுந்தாள். அவ்வளவுதான். பொன்முத்தம் செத்துப் போனாள். இப்பூமியில் விதிக்கப்பட்ட ஆயுளை நிறைவு செய்யாமலே மரணித்தாள். பெண்ணான சற்று நேரத்தில் பிணமும் ஆனாள்.

குருதி மணத்துக்கு நரிகளும் நாய்களும் ஓநாய்களும் அந்த இடத்துக்கு வந்து சேர்ந்தன. அவளைச் சுற்றிச் சுற்றி வந்து முகர்ந்து பார்த்து விட்டு வாய் வைக்காது ஓடிப் போயின.

விடிந்தது. சூரியன் வந்தது. பகல் முழுக்க வெயிலில் பொன்முத்தத்தின் மேனி காய்ந்தது.

மாலை அந்த வனாந்திரத்துக்குக் குடும்பமாக வந்த, இருபது பேர் கொண்ட ஒரு கள்வர் கூட்டம் மல்லாக்க மாண்டு கிடந்த பொன்முத்தத்தைப் பார்த்து. அந்த ஆற்றங்கரையின் அருகே அவர்களின் வழக்கப்படி மரியாதை பண்ணி, உரிய சடங்குகள் எல்லாம் செய்து, குழி வெட்டிப் புதைத்தார்கள். சற்று தள்ளிக் கிடந்த மரப்பாச்சியும் அவளுடையதாகவே இருக்க வேண்டும் என்று ஊகித்து அதையும் அவளோடு சேர்த்துத்தான் புதைத்தார்கள்.

அன்று இரவு அங்கேயே படுத்துத் தூங்கினார்கள். அதில் ஒருத்தியின் கனவில் புகுந்து பொன்முத்தம் இரண்டு உத்தரவுகள் இட்டாள். ஒன்று அவர்கள் களவை விட்டு உழவுக்கு மாற வேண்டும். அடுத்து அந்த ஆற்றங்கரையில் அவளுக்குக் கோயில் கட்ட வேண்டும்.

அவளுக்கும் பொன்முத்தத்தின் வயதுதான். அவள் தன் தாய், தகப்பனை எழுப்பி தன் கனவில் இறந்து போனவள் வந்ததையும் சொன்னதையும் தெரிவித்தாள். அவர்கள் மற்றவர்களையும் எழுப்பிக் கூடி ஆலோசித்தார்கள். அந்தச் செழித்த ஆற்றின் அருகே குடியிருப்புகள் அமைத்துக் கொள்வது, அங்கே விவசாயம் செய்து வாழ ஆரம்பிப்பது, செல்வம் சேர்த்துக் கொஞ்சம் கொஞ்சமாக அவளுக்கு ஒரு கோயிலை எழுப்புவது என முடிவெடுத்தார்கள். திருட்டும் கூடாது பணமும் வேண்டும் என்பது சிரமமாக இருந்தது.

பணக்காரர்கள் இறைவனுக்குக் கோயில் கட்டுவார்கள்,
நாங்கள் ஏழை, எங்களால் என்ன செய்ய முடியும்?
எம் கால்களே தூண்கள், எம் உடம்பே கோயில், எம் தலையே கலசம்...

அவர்களுக்குப் பொன்முத்தத்தின் பெயர் தெரியவில்லை. ஆனால் அவள் ருதுவாகி இறந்திருப்பதைக் கண்டிருந்தனர். எனவே அவளுக்குக் கன்னியம்மன் எனப் பெயரிட்டு அழைத்தார்கள். அவர்கள் அங்கே புதிய நாகரிகத்தை உருவாக்கினார்கள். அந்த ஆறு வைகை ஆறு. அந்தக் காடு பிற்பாடு ஊரானது. அதற்குப் பெயர் கபாடபுரம் என்றானது.

பணம் சேர்த்து கன்னியம்மனுக்கு அங்கே ஒரு கோயில் கட்டிய போது அவளை முதன் முதலில் அவர்கள் கண்ட கோலத்திலேயே அவளுக்குச் சிலை வைத்தார்கள். ஆம், அம்மன் மல்லாக்கப் படுத்திருக்கும் கோலம், ஒரு கையில் சூலாயுதமும் மறுகையில் மரப்பாச்சி பொம்மையும் கொண்ட அம்மன். வடக்கு நோக்கி வைகைக் கரையில் அமைந்த சிறிய ஆலயம். அவர்களை அம்மன் காத்தாள். அவர்கள் வளர்ந்தார்கள். ஊர் விரிந்தது. கன்னியம்மன் பற்றிக் கேள்வியுற்று சிலர் வெளியூரிலிருந்து கூட வந்தார்கள்.

நூற்றாண்டுகள் ஓடின. கன்னியம்மன் ஓரளவு புகழ் பெற்று விட்டாள். பூப்பெய்தாமை, மணமாகாமை, மகப்பேறின்மை என

சகல மகளிர் சிக்கல்களுக்கும் ஓரிடத் தீர்வாக ஆகிப் போனாள். அப்போது கபாடபுரம் பேரூராகி சோழர் ஆட்சியின் கீழ் இருந்தது.

ராஜராஜன், ராஜேந்திரன் எல்லாம் ஆண்டு போன பிறகு வந்த ஒரு சிறிய சோழன். அவனுக்கு ஆட்சி, அதிகாரத்தை விட அந்தப்புரத்தில்தான் ஆர்வம் அதிகம் இருந்தது.

வளர்ச்சி என்பதே வியப்பு, அதிர்ச்சி இரண்டையும் மெல்லக் கைவிடுவதுதான், அதன் வழி ஆசையையும் அச்சத்தையும் கட்டுக்குள் வைக்க வேண்டும். பலர் ஆயுள் முழுக்க ஆண்டுகளை நகர்த்துகிறார்களே ஒழிய, வளர்வதே இல்லை! சோழன் அதில் ஒருவன்!

அவன் போகுமிடங்களில் காணும் பெண்டிரில் அனுபவிக்க நினைப்போரை விரல் சுட்டி அரண்மனைக்கு அழைத்து வரச் சொல்லி விடுவான். அதற்கென்று ஒரு குழு இருந்தது. அப்பெண்ணின் பெற்றோரையோ புருஷனையோ பொற்காசாலோ போர்வாளாலோ சமாதானம் செய்து சம்மதிக்க வைத்து அவளை அந்தப்புரத்துக்குக் கூட்டித் தரும் குழு.

அதீத சுக்கிலச் செலவு செய்த சோழனுக்கு சீக்கிரமே உடம்பு ஒத்துழைக்க மறுத்தது. பெண் தூக்கும் அடாவடிகளை முற்றிலும் நிறுத்தினால் தன் இயலாமை வெளிப்பட்டு விடும் என அவ்வப்போது யாராவது பெண்ணைத் தூக்கி வந்து அந்தப்புரத்தில் சும்மா சில நாட்கள் வைத்திருந்து விட்டு அனுப்பி விடுவான். அவர்களுக்கு அப்புறம் மணமே நடக்காது. கன்னி கழியாமலேயே இருப்பர் அல்லது கள்ளத் தொடர்புகள் உருவாக்கிக் கொள்வார்கள். விலைமாதுக்கள் ஆனோரும் உண்டு. அந்தச் சமயத்தில் சோழன் தன் ராஜ்யத்தின் ஸ்திரத்தன்மையையும் பாதுகாப்பையும் உறுதி செய்ய மிகுந்த படை பலமும், செல்வச் செழிப்பும் மிகுந்த அரையர் ஒருவரின் மகளை மணந்தான். அவள் அவனுக்கு எட்டாவது மனைவி. அவளுக்கு அன்று பதினேழு வயதுதான் ஆகியிருந்தது.

அவள் பெயர் புனிதவதி. கணவனால் தன் உடல் தேவையைப் பூர்த்தி செய்ய இயலாது என்பதை விரைவிலேயே புரிந்து கொண்டாள். அவளுக்கு அரண்மனையில் ஏகப்பட்ட வாய்ப்புகள் இருந்தன. அமைச்சர்கள் முதல் அடிப்பொடிகள் வரை. எல்லோருக்கும் சோழ மன்னனின் வக்கு தெரியும். எனவே,

புதிதாக எவள் அந்தப்புரத்துக்கு வந்தாலும் கொத்திக் கொண்டு போகக் காத்திருந்தார்கள். புனிதவதி அவர்களில் எவரையும் நெருங்கவே விடவில்லை. ஆனால் மறுபக்கம் அவளுக்குச் சவாலாக இருந்தது அவளது உடம்பு. அதன் வினாக்களுக்கு அவளால் பதில் சொல்லவே இயலவில்லை. அவளது இளமை பற்றியெரிந்தது. சுயமாகத் தணித்துக் கொள்ள முயன்றதும் போதவில்லை.

அப்போது அவள் கபாடபுரம் கன்னியம்மன் பற்றிக் கேள்விப்பட்டு அங்கே போனாள். அம்மனிடம் மனம் விட்டு எல்லாம் சொல்லி அழுதாள். புனிதவதியான காரைக்கால் அம்மையார் போல் பேய் வடிவு ஏற்கும் திராணி எல்லாம் இல்லை; மாறாக, எதிரியாக நிற்கும் தன் உடலை வென்றெடுக்க வேண்டும் எனக் கோரினாள். அப்படி நடந்தால் கன்னியம்மனுக்குக் கற்றளியில் புதுக்கோயில் எழுப்புவதாக வேண்டிக் கொண்டாள்.

மறுநாள் மழிக்காத, ரோகம் பிடித்த, ஆனால் துர்வாடையற்ற, அழுக்குப் பிச்சைக்காரன் உடலெங்கும் விபூதி பூசிக் கொண்டு அரண்மனைக்கு வந்தான். என்ன தோன்றியதோ அவனை விரட்டிய காவலர்களை அதட்டி விட்டு புனிதவதி அவனுக்குத் தன் கைகளால் சோறு போட்டாள். சாப்பிட்டு விட்டு கை கழுவிய பின் அவள் முகத்தில் துயரம் நிரம்பி இருப்பதாகவும் தன்னால் முடிந்த உதவியைச் செய்ய முடியும் என்றும் சொன்னான்.

“அகத்தின் அழகு தெரியாவிட்டாலும் அதன் பழுது முகத்தில் தெரிந்து விடும், அம்மா!”

புனிதவதி எல்லாம் சொல்ல, இரட்டை விரலால் அவளது நாடி பிடித்துப் பார்த்து விட்டுப் பிச்சைக்காரன் ஒரு புதிய மலரை எடுத்து அவள் கையில் தந்து விட்டுச் சொன்னான் -

“இதில் நூறு இதழ்கள் உண்டு. தினம் ஒன்றென உண்டு வர வேண்டும். இவை உடம்பின் ஆயிரக்கணக்கான காமச் சன்னல்களை அடைத்து விடும். வலிக்கு நிவாரணமாகச் சில சூரணங்கள் இருப்பது போல் இது காதலின் உணர்கொம்புகளை முறித்துப் போடும்.”

“அது செய்து விடுவேன். இவ்வளவு சுலபமான தீர்வுக்குத்தான் இத்தனை அக்கப்போரா! சில ஆண்டுகளுக்கு முன்பே இங்கே வந்திருக்கக்கூடாதா? எல்லாம் சுபமாகி இருக்கும்”

“இன்னொரு நிபந்தனை. நூறு நாளும் உன் தேகம் உச்சம் எய்த வேண்டும். ஒரு நாளும் தவறலாகாது. உன் உடம்பு அந்த அதிர்விலேயே இருந்தால்தான் மலர் வேலை செய்யும்.”

திடுக்கிட்டாள். அதைச் செய்வதாக இருந்தால் இந்த வைத்தியமே அவசியம் இல்லையே! இம்மனிதருக்கு என்ன பைத்தியம் பிடித்திருக்கிறதா! அவரை விநோதமாகப் பார்த்தாள்.

“எனக்குப் புரிகிறது உன் கேள்வி. விடைகள் எப்போதும் அப்படித்தான். வினாக்களைப் போல் சுலபமானவை அல்ல. கலவி மூலம் தேகம் உச்சம் எய்துவதற்கு இணையான விஷயம் வேறு ஒன்றைக் கண்டுபிடி. அதன் மூலம் அதே உச்சத்தை எய்துவாயாக. இதைச் செய்யும் வழி அறியும் நம்பிக்கை இருந்தால் மட்டும் மலரைத் தருகிறேன்.”

புனிதவதி யோசிக்கவில்லை. எப்படியும் பிடித்து விடலாம் என வாங்கிக் கொண்டாள்.

பிச்சைக்காரன் கிளம்பி விட்டான். அவன் கையில் தந்த மலருடன் புனிதவதி நின்றாள்.

அன்றிரவு முகத்தை நீரில் பார்த்தாள். மனதின் பழுது புலப்படுகிறதா எனத் தேடினாள். பெருமூச்சுடன் அடுத்து என்ன செய்வது என்பதை யோசித்தாள். மலைப்பாக இருந்தது.

அவளுக்குக் கலவி உச்சமே எப்படி இருக்குமெனத் தெரியாது, பிறகு அதற்குச் சமமான இன்னொன்றை எங்ஙனம் கண்டறிவாள்! குருடன் யானையைத் தடவிப் பார்த்த கதை!

★

31

இன்னொரு கதையும் கூட உண்டு. அதுவும் குருடன் கதைதான். ஒருவன் பிறவியிலேயே பார்வையற்றவன். அவனிடம் ஒருமுறை குழந்தை ஒன்று பால் குடிக்கையில் விக்கல் எடுத்து செத்துப் போய் விட்டது என்றார்கள். அவனுக்குக் குழந்தை தெரியும். ஆனால் பால் என்றால் என்னவெனத் தெரியவில்லை. அது எப்படி இருக்கும் எனக் கேட்டான். அது வெண்மையாக இருக்கும் என்கிறார் ஒருவர். அவனுக்கு வெண்மையும் தெரியவில்லை. அது எப்படி இருக்கும் எனக் கேட்டான். அது கொக்கு மாதிரி இருக்கும் என்கிறார் அவர். அவனுக்குக் கொக்கும் தெரியவில்லை. அது எப்படி இருக்கும் எனக் கேட்டான். இது சரி வராது, தொட்டு உணர்த்தினால்தான் விளங்கும் என்று தன் கையைக் கொக்கு தலை நீட்டிக் கொண்டிருப்பது போல் வைத்து அவனைத் தொட்டுப் பார்க்கச் சொல்கிறார். அவன் பொறுமையாகத் தடவிப் பார்த்துச் சொன்னான்: சரிதான், இவ்வளவு பெரிய பொருளைக் குழந்தை வாயில் போட்டால் விக்கல் எடுத்துச் சாக வேண்டியதுதான்.

புனிதவதி அதே போல்தான் கலவி உச்சத்தைக் கற்பனை செய்து கொண்டிருந்தாள்.

அவளுக்குக் கல்யாணம் ஆகும் முன் தளபதி ஒருவன் காதலித்தான். அவன் அவளை வர்ணித்து ஒரு மடல் எழுதினான். அதில் அவளை வர்ணித்து எழுதியதில் இந்த வரியை மறக்கவே மாட்டாள் - குறிஞ்சி முலை, முல்லை அல்குல், மருதப் புட்டம், பாலை இடை,

நெய்தல் முதுகு. நீரில் தன் பிரதிபலிப்பை ஒவ்வொன்றாகப் பார்த்து எல்லாம் அவன் சொன்னபடி இருக்கிறதா எனப் பார்த்தாள். ஒன்றை மட்டும் சரி பார்க்க இயலவில்லை.

தளபதிக்கு யோசித்துப் பதில் சொல்வதற்குள் சோழ மன்னன் பேசி முடித்து மணம் செய்து அந்தப்புரம் அழைத்து வந்து கட்டி அணைத்துத் தூங்கிக் குறட்டை விட்டான்.

புனிதவதி கண்ட அதிகபட்ச காம அனுபவம் அந்தக் கவிதையும் குறட்டையும்தான்.

பெண் காதலின் நிமித்தம் காமம் கொள்கிறாள். ஆண் காமத்தின் நிமித்தம் காதல் கொள்கிறான். ஆண் மிக எளிமையான ஜீவன். அவனது குறைந்தபட்சத் தேவைகள் இரண்டு: சோறு, காமம். அவனது அதிகபட்ச இலக்குகள் இரண்டு: வெற்றி, தேடல். அவனது மோசமான செயல்கள் இரண்டு: வன்முறை, வல்லுறவு. பெண் அப்படியல்ல - சிக்கலானவள், குழப்பமானவள், திருகலானவள். ஆணுக்கு ஒரு வரையறை சொல்வது போல் பெண்ணுக்குக் குறிப்பிட முடியாது. அவளது உலகிற்கு எண்ணற்ற சாத்தியங்கள் உண்டு. ஆண்கள் மட்டும் இருக்கும் ஓர் உலகம் - ஒரு மாயாஜாலத்தில் அங்கே இனப் பெருக்கம் நிகழ்வதாக வைத்துக் கொள்ளலாம் - சொற்பமான போர்க் காலங்கள், பேரிடர்க் காலங்கள் தவிர மிக அமைதியாக, மிக மிக நிம்மதியானதாக இருக்கும்!

புனிதவதிக்கு அந்தத் தர்க்க விஷயமெல்லாம் அத்துபடி, அனுபவ அறிவுதான் இல்லை.

புனிதவதி யோசித்தாள். கலவி உச்சம் என்பதை ஒருவாறு கற்பனை செய்தால் அதற்கு இணையாக அவளால் மூன்று விஷயங்களையே சொல்ல முடிந்தது. ஒன்று ஒரு குழந்தை பெற்று, அது வளர்ந்து சிறப்பதைக் காண்பது. இரண்டு வறியவர்களுக்கு உதவி அவர்கள் மகிழ்வதைப் பார்ப்பது. மூன்று ஆகச் சிறந்த காவியம் ஒன்று படைத்து அரங்கேற்றுவது.

புனிதவதிக்கு முதலாவதற்கு வாய்ப்பே இல்லை. ஏழையின் சிரிப்பில் இறைவனைக் காணுமளவு அவள் மிக நல்லவளும் இல்லை, பெரும் பணக்காரியும் இல்லை - சிறிய நகைச் சேமிப்பு போக, மற்றவை அரசனாகிய புருசன், அரையனாகிய அப்பன்

சொத்து. எனவே மூன்றாவது விஷயத்தை எடுக்கத் தீர்மானித்தாள். பிச்சைக்காரனிடம் பெற்ற பூ வாட ஆரம்பிப்பதற்குள் ஒரு கதையைத் தேர்ந்தெடுத்து எழுதத் தொடங்க வேண்டும்.

அப்படி புனிதவதி இயற்றத் தேர்ந்தெடுத்ததுதான் தடாதகையின் கதை. தினம் ஒரு செய்யுள் என எழுதினாள். தினமும் உச்சம் எய்தினாள். நூறு செறிந்த பாடல்களால் உருவானது காவியம். தடாதகை பிராட்டியார் வெண்பாமாலை எனப் பெயரிட்டாள். அந்த மும்முலை அம்மன் மீது தன் சாயலை ஏற்றினாள். தன் துயரையும் ஏற்றினாள்.

மலர் இதழ்கள் உண்பதையும் தவறவிட வில்லை. நூறு நாள் முடிந்து அவள் உடலில் இளமை அறுந்தது போலிருந்தது. மிகவும் விடுதலையடைந்தது போல் உணர்ந்தாள்.

புனிதவதி பிச்சைக்காரன் கிளம்பிச் சென்ற திசை நோக்கி விழுந்து கும்பிட்டாள்.

கன்னியம்மனைக் கண்ணீர் மல்க எண்ணிக் கொண்டாள் புனிதவதி. புதிய ஆலயம் கட்டும் பணிகளில் இறங்கினாள். தனது நகைகள் மொத்தத்தையும் திரட்டினாள். அது போதாது எனத் தோன்ற, சோழனிடம் சொல்லி மேலும் கொஞ்சம் செல்வம் சேர்த்தாள்.

புதிய ஆலயத்தில் அம்மன் மல்லாக்கப் படுத்திருப்பதைப் புனிதவதி விரும்பவில்லை. தென்னாட்டில் ஆங்காங்கே அம்மன் ஆலயங்கள் முளைக்க ஆரம்பித்திருந்த காலம். அதில் அழகிய தோற்றத்தில் அம்மன் அமர்ந்த வாரிருக்கும் கற்சிற்பங்கள் இருக்கும். அதைப் போன்ற ஒன்றை உருவாக்க விரும்பினாள். சோழ நாட்டின் தேர்ந்த ஸ்தபதி ஒருவரை - கங்கைகொண்ட சோழபுரம் கோயிலைக் கட்டியவர் பரம்பரையில் வந்தவர் - அழைத்து நின்ற வாக்கிலான சிலையை உருவாக்கினாள். பழைய சிலையின் உக்கிர முகமில்லாமல் புதிய சிலை சாந்த ரூபம் கொண்டிருந்தது. பரம திருப்தியாக இருந்தது.

ஆனால் கோயிலில் கடவுள் வீற்றிருக்கும் நிலையை மாற்றும் போது மிகக் கவனமாகச் செயல்பட வேண்டும் என்று எச்சரித்தார் ஸ்தபதி. பிராமண ஆச்சாரியரை அழைத்து ஆலோசனை கேட்டாள். அவர் எந்திரத் தகடு ஒன்றைச் செய்து கொடுத்தார்.

பழைய அம்மனைப் பெயர்த்தெடுத்து அதே இடத்தில் ஆழக் குழி தோண்டிப் புதைத்து விட வேண்டும். அதன் மீது மண் மேவி எந்திரத்தைப் பதிக்க வேண்டும். பிறகு அதன் மீது புதிய அம்மனை நிலை நிறுத்த வேண்டும். அவர் சொன்னதைப் பிசகாமல் செய்தாள்.

இன்னொன்று அதுவரை வடக்கு திசை பார்த்துப் படுத்திருந்த அம்மன், கிழக்கு திசை நோக்கி மாற்றி அமைக்கப்பட்டது. வடக்கு திக்குக்கு உக்கிரப் பார்வையே பொருத்தம். வைதீகம் வடக்கை எதிரியாகக் கருதவில்லை, வடக்கிலிருந்து வந்ததே அவர்கள்தானே!

அதுவரை அம்மனின் உடை கன்னிச் சிற்றாடைதான் மூன்று முழமுள்ள சிறிய சேலை. மஞ்சள் வண்ணத்தில், சிகப்பு கரை போட்டது. அஃது பட்டுப் பாவாடையாக மாறியது.

சாந்தமான தெய்வங்கள் குடும்பத்தோடு, சுற்றத்தோடு, அடியார்களோடு இருக்கின்றன. மாறாக, உக்கிரமான தெய்வங்கள் தனியேதான் இருக்கின்றன. அம்மன் கோயில்களில் உடன் ஆண் தெய்வம் ஏதும் இராது. இருந்தாலும் சேவகர்களாகக் கீழ்நிலையில் இருப்பர்.

வடக்கு நோக்கி இருத்தல், கையில் ஆயுதம் ஏந்தியிருத்தல், தலையில் ஜ்வாலை மகுடம் தரித்திருத்தல், கழுத்தில் காறை அணிந்திருத்தல், முகத்தை நிமிர்ந்து வைத்திருத்தல் என கன்னியம்மனின் உக்கிரக் கூறுகள் யாவும் வைதீக மயமாதலில் மழுப்பப்பட்டன.

உக்கிரம் சாந்தமாதலின் வழி அங்கே தாய்த் தெய்வத்தன்மையும் ஒழிக்கப்படுகிறது. அடுத்து இயல்பாகவே சிவனின் மனைவியாக, விஷ்ணுவின் தங்கையாக, முருகனின் அன்னையாக தாய் வழிச் சமூக அம்மன் மாற்றப்படுவாள். கைவசம் வைத்திருக்கும் தடாதகை காவியத்தைக் கன்னியம்மன் மீது ஏற்றி விடலாம் என யோசனை எழுந்தது புனிதவதிக்கு. சிவன் - சக்தியை வைத்து கன்னியம்மனுக்கு ஒரு மாற்று புராணம் உருவாக்க வேண்டும் என்பதுதான் எண்ணம். திருவிளையாடல் தடாதகை கதையை எடுத்துக் கொண்டு அதில் கன்னியாகுமரி பகவதி அம்மனின் கதையைப் பிணைத்து இடையே தனிப்பட்ட பெண்ணுரிமைக் கருத்துக்களையும் நுழைத்ததுதான் அவளது காவியம். அதுவே கன்னியம்மனின் தல புராணமாக இருக்கப் பொருத்தமானது

என முடிவெடுத்தாள் புனிதவதி. கன்னியம்மன் மும்முலை அம்மனாகத் திரிந்த கதை இது.

புனிதவதி ஆலய வேலைகளை முடுக்கி விட்டாள். முதலில் ஸ்தபதியைக் கூப்பிட்டு இந்தப் புராணத்தையும் புதிய சிலையையும் நேர் செய்ய மூன்றாம் முலை சேர்க்கச் சொன்னாள். புதிய சிலை செய்தால் கோயில் திறப்புக்குள் முடிக்க முடியாது என்பதால் அவர் தன் சிற்பக் கலை திறனைப் பயன்படுத்தி அச்சிலை செதுக்குகையில் வீணான கல் ஒன்றை எடுத்து அதில் முலை செய்து அதை நுட்பமாக அம்மன் சிலையின் மார்பின் மத்தியில் இணைத்தார். சிலையில் அசலாக ஒரு மூன்றாம் முலை முளைத்தது போலவே தோன்றியது. நீராட்டல், அபிஷேகம், பயணங்கள், அதீத வெப்பம் என எதிலும் அசையா வண்ணம் உறுதியான இணைப்பு. குறைந்தது ஆயிரம் ஆண்டுகள் உறுதியாக நிற்கும்.

ஆலயம் எழ ஆரம்பித்தது. யோசித்து சிவனுக்கு என்று ஒரு காலி சந்நிதி அமைத்தாள் புனிதவதி. அதுவே அந்தப் புதுப் புராணத்தை மக்களுக்கு நினைவூட்டியபடி இருக்கும்.

அம்மனைப் பிரதிஷ்டை செய்து வைதீக முறைப்படி யாகம் வளர்த்துக் கும்பாபிஷேகம் செய்தாள் புனிதவதி. சோழ மன்னனும் அந்த நிகழ்ச்சிக்கு வந்து போனான். கோயிலைக் கவனிக்கப் பிராமணப் பூசாரி ஒருவரை நியமித்தாள். பராமரிப்புக்கு நிவந்தம் தந்தாள்.

அந்தப் புதிய ஆலயத்தில் தமிழ் அருகிச் சமஸ்கிருத மந்திரங்கள் ஒலிக்க ஆரம்பித்தன. யார் அம்மனைத் தொடலாம், யார் தொடக் கூடாது என்று கட்டுப்பாடுகள் நுழைந்தன.

மருதத் துறையே மதுரை என்றானது என்று சொல்லுமளவு வைகை ஆற்றங்கரையில் மருத மரங்கள் மிகுதி. ஆலய வளாகத்தினுள் ஒரு பெரிய மருத மரம் அமைந்திருந்தது. அதைத் தல விருட்சம் என அறிவித்தாள் புனிதவதி. அரண்மனை வைத்தியரிடம் கேட்டு ரகசியமாக அதன் வேரில் ஒரு மருந்தினை இட்டாள். அது அந்த மரத்தைப் பூக்காமல் மலடாக்கியது. மருந்தின் வீரியம் எஞ்சும் வரையில் அது மலராது என்றார் வைத்தியர். தடாதகையைத் தேடி சிவன் வரும் போது அம்மரம் பூக்கும் எனக் கதையில் சேர்த்தாள்.

கன்னியம்மன் சிவனுக்காகக் காத்திருப்பதை அடிக்கோடிட "பொழுது எப்ப புலரும், பூ எப்ப மலரும், சிவன் எப்ப வருவார், வரம் எப்ப தருவார்" என்ற சோகச் சொலவடையை புனிதவதி ஆலயத்தைச் சுற்றிப் பரவ விட, அது மக்களிடையே புழக்கத்துக்கு வந்தது.

கன்னியம்மன் புத்துயிர் பெற்றாள். புது முகம், புது உடல், புதுப் புராணம், புது ஆலயம். அதுவும் புகழ் பெற ஆரம்பித்தது. ஒரே தலைமுறையில் பழைய அம்மனை மறந்தார்கள்.

கன்னியம்மன் பெண்கள் பிரச்சனைகளுக்கான அம்மன் என்பது மட்டும் மாறவில்லை. மாலிக் கஃபூரும், முகலாயர்களும், நாயக்கர்களும், மராத்தியர்களும், ப்ரிட்டிஷாரும் வந்து ஏறிப் போன போதும் கன்னியம்மன் கோயிலுக்கு ஒன்றும் பங்கம் நேரவில்லை.

"அப்படித்தான் சிறுதெய்வம் ஒன்று பெருந்தெய்வமாகத் திரிபுற்று நிலை பெற்றது இந்த மண்ணில்" என்று தன் பூர்வகதையைச் சங்கரிடம் சொல்லி முடித்தாள் கன்னியம்மன்.

★

அம்மனின் கதையை யோசித்தபடி நடந்ததில் வீடெனும் கூடு அடைந்திருந்தான் சங்கர். முந்தைய நாட்களைப் போல் உறக்கம், விழிப்பு, குளியல், உணவு. ராத்திரி தயாரானான்.

அன்று அம்மன் வர, பேச வாய்ப்புக் குறைவு என்பது அவனுக்குத் தெரியும். எனவே அது தொடர்பான எதிர்பார்ப்பைக் குறைத்து வைத்துக் கொள்ள முயன்றான். ஆனால் அப்படி அடக்க அடக்கத்தான் அது அதிகமாவதாகத் தோன்றியது. அற்பமானதோர் அவஸ்தை.

சங்கர் கருவறைக்குள் காலடி எடுத்து வைக்கும் முன்பே மணி அடிக்க ஆரம்பித்தது.

"வர வேண்டாம் என்றேனே?"

"வர மாட்டேன் என்றாயே?"

"நீ வருகிறாய் என அறிந்ததால்."

"நீ வருவாயோ என்ற நப்பாசையில்."

“நப்பாசை ஒன்றுமில்லை. நிராசையாகாத நல்லாசைதான்.”

“என்ன அதிசயம்! கல்லுக்குள் ஈரம் சுரப்பதைப் பார்க்கிறேன்.”

“ஓஹோ! என்னைக் கற்சிலை என நிந்திக்கிறாயா, சங்கர்? பல்லாயிரம் ஆண்டுகளாகக் காத்திருந்து கெட்டிப்பட்ட மனம் ஒன்று அதற்குள் துடித்திருக்கிறது என்பதை மறவாதே!”

“நானும் அதையேதான் சொல்கிறேன், அம்மு! அப்படிக் காலப்போக்கில் இறுகிய மனமே இளகி, இரங்கி, இறங்கி வந்து விட்டதே! இருவரும் ஒரே விஷயத்தையே சொல்கிறோம்.”

“இருவரும் உணர்ச்சிமயமானால் அங்கே உரையாடல் அல்ல, உளறல் மட்டுமே நிகழும்.”

“இருந்து விட்டுப் போகிறது. அக்கணம் மனம் இனிக்கிறது என்பதற்கு மதிப்பில்லையா!”

“உண்டுதான். என்னிடம் காதலின் முழு வசீகரக் கடுமையை நீ காணப் போகிறாய்...”

சங்கர் திடுக்கிட்டான். அது மௌனியின் ‘அழியாச்சுடர்’ சிறுகதையின் வரி. அதை நான் வாசித்திருப்பதை அம்மு அறிந்திருக்கிறாள். அவன் கருவறையில் நுழைந்த முதல் நாள் கோயிலின் சூழல் கண்டு அந்தக் கதையின் வரிகளையே நினைவிற்கொண்டான். அது அம்மனுக்குத் தெரிந்திருக்கிறது. இப்போது யோசிப்பது கூட அவளுக்குத் தெரியலாம்.

சங்கர் அந்தச் சூழலுக்கு அந்த வரியின் பொருத்தப்பாட்டை யோசித்தான். குழப்பமாக இருந்தது. அம்மன் அவனுக்குச் சிந்திக்க அவகாசம் தராமல் தொடர்ந்து செப்பினாள் -

“இன்றைய சந்திப்பு இறுதி என்பதில் மாற்றமில்லை சங்கர்.”

“ம்ம்ம். மனம் இன்னும் கெட்டியாகத்தான் இருக்கிறது போல!”

“நீ என்னைக் கேலி செய்தாலும், வசை பாடினாலுமே எதுவுமே மாறப் போவதில்லை.”

“ம்.”

“ம்.”

★

32

சங்கர் அங்கே தேங்க விரும்பவில்லை. உள்ளம் சுருங்கி நிற்பதன் வழியே அந்த அரிய இறுதிக் கணங்களைத் தவற விட விரும்பவில்லை. சுதாரித்துக் கொண்டு பேசினான்.

“எனக்கு ஒரு சந்தேகம். இன்னார்தான் ஆலயத்தில் அர்ச்சகர் ஆகலாம் எனப் பிறப்பின் அடிப்படையில் பிரித்துச் சொல்கிறார்களே, ஆகம விதிகள் பற்றியும் பேசுகிறார்கள்.”

“ஆகமத்தை ஆகுதியில் எறி. பக்தனின் நம்பிக்கையும் பூசாரியின் அர்ப்பணிப்புமே வழிபாட்டில் பிரதானம். மற்றவையெல்லாம் இடைத்தரகர்களின் அயோக்கியத்தனம்.”

“கல்வெட்டு வாக்கியம். நிஜமாகவே உடற் ரோமங்கள் நட்டுக் கொண்டு நிற்கின்றன.”

“ஊரில் போய்ச் சொல். உலகிற்கு உரத்துச் சொல். அம்மன் சொல் இதுவெனச் சொல்.”

“நிச்சயம் சொல்வேன். ஆண்டவள் கட்டளை இதுவெனும் போது சாசனம் ஆகவேண்டும்!”

அப்போது அவள் சிலை சிரித்தது போலிருந்தது. மேனியெங்கும் சிலிர்த்தது சங்கருக்கு.

“நான் உனக்கு ஒரு சிறுபரிசு கொடுக்க விரும்புகிறேன்.”

“என்ன அது?”

“எல்லாம் தெரிந்தவள் உனக்கு இது தெரியாதா என்ன?”

“உன் மனமெல்லாம் அறியுமளவு சக்தி இல்லையடா.”

“ஓ!”

“ஆம், என் வரமும் சாபமும் அதுதான். நீயே சொல்.”

“நிஜமாகவே உன்னால் மனதைப் படிக்க இயலாதா?”

“உன் மனதை அறியவும் முடியாது. அதைக் கட்டுப்படுத்தவும் முடியாது. அது செய்ய முடிந்தால் ஏன் இத்தனை அசுரரர்கள், அரக்கர்களை உருவாக்கி அழிவை உண்டாக்க அனுமதித்து விட்டு பிறகு அவர்களை சம்ஹாரம் செய்கிறோம்! கடவுள் என்பவர்கள் மனிதர்களை விட மேலான சக்தி படைத்தவர்கள். அதன் அர்த்தம் அவர்கள் சக்தி எல்லையில்லாதது என்றோ அவர்களுக்குச் சகலமும் சாத்தியம் என்றோ இல்லை.”

“சில சமயங்களில் நீ மனதைப் படித்தது போலவோ பழையதை அறிந்தது போலவோ தோன்றியது. அதனால்தான் இவ்வளவு அழுத்தமாகத் மறுபடி கேட்டுக் கொள்கிறேன்.”

“சிலவற்றை யாரேனும் சொல்லி இருப்பார்கள். சில குறிப்பால் அறிந்திருப்பேன். சில என் புத்திசாலித்தன ஊகங்கள். மேலும் சில உள்ளுணர்வின் தடத்தில் கண்டடைந்தவை.”

“...”

“உதாரணமாக மனிதர்களிலேயே சில சிறந்த ஜோடிகளில் அவர்கள் தம்முள் சொல்லிக் கொள்ளாமலேயே சிலதெல்லாம் தெரிந்து விடும் அல்லவா? அது மாதிரி மஹா புரிதல்.”

“நான் பேச நினைப்பதெல்லாம் நீ பேச வேண்டும் என்பது மாதிரியான சமாச்சாரமா?”

“அதேதான்!”

“எனில், கடவுள்கள் என்பவர்கள் இந்தப் பிரபஞ்சத்தைத் தீர்மானிப்பவர்கள் அல்லர். மாறாக, மார்வெல், டிசி காமிக்ஸ்களில் வருகிற சூப்பர் ஹீரோக்கள் போலத்தான்!”

“கிட்டத்தட்ட.”

“இப்போது கொஞ்சம் ஆறுதலாக இருக்கிறது. ஒரு பெண் தெய்வத்தைக் காதலிக்கிறேன் என்பதை விட ஒண்டர்வுமன் மாதிரி ஒரு சூப்பர் ஹீரோயினை காதலிக்கிறேன் என்பது என் குற்றத்தின் விஸ்தாரத்தை, வீச்சைக் கொஞ்சம் குறைத்துக் காட்டுகிறது அல்லவா!”

“ஆனால் அதற்கு எதற்கு அப்படி ஊன்றுகோல்? காதலிப்பதெல்லாம் குற்றமா என்ன!”

“காதலிப்பது குற்றமில்லை. ஆனால் நான் உன்னைக் காதலிப்பது குற்றம் என்பார்கள்.”

“மனிதன் இறைவியைக் காதலிக்கக்கூடாது என்பதற்கும் தாழ்த்தப்பட்ட சாதிக்காரன் உயர்சாதிக்காரியைக் காதலிக்கக் கூடாது என்பதற்கும் என்ன வித்தியாசம்? இரண்டுமே ஒடுக்குமுறைதான். இரண்டுமே ஏற்றத்தாழ்வு பார்த்தல்தான். இந்தக் காதல் என்பதே ஒரு மீறல்தான். அது எப்போதும் விதிகளுக்குள் அடங்காது. கட்டுக்குள் செயல்படாது.”

“அம்மு, கவனித்தாயா? நீ சொன்ன இரண்டு குற்றங்களையுமே நான் செய்கிறேன்!”

“ம். சரி, அது கிடக்கட்டும். எக்கேடோ கெட்டொழியட்டும். எனக்கான பரிசைக் காட்டு.”

“இந்நாளில் பிரியத்துடன் உனக்குச் சிவப்புத் துகில் பரிசளிப்பதுதானே பாரம்பரியம்!”

“...”

“அம்மு, என்னிடம் இப்போது சிவப்பு நிறத்தில் இருப்பது ஒன்றுதான். இக்கைக்குட்டை. குட்டை என்று சொல்லுமளவு சிறியதாக இல்லாமல் சற்று பெரியதுதான். எனவே அதை உனக்குச் சமர்ப்பிக்க விரும்புகிறேன். இது புதிய துணியும் அல்ல. பல காலமாக நான் பயன்படுத்தி வருவது. நானுமே ஆரம்பத்தில் கைக்குட்டை எல்லாம் பயன்படுத்துபவன் அல்லன். போக்கிரி படம் வந்து போது தளபதி ஸ்டைலில் கழுத்திலும் கையிலும் பெரிய கைக்குட்டைகளை வைத்துச் சுற்றிக் கொண்டிருந்தேன். அது ஒரு பழக்கமாகி விட்டது. ஆனால் இது உனக்குப் பரிசளிக்குமளவு தூய்மையானதோ தரமானதோ இல்லைதான்.”

“அதாவது ஆண்டாளைப் போல் சூடிக் கொடுத்த சுடர்க்கொடி ஆகப் பார்க்கிறாயோ!”

“ம்ம்ம். இல்லை, அம்மு. உண்மையில் நான் உனக்குப் பரிசு எதையும் யோசிக்கவில்லை. அதற்குத் தயார் செய்யவில்லை. இக்கணம் உனக்கு இதைப் பரிசளிக்க வேண்டுமெனத் தோன்றியதை எந்த வடிகட்டலும் தயக்கமும் இல்லாமல் அப்படியே சொல்லி விட்டேன். ஆனால் இப்போது யோசித்தால் சற்று சல்லித்தனமாகத் தோன்றுகிறது. மன்னிக்கவும்!”

“ஏய், சங்கர். பரவாயில்லை. அந்தப் பிரியமே முக்கியம். அதுவே எனக்கும் மகிழ்ச்சி.”

“என் வேர்வையும் நோய்மையும் இதில் இருக்கும். அழுக்கும் கழிவுகளும் நிறைந்தது.”

“உன் உழைப்பும் களைப்பும் இதில் இருக்கிறது என மொழிபெயர்த்துக் கொள்கிறேன்.”

“…”

“அல்லது உன் சினிமா பாஷையில் சொல்வதானால் படையப்பாவின் வியர்வை படிந்த துண்டைப் பெற்று முகர்ந்து ரசிக்கும் நீலாம்பரியின் காதல் ஞாபகம் வர வேண்டுமா!”

சங்கர் தன் கைக்குட்டையை எடுத்துப் போய் அம்மனுக்குச் சுற்றப்பட்டிருந்த நூற்றுக் கணக்கான சிவப்புத் துணிகள் மீது வைத்தான். கைகளைக் கூப்பி அம்மனை வணங்கி நின்றான். கண்களில் நீர் வர ஆரம்பித்தது. காதல் கண்ணீராய்ப் பொங்கி வழிந்தது.

“இதை ஏற்று என்னைக் கௌரவப்படுத்தியதற்கு நன்றி, அம்மு. மிக உணர்ச்சிமயமான தருணம். அழுது வெகுகாலமாகிற்று. கடைசியாக அப்பா தவறிய போது அழுத நினைவு.”

“எனக்குத்தான் இது கௌரவம், சங்கர். இச்சொல் உனக்கு மிகையாகப் படலாம். ஆனால் மனம் உணர்ந்தே சொல்கிறேன். முண்டைக் கன்னிக்கான உச்சபட்ச அங்கீகாரம் இது.”

“அந்தப் பெயரை உச்சரிக்காதே. அது இனி உனக்குப் பொருத்தம் இல்லை, அம்மு. நாம் இக்கணம் போல் எப்போதும் இணைந்து வாழ வேண்டும். இலக்கின்றி. இறுதி நாளின்றி.”

"ம்."

"எனக்கு ஒரே கேள்வி இருக்கிறது. ஆர்வக்கோளாறு என்றும் சொல்லலாம். கேட்கலாமா?"

"கேள்."

"ஏன் என்னை ஏற்றாய்? அது என்ன உறவாகவோ இருக்கட்டும். ஏன் தணிந்தாய், அம்மு?"

"உறவுகளின் மூலம் காண்பதரிது. அது பூக்கும் கணம் ரகசியமானது. உத்தேசமாகப் பின்னோக்கிப் பார்த்து ஏதாவது சொல்லலாம்தான். அது உத்தரவாத உண்மை அல்ல."

"ம்."

"ஒப்பிட்டுச் சொன்னால் சிவனிடம் இல்லாத இரண்டு அம்சங்கள் உன்னிடம் உண்டு. நீ என்னைப் புரிந்து கொள்ள முயன்றாய், என்னிடம் பரிவு காட்ட முயன்றாய். என் தோற்ற வசீகரத்தில்தான் என்னை நெருங்கினாய் என அறிவேன். அதுவும் அரிதுதான்! என்னைப் பக்தியில், பாசத்தில், பயத்தில், பேராசையில் அணுகிய எளியவர்கள் மட்டுமே உண்டு."

"..."

"இன்னுமொன்று தோன்றுகிறது. என் மூன்றாம் முலை உதிர வேண்டும் பரமசிவனுக்கு. மனிதர்களுக்கு அந்த உறுப்பு ஒரு வேடிக்கை, ஒரு கூடுதல் தொங்குசதை. நீ மட்டுமே அதை என் இயல்பான தோற்றமாக எடுத்தாய். என்னை அப்படியே ஏற்றுக் கொண்டாய். எந்த மனக்குறையும் இன்றிப் பூரணமாக ரசித்தாய். தன்னை எந்தப் புகாரும் இன்றி அப்படியே கொண்டாடும் ஓர் ஆடவன் ஒரு பெண்ணுக்கு எத்தகைய வரம் தெரியுமா?"

"ஏன் பிடிக்கும் எனச் சொல்ல வைத்துக் கேட்பதுதான் காதலின் உச்சபட்ச இன்பம்."

"ம்."

"லவ் யூ, அம்மு! நான் உன்னை நீங்க மாட்டேன். உயிர் உள்ள வரை உன்னோடுதான்."

"சங்கர், நீ இதன் சிக்கல்களை யோசி. நீ என்னை மணம் செய்ய முடியாது, இணை சேர முடியாது, பிள்ளை பெற இயலாது.

பார்வதிக்கே கலவியில் பிறந்த சிசு ஏதும் கிடையாது என்று நினைவிருக்கிறதா? அவள் தேக அழுக்கில் உருவானவன் விநாயகன். சிவனின் நெற்றிக் கண் நெருப்பில் உருவானவன் முருகன். சிவனுக்கு கலவியில் பிறந்த குழந்தை ஐயப்பன் என்றாலும் அதைக் கருவுற்றது மோகினியாக வேடம் தரித்த மகாவிஷ்ணு!"

"காதல் என்றால் என்ன? மணம் செய்வதா? கலவி செய்வதா? பிள்ளை பெறுவதா? அவை எல்லாம் காதலின் பகுதிதான். மறுக்கவில்லை. ஆனால் காதலின் பிரதான அடையாளம் என்று எனது சிற்றறிவுக்கும் சின்னஞ்சிறிய அனுபவத்திலும் தோன்றுபவை தெள்ளிய புரிதல், சகலமும் பகிர்தல், கவனித்துக் காட்டுதல், அன்புடன் அணுகுதல், மதிப்புடன் நடத்துதல், மகிழ வைத்தல், பொழுதைச் சுவாரஸ்யமாக்கல், சதா ஈர்க்க முனைதல், தன்னுடைமையென உணர்தல், விசுவாசம் பேணுதல், உரிமைகள் எடுத்தல், கடமைகள் செய்தல், எப்போதும் பிரியாதிருத்தல், துயரம் தேற்றுதல், வழிகாட்டுதல், சினேகமாக இருத்தல் என இவைதாம். இவற்றுக்கான அடையாள ஆக்கங்களே தாலியும், கருவும்."

"நீ இருபத்து நான்கு வயது இளைஞன். பெரிய மனிதனைப் போல், வாழ்ந்து பழுத்த அனுபவஸ்தனைப் போல் பேசுகிறாய். அவை காதல் குறித்த உன் கற்பனைகள்தாம். காதல் என்பது பேரியற்கை தன்னை நீட்டித்துக் கொள்ள நடத்தும் நாடகம் மட்டுமே."

"அதுவும் தெரியும். அது அதன் கோணம். நான் அந்த எல்லைக்குள் நின்று கொண்டே எனக்கான ஒரு தனி லோகத்தை, இன்பகரமான சூழலை உருவாக்கிக் கொள்கிறேன்."

"..."

"அதனால் எவர்க்கும் எந்தப் பாதகமும் இல்லைதானே? காதலிக்கும் இருவரும் இதைப் பூரணமாக நம்பினால் இது உண்மை ஆகி விடுகிறதுதானே! இயற்கையின் சான்றிதழ் எதற்கு? அது பாட்டுக்கு அது, இது பாட்டுக்கு இது. ஒரே சமயம் இரண்டும் இருக்கலாம்."

"..."

"ஷ்ரோடிங்கரின் பூனை போல்தான். இது கற்பனையும்தான். இது உண்மையும்தான்."

“சரி, சங்கர். உனது உத்தேசம்தான் என்ன?”

“காதலுக்கு ஏது அப்படியான திட்டமிட்ட உத்தேசமெல்லாம்! அது என்ன வியாபாரமா, லாப - நஷ்டக் கணக்குப் பார்க்க? நான் விரும்பினேன், விரும்புகிறேன், விரும்புவேன். அவ்வளவுதான் எனக்குத் தெரியும். ‘எல்லோரும் இன்புற்றிருக்க நினைப்பதுவேயன்றி வேறொன்றும் அறியேன் . பராபரமே’ என்று தாயுமானவர் சொன்னது போல் நான் இதில் கிட்டும் இன்பத்தைத் துய்த்துக் கொள்கிறேன். வேறொன்றும் எனக்கு அவசியமில்லை.”

“இது எத்தனை பேருக்கு எதிரானது தெரியுமா, சங்கர்? எவ்வளவு பகைகள் விளையும் தெரியுமா? உன்னைக் காதலிக்கும் கயல்விழிக்கு எதிரானது. என்னைக் கரம் பற்ற வேண்டிய சிவபெருமானுக்கும் எதிரானது. எல்லாம் தாண்டி இந்து மதமோ எந்த மதமோ விவரிக்கும் தெய்வம் - பக்தன் என்கிற மரபார்ந்த உறவு எல்லைகளுக்கே எதிரானது.”

“அப்படிப் பார்த்தால் நான் கோயில் பூசாரியாக இருப்பதே பலருக்கு எதிரானதுதான். பிறப்பால் ஏற்றத்தாழ்வு உண்டு எனக் கற்பிக்கும் பார்ப்பனச் சனாதன தர்மத்துக்கு எதிரானது. அதை சிரமேற்று அமல்படுத்தி எம்மை அடிமைப்படுத்தும் ஆண்ட சாதி மரபுக்கு எதிரானது. அதற்காக நான் இந்தப் பணியை விட்டுப் போய் விட முடியுமா? நீயே சற்று முன் அது ஒழிக்கப்பட வேண்டிய அயோக்கியத்தனம் என்று சொன்னாய்.”

“ம்.”

“காதல் பற்றியுமே நீ சற்று முன் சொன்னதற்கும் இப்போது சொல்வதற்கும் முரண்பாடு இருக்கிறது அம்மு. நீதான் காதல் என்பதே ஒரு மீறல், கட்டுக்குள் அடங்காது என்றாய்.”

“உன் காதலில் மயங்கும் அதே நேரம் நீயும் சிறக்க விரும்புகிறேன். என் பொருட்டு நீ உன் வாழ்வு பாதிப்படையலாகாது என எண்ணுகிறேன். அது எனக்குப் பெரும் குற்றவுணர்வு.”

“அம்மு, என் பற்றிக் கவலை கொள்ளாதே. நான் இதன் ஆபத்துகளை குறைத்து மதிப்பிட வில்லை. என் பொறுப்புகளை உணர்ந்தே இருக்கிறேன், நீ சொன்ன எல்லாவற்றையும் விட என் கவலை இது வெளியே தெரிந்தால் அரசு ஒடுக்கப்பட்டோருக்குத் திறந்து விட்ட இந்த வாய்ப்பையே மொத்தமாக அடைத்து விட

வழிகோலுவதாகி விடும். அவர்கள் இதுவரை வைத்திருந்த கட்டுப்பாடுகள் சரிதான் என்று நிரூபிக்கப்பட்டதாகி விடும்."

"என் கவலை அது மட்டுமல்ல. உனது வாழ்க்கை தனிமையில் அழிந்து படக்கூடாது."

"..."

"உச்சத் தனிமை என ஒன்று உண்டு. அதியுயரம் அடைந்தவர் அனுபவிப்பது. கடவுளாக இருப்பதன் துயரங்களில் அதுவும் ஒன்று. அதுவும் கன்னியம்மனான என் கதை இன்னும் மோசம். நீயும் நான் அனுபவித்த வாதையை அனுபவிக்கக் கூடாது என நினைக்கிறேன்."

"இரு விஷயங்கள்: ஒன்று தனிமை அழிவில்லை. இரண்டு நான் தனிமையில் இல்லை."

"நான் இன்றோடு பேசுவதை நிறுத்தி விடுவேன். அதில் எந்த மாற்றமும் இல்லை."

"ஏன்?"

"நான் தெய்வம் என்றாலும் மதச் சட்டகங்களுக்கு உட்பட்ட சூழற்கைதிதான். என்ன நடக்கும் என்பதைத் தீர்மானிப்பதில் எனக்கும் முழு அதிகாரம் கிடையாது. எனவே, எதையும் உத்தரவாதமாகச் சொல்ல முடியாத கையறு நிலையில்தான் இருக்கிறேன்."

"சரி. அது பரவாயில்லை. நான் பேசுவதைத் தொடர்வதில் தடையில்லைதானே?"

"அது சரியில்லை, சங்கர். அது என் நெஞ்சில் சதா முள்ளாக உறுத்திக் கொண்டிருக்கும்."

"குற்றவுணர்வு அனாவசியம். நீ அடுத்த ஆண்டு இதே போல் வந்து பேசு. அது போதும்."

"சங்கர், சிறுபிள்ளை போல் அடம் பிடிக்காதே! நீ இந்தப் பணியில் தொடர்வாயா என்பது உறுதியில்லை. சட்டம் முதல் சாதியம் வரை சர்வமும் உனக்கு எதிராகவே நிற்கின்றன. நானே இதே மனநிலையில் தொடர்ந்து இருப்பேன் என்பது கூட நிச்சயமில்லை. இந்தக் கோயில் இருக்குமா, இந்தத் திருவிழா இருக்குமா, இந்த ஊர்

இருக்குமா, இந்தப் பூமி இருக்குமா என்பதெல்லாமே உறுதியான பதிலற்ற கேள்விகள். எதுவும் நிரந்தரமில்லை. மாற்றம் ஒன்றே மாறாதது. இப்படி ஏராள நிச்சயமின்மைகள் சூழந்திருக்கின்றன எனும் போது அடுத்த ஆண்டு வந்து உன்னிடம் பேசுவது பற்றி என்ன சொல்ல முடியும் நான்?"

"சரி, அவ்வாறே இருக்கட்டும். அது ஒரு தூரத்துச் சாத்தியம். அவ்வளவுதான். மற்றபடி எனக்கு ஓர் எதிர்பார்ப்பும் இல்லை. இம்மூன்று நாள் பேச்சே ஜென்மத்துக்கும் போதும்."

★

33

சங்கர் உள்ளம் பொங்கிய உணர்ச்சிகரத்துடன் அம்மனிடம் பேசிக் கொண்டிருந்தான்.

"அம்மு, உனக்கு அப்படி இராதெனெ அறிவேன். ஆனால் என் வரையில் உனது இந்த அருள் எனக்கு நீ இட்ட பிச்சைதான். தானம் தந்த பசுவின் பல் பிடித்துப் பார்ப்பது நியாயமல்ல."

"சமதளத்தில் நடக்கும் கொடுக்கல் வாங்கலைப் பிச்சை எனச் சொல்வதற்கில்லை, அது பகிர்தல். உன்னைச் சிறுமைப்படுத்தி என்னையும் சிறியளாகத் தோன்றச் செய்யாதே!"

"சரி. என்னால், என் காதலால் உனக்கு மட்டுமல்ல, எனக்கும் எந்தத் தொந்தரவும் வராது. இதில் எனக்குக் குழப்பம் இல்லை. பிற்பாடு மனம் மாறுவேனோ என அஞ்ச வேண்டாம்."

"இதை அறிந்தால் உலகம் எப்படி ஏற்கும்? அவர்கள் பார்வையில் நீ குற்றவாளி அல்லது பைத்தியக்காரன். இரண்டுமே அபவாதம். எதற்கு அதற்கு நீ ஆட்பட வேண்டும், சங்கர்?"

"அவர்களுக்கு எல்லாம் இவ்விஷயம் தெரிய வந்தால்தானே! இது என்னோடு இருக்கும். எனக்கு மட்டுமான ரகசியம். அல்லது எனக்கும் உனக்குமான அந்தரங்கச் சமாச்சாரம்."

"எனில், என்னையும் உன்னுடன் சேர்ந்து கள்ளத்தனம் புரியச் சொல்கிறாயா? அப்படியே நான் ஒத்துழைத்தாலும் இந்த விஷயம்

வெளியே தெரிய வரப் பல ஓட்டைகள் உண்டு. காதலையும் கர்ப்பத்தையும் அப்படி ரொம்ப காலத்துக்கு மறைத்து வைக்க முடியாது."

"சரி. விவாதித்துப் பயனில்லை. உன் நிலை புரிகிறது. என் மனதை நீயும் புரிந்து கொள்."

"ம்."

"இப்போது நீ துணுக்குறுகிறாயா, அம்மு? அவசியமே இல்லை. குழப்பிக் கொள்ளாதே!"

"..."

"வருத்தினால் அது காதலே அல்ல! எனவே, நீ வருந்தி நம் காதலை அவமதிக்காதே!"

"ம்ம்ம்."

"இப்போது கொஞ்சம் சிரி. பிரபஞ்சத்தை வாரிச் சுருட்டி வாயில் போடும் அந்தச் சிரிப்பு!"

அம்மன் சிலை சிரித்த மாதிரி தோன்றியது. விளக்கொளி மத்தியில் சூரியப் பிரகாசம்.

"இதுதான் என் அம்மு. 'செறிவும் நிறைவும் செம்மையும் செப்பும் அறிவும் அருமையும் பெண்பா லான' என்பது தொல்காப்பியம் பெண் பெருமைக்குச் சொல்லும் அளவுகோல். 'செறிவு என்பது அடக்கம்; நிறைவு என்பது அமைதி; செம்மை என்பது மனங்கோடாமை; செப்பு என்பது சொல்லுதல்; அறிவு என்பது நன்மை பயப்பனவுந் தீமை பயப்பனவும் துணிதல்; அருமை என்பது உள்ளக் கருத்து அறிதலருமை' என இளம்பூரணர் இவ்வரிக்கு உரை வகுத்துள்ளார். உன்னோடிருந்த மூன்று நாட்களில் இவ்வரையறைக்கு அப்படியே பொருந்துகிறாய் நீ! என் அனுபவம் சிறிது. ஆனாலும் பெண்மை என்பதன் உச்சம் நீ!"

"போதும், சங்கர். அச்சம், நாணம், மடம், பயிற்பு ஆகியன எனக்குப் பழக்கம் இல்லை."

கன்னியம்மன் சிலையின் முகத்தில் இப்போது மெல்லிய நாணச் சாயைகள் தோன்றின.

"சரி, நீ எனக்கு அம்மு எனப் பெயர் வைத்தது போல் நானும் உனக்கு ஒரு பெயரிடுவேன்."

“என்ன அது?”

“விடியத் தொடங்கி விட்டது. நீ கிளம்பு. அந்தப் பெயர் உன் செவி வந்து சேரும், சங்கர்.”

“ம்.”

“நீ கிளம்பும் முன் ஒன்று மட்டும் இறுதியாகச் சொல்கிறேன் சங்கர். அதை எப்போதும் நினைவில் கொள். நீ எப்போது இந்த மயக்கத்திலிருந்து மாறினாலும் அதில் தவறில்லை. அது குற்றமில்லை. மூன்று நாட்களின் பேச்சே உனக்குப் போதுமானது என நீ சொன்னது போல் நீ அப்படி மாறிப் போனாலும் அது வரையிலான உன் உயர்ந்த அன்பு எப்போதும் மானுட வரலாற்றில் நினைவு கூரப்படும். எனக்கும் நீ தனித்துவமான ஒரு பக்தன், ஒரு நண்பனாக என்றென்றைக்கும் நிற்பாய். நீ மாறுவதால் அந்த மதிப்பீடு மாறாது. எனவே, எப்போது என்னைக் கை விடுவதாக இருந்தாலும் அதனை நான் வரவேற்கிறேன் - மிக மகிழ்ச்சியாகவே. வாழ்த்துக்கள். நீ எப்போதும் அறவானாக அறிவானாக நீடூழி வாழ்க.

“ம். ஆனாலும் நான் மாற மாட்டேன். இப்பிறவிப் பலன் இந்த மூன்று நாட்கள்தாம். அதை அடைந்த பின் இந்தப் பிறவிக்கு வேறு இலக்குகள் ஏதுமில்லை. இது உனக்கே உனக்கு.”

சங்கர் கண்களில் நீர் துளிர்த்தது. அதற்கு மேல் அங்கே நின்றிருந்தால் அழுது விடுவான் எனத் தோன்றியது. அம்மன் முன் அழ அவன் விரும்பவில்லை. குணா படத்தில் கமல் சொல்வது போல் ‘அவன் சோகம் அவளைத் தாக்கும் என்றெண்ணி வந்த அழுகை நின்றது’. கன்னியம்மனை கண்ணீரம்மனாகப் பார்க்க அவனுக்கு விருப்பமில்லை.

‘அம்மு அம்மு அம்மு’ என அவன் மனம் அரற்றியது. திரும்பிப் பாராமல் கிளம்பினான்.

சங்கர் கோயிலுக்கு வெளியே வந்த போது மழை விட்டிருந்தது. மூன்று நாட்கள் அடித்துப் பெய்த மழை ஓய்ந்திருந்தது. லேசாகத் தூவானம் மட்டும் தூறலிட்டு உடலை நடுக்கியது.

அப்போது கோயிலின் மணிச் சப்த ஒலியலை அவன் காதுகளைத் தேடி வந்து பாய்ந்தது.

"டிங் டாங் டிங் டிங் டாங் டாங் இடைவெளி டிங் டிங் டிங் டிங் டிங் இடைவெளி டாங் டிங் டிங் டிங் டிங் டிங் டாங் டாங் இடைவெளி டாங் டிங் டாங் டாங் டிங்" - பெயர்த்தான்...

"ஆ ண் டா ன்"

சங்கர் அந்தச் சொல்லைக் கிரஹித்து உள்வாங்கி உள்ளத்தில் உருட்டித் தியானித்தான். ஆண்டான்! அதுவா அம்மு எனக்கிட்ட செல்லப் பெயர்! எப்பேர்பட்ட பெயர். என்ன பேறு!

ஆண்டான் - அம்மு என்ன பொருத்தமான இணைப்பெயர்கள். ஆனால் ஏன் ஆண்டான்? ஓர் அடிமையை ஆண்டான் என்பதா! அடிமை இல்லை, சமம் என்றாளே! இப்போது ஒரு படி மேலே போய் ஆண்டான் என்கிறாளா! கோதை நாச்சியாரை உலகம் ஆண்டாள் என்ற பெயரால்தானே நினைவு வைத்திருக்கிறது! அப்படி சங்கரை இவ்வுலகம் இனி ஆண்டானாக அறியப் போகிறதா! விஷ்ணுவுக்கு ஆண்டாள் போல, கன்னியம்மனுக்கு ஆண்டான்! சங்கர் மனம் மிதந்தது. இது ஓர் ஏற்பு. ஓர் அங்கீகாரம். பூடகமான '*Me too*'!

சங்கர் கோயிலின் பின்புறம் நடந்தான். செந்நீர் தீர்ந்து இப்போது தெளிவான நீர் ஓட ஆரம்பித்திருந்தது. ஆற்றில் பாய்ந்து நீந்த ஆரம்பித்தான் சங்கர். குளிர் நீர் தழுவி ஓடியது. ஆழப் படுகைக்குப் போய் விழி மூடி மூச்சடக்கிப் படுத்துக் கொண்டான்.

இந்தக் கணம் செத்தால் எவ்வளவு மகிழ்ச்சியாக இருக்கும்! புகைப்படத்தில் ஒரு கணம் அப்படியே பதிவது போல் இந்த நொடியின் மகிழ்ச்சி அப்படியே என் மூளையில் பதிந்து விடுமல்லவா! அவனுக்குத் திடீரென 'சேது' திரைப்படத்தின் பாடல் நினைவுக்கு வந்தது.

> *'நெனச்சு நெனச்சு தவிச்சு தவிச்சு*
> *உருகி உருகி கெடந்த மனசு பறந்து போகுதே*
> *மனசப் புடிச்சு கசக்கிப் புழிஞ்சு*
> *பயந்து கிடந்த பழைய நினைவு விலகி ஓடுதே...'*

★

கயல்விழி அந்தக் கருவறையில் நடந்த அத்தனைக்கும் நேரடிச் சாட்சியமாக நின்றாள்.

அவள் முந்தைய நாள் இரவில் சங்கர் கிளம்பிப் போவதைக் கவனித்திருந்தாள். மறுநாள் அதிகாலையில் அவன் வீடு திரும்பி வந்ததையும் பார்த்திருந்தாள். காலை பள்ளிக்குக் கிளம்பிப் போகும் போதும் மாலை பள்ளி முடிந்து திரும்பும் போதும் சங்கரின் வீட்டைக் கடக்கையில் அவன் உறங்கிக் கொண்டிருப்பதை ஊகிக்க முடிந்தது. இடையில் அவன் எழுந்திருக்கவில்லை என்பதை வீட்டு வாசலில் விநியோகம் செய்யப்பட்டு எடுக்காமல் விட்டிருந்த அன்றைய செய்தித்தாள் உறுதி செய்தது. இவ்வளவு நேரமா தூங்குவான்!

எனில், இரவு முழுக்க உறங்கவில்லை. ராத்திரி பூராவும் வீட்டிற்கும் வரவில்லை. எங்கே போனான்? என்ன செய்தான்? என்ன இது புதிதாக ஒரு மர்மம்? அதுவும் அவளறியாமல்!

மிக எளிய தினசரிகளைக் கொண்ட சங்கர் மாதிரியானவர்கள் வாழ்விலுமே இப்படி ரகசியங்கள் இருக்குமா! சந்தேகம் என்ற எதிர்மறை அம்சத்தை விட ஆர்வம், அக்கறை என்ற நேர்மறைகளால் உந்தப்பட்டாள். சங்கரைக் கண்காணிக்கத் தீர்மானித்தாள்.

அன்று நள்ளிரவானதும் மணியடித்த மாதிரி சங்கர் கிளம்பிப் போனதைக் கவனித்தாள். என்ன செய்வதெனப் புரியாமல் கணம் திகைத்தவள் சட்டெனச் சுதாரித்துக் கொண்டு அவனைப் பின்தொடர்ந்து சென்று பார்க்கத் தீர்மானித்தாள். மழை வலுத்திருக்க, குடை ஒன்றைக் கையில் பிடித்துக் கொண்டு அவளும் அவன் பின்னே நடக்க ஆரம்பித்தாள்.

சங்கர் ஆண். இந்த நேரம் ஆபத்தில் சிக்கினாலும் அதிகம் போனால் பொருளைத்தான் இழப்பான். அவளோ பெண். அதுவும் இளம் பெண். கையில், கழுத்தில் அணிந்திருக்கும் நகை, நட்டு மட்டுமல்ல, அவளது உடம்பும் ஆபத்தில் சிக்கும். அது அவசியம்தானா என யோசனை எழுந்தது. அசந்தர்ப்பமாக சுந்தர ராமசாமியின் வரிகள் நினைவுக்கு வந்தன:

‘இழப்பதற்குப் பல்லிக்கு வாலும், பெண்ணுக்குக் கற்பும், மனிதனுக்குக் கொள்கையும், கடவுளுக்கு முகமூடியும் உண்டு. இழந்தும் பெற்றும்தான் வாழ முடியும் போலிருக்கிறது.’

திடுக்கிட்டு உறைந்த மனதை உலுக்கி விடுவித்துக் கொண்டு கயல்விழி சங்கரைத் தொடர்ந்து சென்று கோயிலின் கிழக்கு

வாயிலில் உள்ளே நுழைந்து கருவறைக்கு அருகே வரைக்கும் வந்து நின்று நடந்த மொத்த விஷயங்களையும் கண்ணுற்றாள்.

சங்கர் புறப்பட்டதும் சற்று நேரம் அசைவற்று நின்ற பின் கயல்விழியும் கிளம்பினாள்.

அவளது தடித்த உதடுகள் துடித்துக் கொண்டிருந்தன. பற்களால் கடித்து அடக்கிக் கொண்டாள். தோல்வியுற்றது போல் அவளுக்கு அவமானமாக இருந்தது. இல்லை, இது நேர்ந்த இழப்பு தொடர்பான வேதனை மட்டுமே. இதில் என்ன தோல்வி இருக்கிறது!

நான் சாதாரண மனுஷி. அம்மனிடம்தானே இழந்திருக்கிறேன். இது ஒரு தோல்வியா! காலங்காலமாக மனிதன் ஒன்று நினைக்க, தெய்வம் ஒன்று நினைக்கும் என மொத்த மனித குலமும் கடவுளிடம் தோற்றுக் கொண்டுதானே இருக்கிறது! நான் என்ன புதிதா!

ஆனால் அம்மனுக்கு நானும் பிள்ளையல்லவா! பிறந்தது முதல் அவளைச் சேவித்து வருகிறேன். என் மனதிலிருப்பதை அவள் அறியாமல் இருப்பாளா? மீறி அதில் கை வைக்கிறாள் என்றால் என்ன மாதிரியான தெய்வம் இவள்! கடவுள் என்பதே வேடமா!

அதுவும் சங்கர் இறுதியில் பெண்மையின் உச்சம் என்று கன்னியம்மனைச் சிலாகித்தது கயல்விழிக்கு மிகவும் எரிச்சலூட்டியது. எனில், தான் அடுத்தபடி என்றுதானே அர்த்தம்!

அந்த சுந்தர ராமசாமி வரிகளில் பெண் பற்றிய பொருத்தப்பாட்டை மட்டுமே இரவு யோசித்திருந்தாள். அம்மனையும், சங்கரையும் அம்முவாகவும் ஆண்டானாகவும் இப்போது கண்ட பின் கடவுள் பற்றிய பொருத்தப்பாட்டைச் சிந்திக்க ஆரம்பித்தாள்.

எந்த வித முடிவும் எட்டாமல் வெறுமையான மனதுடன் வீடு வந்து சேர்ந்தாள். நல்ல வேளையாக அம்மா எழுந்திருக்கவில்லை. இல்லையெனில் அவளைக் காணோம் என ஊரைக் கூட்டி ஆர்ப்பாட்டம் செய்திருப்பாள். வந்து முதல் வேலையாகக் குளித்தாள்.

★

சங்கருக்குக் கண்கள் எரிந்தன. ஆனாலும் தூக்கம் அன்று முழுக்கவும் சாத்தியமில்லை. வீடு போய் உடனே கிளம்பித்

தயாராகி கோயிலுக்கு வர வேண்டும். கோயிலைத் திறந்து வேலைகளை ஆரம்பிக்க வேண்டும். அவசரமாக வீடு வந்து தயாராகிக் கிளம்பினான்.

வீட்டிலிருந்த அரசு இலவச வண்ணத் தொலைக்காட்சியை மின்னுயிர்ப்பு செய்தான். அது நண்பன் வீட்டிலேயே வைத்துப் போனது. சரோஜா தேவி பாடிக் கொண்டிருந்தார்.

"ஆலயமணியின் ஓசையை நான் கேட்டேன்
அருள்மொழி கூறும் பறவைகள் ஒலி கேட்டேன்
என் இறைவன் அவனே அவனே எனப் பாடும் குரல் கேட்டேன்
உன் தலைவன் அவனே அவனே எனும் தாயின் மொழி கேட்டேன்"

ஆஹா! இத்தருணத்துக்கு எவ்வளவு பொருந்திய தித்திப்பு வரிகள்! கருப்பு வெள்ளையில் இருந்தாலும் சரோஜா தேவிதான் எத்தனை அழகு! அல்லது காதலில் விழுந்த பூரிப்போ!

அம்மு மட்டுமென்ன! கருத்த கற்சிலை எனினும் பெரும்பேரழகு கொண்டவள். காதலில் கனிந்த அவளது வதனம் எப்படி இருக்கும்! அதைக் கண்டு பருகும் வேட்கை எழுந்தது.

அவ்வகையில் அம்முவுக்குக் கன்னியம்மனை விட வேறு ஒரு பெயர் கன பொருத்தம். பெண்ணாகடத்திலுள்ள பிரளயகாலேஸ்வரர் ஆலயத்தில் உடனுறை தேவி - அழகிய காதலி அம்மன். அந்த ரம்மியமான நாமமே என்னவளுக்குக் காரணப் பெயர் ஆகுக!

அன்று கபாடபுரம் முழுக்க விடுமுறைதான். உண்மையில் நான்காம் நாள்தான் அசல் திருவிழா. மூன்று நாட்களுக்குப் பிறகு கோயில் திறப்பதால் பக்தர்கள் குவிவார்கள். அதில் வெளியூர்காரர்கள் ஏராளம் இருப்பார்கள். சங்கரிடம் ஒரு பதற்றம் இருந்தது.

அவனுக்கு அத்திருவிழா காலத்துப் பூஜை அதுதான் முதல் முறை. எல்லாம் சரியாகச் செய்ய வேண்டும். அது கடமை என்பதைத் தாண்டி உரிமை என ஆகி விட்டிருந்தது.

கிளம்ப வீட்டுக் கதவைத் திறக்கவும், அழைப்பு மணி அடிக்கவும் சரியாக இருந்தது. வெளியே கயல்விழி கைகள் கட்டி நின்றிருந்தாள். அவளை வியப்பாகப் பார்த்தான்.

சூரியக் கதிர்கள் மந்தமாக ஊரைக் கழுவிக் கொண்டிருந்தன. மணி பார்த்தான். ஆறு.

“விழி, நான் கோயிலுக்குக் கிளம்பறேன். நீ வரலையா? போய்ட்டே பேசுவோமா?”

கயல்விழிக்கும் சரியென்றே பட்டது. சம்மதித்து அவனுடன் இணையாக நடந்தாள்.

“சொல்லு. என்ன காலைலயே வந்திருக்க? ஏதோ முக்கியமான விஷயம்னு புரியுது.”

“ஆமா, சங்கர். நான் மறைமுகமாகக் கேள்விகள் கேட்டு உன்னைப் பொய் சொல்லும் சங்கடத்துக்கு உள்ளாக்க விரும்பல. நேராகவே பேசுகிறேன். அதுவே எனக்கும் வசதி.”

சங்கர் அவ்வளவு ஆழமாகக் கவனிக்கவில்லை. எனவே இயல்பாகத் தொடர்ந்தான்.

“என்ன பீடிகைலாம் பலமா இருக்கு, விழி? ஏதும் ராணுவ ரகசியம் தெரிஞ்சிடுச்சா!”

“நான் நேற்றிரவு உனக்கும் அம்மனுக்கும் நடந்த உரையாடலை அறிவேன், சங்கர்.”

வேக நடையிட்டிருந்த சங்கர் திடுக்கிட்டு மெதுவானான், அவளை ஆழப் பார்த்தான்.

★

34

நடையின் துரிதத்தை சங்கர் குறைக்க, கயல்விழி தளராமல் அவனைத் தொடர்ந்தாள்.

"சங்கர், முதலில் எனக்கு ஒன்றும் புரியவில்லை. பிறகு மெல்ல மெல்ல ஒவ்வொன்றாகப் பிடிபட ஆரம்பித்தது. உண்மையில் ஒவ்வொரு விஷயமும் ஒவ்வொரு அதிர்ச்சிதான்."

"..."

"உன் பேச்சிலிருந்து நான் பெற்ற முதல் அதிர்ச்சி அம்மனை நீ காதலிப்பதாக அறிந்தது. கடவுள் மீது காதல் அல்லது பாலியல் உணர்வு தோன்றுவது *Obsessive Compulsive Disorder* என்ற மனப் பிறழ்வின் வகை எனப் படித்திருக்கிறேன். இந்த *OCD* பொதுவாக நம் சமூக விழுமியங்கள் தகாதது என அடையாளப்படுத்தும் ஒருவர் மீது வருவது - உதாரணமாக உறவு முறையில் அப்படி இருப்பவர், ஆசிரியர், பிரபலம், முதியவர், குழந்தை, மிருகம், இறந்தவர், உயிரற்ற பொருள், கற்பனைப் பாத்திரம்... அது கடவுளாகவும் இருக்கலாம்."

"..."

"அதைக் கடந்து போனால் இரண்டாம் அதிர்ச்சி அம்மன் பேசியது. அதையும் முதலில் உன் மனச் சிக்கல் என்றுதான் நினைத்தேன். அதாவது நீ கற்பனை செய்வதாக. ஆனால்

கோயில் மணி தொடர்ந்து அடித்துக் கொண்டிருந்தது என் எண்ணத்தைத் தெளிவித்தது. நிச்சயம் யாரோ உன்னுடன் தொடர்பு கொள்கிறார்கள், நீ ஹாலுசினேட் செய்யவில்லை எனப் புரிந்தது. அப்படிப் பேசியது கன்னியம்மன் என்று உணர்ந்த போது உண்மையில் என்னால் நம்பவே முடியவில்லை. விக்கித்து நின்றிருந்தேன். கடவுள் விஷயமெல்லாம் நம் அது வரையிலான நம்பிக்கைகளை, புரிதல்களைப் புரட்டிப் போட வல்லதல்லவா!"

"..."

"மூன்றாவது அதிர்ச்சிதான் இருப்பதில் ஆகப் பெரிய அதிர்ச்சி. அம்மன் உன் காதலை ஏற்ற தொனியில் தானும் அதே மனப்போக்கில் இருப்பதாக உனக்குப் பதில் சொன்னது. அதாவது அம்மன் என்ன சொன்னாள் என்பது எனக்குத் தெரியாதுதான். ஆனால் உன் பதில் பேச்சை வைத்து அவ்வாறே புரிந்து கொண்டேன். என் ஊகம் சரிதானே, சங்கர்?"

"ம்."

"சிறுவயது முதல் இந்த அம்மனை என் மனதிற்கு உகந்தவளாகப் பாவித்து வருகிறேன். இப்படி அவளே எனக்குப் போட்டியாக வருவாள் எனக் கற்பனை கூடச் செய்ததில்லை."

"நீ எல்லாவற்றையும் சரியாக உள்வாங்கி இருக்கிறாய், விழி. ஆனால் எல்லாவற்றையும் நல்ல விதமாக எடுத்துக் கொண்டாயா என்பதில் எனக்குக் குழப்பங்கள் இருக்கின்றன."

"அது முக்கியமோ கட்டாயமோ இல்லை, சங்கர். ஆஃப்டர் ஆல், நான் இதில் வேடிக்கை பார்ப்பவள். என் கருத்து எவ்விதத்தில் இதை எல்லாம் பாதிக்கும் என யோசிக்கிறேன்!"

"என் மீது அசலான அக்கறை கொண்ட தோழி - நீ சொல்லாமல் வேறு யார் சொல்வார்?"

"தோழி, சினேகிதி, நண்பி... அவ்வளவுதான் அல்லவா! கறாரான, கவனமான கோடு."

"..."

"பெயரின் இரண்டாம் பகுதியைச் செல்லப் பெயராக ஆக்குவது உன் வழக்கம்தான் அல்லவா, சங்கர்! கன்னியம்மன் அம்மு ஆனது போல் கயல்விழி விழி ஆகிவிட்டாள்!"

"..."

"எனில், எனக்கென எந்தப் பிரத்யேக உணர்வுகளும் உன்னிடம் இல்லையா சங்கர்?"

"விழி, முன்பு சொன்னதுதான். நீ சமரசமற்ற அழகி, அறிவில் சிறந்தவள், அறத்தின்பால் நிற்பவள். ஆனாலும் உன்னைக் கம்பீர நட்பாகவே வரித்துக் கொள்ள முடிகிறது. அதை மீறி ஏதும் சில்லறைச் சபலங்கள் எழுந்தால் அவை எனது தற்காலிகத் தடுமாற்றங்கள். இன்னொரு விஷயம் இதுதான் என் இயல்பான எண்ணம். அம்மன் வருகைக்குப் பின் திரித்தோ குறைத்தோ கொண்ட உணர்வு அல்ல. எப்போதும் நீ என் வாழ்விலும் நான் உன் வாழ்விலும் இருக்க வேண்டும் என்றுதான் விழைகிறேன், நல்ல சினேகிதமாக."

"..."

"இதுவும் முன்பு சொன்னதே. நட்புதான் நீண்ட காலத்துக்கு நிலைக்கும், நிரந்தரமாக நிற்கும்; காதல் என்பது எப்போது வேண்டுமாலும் உடையக் காத்திருக்கும் நீர்க்குமிழி. காதல் கணிசமாகக் கண்ணீரால் ஆன ஒன்று; நட்பு நேர்மாறாக சிரிப்பால் நிறைந்தது. காதல் சந்தேகங்கள் கொள்ளக்கூடியது, நிரூபணங்கள் கோரக்கூடியது; இச்சிக்கல்கள் நட்பில் இல்லை. காதல் கடன் போல் தொடரும், பிறகு கடனுக்குத் தொடரும்; மாறாக, என்றுமே இயல்பாக முகம் மலரச் செய்வது நட்புதான். பிடித்த பெண் ஒருத்தி இருந்தால் அவளை நட்பாக்குவதே என்றென்றைக்கும் தக்க வைத்துக் கொள்ள இலகுவான வழி. உடல்களின் சங்கமம் கிடையாது என்பது தவிர, சினேகத்தில் ஒரு குறையும் இல்லை."

"சங்கர், நான் ஒன்று சொல்கிறேன். நீ நன்றாக யோசித்து விட்டுப் பதில் சொல். எனக்கு இப்போதும் உன் மீதான என் காதல் துளியும் குறையவில்லை. அது எப்போதும் மாறாது. இந்த அம்மன் விவகாரத்தை இப்படியே விட்டு விடு. நீ கோயில் வேலையில் இருந்தாலும் சரி. வேறு பணிக்கு மாறினாலும் சரி. நாம் கபாடபுரத்தை விட்டு நீங்கி விடுவோம். இங்கு இருந்தால் நமக்குக் கன்னியம்மனும் இடையூறு, மறுபக்கம் பாண்டியனும் தொந்தரவு."

"..."

“சென்னை, கோவை போல் எங்கேனும் போய் திருமணம் செய்து புதிய வாழ்க்கையைத் தொடங்குவோம். நமக்கு யாரும் வேண்டாம், உனக்கு நானும் எனக்கு நீயும் போதும். இது வரை நடந்ததை கெட்ட சொப்னம் போல் மறந்து விடு. நானும் உன் காதலை அதீத பக்தி என்று கடந்து விடுகிறேன். அது ஒரு நெருடல்தான். ஆனால் அது என் பாடு. லீவ் இட் டு மீ.”

“விழி, உனக்குப் புரியவில்லை. நீ இப்போது நிதானத்தில் இல்லை. நாம் பேசுவோம்.”

“இல்லை. இப்படி உரையாடலை இடையில் முறிப்பது என்னை அவமதிப்பது போல்.”

“விழி, என் காதலை நான் ரத்து செய்வது இயலாதது. நீ சொல்வது போல் இது என் மனச் சிக்கலாக இருக்கலாம். ஆனால் அதுதான் பரிசுத்த நிஜம். இதைச் சிகிச்சை செய்து நீக்குவதுதான் நேர் செய்யும் தீர்வென்றால் உலகின் எல்லாக் காதலுமே இத்தகைய சிகிச்சைக்கு உட்பட்டது என்றாகுமே! உதாரணமாக பாண்டியன் உன்னைப் பார்த்தும் இதே தீர்வை முன்வைக்க முடியும் - சங்கரை மறந்து வா, நான் பார்த்துக் கொள்கிறேன் எனச் சொல்ல முடியும். அது சரி என்பாயா? தாய்ப் பாசத்தையும் தாயின் பாசத்தையும் கூட நீ சொல்லும் திசையில் ஒரு மன நோயாகப் பார்க்க முடியும். அப்படி அறுத்துப் பார்க்க ஆரம்பித்தால் நிம்மதி இல்லாமல் போய் விடும். அதற்கு எல்லையே இல்லை!”

“நீ செய்யும் இறைக் காதல் எங்கேனும் நடந்திருக்கிறதா? ஊர் ஒப்புக் கொள்ளுமா?”

“அரிதாக இருக்கிறது என்பதாலேயே ஒன்று தவறான விஷயமாகி விடாது. அதனால் யாருக்கும் தொந்தரவு இல்லை எனில் அதை ஜீவித்திருக்க அனுமதிப்பதே நியாயம்.”

“...”

“எவருக்கும் பாதிப்பூட்டாத சமாச்சாரங்களை அனுமதிப்பதே சரி என நினைக்கிறேன். நம் நாட்டில் ஐபிசி செக்ஷன் 377ஐ எதிர்த்து ஓரினச் சேர்க்கையை சட்டப்பூர்வமாக்கக் கேட்டு ஒரு என்ஜிஓ போட்ட வழக்கு தில்லி உயர்நீதிமன்றத்தில் நிலுவையில் உள்ளது ஒரு முன்னேறிய சமூகம் தொந்தரவில்லாத பிறழ்வுகளை அரவணைத்தே செல்லும்.”

“சரி, சங்கர். எனக்கு வேறு வழி தெரியவில்லை. இதை மிரட்டல் என எண்ணாதே. நான் உண்மையில் உன்னைக் காப்பாற்றவே விரும்புகிறேன். இம்முறை நான் திருவிழாவில் சாமியாட முடியும். ஆடியபடி அருள்வாக்குச் சொல்ல முடியும். அதில் நாம் இருவரும் காதலிப்பதாகச் சொல்லி விட முடியும். நமக்குத் திருமணம் முடிக்கச் சொல்ல முடியும்.”

“...”

“சாதி முக்கியமா, சாமி முக்கியமா என்று ஊர்க்காரர்கள் தீர்மானிக்கட்டும். நீ சொல் - நான் அதைத்தான் செய்ய வேண்டும் என விரும்புகிறாயா? அது சுற்றுவழி இல்லையா?”

“விழி, எனக்கு உன் மேல் கோபம் வரவில்லை. நீ எமோஷனல் ப்ளாக்மெயில் செய்வது குழந்தைத்தனமாக இருக்கிறது. அதிலிருக்கும் பெரும் பிரியமே எனக்குத் தெரிகிறது.”

“நான் சிறுமியல்ல. நான் செய்வது பிள்ளை விளையாட்டும் அல்ல. சும்மா சொல்லிக் கொண்டிருப்பதாக நினைக்கிறாயா, சங்கர்? நிச்சயம் செய்வேன். நோ ரெக்ரட்ஸ்.”

“சரி, விழி! நீ என்ன வேண்டுமானாலும் சொல். நான் தடுக்க மாட்டேன். ஆனால் ஒரே கோரிக்கை. அம்மன் பெயரால் ஒரு விஷயம் சொல்வதாக இருந்தால் உண்மையைச் சொல். அதில் பொய் கூறினால் அது அம்மனுக்கும் நல்லதல்ல. உனக்கும் நல்லதல்ல.”

இப்போது கயல்விழி நடையில் வேகம் தணிந்தாள். சங்கர் அவளை விட்டு முன்னேறி நடந்தான். அவளுக்கு ஆயாசமாக இருந்தது. நீண்ட பெருமூச்சு ஒன்று வெளியேறியது.

★

ஆறரை மணி வாக்கில் சங்கர் கன்னியம்மன் கோயிலை அடைந்தான். இன்னும் சற்று முன்பே வந்திருக்க வேண்டும். ஏற்கெனவே ஆலய நடை திறப்பதற்காக பெரும் திரளாக கபாடபுரம்காரர்களும் வெளியூரிலிருந்து விழா நிமித்தம் வந்தோரும் குழுமியிருந்தனர்.

சங்கர் சாவியைப் பிரதான கிழக்கு வாயில் கதவில் நுழைத்துச் சுழற்றி கதவை திறந்த நேரம் அவசரமாக தேவநாத ஐயர் சுமார்

பத்து பிராமணர்கள் புடை சூழ அங்கே வந்தார்.

தேவநாத ஐயர் தொடுத்த வழக்கில் முந்தைய நாள் இரவு உயர்நீதிமன்றம் அவசரமாகச் சிறப்பு விசாரணை நடத்தி இடைக்காலத் தடை விதித்துத் தீர்ப்புக் கொடுத்திருந்தது. அந்த நேரத்தில் விஷயமறிந்து பாண்டியனும் கூட அங்கே ஆட்களுடன் வந்து விட்டான்.

திருப்பரங்குன்றம் கோயிலில் சிக்கந்தர் தர்கா முன் உள்ள தூணில் கார்த்திகை தீபம் ஏற்ற அனுமதி கோரி இந்து உதிரி அமைப்பு ஒன்று வழக்குத் தொடுக்க, அதை மறுத்து வழக்கமாக தீபம் ஏற்றப்படும் இடத்திற்குப் பதில் வேறு இடத்தில் தீபம் ஏற்றுவது ஆகம சாஸ்திரத்திற்கு எதிரானது என்றும் தர்கா வழியாக சென்றுதான் அத்தூணில் தீபம் ஏற்ற முடியும் என்பதால் சட்டம், ஒழுங்கு பிரச்னை ஏற்படும் என்றும் அரசு தரப்பு வாதடியது. இன்னும் சில நாட்களில் திருக்கார்த்திகை தினம் வருகிறது என்பதால் அதை அவசர வழக்காக விசாரணைக்கு எடுத்திருந்தார் பட்டை போட்டு, பொட்டு வைத்த நீதிபதி.

ஆகமமாவது ஒன்றாவது, தர்கா அருகே இருந்தாலும் அந்தத் தூணில் கார்த்திகை தீபம் ஏற்ற வேண்டும் என்று தீர்ப்பை அளித்திருந்தார் மாண்புமிகு உயர்நீதிமன்ற நீதியரசர். மறுநாள் கன்னியம்மன் கோயில் சக்திப் பெருக்கு விழாவின் முக்கிய நாள் என்பதால் தேவநாத ஐயரின் வழக்கையும் அன்று அவசரமாக விசாரிக்க வேண்டும் என்று சாதிச் சங்கம் கோரி நீதிபதியின் சம்மதம் பெற்றிருந்தது. அப்படித்தான் தீர்ப்பு வந்திருந்தது. ஆகமங்களில் சட்டம் தலையிட முடியுமா என்று அதில் ஆதங்கப்பட்டிருந்தார் நீதிபதி!

தீர்ப்பை வாசித்தார் அதிலோர் உத்தமோத்தமர். கன்னியம்மன் கோயிலில் சங்கரின் பணி நியமனம் செல்லுபடியாகாது என்று சொல்லி இந்த விவகாரத்தில் தெளிவான ஒரு முடிவு எட்டப்படும் வரை ஆகமப்படி இயங்குகிற, இயங்காத எல்லாப் பெருந்தெய்வக் கோயில்களிலும் இத்தகு அர்ச்சகர் நியமனத்துக்குத் தடை விதித்து உத்தரவு இருந்தது.

சங்கர் பிரமை பிடித்தவன் போல் நின்றான். தேவநாத ஐயர் அவனிடம் கை நீட்டினார். சாவியை அவரது கையில் கொடுத்து விட்டு அப்படியே நின்றான். கதவைத் திறந்து கொண்டு வாயிலைச்

சாஷ்டாங்கமாக விழுந்து கும்பிட்டு வெற்றிக் களிப்பு நிறைந்த புன்சிரிப்புடன் அவர் கோயிலுக்குள் காலடி எடுத்து வைத்து உள்ளே நுழைந்தார்.

அவருக்குப் பின்னே உற்சாகத்துடன் மற்ற பிராமணர்களும் உள்ளே சென்றார்கள். பாண்டியனும் அவனது அடிப்பொடிகளும் பின்னே சென்றார்கள். ஊர்க்காரர்கள் ஒவ்வொருவரும் உள்ளே சென்றார்கள். வெளியூர்க்காரர்களும் பின்தொடர்ந்தார்கள்.

அதில் ஒருவர் கூட அவனை கோயிலுக்குள் வரச் சொல்லி அழைக்கவில்லை, அவனுக்கு எந்த ஆறுதலும் உரைக்கவில்லை, அவனது வெளியேற்றத்தைப் பொருட்படுத்தவில்லை.

தூய்மைப் பணியாளப் பெண்ணும் உள்ளே சென்றாள். பன்மடங்கு பக்தர் வருகையால் அந்த நாள் நிறைய வேலை இருக்குமே என்கிற கவலை கூட அவளுக்கு மறந்து விட்டது. தகாத சாதி ஆளிடம் கை கட்டி வேலை செய்வதிலிருந்து விடுதலை கிடைத்திருக்கிறதே!

உயிரற்ற கண்களில் அவற்றை எல்லாம் வேடிக்கை பார்த்தபடி சங்கர் அப்படியே நின்று கொண்டிருந்தான். அவனுக்கு உடனடியாக அழுகை வந்தது. அழக்கூடாது என்கின்ற வைராக்கியமும் உடன் வந்தது. இதை எப்படிக் கடக்கப் போகிறோம் என மலைத்தான்.

தான் எதற்கு வருந்துகிறேன் என மனசாட்சியிடம் கேட்டு உற்றுக் கவனித்தான். தனக்கு சோறு போடுகிற வேலை பறிபோனதற்கா? அதன் மூலம் பிறப்பால் தான் அவமதிக்கப் பட்டதற்கா? ஒரு சமூகப் புரட்சி தடைபட்டதற்கா? இவை எல்லாமே இரண்டாம் பட்சம்.

கன்னியம்மனைக் காண முடியாது என்பதுதான் அவனது பிரதானச் சிக்கல். ஏன் காண முடியாது? ஊர் மக்களில் ஒருவனாக, ஏன் வந்திருக்கும் வெளியூர்காரர்களைப் போல் அவனும் போய் அம்மனைத் தரிசிக்கலாமே! யார் தடுக்க முடியும்? யாரும் அதற்குத் தடை சொல்லவும் இல்லையே! அப்புறம் ஏன் நான் நிலைமையைச் சிக்கலாக்குகிறேன்?

இல்லை, நான் பத்தோடு ஒன்று பதினொன்றாக அம்மன் முன் நிற்க முடியாது. கல்யாண மண்டபத்தில் மாப்பிள்ளை கூட்டத்தில் ஒருவனாக நிற்க முடியுமா என்ன! இது எனது ஆலயம். என் ஆளுமைக்கு உட்பட்டது. என் அம்மு முன் அந்த கம்பீரத்தோடே

என்னால் நிற்க முடியும். வேறு ஆள் அவளுக்குச் சேவை செய்வதை வேடிக்கை பார்க்க முடியாது.

முன்பு அப்படித்தானே இருந்தது எனக் கேட்டால், அது வேறு. இப்போதுதான் நான் வந்து விட்டேனே! அவனுள் கனன்று எழுந்த அந்த ஆங்காரம் அவனுக்கே புதிதாக இருந்தது.

கிட்டத்தட்ட எல்லோரும் உள்ளே போய் முடித்து விட்டார்கள். கோயிலில் இடைவெளியே இல்லாத அளவு மக்கள் கூட்டம் நிறைந்து விட்டது. கயல்விழியின் அம்மா அவனைப் பார்த்தபடி உள்ளே போனாள். பின்னே, கயல்விழியும் கடைசியாக உள்ளே சென்றாள்.

சங்கர் மீட்டுக் கொடுத்த நீல நிற மீன் ரவிக்கையை அவள் அணிந்திருந்ததை சங்கர் கவனிக்கவில்லை. அவன் உண்மையில் எதையும் பார்க்கும் மனநிலையில் இல்லை.

சங்கர் திரும்பி நடக்க ஆரம்பித்தான். உயரப் பறந்த கழுகுக்கு சங்கர் தென்பட்டான்.

★

35

தேவநாதன் முழுதாக இரண்டு திங்கள் கழித்து இன்றுதான் கோயிலுக்குள் வருகிறார். ஏதோ ஓர் அந்நியத்தன்மை புகுந்துவிட்டது போலிருந்தது. அங்கிருந்த ஒவ்வொன்றையும் உற்று கவனித்தார். உண்மையில் புறரீதியாக அங்கே எதுவுமே மாறியிருக்கவில்லை.

காலத்தாலோ, தூரத்தாலோ ஒன்றை விலகி இருந்தாலே ஏதோ ஒன்று மாறி விடுகிறது. கண்ணுக்குத் தெரியாத, இனம் புரியாத ஓர் இடைவெளி விழுந்து விடுகிறது. அதற்கு முன்பு இருந்ததும் அதற்குப் பிறகு இருப்பதும் ஒன்றே அல்ல - அது பொருளோ, இடமோ, மனிதனோ, கடவுளோ! ஆக, மாற்றம் நம் மனதில்தான் நிகழ்கிறது எனத் தோன்றியது.

இன்னொன்றையும் கவனித்தார். ஆலயம் மூன்று நாட்கள் பூட்டி வைத்தது போலவே இல்லை. சில மணி நேரம் முன் சீர் செய்தது போல் அத்தனை தூய்மையாக இருந்தது. தினமும் சங்கர் வந்து போன போது கூட்டிப் பெருக்கும் பணி மேற்கொண்டிருந்தான்.

அவர் இருபதாண்டுகளுக்கு மேலாக சக்திப் பெருக்குத் திருவிழாவை நடத்தியுள்ளார். மூன்று நாள் மூடலுக்குப் பிறகு ஆலயத்தைத் திறக்கும் போதெல்லாம் வளாகத்தினுள் இருக்கும் மருத விருட்சத்தின் சருகுகள் உதிர்ந்து எங்கும் நிறைந்திருக்கும்

அதற்குரிய அடையாளங்களே இப்போது இல்லை. யோசனையாக பூஜை வேலையை ஆரம்பித்தார்.

சக்திப் பெருக்குத் திருவிழாவின் நான்காம் நாள் கருவறையைத் திறக்கும் முன்பே முன் பக்கம் இருக்கும் அர்த்த மண்டபத்தில் வைத்து பூஜை நடத்திய பிறகுதான் திறப்பார்கள். கதவைத் தட்டிய பின் அறைக்குள்ளே போகிற இங்கிதம்தான். ஆண்டு விலக்கு முடிந்து விட்டதால் இப்போது கருவறையைத் திறக்கிறோம் என அம்மனுக்குச் சொல்லும் சடங்கு.

தேவநாதன் கோயிலுக்குள் நுழைந்ததிலிருந்து அவர் உடல் ஆடிக் கொண்டிருந்தது. அது சிலிர்ப்பா நடுக்கமா என அவருக்கே குழப்பமாக இருந்தது. கண் தீரக் கன்னியம்மனைக் காணப் போகிறோம் என்ற பரபரப்பும் பரிதவிப்பும் அவருக்கு நிறைந்திருந்தது. மனதார அவளைத் தொழுதார். மானசீகமாக விழுந்து சேவித்தார். கருவறைக்கு வெளியிலிருந்த விளக்குகள் ஏற்றினார். அர்த்த மண்டபத்தின் இயந்திர மணிக்குரிய மின்-பொத்தானை அழுத்த, அது அடிக்க ஆரம்பித்தது. ஊதுபத்தி கொளுத்தி வாழைப்பழத்தில் குத்தினார். பூதக்கலனில் சாம்பிராணி இட்டார். பூஜைத் தட்டில் கற்பூரம் எரிய விட்டார். கருவறைக் கதவை நோக்கி ஜோதியைக் காட்டி வெண்கல மணியை எடுத்து அடிக்க ஆரம்பித்தார்.

சில நொடிகளில் கருவறை திறக்கப் போகிறது என்ற உணர்வு அங்கே திரண்டிருந்த பக்தர்களைப் பரவசமாக்கியது. தரிசனத்துக்குக் கண்களை, மனதைத் திறந்தனர்.

திரளின் துளியாக நின்றிருந்த கயல்விழி கருவறை வாயிலில் தொங்கிக் கொண்டிருந்த பிரதான விளக்கின் சுடரொளியை உற்றுப் பார்க்க ஆரம்பித்தாள். அர்த்த மண்டபத்தில் தொடர்ந்து அடித்துக் கொண்டிருந்த இயந்திர மணியின் ஓசையில் கவனம் குவிக்கத் தொடங்கினாள். மஹாமண்டபம் முழுக்க நிறைந்து வழிந்த கற்பூரமும், ஊதுபத்தியும், சாம்பிராணியும் கலந்த புகையை நன்றாகத் தன் நாசியில் ஏற்றினாள். ஒலியும் ஒளியும் மணமுமாக கன்னியம்மன் மீதே முழுச் சிந்தையையும் அர்ப்பணித்துத் தியானித்தாள்.

கயல்விழி அதைத் திட்டமிட்டு ஆரம்பித்திருந்தாலும் ஒருகட்டத்தில் தன் கட்டுப்பாட்டை இழந்தாள். யாராலோ செலுத்தப்படுவது

போலானாள். ஒரு கட்டத்தில் அவளை அவளால் உணரவே முடியாமல் ஆனது. கயல்விழிக்கு உதடுகள் துடிக்க ஆரம்பித்தன. பற்களைக் கடித்தபடி கண்கள் ஒரு திசை நோக்கிச் செருகின. மெல்ல உடம்பு அசைய ஆரம்பித்து அருகிலிருந்த அம்மாவை இடித்தது. அம்மா திடுக்கிட்டு அவளது தோளைப் பற்றினாள்.

“கயலூ...”

கயல்விழி இப்போது மெல்லத் தன் உடலை ஆட்ட ஆரம்பித்தாள். ரிமோட் கன்ட்ரோலில் இயக்கப்படுகிற பொம்மைக் கார் மாதிரி, யாராலோ ஹிப்னடைஸ் செய்யப்பட்டது மாதிரி. நடுக்கம் மாதிரி ஆரம்பித்த அசைவு வலிப்புகள் போல் மாறத் தொடங்கின.

அம்மாவின் தோள் பற்றலை உதறினாள். அப்போது அம்மா உணர்ந்த கயல்விழியின் வலு அதற்கு முன் அவள் அறியாதது. தடுப்பூசி குத்திக் கொள்ளவே தடுமாறுபவளின் மேனி எஃகுக் கடப்பாறையின் கடினத்தன்மையைப் பெற்றிருந்தது. சுதந்திரமாக ஆட ஆரம்பித்தாள். சூழலைப் பற்றி, சுற்றியிருக்கும் மனிதர்கள் பற்றி, தன் பாலினத்திற்கு விதிக்கப்பட்ட கட்டுப்பாடுகள் பற்றிய தயக்கம் ஏதுமற்ற, நளினமில்லாத ஒரு நடனம்.

நாக்கைத் துருத்திக் கடித்தாள். கூப்பியிருந்த அவளது கைகள் இரண்டும் அதே வாக்கில் மேலே உயர்ந்தன. மொத்த உடலையும் நெட்டிச் சோம்பல் முறிப்பது போல் வைத்துக் கொண்டு வெடுக் வெடுக் என ஆட்டம் தீவிரம் அடைந்தது. நாணம் துறந்தவளாக ஒரு புள்ளி நோக்கிக் கருத்தைக் குவித்து ஆடிக் கொண்டிருந்தாள். சுற்றி நின்ற எல்லோரும் வாயைப் பிளந்து பார்த்துக் கொண்டிருந்தார்கள். அம்மாவுமே புறத்திலும் அகத்திலும் சற்றுத் தள்ளி நின்று வேடிக்கை பார்க்க ஆரம்பித்திருந்தாள். வேறு என்ன செய்வாள்!

அந்தக் கணம் அவளைப் பார்த்தவர் எவரும் அவள் பெண்தானா எனச் சந்தேகிப்பர். அந்தச் சமயத்தில் அவளைக் கண்ட ஆண் எவனும் அவளைக் காதலிக்க முடியாது.

அங்கே இருந்த ஆயிரம் பேரின் இரண்டாயிரம் கண்களும் அம்மன் சிலையை விடுத்து அவள் மேல்தான் குவிந்திருந்தது. அம்மனின் உயிரும் ஆன்மாவும் கற்சிலையை விட்டு கயல்விழிக்குள் கூடு பாய்ந்தது போன்றுதான் அந்த நாடகத் தருணம் அமைந்திருந்தது.

அதை மொழிபெயர்த்தது போல் கயல்விழி பேசினாள்: "கன்னியம்மன் வந்திருக்கிறேன்."

அது அவளது குரலே இல்லை. அவள் சளிப் பிடித்துத் தொண்டைப் புண் தொற்றியிருந்த நாளில் கூட இப்படிப் பேசியதில்லை. அது ஒரு புலியின் உறுமலைப் போல், சிம்மத்தின் இருமலைப் போல் இருந்தது. அது சமகாலக் குரலாகவும் இல்லை. எங்கோ வரலாற்றில், தொன்மத்தில், புராணத்தின் ஆழத்தில் இருந்து கிளம்பி வந்த கூவலாகவே ஒலித்தது.

மஹாமண்டபத்தில் நின்றிருந்த பெண் பக்தர்களில் சிலர் குலவைச் சத்தமிட்டார்கள்.

கன்னியம்மன் திருவிழாவின் நான்காம் நாள் கூடலில் பெண்கள் சாமியாடுவது என்பது காலங்காலமாக நடப்பதுதான். பெரும்பாலும் மணமாகாத இளம் பெண்கள். சில சமயம் ருதுவாகாத கன்னிப் பெண்களும் சாமி ஆடி இருக்கிறார்கள். புருஷனை இழந்த அல்லது பிரிந்த மத்திம வயதுப் பெண்களும் ஆடியதுண்டு. அரிதாகப் பெண்தன்மை கொண்ட ஆண்களும் கூட சாமியாடி இருக்கிறார்கள். அவரவர் குணமே அதில் வெளிப்படும். சிறுமி சாமியாடினால் பிள்ளை விளையாட்டாகவே இருக்கும். ஆனாலும் யாவற்றிலும் ஒரு தெய்வத்தின் குரல் நின்றிருக்கும். கயல்விழியே கடந்த ஆண்டுகளில் அவற்றை நெக்குருகிக் கவனித்திருக்கிறாள். வீடு திரும்பிய பின் அதன் பின்னிருக்கும் உளவியல், உடலியல் குறித்து யோசித்திருக்கிறாள். அதை அம்மாவிடம் பேசவும் செய்திருக்கிறாள்.

கன்னியம்மன் கன்னிப் பெண்கள் உடலின் மீது மட்டுமே ஏறுவாள். சாமியாடுவதையே அப்பெண்களின் கன்னித்தன்மைக்குச் சாட்சியாக ஊர் நம்பிய காலமும் ஒன்றிருந்தது.

கயல்விழிக்கு கன்னிப் பெண்கள் என்பதை விட பலவீனமான மனமுள்ள பெண்கள்தாம் சாமியாடுகிறார்கள் என்று தோன்றும். அந்த ஆன்மீகச் சூழலில் எளிதில் அவர்கள் மனம் பக்தியில் உந்தப்பட்டு அந்த உணர்ச்சிவசத்தின் கைமீறிய நிலைதான் சாமியாடல் என நினைப்பாள். சங்கர் வந்த புதிதில் இதை அவள் சொன்ன போது கன்னிப் பெண்களின் மனநிலை எப்போதும் அப்படித்தான் - காதலோ கடவுளோ எளிதில் *vulnerable* என்றான்.

பக்தி என்பதன் எளிமைப்படுத்தப்பட்ட வடிவைத்தான் நடைமுறையில் காண்கிறோம். குறிப்பாகக் கோயில்களில். கும்பலாகச் சடங்குகள் செய்வது, பூஜைகள் புரிவது என்று.

சொல்லப்படுவதை அப்படியே நம்புவது குழு பக்தியின் இயல்புக் குணம். தனிப்பட்ட பக்தி என்பது அனேகமாக அருகி விட்டது. ஓர் இறையைச் சதா தியானித்து மனதில் இருந்தி அதை வழிபடுவது, அதனுடன் அந்தரங்கமாக மனம் விட்டு உரையாடுவது என எதுவும் கிடையாது. அதற்குரிய நேரமும் சூழலும் நமக்குக் கிடையாது. இங்கே வாய்த்தது கூட்டத்தில் 'கோவிந்தா' போடுவதுதான்; அடுத்தவரைப் பார்த்து 'அரோகரா' போடுவதே.

ஆராதனைத் தட்டின் கற்பூரத்தை ஒற்றி எடுப்பதும், சந்நிதி முன் சில நொடிகள் கண் மூடி நிற்பதும், எதையாவது வேண்டிக் கொள்வதும், விபூதியோ குங்குமமோ நெற்றியில் இட்டுக் கொள்வதோடு பக்தியின் எல்லை முடிந்து விடுகிறது. அந்த வகையில் பக்தி என்பது இந்து மதச் சூழலில் மிக மேலோட்டமான ஒன்றாகத்தான் எஞ்சியிருக்கிறது.

கயல்விழி இப்போது நாக்கைக் கடித்த வெறியில் கடைவாயோரம் குருதி கசிந்தது. வாய் பிளந்து நின்றவர்கள் இப்போது கன்னத்திலும் வாயிலும் போட்டுக் கொண்டார்கள். சில பெண்கள் குலவையிட்டனர். அவள் உதடுகளில் சொற்கள் நடுங்கிக் கொண்டிருந்தன -

"குறி சொல்ல வந்திருக்கேன்."

தேவநாத ஐயருக்கு உண்மையில் என்ன நடக்கிறது எனப் புரியவில்லை. இதற்கு முன்பு சக்திப் பெருக்கு நான்காம் நாள் விழாவில் சாமியாடுவது நடந்திருக்கிறது என்றாலும் அது கருவறையைத் திறந்து அம்மனுக்கு அபிஷேகமும் அர்ச்சனையும் ஆன பிற்பாடு. இப்படி அதற்கு முன்பே சாமியாடியதை இத்தனை ஆண்டுகளில் அவர் பார்த்ததில்லை.

எப்படி இருந்தாலும் அந்த நிகழ்வைக் கையாள்வது அவர் எல்லைக்கு அப்பாற்பட்டது.

சாமியாடும் சடங்கைக் கையாள பிராமணப் பூசாரிகளுக்கு ஆவதில்லை. அதற்கென ஊரின் ஆண்ட சாதியிலிருந்து பூசாரி

ஒருவர் எப்போதும் தயாராக இருப்பது வழக்கம். அவருக்கு விழாக் காலத்தில் மட்டுமே வேலை, அதற்கென ஒரு மீச்சிறுதொகை கோயில் வருமானத்திலிருந்து வழங்கப்படுகிறது. அது போக ஊரில் நல்ல மரியாதையும் உண்டு.

அந்த வேலை செய்கிறவருக்கு பேச்சு ஏதும் பிறழ்ந்தால் சாமி கோபத்துக்கு ஆளாகும் ஆபத்து எப்போதும் உண்டு. பல ஆண்டுகள் முன் உரையாடலில் அம்மனிடம் கேலியாக ஏதோ கருத்துரைத்தவருக்குப் பக்க வாதம் வந்திருக்கிறது. இன்னொருவர் சாமியாடிய பெண்ணைத் தவறாகத் தொட்டதில் நெஞ்சு வலி கண்டு செத்தார். அந்தச் சாமியாடிப் பூசாரிகளுக்குத் தரப்படும் பணமும் மரியாதையும் அந்த ஆபத்துக்கும் சேர்த்துதான்.

நெற்றி முழுக்க சந்தனத்தால் பட்டையிட்டிருந்த - அவரது அடர்கருப்புத் தோலுக்கு அது எடுப்பாகத் தோன்றியது - சாமியாடிப் பூசாரி முன்னே வந்து நின்று கன்னியம்மனைக் கும்பிட்டு விட்டு, கூட்டத்தை வணங்கி விட்டு, பின் தேவநாத ஐயரிடம் கண்களாலேயே அனுமதி பெற்று, சாமியாடிக் கொண்டிருந்த கயல்விழியிடம் உரையாட ஆரம்பித்தார்.

“அம்மா, உன் காலடியில் இருக்கும் இந்த நாதியத்த மனுசருக்கு வாக்குச் சொல்லும்மா.”

“ம்ம்ம்.”

“கன்னியம்மா, உனக்கென்ன வேணுமம்மா? உன் மனங்குளிர என்ன செய்யனுமம்மா?”

“பூசாரி எங்கே? எனக்கு அர்ச்சனையும் அலங்காரமும் அபிஷேகமும் யாருடா செய்வா?”

“இங்கே இருக்காரும்மா, தேவநாதன். காலங்காலமா உங்களுக்கு எல்லாம் செய்யறவர்.”

“இவன் இல்லடா. என்னோட பூசாரி. இந்த ரெண்டு மாசம் என்னைப் பாத்துக்கிட்டவன்.”

“அம்மா. கோர்ட் உத்தரவு அப்படிம்மா. அவர் இன்னைல இருந்து இங்க வேலைல இல்ல.”

“உனக்கு சாமி சொல்லை விட, சட்டம் பெருசாடா? எனக்கு அந்தப் பூசாரிதான் வேணும்.”

“அதுல சிக்கல் இருக்கேம்மா. தீர்ப்பை மீறினதாகுமே. நீதிமன்ற அவமதிப்பாகிடுமே!”

“அதெல்லாம் உன் பிரச்சனை. எது சரி, எது என் விருப்பம்னுதான் நான் சொல்ல முடியும்.”

“உத்தரவு தாயி. நாங்க கூடிய சீக்கிரம் இதுல என்ன செய்ய முடியும்னு பார்க்கறோம்.”

“ம்ம்ம்.”

“இன்னிக்கு மட்டுமாவது வேலைகளைப் பழைய பூசாரியே பார்க்கலாம் இல்லையா?”

“இல்ல. அது ஆகாதுடா. அவன் வரும் வரைக்கும் நான் காத்திருக்கேன். நீ போகலாம்.”

“எப்படிம்மா? திருவிழா நடக்குது. இன்னிக்குப் பூசை ஆகனுமே! தடைபடக்கூடாது.”

“கோயிலை மூடிட்டு போ. அவன் வரட்டும். வந்து திறக்கட்டும். எனக்கு அவசரமில்ல.”

“கன்னியம்மா, பிடிவாதம் பிடிக்காம இருக்கலாம். எங்கள நம்பு. ஏதாவது செய்யறோம்.”

“உர்ர்ர்ர்ர்ர்ர்...”

“ஆயிரம் பேருக்கு மேல் உன்னைப் பார்க்கக் கூடியிருக்கோம். எங்களத் துரத்தாதம்மா.”

“நான் மனசு வைக்கனுமேடா! எனக்கு விருப்பமில்ல இதுல. எல்லாம் தப்பா இருக்குடா.”

“என்னம்மா தப்பு?”

“ஒருத்தன் மேலே இன்னொருத்தன் கீழன்னு யார் வெச்சது? அதுதானே உன் பிரச்சனை?”

“அது காலகாலமா இங்க இருக்கற சங்கதிதானேம்மா? எல்லாம் ஒரு வசதிக்குத்தான்.”

“யார் வசதிக்கு?”

"எல்லோர் வசதிக்கும்தான். யார் என்ன தொழில் பண்ணலாம்னு அதன் மூலமா சுலபமா தீர்மானிக்க முடியுதில்லையா! யார் என்ன செய்யலாம், என்ன செய்யக்கூடாதுன்னும்."

"யாரும் எந்தத் தொழிலும் பண்ணலாம். வசதி, வக்கு பொறுத்தது. நீ யார் தீர்மானிக்க?"

"அம்மா, பகவான் கிருஷ்ணர் கீதைல சொல்லியிருக்காருல்லம்மா, நால் வருணம்னு..."

"அது கிருஷ்ணன் சொல்லலடா. அவன் பேர்ல மனுசன் சொன்னான். அவன் வசதிக்குச் செய்த சதி. அவன் அதிகாரத்த, மரியாதையத் தக்க வெச்சுக்க. அவன் நோகாம வாழ."

"எங்களுக்கு விவரம் தெரியாதும்மா. சாமி சொன்னா சரியா இருக்கும்னு நம்பினோம்."

"அப்படி இல்ல. எவனெவனுக்கு அது நல்லதோ அவன் அதை நம்பற மாதிரி நடிக்கறான். எவனெவனுக்கு பாதகமா இருந்ததோ அவன் கடுப்பாகி எதிர்க்கறான். அதான் நிசம்."

"கன்னியம்மா, மன்னிக்கனும். எளிய சீவனுக. அவ்வளவு கோணலா யோசிக்காதுல்ல."

"அதை அவனவன் மனசாட்சி கிட்ட கேளுங்கடா. எங்கிட்டயே வந்து கதை கட்டாதீங்க."

"கன்னிம்மா, நீ லோக மாதா. உன்னிடம் போய் நாங்க அப்படிலாம் விளையாடுவோமா?"

"ம்ம்ம்."

"சரி, சொல்லுங்கம்மா... வேற என்ன சேதி? இந்த ஊரும் உலகமும் நல்லா இருக்குமா?"

"நல்லது நினைச்சா நல்லா இருக்கும். இல்லனா நாசமாகும். உங்க கைலதான் இருக்கு."

"என்னம்மா சொல்றீங்க? முட்டாச் சனங்களுக்கு மண்டைல ஏறுறாப்ல சொல்லுங்க."

"மனசு பொருந்திப் போறவங்க கல்யாணம் பண்றதுக்கு ஏன்டா தடை சொல்றீங்க?"

“அது அந்தந்த ஆளுகளுக்கு உள்ளே சம்பந்தம்னா நாங்க ஏதும் தடுக்கறதில்லம்மா.“

“ஆளுகன்னா என்ன? மனுசனும் மாடுமா கட்டிக்கறாங்க? மனுசனும் மனுசியும்தானே!”

கயல்விழியின் அம்மா அந்த இடத்தில் திடுக்கிட்டாள். அவ்வரி கயல்விழியின் பார்வை. பேசிக் கொண்டிருப்பது கன்னியம்மனா கயல்விழியா? சாமி வந்ததாக நடிக்கிறாளா?

“அது வந்து சாதியத்தானம்மா சொல்றேன். பொறப்புக்குனு ஒரு குணம் இருக்குல்ல.”

“எல்லாப் பொறப்பும் ஒண்ணே. எல்லாருக்கும் பொறந்தாலும் போனாலும் பாலுதான்.”

“அது பழக்க வழக்கமெல்லாம் ஒத்து வர்றதில்லையேம்மா! சுத்த பத்தம் வேணும்ல?”

“அது நீயா நினைச்சுக்கறது. குப்பத் தொழில் பண்றவன் வீடும் குப்பையா இருக்கும்னு.”

“ஆனாலும் அது பொருத்தமில்லாமப் போகுதுல்லமா. ஊருக்கு உறுத்தலாகுதேம்மா.”

“பொருத்த வேண்டியதைப் பொருத்திப் பார்த்தா பொருத்தமாத்தான்டா இருக்கும்.”

“அம்மா...”

★

36

கன்னியம்மனின் குரலாக கயல்விழி கோயிலில் நின்று முழங்கிக் கொண்டிருந்தாள்.

“ஒத்து வரலைனாலும் அவுங்க அனுபவிக்கட்டும். உனக்கு ஏன் அவ்வளவு அக்கறை?”

“நாடகக் காதல் பண்ணிடறானுகம்மா. அப்பாவிப் பொண்ணுக வாழ்க்கை சீரழியுது.”

“சிலர் தப்பு செய்யறதால மொத்த உலகமும் தப்புனு முத்தரை குத்துவியா? கோயில்ல நடக்காத குத்தமா? அசுத்தம் பண்றது, தப்பா மந்திரம் சொல்றது, சிலையத் திருடறது, நகையைக் கொள்ளையடிக்கறது, பொம்பள மேல கை வைக்கறதுனு சீரழிஞ்சு நாறிக் கிடக்கு. அதுக்காக கோயிலை எல்லாம் இழுத்து மூடிடலாமா? இல்ல இடிச்சிடலாமா?”

“அம்மா வாயால அப்படி எல்லாம் அவச்சொல் சொல்லக்கூடாது. சொல்லு கொல்லும்.”

“கோயில்னா பதறுதுல்ல. காதல் அதை விட உசத்திடா. உயிரை உண்டாக்கறதுடா.”

“அது அப்படியே பழகிடுச்சும்மா. சாதி மாறிப் புழங்கறது ஏதோ அவமானம் போல்.”

“மாத்துடா. மாறுங்கடா. மனுசனா மாறுங்கடா. மிருகங்க கூட கோடு போடறதில்ல.”

“அம்மா, உங்களுக்குத் தெரியாதது ஒண்ணுமில்ல. மிருகத்துக்குப் பொண்டாட்டிக்கும் பெத்தவளுக்கும் வித்தியாசம் தெரியாது. ஆனா மனுசன் வேறுபடுத்திப் பார்க்கறான். மிருகத்துக்கு மேலதானே மனுசன், அம்மா. அதான் அவன் அப்படித் தரம் பிரிக்கறான்.”

“மனுசன்ல என்ன தராதரம்னுதான் கேட்கறேன். எல்லாப் பொம்பளயும் ஒண்ணு இல்லனு தெரியுது, எல்லா மனுசனும் ஒண்ணுங்கறது தெரியலயா? அதுவும் பகுத்தறிவுதானே!”

“கடவுளைச் செயிக்கற சக்தி மனுசனுக்கு இல்ல. இது ஏதும் திருவிளையாடலான்னும் தெரியல. வனத்தோட போனாலும் இனத்தோட சேருன்னுதானே சொல்லியிருக்காங்க.”

“எதுகை மோனைக்கு உளறினதெல்லாம் உண்மையாகிடுமா? அதைத்தான் மாத்துனு சொல்றேன். அர்த்தமில்லாத மனத் தடை சிலருக்கு இருக்கறதால பலர் விருப்பத்தைக் கொன்னு புதைக்க முடியுமா? ரத்தத்துலயாடா பண்பாட்டைக் காப்பீங்க, புடலங்கா...!”

“அம்மா, கோவிக்காதே. சாந்தியாகு. ஊர்ப் பெரியவங்க ஒண்ணு கூடிப் பேசறோம்மா.”

“பெரியவங்கன்னா என்னை விடப் பெரியவங்களா?”

“ஐயோ, இல்லம்மா. இதென்ன கேள்வி? உலகத்தில் எல்லோருமே உனக்குக் கீழேதான்.”

“ம்ம்ம்.”

“ஊர்ல முக்கியமானவங்கன்ற அர்த்தத்தில் சொன்னேன். குதர்க்கமான நோக்கமில்ல.”

“யார் வேணா பேசுங்க. என்ன வேணாப் பேசுங்க. என் முடிவை நான் சொல்லிடறேன்.”

“சொல்லுங்கம்மா.”

“இனி இந்த ஊர்ல நடக்கற கலப்புக் கல்யாணத்துக்கு மட்டும்தான் என் ஆசி கிடைக்கும். சாதிக்குள்ள கல்யாணம் செஞ்சா, செஞ்சவன் செஞ்சு வெச்சவன் கோயிலுக்குள் வராத.”

“ஐயோ, அம்மா. இந்த ஊர் மேல கருணை காட்டோனும். உன்னையே நம்பி இருக்குது.”

“நீங்க மனுசனை மனுசனா மதிங்கடா. கடவுளின் கருணை எல்லாம் ஒண்ணுமே இல்ல.”

“இதுக்கு ஏதாவது பரிகாரம் இருக்காம்மா? நீ வேற என்ன கேட்டாலும் பண்ணிடறோம்.”

“அப்ப இதைப் பண்ண முடியாதுங்கறயா? என் சொல்லுக்கு எதிர்ப்பேச்சு பேசறயாடா?”

“உன்னை எதிர்க்கனும்னு நினைச்சாலே ஊர் அழிஞ்சிடும். நாங்க குறுக்க நிப்போமா?”

“கடவுளுக்கே கையூட்டு தந்து காரியம் சாதிக்கப் பார்க்கறியா? பத்தியெரியும் காட்டுத் தீ, பனி பெஞ்சா அணையும்? என் வயிறு எரியுது, நெஞ்சு எரியுது. ஊர் எரியாமப் பாரு.”

“கன்னியம்மா, உத்தரவும்மா. நீ சொல்றதக் கேட்கறோம். எங்களுக்கு வேற வழியில்ல.”

“மனசாரச் செய்ங்க. கடனுக்கில்ல. எனக்காகப் பண்ணாதீங்க. உங்களுக்காகச் செய்.”

“சரிம்மா. செய்ய முயற்சிக்கறோம். உன் மனங்குளிற வேணுங்கறதைப் பண்ணறோம்.”

“அவ்வரிசைல முதல் கல்யாணத்த எனக்குப் பண்ணு. புதுப்பூசாரிய எனக்குக் கட்டி வை.”

சுற்றம் மொத்தமும் அதிர்ந்து நின்றது. அவர்கள் அந்தச் சொல்லின் பொருளை அர்த்தம் புரிந்து கொள்ள முயன்றனர். அதற்குள் குறி கேட்பவர் சுதாரித்து கயல்விழி முகத்தில் நீரை அள்ளித் தெளித்தார். மின்வெட்டின் போது சுற்றிக் கொண்டிருக்கும் ஓர் இயந்திரம் மெல்ல ஓட்டத்தை நிறுத்துவது போல் மெல்லத் தன் நிலைக்குத் திரும்ப ஆரம்பித்தாள்.

ஆட்டம் நின்று அசைவுகளும் நின்று சட்டென கீழே விழுந்தாள். அவளது அம்மா ஓடிச் சென்று கீழே அமர்ந்து அவள் தலையைத் தூக்கி தன் மடியில் வைத்துக் கொண்டாள்.

குறி கேட்பவரும், தேவநாத ஐயரும், ஊர் முக்கியஸ்தர்களும், இந்து சமய அறநிலையத் துறை அதிகாரிகளும் கூடி நின்று அடுத்து என்ன செய்யலாம் என்று விவாதித்தார்கள். பாண்டியனையும் சேர்த்துக் கொண்டார்கள். அவன் சொல்லுக்குப் பலம் வந்திருந்தது.

தெளிவான ஒற்றை முடிவை அவர்களால் எட்ட முடியவில்லை. நிஜமாகச் சாமி வந்ததா அல்லது கயல்விழி நடித்தாளா என்ற சந்தேகம் எல்லோருக்குள்ளும் இருந்தது. சிலருக்கு கயல்விழிக்கும் சங்கருக்கும் இருந்த நட்பு தெரிந்திருந்தது. குறிப்பாக, சாமியாடியதன் இறுதியில் வந்த திருமண கோரிக்கை வாசகம் அம்மன் தனக்குக் கேட்டதா, கயல்விழி தனக்குக் கேட்டதா எனக் குழப்பம் இருந்தது. ஆனால் அதைக் கேள்விக்குட்படுத்தினால் தெய்வ குத்தம் ஆகும் என்ற அச்சம் இருந்ததால் எவரும் வாய் திறக்கவில்லை. அப்படி முன்பு நடந்திருக்கிறது அங்கே. யாராவது அதைப் பற்றிப் பேசினால் வழிமொழிந்து தாமும் இணைந்து கொள்ளலாம் என நினைத்தார்கள். ஆனால் யாருக்கும் துணிச்சல் எழவில்லை. பாண்டியனுக்கு இறை மீதான பயம் என்பதை விட அது தன் அரசியல் பிம்பத்துக்கு அங்கிருந்தோரிடம் பங்கம் வந்து விடக்கூடாது என அமைதி காத்தான்.

ஆனால் அவன் அதைத் தனியே வேறு விதமாகக் கையாளத் தீர்மானித்திருந்தான்.

தேவநாத ஐயர் இறுகிய முகத்துடன் நின்றிருந்தார். அவருக்கு வந்தது கன்னியம்மன் என்பதில் சிறிதளவும் சந்தேகம் இல்லை. கருணாநிதி கொடுத்த சட்ட அடியை விட கன்னியம்மன் கொடுத்த சாட்டை அடி பெரிது. இதற்காகத்தானா தனது வாழ்வையே அர்ப்பணித்திருந்தேன்? தனக்குச் சொல்லிக் கொடுக்கப்பட்ட விதிமுறைகளின்படி நின்றது ஒரு குற்றமா? தன் தாயே தன்னை எட்டி உதைக்குமா? தன் மகளே தன்னை வெட்டி எறிவாளா? மொத்த வாழ்வுமே பூஜ்யமானது போல் அவருக்குத் தோன்றியது.

கபாடபுரம் தனித் தொகுதியில் வருகிறது. அதன் தற்போதைய சட்டமன்ற உறுப்பினர் எதிர்க்கட்சியைச் சேர்ந்த பெண். சாதிப் படிநிலை காரணமாகவும் கூடுதலாகப் பாலின அடிப்படையிலும் அங்கே அக்கட்சியின் மாவட்டச் செயலாளருக்குத்தான் செல்வாக்கு. தவிர, அவர் ஆளுங்கட்சி இல்லை என்பதால் மரியாதையும் முக்கியத்துவமும் குறைவு.

ஆனால் அன்று அந்த அம்மாள் சக்திப் பெருக்குத் திருவிழாவின் நான்காம் நாள் கோயில் திறப்புக்கு அங்கே வந்து விட்டிருந்தார். அவரையும் ஒரு மரியாதை நிமித்தமாகப் பேச்சு வார்த்தையில் சேர்த்துக் கொண்டார்கள். மாவட்ட ஆட்சியரும் கிளம்பி வந்து விட்டார்.

அவர்கள் அம்மன் சங்கரே பூசாரியாக இருக்க வேண்டும் என்று சொன்னதை மட்டுமே விவாதித்தார்கள். அதற்கு மட்டுமே அடுத்த கட்ட நடவடிக்கைகளைத் தீர்மானித்தார்கள்.

எம்எல்ஏ அம்மையார் அம்மனின் திருமணம் பற்றிய பேச்சை வளர்க்க வேண்டாம் எனச் சொல்லி விட்டார். எல்லோருக்கும் அது உவப்பான முடிவாகவே தோன்றியது. ஏனெனில் அது என்ன மாதிரி கோரிக்கை என்றே விளங்கவில்லை. கடவுளுக்குக் கடவுள் மனிதன் கல்யாணம் செய்து வைப்பது வழக்கம்தான். மதுரை சித்திரைத் திருவிழாவில் நடக்கும் மீனாக்ஷி கல்யாண வைபோகம் உதாரணம். ஆனால் மனிதனுக்கு அம்மனைக் கட்டி வைப்பது என்றால் என்ன? அந்த கேள்வி எழுந்த போது எம்எல்ஏ ஏளனமாகச் சிரித்தார்.

"ராதாவும், மீராவும், ஆண்டாளும், ஏன் துலுக்க நாச்சியாரும் வாழ்ந்த மண்தானே இது! அதுலயே பாலினத் தலைகீழாக்கம் நடக்கும் போது நமக்கெல்லாம் அதிர்ச்சி வந்திடுது."

"…"

"ஆம்பள சாமிக்குப் பொம்பளைகளப் பொட்டுக் கட்டி விட்டதில்லையா? தேவதாசிங்கற சொல்லுக்கு அர்த்தம் என்னனு தெரியாதா? பொம்பள சாமி கேட்டா மட்டும் வலிக்குதா!"

எல்லோரும் திடுக்கிட்டனர். யாரும் ஒன்றும் பேசவில்லை. மனதில் கூட பதில் இல்லை.

நான்காம் நாள் கருவறையைத் திறந்து விடுகிற ஐதீகத்தை மாற்ற வேண்டாம். மக்களும் வந்து விட்டார்கள். எல்லோரும் பக்தியில் பொங்கிக் கொண்டிருக்கிறார்கள். இப்போது திறக்க மறுத்தால் அசாதாரணச் சூழல் உண்டாகும். எனவே, தேவநாத ஐயரை வைத்துக் கருவறையைத் திறந்து விடலாம். நாடி வந்து வந்து விட்ட பக்தர்களை ஏமாற்றக்கூடாது என்ற அடிப்படையில் அன்று ஒரு நாள் மட்டும் கோயிலைத் திறந்து வைத்திருப்பது. அது ஒரு தற்காலிக ஏற்பாடுதான். அபிஷேகம், அர்ச்சனை எதுவும் மேற்கொள்ள வேண்டாம். பக்தர்கள் சுயசேவையாக அமைதியான முறையில் சாமி கும்பிட்டு விட்டுச் செல்லலாம்.

பொதுமக்களில் பலர் குழப்பத்திலும் சிலர் கொந்தளிப்பிலும் இருந்தனர். இச்சமயத்தில் எந்த நடவடிக்கை எடுத்தாலும்

ஆபத்து. சட்டம் ஒழுங்குப் பிரச்சனை உண்டாக்கலாம். கலவரம் கூட மூளக்கூடும். எனவே எல்லாவற்றுக்கும் ஒரு சுமூகத் தீர்வு காணப்படும் வரை கோயிலை மூடி வைக்க முடிவெடுத்தார்கள் அறநிலையத் துறை அதிகாரிகள்.

அர்ச்சகர் யார் என்ற குழப்பத்தைத் தலைமைச் செயலருக்கும் இந்து சமய அறநிலையத் துறை அமைச்சருக்கும் முதல்வருக்கும் எடுத்துச் சென்று ஒரு மாதத்தில் முடிவு எடுத்துச் செயல்படுத்தலாம் என முடிவானது. உண்மையில் உணர்ச்சிகரமான அவ்விவகாரத்தில் பொறுப்பு எடுத்து உறுதியான முடிவு ஒன்றை அறிவிக்க யாவருக்கும் தயக்கம் இருந்தது.

ஏற்கெனவே அரை மணி நேரம் விவாதத்தில் ஓடி விட்டது. பக்தர்கள் தம்முள் பேசிக் கொண்ட சலசலப்பு ஆலயச் சுவர்களில் பட்டு எதிரொலித்துக் கொண்டிருந்தது. மக்கள் குரலும் மக்கள் பிரதிநிதிகள் குரலும் ஒன்றாக இருப்பது என்பது இந்திய ஜனநாயக வரலாற்றில் அரிதாகவே நடந்திருக்கிறது. அதற்கு ஒருவரும் கவலைப்படுவதில்லை.

மக்களுக்கு மாவட்ட ஆட்சியர் முடிவைத் தெரியப்படுத்துவது என விவாதக் குழுவினர் முடிவு செய்தனர். அவர் முன்னே வந்து இரண்டு கைகளையும் தூக்கி மக்களை அமைதி காக்கச் சொல்லி விட்டு முடிவுகளை நிதானமாகக் குழப்பம் எழாதவாறு அறிவித்தார்.

கருவறையின் கதவைத் திறந்தார் தேவநாதன். இப்போது நடுக்கம் குறைந்து அவரது உடல் மரத்துப் போக ஆரம்பித்திருந்தது. மனமின்றி கடமைக்குத்தான் செயல்பட்டார்.

முந்தைய இரவில் சங்கர் ஏற்றி வைத்த காண்டா விளக்கு இன்னும் பிரகாசமாக எரிந்து வெளியே கடைசி வரிசையில் நிற்பவர்களுக்கும் அம்மனைத் துலக்கமாகக் காட்டியது.

வெளியே நின்றோர் கரங்கள் கூப்பி அம்மனைக் காண முண்டியடித்தார்கள். கால்களை உந்தி கண்களை விரித்து அம்மனை விழுங்க முனைந்தார்கள். அது ஒரு மஹாதருணம். அம்மன் விலக்கு தீர்ந்து புதிய உடற்ச் சுழற்சிக்குள் நுழையும் மங்கல நேரம். அப்போது வளமும் செழிப்புமாகப் பொலிந்து விளங்கும் சாந்த ஸ்வரூப வதனத்தைக் காண்பதே அருள்தான். ஆண்டுக்கு ஒரு முறை மட்டுமே வாய்க்கும் பொற்கணம். அதை உணர்ந்த பக்தர்கள் அதைத் தவற விட விரும்புவதில்லை. ஆலயத்தில்

குழுமியிருந்த கூட்டத்தின் கூட்டுமனம் கன்னியம்மனின் முகம் ஒன்றை மட்டுமே தியானித்திருந்தது. சிலருக்குக் கண்ணீராக, சிலருக்கு அரற்றலாக, சிலருக்கு மூச்சுத் திணறலாக அது வெளிப்பட்டது.

உண்மையில் கன்னியம்மனின் ஆதாரத் தோற்றமே மாறியிருப்பதைக் கண்ணுற்றனர்.

ஆம். அம்மனுக்கு நடுவில் இருந்த மூன்றாம் முலை மறைந்து போயிருந்தது. ஐதீகப்படி கன்னியம்மன் பொருத்தமான ஒரு மணமகனைக் கண்டு விட்டாள் என அர்த்தமாகிறது!

எல்லோரும் கன்னத்திலும் வாயிலும் போட்டுக் கொண்டனர். சிவன் வந்து விட்டார் எனச் சிலரும் கயல்விழி சாமியாடிச் சொன்னதை இன்னும் சிலரும் பொருத்திக் கொண்டனர்.

அப்போது அங்கிருந்த சைவ சமயச் சான்றோர் ஒருவர் திருவிளையாடற் புராணத்தில் திருமணப் படலப் பாடல்களை உரக்கப் பாட ஆரம்பித்தார். கூட்டம் நெக்குருகி நின்றது.

“ஒற்றை வார் கழல் சரணமும் பாம்பசைத்து உடுத்தவெம் புலித் தோலும்

கொற்ற வாள் மழுக் கரமும் வெண் நீறணி கோலமும் நூல் மார்பும்

கற்றை வேணியும் தன்னையே நோக்கிய கருணை செய்திருநோக்கும்

பெற்ற தன் வலப் பாதியைத் தடாதகை பிராட்டியும் எதிர் கண்டாள்.

கண்ட எல்லையில் ஒரு முலை மறைந்தது கருத்தில் நாண் மடம் அச்சம்

கொண்ட மைந்திடக் குனிதா மலர்ந்த பூம் கொம்பரின் ஒசிந்து ஒல்கிப்

பண்டை அன்பு வந்து இறை கொளக் கரும் குழல் பாரமும் பிடர் தாழக்

கெண்டை உண் கண்ணும் புறவடி நோக்க மண் கிளைத்து மின் என நின்றாள்.”

சிவனைக் கண்டதும் மும்முலை மறைந்த தடாதகை நாணிக் கோணினாள் என்கிறது.

சட்டென சிலர் வெளியே ஓடி வந்து மருத மரத்தைப் பார்த்தனர்.

ஆயிரம் ஆண்டுகளாகப் பூக்காமல் மொட்டையாக நின்ற மருத மரத்தில் இளமஞ்சள் மலர்கள் முகிழ்த்திருந்தன. அந்த விஷயமும் பரவி எல்லோரும் வந்து கண்டு கன்னத்தில் போட்டுக் கொண்டார்கள்.

பொழுதும் புலர்ந்தது, பூவும் மலர்ந்தது, சிவனும் வந்தார், வரமும் தந்தார். ஓம்! ஓம்! ஓம்!

அம்மனின் இடையில் ஒரே ஒரு சிவப்பாடைதான் இருந்தது. அது சங்கரின் கைக்குட்டை என்பதைக் கயல்விழி கண்டுகொண்டாள். அவளுக்குக் கண்ணீர் முட்டிப் பொங்கியது.

★

அர்ச்சகர் இன்றி, அபிஷேகம், ஆராதனை இன்றி, பூஜை, பிரசாதம் இன்றி கன்னியம்மன் ஆலயம் அன்று திறந்திருந்தது. ஒரு கனத்த மௌனம் ஆலயத்துக்குள் நிலவியது. வந்த பக்தர்களுமே கூட தம்முள் அதிகம் பேசிக் கொள்ளாமல் கிசுகிசுத்தபடி நகர்ந்தனர்.

தேவநாத ஐயரைத் தனியே அழைத்து பொறுமை காக்கச் சொன்னார்கள் அதிகாரிகள். கயல்விழி சாமியாடி முடித்ததிலிருந்தே. அவர் வாயிலிருந்து ஒரு சொல்லும் வரவில்லை.

சாரங்கன் அதில் சற்று பயந்து போயிருந்தான். அவன் அவரை உலுக்கிப் பேசச் செய்ய முயற்சி செய்தான். பலனில்லை. ஏதாவது கேட்டால் சாரங்கனை வெறித்துப் பார்த்தார். சில சமயம் கண்களில் நீர் வழிந்தது. அவர் பேசவில்லையே தவிர மற்ற நடவடிக்கைகள் எல்லாம் இயல்பாகத்தான் இருந்தன. நடந்த சம்பவங்களினால் பெருத்த அதிர்ச்சியில் இருக்கிறார். தூங்கி எழுந்தால் சரியாகி விடும் எனச் சமாதானம் செய்து கொண்டான்.

அன்று இரவே கோயில் சாத்திப் பூட்டப்பட்டது. அரசு அதிகாரிகள் பூட்டுப் பூட்டி அதன் மீது வெள்ளைத் துணி சுற்றி அரக்கு முத்திரை வைத்து தட்டச்சு செய்யப்பட்ட உத்தரவை கோயில் கதவில் ஒட்டினார்கள். அவ்விரவில் கபாடபுரத்தை இருளோடு இருண்மையும் வந்து தழுவிக் கொண்டது. வெளியூர்காரர்கள் மெல்ல ஊரைக் காலி செய்து கிளம்பினர்.

★

37

கயல்விழி அம்மாவுடன் வீடு நோக்கி நடந்தாள். அவளது உடல் மிகக் களைத்திருந்தது. அவளது உடைகள் அங்கிங்கெனாதபடி எங்கும் வியர்வையில் ஊறி உலர்ந்திருந்தன.

மனம் ஒரு மாதிரி குழப்பத்திலும் கொந்தளிப்பிலும் இருந்தது. ஒரு கட்டத்துக்கு மேல் தான் சாமியாடி என்ன பேசினோம் என்பதே அவளுக்குத் தெரியவில்லை. ஒரு பக்கம் தன் ஆழ்மனதின் ப்ரக்ஞையற்ற வெளிப்பாடாக அமைந்து விட்டது எனத் தோன்றியது. மறுபுறம், உண்மையாகவே கன்னியம்மன் தன் மீதேறி வந்ததாகப் பட்டது. ஒரு நிம்மதி தான் திட்டமிட்டு சாமியாடி நடிக்க வேண்டியிருக்கவில்லை என எண்ணிக் கொண்டாள்.

அம்மாவோ அவளோ வழியெங்கும் ஒன்றுமே பேசவில்லை. உண்மையில் அம்மாவுக்கு அவளிடம் பேசப் பயமாக இருந்தது. அம்மன் இன்னும் அவளுக்குள் மீதமிருக்கிறாளோ எனக் குழப்பம் இருந்தது. அவள் சாமி வந்து ஆடியதாக நடித்தாளோ என மனதிலிருந்த சந்தேகத்தையும் மீறி அம்மாவை அச்சமே பீடித்திருந்தது. இன்னொரு புறம் அவளுக்கு கயல்விழி மீது சற்று பொறாமையாகவும் இருந்தது. இளமைக் காலத்தில் கன்னியம்மன் தன் மீது வர வேண்டும் எனச் சில ஆண்டுகள் அம்மா ஏங்கி இருக்கிறாள். அது அந்த ஊரிலிருக்கும் கணிசமான இளம் பெண்களுக்கான காலாகாலமான மனவோட்டம்.

பக்தி மனநிலை என்பது தாண்டி அது பெண்களின் மதிப்பை ஊர்க்காரர்கள் மத்தியில் அதிகப்படுத்தும், கல்யாணத் தேர்வுக்குக் கவர்ச்சிகரமானவர்கள் ஆகிப் போவார்கள்.

வீடு வந்து சேர்ந்ததும் முதலில் சங்கரின் வீட்டை நோட்டம் விட்டாள் கயல்விழி. அவன் ஏற்கெனவே வீடு திரும்பியிருந்தது புரிந்தது. அவனிடம் போய்ப் பேச மனம் தவித்தது. ஒன்று பணிப் பறிப்பு காரணமாகத் தொய்வடைந்த அவனைத் தேற்ற விரும்பினாள். மற்றது தான் சாமியாடி ஏதும் பொய் சொல்லவில்லை என அவனிடம் தெளிவுபடுத்த நினைத்தாள். எல்லாம் தாண்டி கயல்விழிக்கு அவனது அருகாமை வேண்டியிருந்தது. அம்மா உட்பட மற்ற எந்த மனிதர்களையும் பிடிக்கவில்லை. உலகமே பிடிக்கவில்லை.

சங்கரின் வீட்டுக்குச் சென்றாள். கதவு சாத்தியிருந்தது. அவன் பெயர் சொல்லிக் குரல் கொடுத்தாள். பதிலில்லை. வெளியிலிருந்தே அவனிடம் பேச முற்பட்டாள் கயல்விழி.

உள்ளே இருந்தபடி பேச விருப்பமில்லை என்று சொல்லி விட்டான் சங்கர். அம்மா வீட்டு வாசலில் நின்றபடி நடக்கும் யாவற்றையும் பார்த்துக் கொண்டிருந்தாள். கயல்விழிக்கு ஏமாற்றமாகவும் அவமானமாகவும் இருந்தது. கண்களில் நீர் முட்டி உதடுகள் துடித்தன.

“சங்கர், நான் எனக்காக மட்டுமில்லை, உனக்காகவும்தான் வந்திருக்கிறேன். அவ்வளவு தூரம் வேண்டாதவளாக ஆகிப் போய் விட்டேனா? அவ்வளவு வெறுப்பு வந்து விட்டதா?”

இது பெண்களின் இயல்பான உத்திதான். இதைத்தான் ‘மிரட்டி மீன் பிடிப்பது’ என்பர். எதிராளியின் குற்றவுணர்ச்சியைத் தூண்டி, வேறு வழியின்றி இறங்கி வரச் செய்வது.

அதைக் கேட்டு சங்கர் மனம் பொறுக்காமல் பேசினான். தூண்டிலில் சிக்கியது மீன்!

“விழி! நான் பேசுவதைத் தவிர்த்தால் பேசும் மனநிலையில் இல்லை என்பது மட்டுமே பொருள். அதைத் திரித்து கண்டதையும் கற்பனை செய்ய வேண்டாம். அவ்வளவு தூரம் தெளிவற்றவள் என்ற பிம்பம் உன் பற்றி எனக்கு உருவாவதை நீ விரும்ப வாய்ப்பில்லை என நம்புகிறேன். நானே மனம் சரியானதும் வந்து பேசுகிறேன்.

கொஞ்சம் அவகாசமும் தனிமையும் கொடு. எல்லாவற்றுக்கும் தீர்வு இருந்துதானாக வேண்டும். நீயும் ஓய்வெடு."

"கோயிலில் என்ன நடந்தது என்று கூடவா கேட்க விரும்பவில்லை? அர்ச்சகர் விஷயத்தில் என்ன செய்யத் தீர்மானித்தனர், நான் சாமியாடினேனா இல்லையா ஏதும் வேண்டாமா?"

"..."

"நீ அப்படிக் கல்லாகி இருக்கலாம். ஆனால் எனக்கு எல்லாம் உன்னிடம் பகிர வேண்டும். மற்ற விஷயங்களுக்கே அப்படி எனும் போது உன் பற்றிய, என் பற்றிய, நம்மைப் பற்றிய விஷயத்தைச் சொல்லாமல் வைத்திருக்க முடியாது. நீ இதை அறிவதும் அவசியம்தான்."

"..."

"முதல் விஷயம். நான்காம் நாள் வழக்கம். கோயில் கருவறையைப் பழைய ஐயர் திறந்து விட்டார். ஆனால் அபிஷேகம், அலங்காரம், பூஜை, பிரசாதம் என ஏதும் செய்யவில்லை. கோயிலுக்கு வந்திருந்த பக்தர்கள் ஏமாறுவதைத் தவிர்க்க இந்த ஒரு சடங்கை மட்டும் பெயருக்கு நிறைவேற்றி விட்டார்கள். இன்று ஒரு நாள் மட்டுமே கோயில் திறந்திருக்கும். இன்று இரவே கோயில் பூட்டப்படும். அரசின் மறுஉத்தரவு வரும் வரை திறக்க மாட்டர்."

"..."

"நான் சாமியாடினேன். குறி சொன்னேன். ஆனால் அங்குலம் கூட அறம் வழுவவில்லை. என் மீது சாமி வந்த அனுபவம், மனநிலை பற்றி இன்னொரு நாள் விரிவாகப் பேசலாம்."

"..."

"அவ்வளவுதான். உன்னைத் தொந்தரவு செய்ய விரும்பவில்லை. நானும் உடலும் மனமும் மிகவும் சோர்ந்திருக்கிறேன். இருவரும் ஓர் இடைவெளி எடுப்போம். எல்லாம் சரியாகும். எனக்கு நம்பிக்கை இருக்கிறது, சங்கர். நல்லது நடக்கும். எல்லாம் மாறி, விடியல் வரும்."

"..."

"ஆனால் அதெல்லாம் நடக்க விடியல் வேண்டுமென நாம்

விரும்ப வேண்டும். இருளில் இருப்பதே பிடிக்க ஆரம்பித்து விட்டதென்றால் யாரும் நம்மைக் காப்பாற்ற முடியாது."

"..."

"சரி, கிளம்புகிறேன். பை சங்கர். டேக் கேர். லவ் யூ. கதவைத் திறந்திருந்தால் உன்னைக் கட்டிக் கொண்டு உன் மீது சாய்ந்து அழுதிருப்பேன். அவ்வவகையில் கோபமே. மிஸ் யூ!"

"..."

கயல்விழி பெருமூச்சுடன் நடக்க ஆரம்பித்தாள். சங்கரின் குரல் அவளை நிறுத்தியது -

"விழி! நீ கோபப்படாமல் இருந்தால் ஒன்று மட்டும் உன்னைக் கேட்க விரும்புகிறேன்."

திரும்பாமல் அப்படியே நின்று "ம்" கொட்டினாள். சங்கர் மிகத் தயக்கமாகக் கேட்டான் -

"கன்னி அம்மன் எப்படி இருக்கிறாள்? அவள் பற்றி நீ ஒன்றுமே சொல்லவில்லையே?"

அவள் சூடேறிய மண்டையை அடக்கி அமைதிப்படுத்தி தளர்ந்த குரலில் சொன்னாள் -

"சங்கர், உன் மனநிலையைப் புரிந்து கொள்கிறேன். என் கோபம் முக்கியமே இல்லை. ஆனால் நினைவிற் கொள், இஃது துவாபர யுகமும் அல்ல; நான் நளாயினியும் அல்ல!"

"..."

"இரண்டு விஷயங்களை என்னால் சொல்ல முடியும். அம்மனின் மூன்றாம் முலையைக் காணவில்லை. அம்மன் ஒற்றை உடை உடுத்தி இருந்தாள். உன் சிவப்புக் கைக்குட்டை."

"..."

"நீ நிஜமாகவே ஆண்டான் ஆகி விட்டாய். அந்தக் கன்னியம்மன் உள்ளத்தை ஆள்பவன்."

அதற்குச் சங்கரிடமிருந்து எந்தப் பதிலும் இல்லை. கயல்விழி கிளம்பிப் போய் விட்டாள்.

★

கயல்விழி வீட்டிற்கு வந்ததும் அவளைத் தலைக்குக் குளிக்கச் செய்தாள் அம்மா. அவள் தலை துவட்டி, உடை மாற்றி வந்ததும் சாமி படத்துக்கு முன் அழைத்துச் சென்று திருநீறு பூசி விட்டாள். வார்த்து வைத்திருந்த நெய்த் தோசைகளைத் தட்டில் இட்டு நீட்டினாள்.

அவள் சோஃபாவில் சாய்ந்து உண்ணத் தொடங்கியதும் அம்மா தயக்கமாகக் கேட்டாள் -

“உனக்கு நிஜமாவே சாமி வந்துச்சா, கயலு? சாமி விஷயத்தில் எல்லாம் விளையாடாதே.”

“ஏன்மா உனக்கு இந்தச் சந்தேகம்?”

“இல்ல, கடைசியா ஒண்ணு சொன்னியே... அது அம்மன் சொன்னதா, நீ சொன்னதா?”

“இல்ல, எனக்குப் புரியல. என்ன சொன்னேன்? அதாவது சாமி என்ன சொல்லுச்சு?”

“அந்த சங்கரைக் கட்டிக்கனும்னு.”

“உனக்கு என்னம்மா தோனுது?”

“அம்மனுக்குனாலும் உனக்குனாலும் இதெல்லாம் அசிங்கம்தான். அவனைப் போய்...”

“அப்புறம் என்ன! விட்டுத் தள்ளு.”

“என்னடி இப்படிப் பட்டும் படாமப் பேசற? இல்ல, என்னை ஏதும் கேலி செய்யறியா?”

“அம்மா படுத்தாதே. இல்லன்னா நான் இப்ப என்ன சொல்லனும்னு நீ எதிர்பார்க்கற?”

“ம்.”

“எனக்கு சங்கர் மேல அபிப்பிராயம் இருக்கா அப்படிங்கறது உன் கேள்வின்னா... ஆமா இருக்கு. அவன் நல்லவன், வல்லவன். அதுக்கு மேல நியாயப்படுத்தல்கள் அவசியமில்ல.”

“அடிப் பாவி, அவன் பொறப்பு தெரியாதா உனக்கு? அதச் செஞ்சா ஊர் சும்மா விடுமா?”

“இப்ப உனக்கு நான் சங்கரைக் கட்றது பிரச்சனையா, கட்னப்புறம் என் பாதுகாப்பா?”

“ரெண்டும்தான்டி. கட்றதே கேவலம். அப்படியே கட்டினாலும் உடனே தாலி அறுத்துட்டு வந்து நிப்பியா? உன்னையுமே சும்மா விட மாட்டாங்க. இந்த வீட்ல பொணம் விழனுமா?”

“அது நடக்கும்னு எப்படிமா உறுதியாச் சொல்ற? நீயே அருவாத் தூக்கிக் குடுப்ப போல.”

“நான் கொடுக்கனும்னு இல்ல. பாண்டியன் சும்மா விடுவானா? எத்தன பார்த்துட்டோம்!”

“இப்ப அதுக்கு அவசியமே இல்ல. எனக்கு சங்கர் மேல் இஷ்டம் இருக்கலாம். அவனுக்கு அந்தக் கன்னியம்மன்தான் விருப்பம். அதனால் இந்தப் பேச்சுக்கு அவசியமே இல்ல.”

“அப்படினா நீ சொல்லியும் அவன் உன்னை மதிக்காம நிராகரிச்சிட்டானா? அத விடக் கேவலம் இது. வெளிய சொல்லாத. அமைதியா பாண்டியனைக் கல்யாணம் செஞ்சுக்க.”

“...”

“நீ சாமியாடிக் குறி சொன்னதாவே இருக்கட்டும். நீ அவனை ஆசைப்பட்டதெல்லாம் யாருக்கும் தெரிய வேண்டாம். மானத்தைக் கெடுத்து விட்றாதே. நம்ம குடி கெட்ரும்.”

அவ்வளவு நேரம் கயல்விழியின் ரௌத்ரத்தை அடைத்திருந்த பொறுமை உடைபட்டது.

“ஏம்மா டார்ச்சர் பண்ற? பாண்டியன் பாண்டியன்னு. அவன் கிட்ட அப்படி என்ன கண்ட?”

“அவன் குலவிளக்குடி. அவனை நீ கட்டுனா கௌரவம். அவன் வீரத்தை ஊரே பேசுது. அரெஸ்ட் பண்ணின செய்தி பேப்பர்ல வந்துதே. அதுல கூட கம்பீரம்தான் தெரியுது.”

“வீரம்னா என்ன? விளைவுகள் பத்திக் கவலைப்படாமல் செயல்படும் முட்டாள்தனமா? அந்த முரட்டுத்தனத்துல பெருமைப்பட என்ன இருக்கு? வீரம் அப்படிங்கறதுக்கு நவீன உலகத்துல ஏதாவது அர்த்தம் இருக்கான்னே புரியல. துணிச்சலாச் செயல்படறதுதான் வீரம்னா இன்னிக்கு அப்படிச் சூழல்களும்

அதுக்கான தேவைகளும் ரொம்பக் குறைவு. வீரம்ங்கறது எதிரில் இருக்கும் ஆளின் பலம், அவன் வெச்சிருக்கும் ஆயுதம் எல்லாம் பொறுத்து அதிகமாகவோ அடங்கிப் போகவோ செய்யும். தவிர, சட்டத்தில் அதுக்கு என்ன தண்டனை என்பது பொறுத்தும் மாறிடிடும். பெரும்பாலும் பின்விளைவுகளை நினைச்சு அமைதியாப் போறதுதான் பெட்டர். இப்ப ஜெயங்கொண்டான்னு படம் வந்துச்சே. அதில் க்ளைமேக்ஸ்ல வினய் சொல்லுவான்ல. 'எல்லாத்தையும் இழந்தவன் எது வேணாலும் செய்வான். எதையும் இழக்கக்கூடாதுனுதான் எல்லாரும் ஒதுங்கிப் போறான். நான் உன்னைப் பார்த்து ஒதுங்கிப் போகக் காரணம் பயம் இல்ல, எனக்கு இருந்த கனவு, கடமை. பொறுப்பு இருக்கும் ஒவ்வொருத்தனும் பொறுமையாத்தான் போவான்.' அப்படினு. செம்ம டயலாக். அதுதான் நிஜம்மா. வேறு வழியே இல்லைங்கற இக்கட்டைத் தவிர மத்த எல்லாத்துலயும் வன்முறைக்குப் பதிலா சமாதானம், சமரசம் ரெண்டும்தான் நீண்ட கால நோக்கில் பாதுகாப்பான யதார்த்த மார்க்கம். இன்னிக்கு மசாலா சினிமாலதான் வீரம் மிச்சமிருக்கு. மிலிட்டரியும் போலீஸூம் டெரரிஸ்டும் ரவுடியும் மட்டும் விதிவிலக்கு. இதுல பாண்டியன் யாருன்னு நீதான்மா சொல்லனும்."

"..."

தானும் சங்கரைப் போலவே பேசுவதைப் பலப்படுத்த சினிமா உதாரணம் சொல்ல ஆரம்பித்து விட்டதை எண்ணிக் கொண்டாள். பொதுவாக காதலில், சில சமயம் ஆழ நட்பில் அப்படிச் சொல்லும் செயலும் தொற்று போல் ஒட்டிக் கொள்வது சகஜம்தான்.

"நான் அசல் வீரம்னா என்னனு சொல்லவா? தன் ஊரை விட்டு இன்னொரு மண்ணுல ஒத்தை ஆளா வேலைக்கு வந்தான்ல. அந்த வேலை அந்த ஊர்ல இருக்கற மொத்தப் பேரின் பகையையும் சம்பாதிக்கும்னு தெரிஞ்சும் துணிஞ்சு நிக்கறான்ல. அதுதான்."

"மயக்கத்துல எல்லாம் பேசலாம்டி. நானும் பேசி இருக்கேன். உன்னை விடச் சின்ன வயசுல. ஆனா யதார்த்தம்னு ஒண்ணு இருக்கு. அதுக்குப் பதில் சொல்லி ஆகனும். பொம்பள மாறித்தான் ஆகனும். ஊரோட ஒத்து வாழ்ந்தாகனும். அதுக்குச் சிலதை விட்டுக் கொடுக்கனும். இல்லனா பொழப்பு நாறிடும். அவ்ளோதான் சொல்லுவேன்."

“உன் ஆசை விளங்காமப் போயிருக்குன்னா எனக்கும் அப்படியேதான் ஆகனுமாம்மா?”

“நான் என்ன பொறாமைலயாடி பேசறேன். நீ நல்லா இருக்கனும்னுதானேடி எல்லாமும்?”

“ம்.”

“உங்க அப்பன் இப்ப இல்ல. அந்தாள் இடத்துல இருந்து செய்ய வேண்டிய கடமையும் எனக்கு இருக்கு. அவர் இருந்தா என்ன பண்ணுவாரோ அதைத்தான் நான் பண்றேன்.”

“ஏன்மா, அப்பா போனப்புறம் ஊர் உன்கிட்ட என்ன எதிர்பார்த்துச்சு? நீ ஏன் அதைக் கொடுக்காம உறுதியா நின்ன? ஊரோடு ஒத்து வாழலாம்னு ஏன் வளைஞ்சு போகல?”

“வாயை மூடுடி.”

“இல்ல, நீ செஞ்சதுதான்மா சரி. ஊரைப் பகைச்சுக்கனும்ங்கறது என் எண்ணமும் இல்ல. ஆனா ஊருக்கு ஒரு எல்லை இருக்காப்ல ஊரோட அட்ஜஸ்ட் பண்ணிப் போறதுக்கும் ஒரு எல்லை இருக்கு. எங்கே ஊரின் எதிர்பார்ப்பால் நம்ம வேல்யூஸ் காயப்படும்னு ஆகுதோ அங்கே எதுத்துதான் நிக்கனும். நீ அப்படித்தான் நின்ன. இன்னிக்கு நாம ஊர் எல்லைக்கு வெளியேதான் இருக்கோம். ஒண்ணும் குறையலயே! நீ உறுதியா இருக்க முடிஞ்சுதுல்ல!”

“அதுவும் இதுவும் ஒண்ணாடி?”

“வேறதான். ஆனா சம்மந்தமும் இருக்கு. உன் விருப்பம், உன் முடிவு என்பதன் சுதந்திரம். அதே மாதிரி என்னை என் போக்கில் விடு. வற்புறுத்தாதே! என்ன ஆகுதுனு பார்ப்போம். என் கூட நிக்கலனாலும் குறுக்கால நிக்காதே. அதுதான் என்னைப் பலவீனப்படுத்தும்.”

“ம்.”

“உன் காலம் மாதிரி இல்ல இது. நிறைய மாறிடுச்சு. சமத்துவம் வந்துட்டு இருக்கு. நாம அதுக்கேற்ப மாறனும். அதுதான் அறம். நல்லது நடக்கறதப் பின்னால இழுக்கக்கூடாது. நாம ஒரு காலத்துல குற்றப் பரம்பரையா ரேகை வெச்சிட்டு இருந்தோம்ல. பலர் முயற்சி பண்ணி அதை எல்லாம் ஒழிச்சாங்க. இன்னிக்கு கௌரவமா

இருக்கோம். அதையும் அப்ப யாராவது பின்னே இழுத்திருப்பாங்க. அதை மீறித்தானே மாற்றம் வந்துச்சு. இப்ப மத்தவங்க சுற்று. அவுங்களுக்கு வர்ற நல்ல மாற்றத்துக்கு நாம தடை போடக்கூடாது. எல்லோரும் ஒரு காலத்துல அடிமைங்கதான். அவனுக்கு முன்னாடி நாம விடுதலை அடைஞ்சதால நாம அவனுக்கு மேலன்னு ஆகிடாது. அவனுமே அடுத்து வர்றவனுக்கு அப்படித்தான் இடம் தரனும். அடக்கி ஆள நினைக்கறது மிருக வெறி. நாம மனுசங்க என்பதை அப்பப்ப ஞாபகப்படுத்திக்கிட்டாலே போதும். கோணல்கள் சரியாகிடும்.”

“ம்.”

“முதலில் நான் சின்னப் புள்ள இல்லனு நம்பு. என்ன நடக்குதுனு தெரிஞ்சு கவனமாவும் நிதானமாவும்தான் செயல்படறதா நம்பறேன். ஆர்வத்துலயோ அரிப்புலயோ பேசல.”

“...”

அப்போது அவர்களின் வீட்டுக் கதவு உடைபடுவது போல் பலமாகத் தட்டப்பட்டது.

அம்மா அந்த வருகையை ஊகித்திருந்தாள். கயல்விழியை உள்ளே போகச் சொல்லி விட்டு சன்னலைத் திறந்து பார்த்தாள். எதிர்பார்த்தது போலவே பாண்டியன்தான்!

★

38

பாண்டியனுடன் அவனது கட்சி ஆட்கள் வந்திருப்பது சன்னல் வழியே தெரிந்தது. தாம் வந்த இரு சக்கர வாகனங்களை நிறுத்தி விட்டு அவர்கள் வெளியே நின்றனர். அவர்கள் உடல் மொழியில், முக பாவனையில் நல்லதனம் இல்லை. அம்மாவுக்குப் பதற்றமானது.

தயக்கமாகக் கதவைத் திறந்தாள். பாண்டியன் மட்டும் உள்ளே நுழைந்தான். வீட்டின் உள்ளே சுற்றிப் பார்த்தபடி இருந்த நாற்காலிகளில் ஒன்றைத் தேர்ந்து அமர்ந்தான்.

அவன் முகத்தில் கோபம் இருந்தது. அல்லது வெறுப்பா! அம்மா அவசரமாகக் கேட்டாள் -

"வாங்க. நல்லா இருக்கீங்களா? திடீர்னு வந்திருக்கீங்க. சொல்லுங்க, என்ன விஷயம்?"

"அம்மா, நேராவே கேட்கறேன். கயல்விழிக்கு அந்தப் பய மேல ஏதாவது எண்ணம்...?"

"ஐயோ... என்ன இது? அப்படிலாம் ஏதும் இல்லீங்களே!"

"இல்ல, உங்களுக்குத் தெரியாம ஏதாவது நடக்குதா?"

"இல்லங்க. ஆனா ஏன் அப்படிச் சந்தேகப்படறீங்க?"

“இன்னிக்கு சாமியாடினது அம்மன் பேசினாப்லயே தெரில எனக்கு. இவளே இவளோட ஓட்டை உடைசல் முற்போக்குக் கருத்துக்களை எடுத்துப் பேசின மாதிரி இருந்துச்சு.”

“சாமி விஷயத்துல பொய் சொல்ல முடியுமா என்ன?”

“அவ எங்க? கூப்பிடுங்க... நானே கேட்டுக்கறேன்.”

“இல்ல. அது வந்து... நாளைக்கு பேசிக்கலாமா?”

“இல்ல, புரியல. ஏன், இப்ப என்ன பிரச்சனை?”

“சாமியாடினதுல ரொம்ப அழுத்தம் ஆகிடுச்சு. அதான் படுத்து ரெஸ்ட் எடுக்கறா.”

“ஓ! அப்படியா சொல்றீங்கம்மா? நிஜமாவா?”

“இதுல என்ன சந்தேகம்? நான் போய் உங்க கிட்ட என்னத்தை மறைக்கப் போறேன்?”

“சரி, அவசரமில்ல. அவ சாகவாசமா நாளைக்குச் சொல்லட்டும். நான் அந்தப் பூசாரிப் பயலப் பிடிச்சு விசாரிக்கிறேன். அவன் என்கிட்ட உண்மையக் கக்கிதானே ஆகனும்!”

அதைக் கேட்டதும் சரேலென கயல்விழி வெளியே வந்தாள். பாண்டியன் சிரித்தான்.

“சொல்லு பாண்டியன். என்ன வேணும் உனக்கு? என்கிட்ட என்ன தெரிஞ்சுக்கனும்?”

“ஓ! எல்லாம் கேட்டுட்டுதான் இருந்திருக்கே அப்ப?”

“...”

“இதுதான் ரெஸ்ட் எடுக்கற லட்சணமா அம்மா?”

அம்மா தலையைக் குனிந்து கொண்டாள். கயல்விழி அதற்குச் சீற்றமாகப் பேசினாள்.

“அம்மாவை ஏன் கேட்கற? அவுங்க என்னைத் தூங்கத்தான் சொல்லி அனுப்பினாங்க.”

“சரி, அது விடு. சில்றப் பொய். அவனுக்கும் உனக்கும் ஏதாவது நடக்குதா? சொல்லு.”

அம்மாவைப் பார்த்தாள். அவள் சொல்ல வேண்டாமெனக் கண்களால் கெஞ்சினாள்.

“எனக்கு அவன் மேல எந்த எண்ணமும் இல்ல. நாங்க ஃப்ரண்ட்ஸாதான் இருக்கோம்.”

அம்மாவுக்கு அப்போதுதான் மூச்சே வந்தது. அவள் பொய் சொல்லத் தீர்மானித்ததே நல்ல மாற்றம்தான் எனக் கருதினாள். ஆனால் அது சில கணம் கூட நீடிக்கவில்லை.

“ஆனா...”

“ஆனா?”

“என் இடத்தில் எவ இருந்தாலும் அப்படி ஒரு நெனப்பு வர்ற அளவுக்கு சங்கர் தகுதி வாய்ந்தவன்தான். வந்தாத் தப்பில்ல. அதனால் உன் கேள்வியே தப்பு, பாண்டியன்.”

“ஓஹோ! அப்ப நம்ம சனத்துல இருக்கற ஆம்பிளைக எல்லாம் என்ன சும்பைங்களா? உங்க கவட்டி அரிப்புக்குச் சொறிஞ்சுக்க கீழ் சாதிலதான் கொம்பு தேடுவீங்களாடி?”

“பாண்டியன் ஆத்திரத்தில அறிவுகெட்டதனமாப் பேசாதே. ஒருவர் இன்னொருத்தரை விரும்பினா அதன் அர்த்தம் அந்த ஆள் மீது ஏதோ ஈர்ப்போ மதிப்போ நம்பிக்கையோ இருக்குதுங்கறது மட்டும்தான். மத்த எல்லோரையும் அவமதிக்கறதா அர்த்தம் இல்ல.”

“...”

“அப்படியான விருப்பம் ஒருவரின் சாதிச் சான்றிதழ் பார்த்துதான் இன்னொருத்தர் மீது வரனும்னு எப்படிக் கட்டாயப்படுத்த முடியும்? நீ சொல்ற நம்ம சாதி சனத்துல இன்னும் மேலான ஆட்கள் இருக்கலாம். இல்லாமலும் இருக்கலாம். காதலில் அது முக்கியமில்ல.”

“...”

“நான் பார்த்த ஆட்களில் இவன் எனக்குப் பொருத்தமா இருப்பான்னு தோனுது என்பது மட்டும்தான் காதல் சொல்கிற ஒரே சேதி. அதில் ஏன் மத்தவங்க ஈகோ காயப்படனும்?”

"சரி, மழுப்பாமப் பேசு, கயலு. உனக்கு அந்த நாய் மேல லவ்வு இருக்கா இல்லையா?"

நாய் என்ற பிரயோகம் அவளைக் கடும் எரிச்சலாக்கியது. ஆனால் அதைக் காட்டினால் நிலைமை மேலும் மோசமாகவே செய்யும். பல்லைக் கடித்துக் கொண்டு சொன்னாள் -

"நான் மழுப்பல. அதுக்கு அவசியம் இல்ல. யாரையும் புண்படுத்த வேண்டாம், சூழலைச் சிக்கலாக்க வேண்டாம்னுதான் பார்க்கறேன். போதும், பாண்டியன். என்னை விட்டுடு."

"சரி, நீ சாமியாடினது நிஜமா? அதச் சொல்லு."

"சாமி விஷயம்! எதுல எல்லாம் சந்தேகப்படறதுனு வரைமுறை இல்லையா பாண்டியன்?"

"சாமிக்கு அவன் மேல இஷ்டம்ங்கறது நிஜமா?"

கயல்விழி அதற்கு என்ன சொல்வதெனத் தடுமாறினாள். அம்மா முந்திக் கொண்டாள் -

"ஆமாம் தம்பி. ஏதோ மணியடிச்சு சாமியும் அவனும் பேசிக்கறதா கயலூ சொல்லுச்சு."

அம்மாவுக்குக் கயல் மீதிருக்கும் குவியத்தைத் திசை திருப்ப வேண்டியிருந்தது. எனவே கன்னியம்மன் காதல் விவகாரத்தை இரட்டிப்பாகப் போட்டுக் கொடுக்க முனைந்தாள்.

"ஓஹோ! கதை அப்படிப் போகுதா?"

"கயல்விழி கண்ணால பாத்திருக்கு."

"பார்த்துக்கறேன் அந்தப் ... நாயை."

சாதி சொல்லித் திட்டியபடி ஆவேசமாக வீட்டை விட்டு வெளியேறினான் பாண்டியன்.

வெளியே காத்திருந்த அடிப்பொடிகள் அவன் பின்னால் செல்வதா நடந்தா வண்டியிலா எனக் குழம்பி நின்றனர். நாலு எட்டு வைத்து சங்கர் வீட்டை நெருங்கினான் பாண்டியன்.

சங்கர் வீட்டுக் கதவை தடதடவென தட்டினான் பாண்டியன். பத்து முறை தட்டிய பின் கதவைத் திறந்தான் சங்கர். சங்கர் அவனை எதிர்பாராததால் புரியாமல் விழித்தான்.

“டேய், நான் பாண்டியன். என்னை உனக்குத் தெரிஞ்சிருக்கும்னு நினைக்கிறேன்.”

“தெரியும், சொல்லுங்க. ஏன் இவ்ளோ அவசரம்? ஒண்ணுக்குப் போய்ட்டு வந்தேன்.”

“இனி சுண்ணிய அதுக்கு மட்டும்தான்டா நீ பயன்படுத்த முடியும், ங்கோத்தா...”

சொல்லிக் கொண்டே அவனது குறியைப் பிடித்துக் கசக்கி உள்ளே தள்ளினான். சங்கர் வலி தாளாமல் அலறினான். பாண்டியன் அவனை மாரில் எட்டி உதைத்துத் தள்ளினான்.

சத்தம் கேட்டு கயல்விழி வீட்டை விட்டு வெளியே வர முயற்சி செய்ய, பாண்டியனின் அடிப்பொடி ஒருவன் வெளியே தாழிட்டான். கயல்விழி உள்ளே இருந்து கதவைத் தட்ட ஆரம்பித்தாள். அம்மா அவளது கைளைப் பற்றி அமைதியாக இருக்கக் கெஞ்சினாள்.

பாண்டியன் கண்கள் சிவந்து, பற்களைக் கடித்தபடி சங்கரை மறுபடியும் மிதித்தான்.

“எங்க பொண்ணையும் எங்க சாமியையும் அவமதிச்சிட்டியேடா, தேவடியாப் பயலே!”

“...”

“சாதி கெட்ட ஈத்தரை நாயே... இப்ப செதில் செதிலா உன்னை வெட்டி எறியறேன் பாரு.”

பாண்டியன் சங்கர் வீட்டுக் கதவை உட்புறம் தாழிட்டு, அவனை அடிக்க ஆரம்பித்தான்.

“கீழ்சாதிக்காரன் கிட்ட அதிகாரத்தைத் தர மாட்டோம். எங்கள் பெண்களையும் தர மாட்டோம். நீங்க எல்லாம் எங்கள அண்ணாந்து பார்த்தே சாக வேண்டியதுதான்டா.”

“...”

“எங்கப்பா யார் தெரியுமாடா? மேலவளவு தெரியுமா? கவர்மெண்ட் ரிசர்வ்ட் இடம்னு சொல்லிட்டா அங்க வந்து நின்னுடுவானுகளா? பத்து வருஷம் முன் சொல்ல சொல்லக் கேட்காம பஞ்சாயத்து எலக்‌ஷன்ல பறையன் நின்னு ஜெயிச்சான்னு

அவனை வெட்டிட்டு ஜெயிலுக்குப் போனவர். ஏழு வருசம் கழிச்சு இப்பத்தான் அண்ணா பொறந்த நாளுக்கு ரிலீஸ் ஆனாரு. அவருக்குப் பொறந்த வித்துடா. அப்படியெல்லாம் விட்ருவனா உன்ன?”

“...”

“புதுக்கூரைப்பேட்டைல நடந்த கதை தெரியுமாடா? எங்கண்ணன் முறை ஒருத்தன். வட மாவட்டத்துல வக்கீல். கட்டப்பஞ்சாயத்து உண்டு. சாதி மாறிக் காதலிச்சவங்கள அவன் கூப்பிட்டு மிரட்டியும் கேட்காமக் கல்யாணம் பண்ணிக்கிட்டாங்க. ரெண்டு பேரையும் காதுல, மூக்குல விஷம் ஊத்திக் கொன்னு, எரிக்கத் திட்டம் போட்டுக் கொடுத்தான். சிபிஐ விசாரிச்சாலும் கூட பிறழ்சாட்சி சொல்ல வெச்சான். இன்னும் கேஸ் நடக்குது.”

“...”

“ரத்தமும் அரிவாளும் எங்களுக்குப் புதுசு இல்ல. ஜெயிலும் கோர்ட்டும் பார்த்து பயமும் இல்ல. எல்லாம் பழகிடுச்சு. ஆண்ட பரம்பரைடா. நான் சொல்றத மரியாதையாக் கேளு.”

“...”

“ரெண்டு விஷயம் பண்ணனும் நீ. முதல்ல இந்தப் பூசாரி வேலையை விட்டுட்டு ஓடிடு. அடுத்து மனசுல நினைக்கறது கன்னியம்மனா இருந்தாலும், கயல்விழியா இருந்தாலும் மறந்துடு. அதுதான் உனக்கும் நல்லது, அவுங்களுக்கும் நல்லது. இந்த ஊருக்கும் நல்லது.”

“...”

“உன்னைத் தவிர யாருக்குமே நல்லது இல்லாத ஒண்ணுல நீ இறங்கியே ஆகனுமாடா? ஊரே உன்னச் சபிக்குதே, அத்தனை பேரும் வெறுக்கறாங்களேன்னு கூச்சமே வராதா?”

அடி வாங்கி உதடு கிழிந்து ரத்தம் சிந்திக் கொண்டிருந்த சங்கர் மெல்லப் பேசினான்.

“பயப்படறியா பாண்டியன்? என்னைக் கொல்லலாம் நீ. ஆனா அதுக்கு அர்த்தம் என்ன தெரியுமா? உன் பயம்தான். உன்னை விட மேல ஏறிடுவேனோன்னு பயம். உன்னை விட அதிகமா உன் சமூகப் பெண்களுக்கு எங்களப் பிடிச்சிடுமோன்னு பயம். உன்

அப்பன் பஞ்சாயத்து தலைவரான பறையனைக் கொன்னதுக்கும் அதே அர்த்தம்தான். உங்க அண்ணன் விஷம் ஊத்திக் கொன்ன காதல் ஜோடியும் அதேதான். அதெல்லாம் ஆணவக் கொலைனு நீ நினைச்சுக்கிட்டா பாவமாத்தான் இருக்கு. அதெல்லாம் அச்சக் கொலை!”

“...”

“படிப்போ பதவியோ பொண்ணோ போட்டி போட்டு ஜெயிக்கனும் பாண்டியன். குறுக்கு வழில மிரட்டி இல்ல. இது நவீன யுகம். நாம நாகரீகமடைஞ்ச மனிதர்கள். இன்னும் உடல் பலத்தை நம்பி இப்படி ரவுடித்தனம் பண்றது பழைய மிருக ஞாபகத்தின் மிச்ச எச்சம்.”

“...”

“சுயமாய் எந்தத் திறமையும், அதன் மூலம் வரும் பெருமையும் இல்லாதவன்தான் சாதிப் பெருமை பேசிட்டுத் திரியறான். அது தன் கிட்ட இல்லாத ஒண்ணை மத்தவங்க கிட்ட கேட்டு வாங்கும் பிச்சையெடுத்தலுக்குச் சமம். தனக்குத் தொடர்பே இல்லாத பண்டைய பெருமையைத் தொட்டு தனதாக்க முயல்வதே தாழ்வு மனப்பான்மையின் நீட்சிதான்.”

“டேய்!”

“எல்லா ஆண்ட பரம்பரைக் கதைகளும் அசட்டுத்தனமானவையே. ஸோ வாட்? என்றே கேட்பேன். ‘அன்று என் முன்னோர் இப்படி உசத்தியாக இருந்தார்கள், எனவே என்னை மதி’ என்பது அற்பத்தனமான கோரிக்கை. அது உண்மை எனும் பட்சத்தில் வரலாற்றுத் தகவலாக ஏற்கலாம். ஆனால் அதோடு உன்னைப் பொருத்தி உனக்கு மரியாதை தர மாட்டேன். மாறாக, இன்று நீ என்னவாக இருக்கிறாய் என்பதுதான் எனக்கு முக்கியம்.”

“...”

“தேடினால் எனக்கும் ஓர் ஆண்ட பரம்பரைக் கதை இருக்கும். ஆனால் அறிதல் தாண்டி அதில் நான் உரிமை கோர எதுவும் இல்லை. நான் இன்று என்ன பங்களிக்கிறேன், எப்படி அறம் பேணுகிறேன் என்பதே என் இடத்தை நிர்ணயிக்கிறது; என் பூர்வீகக் கதை அல்ல.”

“...”

“ஒரு தனிமனிதன் தன் பங்களிப்புகள் வழியே தனது அடையாளத்தை நிலை நிறுத்தும் விழைவும் அதற்குச் செய்யும் எத்தனங்களும் மூதாதையர் வரலாற்றிலிருந்து தன்னைத் துண்டித்துக் கொள்வதன் வழி மட்டுமே ஏற்பட முடியும். சாதிப் பெருமையைப் பிடித்துத் தொங்குபவனுக்கு அந்த உந்துதல் இயல்பிலேயே இராது. நான் சொல்றது விளங்குதா?”

“...”

“பரம்பரைப் பெருமை என்பது ஒரு சுமை, பாண்டியன். சத்துடையவன் அதைச் சுமக்க மாட்டான். மாறாக, அவன் தன் சுமையைத் தானே சுயமாக முயன்று உண்டாக்குவான்.”

“என்னடா, பேச விட்டா தலை மேல ஏறி உக்காந்து அட்வைஸப் போடற? உங்கப்பனும் தாத்தனும் என் முன்னோர் கிட்ட கை கட்டி நின்னவனுக. உன் அம்மாளும் ஆத்தாளும் எங்க பரம்பரை அசதிக்கு முந்தானை விரிச்சவளுக. நீ எனக்குச் சமமாப் பேசறியா?”

“இந்தியன் படத்துல நிழல்கள் ரவியைக் கட்டி வெச்சு லஞ்சம் எவ்வளவு மோசமானதுனு கமல் கதையாச் சொல்வார். எல்லாத்தையும் கேட்டுட்டு அந்தாளு ‘ஒரு ஃபோன் பண்ண விடுங்க, எவ்ளோ பணம் வேணாலும் உங்களுக்குத் தர்றேன்’னு சொல்வான். கமலுக்கு அதிர்ச்சியாகும். அது மாதிரி நான் சொன்னதுல ஒரு சொல் கூட உனக்கு வெளங்கல.”

பாண்டியன் கடுப்பாகி தரையில் கிடந்த சங்கரின் கையைக் காலால் அழுத்தினான்.

“ஆ...!”

கயல்விழி பின்வாசல் கதவைத் திறந்து தன் வீட்டை விட்டு வெளியேறி சங்கர் வீட்டுக்கு ஓடி வந்து சாத்தியிருந்த கதவைத் தட்ட ஆரம்பித்தாள். பாண்டியன் கதவைத் திறந்து அவளை அறைந்து கீழே தள்ளினான். அவள் எட்டித் தார்ச் சாலையில் போய் விழுந்தாள்.

“வெளக்கெண்ணெய்களா, அவ தப்பிச்சு இங்க வந்து தொந்தரவு பண்ற வரைக்கும் நீங்கல்லாம் என்ன செரைச்சிட்டு இருந்தீங்களா, இல்ல புடுங்கிட்டு இருந்தீங்களா?”

அடிப்பொடிகள் உடனே பதற்றமாகி சங்கரின் வீட்டு வாசலருகே வந்தனர். அவர்களை உள்ளே அனுமதித்தான். வந்தவர்கள் சங்கர் கைகளைப் பின்னால் சேர்த்துக் கட்டினர்.

பாண்டியன் நிதானமாக வீட்டில் தேடி பத்தாம் வகுப்பு, அர்ச்சகர் படிப்பு என சங்கரின் கல்விச் சான்றிதழ்களை எரித்தான். பின், இரும்பு பீரோவில் பத்திரப்படுத்தியிருந்த சில ஆயிரம் பணத்தை எரித்தான். சங்கரின் உடைகளை, பொருட்களை எல்லாம் எரித்தான்.

எல்லாவற்றையும் உயிரற்ற விழிகளில் வெறித்துக் கொண்டிருந்தான் சங்கர். இன்னும் உதை வாங்கிய விதைப் பை வலித்துக் கொண்டிருந்தது. மனதில் கன்னியம்மனையே சதா தியானித்துக் கொண்டிருந்தான். இது பக்தியா காதலா என அவனுக்கே குழம்பியது.

பாண்டியன் இப்போது குனிந்து சங்கரின் முகத்தினருகே முகம் வைத்தபடி கேட்டான் -

"நீ ஏதோ மணிச் சத்தம் வழியாக அம்மனுடன் பேசினாயாமே? காது இருந்தால்தானே!"

பாண்டியனின் அடிப்பொடிகள் இப்போது நெருப்பில் எரிந்து கருகிப் போயிருந்ததில் மிஞ்சியிருந்த சங்கரின் ஜட்டியை எடுத்து அவனது வாயில் வைத்து அடைத்தார்கள்.

பாண்டியன் தன் பேண்ட் பாக்கெட்டிலிருந்து அதை எடுத்தான். அது திராவகக் குப்பி!

சங்கரின் காதுகளில் அந்தத் திரவத்தை வலுக்கட்டாயமாக ஊற்றினான் பாண்டியன். வெறி நாய்க்கடி நோய் தொற்றியவனின் இறுதிக் கணங்கள் போல் அவன் துடித்தான். வலிப்பு வந்தது போல், மின்சாரம் தாக்கியது போல், மின்னல் வெட்டியது போல் அந்த அசைவுகள் இருந்தன. அந்தத் துடிப்பிலேயே பின்னிருந்த கைக்கட்டுக்கள் அவிழ்ந்தன.

"ஒரு வேலை மசுரும் ஒழுக்கமாப் பண்ணிடாதீங்கடா. இப்ப எப்படிடா கட்டு அவுந்தது?"

சங்கர் வாயிற்கதவின் பக்கம் ஓடிக் கதவில் விழுந்தான். அவன் விழுந்த வேகத்தில் கதவு பிளந்து கொண்டு திறந்தது. உடைந்த

கதவின் கோணல்கள் கை கால்களில் கீறல் போட, உதாசீனம் செய்து விட்டு எழுந்து கண் மண் தெரியாமல் திசை இன்னதென அறியாமல் ஓட ஆரம்பித்தான். சுவாதீனம் வந்த கயல்விழிக்கு அக்காட்சி மங்கலாய்த் தெரிந்தது.

பாண்டியனும் அடியாட்களும் சுதாரித்து தம் இருசக்கர வாகனங்களில் ஏறி சங்கரைத் துரத்த ஆரம்பித்தார்கள். அதற்குள் சங்கர் அவர்களின் பார்வையிலிருந்து தப்பித்து ஓடி இருந்தான். ஊர் இருக்கும் திசை நோக்கித்தான் சங்கர் ஓட ஆரம்பித்திருந்தான். எனவே பாண்டியனின் அடியாட்கள் ஊரில் தெருத் தெருவாகச் சுற்றித் தேடத் தொடங்கினர்.

சந்தேகத்துக்குரிய வீடுகளிலும் - பெரும்பாலும் தலித் குடியிருப்புப் பகுதி - சோதனை செய்தனர். ஊரில் ஓர் அமைதியின்மை நிலவியது. அவர்கள் தேடாது விட்ட ஒரே இடம் கன்னியம்மன் கோயில்தான். ஏனெனில், அதை அரசு மூடி அரக்கு சீல் வைத்திருந்தது.

போலீஸ் விசாரித்த போது அவர்களை ஒதுங்கி இருக்கச் சொல்லி விட்டான் பாண்டியன்.

★

39

தப்பித்து ஓடிய சங்கர், பூட்டி முத்திரை வைக்கப்பட்ட கன்னியம்மன் கோயிலின் தெற்கு வாயிலில் நுழைந்தான். அது அன்று அதிகாலையில் அவன் திறந்து வைத்து வந்ததுதான்.

அவனது காதில் ஊற்றிய அமிலத்தின் விளைவாக செவிச் சதைகள் பிய்ந்து தொங்கிக் கொண்டிருந்தன. சுத்தமாகக் கேட்கும் திறன் முடங்கிப் போயிருந்தது. கண்களில் நீர் நிற்காது ஒழுகிக் கொண்டே இருந்தது. மூளை செருகி மயக்கம் வருவது போலிருந்தது.

கோயில் முழுக்க இருளில் மூழ்கிக் கிடந்தது. ஒரு நாளும் ஆலயம் அப்படி இருந்ததே இல்லை. அதுவே, சங்கருக்கு புதிய வலி ஒன்றை நெஞ்சில் உண்டாக்கியது. இதென்ன சுடுகாடா எனக் கேட்டுக் கொண்டான். தான் இல்லாமல் கன்னியம்மன் குடிலை இப்படி மோசமாக ஆக்கி வைத்திருக்கிறார்கள் பைத்தியகாரர்கள் என்று யோசனை போனது.

சங்கருக்கு மூச்சு வாங்கியது. முதலில் மருத்துவமனை செல்ல வேண்டும். அதற்கு முன் கன்னியம்மனிடம் கேட்க நினைத்தான். அப்படி என்ன தவறு செய்து விட்டேன். எதற்கு இப்படித் துரத்துகிறார்கள்? ஏன் இப்படி வலி தருகிறார்கள்? ஏன் என்

உயிரை வாங்கத் துடிக்கிறார்கள்? அவள் பதில் சொல்வாளா எனத் தெரியாது. ஆனால் கேட்க வேண்டும்.

வினா எதிர் வினாதல் விடை போல் அங்கு கேள்வி என்பது ஒரு வடிவம்தான். நிஜத்தில் அவனுக்கு தான் அனுபவித்த வாதையை அம்மனிடம் பகிர வேண்டும் என்பதே இலக்கு.

சங்கருக்கு பாண்டியன் மீது கடுமையான கோபம் இருந்தது. ஆனால் அவனது தகப்பன் அவனது பதின்மத்தில் சொன்ன சொற்கள் அவனது சினம் தணித்து ஆற்றுப்படுத்தின -

“வன்முறை யார் செய்தாலும் பிழைதான். தற்காப்பின் பொருட்டு நிகழும் வன்முறை மட்டுமே விதிவிலக்கு. ஒடுக்கப்பட்டதாலும், சுரண்டப்பட்டதாலும் அடிப்பது அறமல்ல. நமக்குத் தேவை விடுதலை, முன்னேற்றம் மற்றும் சமத்துவம். பழி தீர்ப்பது கிடையாது.”

என் கையில் ஆயுதம் தந்தவன் எதிரி என்பது யதார்த்தம் என்றாலும் உண்மையில் நம் போராட்ட வடிவை எதிரி தீர்மானிக்கக் கூடாது. அப்படி செய்வதுதான் முதல் தோல்வி!

அது குறித்து யோசித்த போது அப்பனின் சொற்கள் சிலவற்றை பற்றிக் கொண்டான் -

“வன்முறையால், அராஜகத்தால் சுதந்திரம் வரலாம்; நிச்சயமாகச் சமத்துவம் வராது, சகோதரத்துவம் வராது. இதுதான் அடிப்படையாக ஒருவன் அடைய வேண்டிய புரிதல். கற்பி, கிளர்ச்சி செய், அமைப்பாய் திரள் என்றுதான் அம்பேத்கர் சொல்லியிருக்கிறார். அடங்க மறு, அத்து மீறு, திமிறி எழு, திருப்பி அடி என்ற முழக்கம் இளம் ரத்தங்களுக்கு ஒரு மாதிரி ஜிவ்வென வெறி ஏற்றுவதாக இருக்கும். ஆனால் அந்த வசீகரம் நீர்க்குமிழி போல். சிறிய சலசலப்புக்கள், கொஞ்சம் கலகங்கள், ஒரு சன்ன வட்டத்தின் கவன ஈர்ப்பு தாண்டி அது ஒடுக்கப்பட்டோர் அரசியலை எங்கும் கொண்டு போகாது. நடைமுறையில் அவற்றைக் கை விடும் சூழல் வரும். வாக்கு அரசியல் நோக்கிய மைய நீரோட்டத்தில் கலக்கும் சமரசமல்ல அது. மாறாக, ஓர் அனுபவ முதிர்ச்சி. சமத்துவத்தை எட்ட முரட்டு அணுகுமுறைகள் உதவாது என்ற மேலான புரிதலை அடைவதன் அடையாளம். அதுவே நம் அரசியலின் ஆக்கப்பூர்வ முன்னெடுப்பாக இருக்க முடியும். அதற்கு

அனைவரையும் உள்ளடக்கிய அரசியல் அவசியம். அவ்வகையில் ஒரு கையில் அம்பேத்கரைப் பற்றும் அதே சமயம் மற்றொரு கையில் காந்தியையும் பற்றிக் கொள்வது தவிர்க்க முடியாது."

அன்று சங்கருக்கு அது முழுக்கப் புரியவில்லை. இன்று எல்லாம் தெளிவாகப் புரிந்தது.

"தலித் விடுதலைக்கு மூன்று விஷயங்கள் செய்ய வேண்டும்: தலித்கள் அனைவரையும் ஒரு குடையின் கீழ் இணைக்க வேண்டும். அக்குடை ஒற்றுமையுடன் ஆண்ட சாதிகளை நோக்கி, பார்ப்பனியத்தை நோக்கி நட்பார்ந்த ஆனால் வலுவான சமத்துவக் குரலினை எழுப்பிப் போராடத் தொடங்க வேண்டும். தலித் அல்லாத பிற சாதிகளின் முற்போக்குச் சிந்தனையாளர்கள் இதை ஆதரித்துத் தமது சாதியினர் மத்தியில் பரப்ப வேண்டும்."

ரண வேதனைக்கு நடுவே தன் அப்பன் ஒரு தீர்க்கதரிசி என அவனுக்குத் தோன்றியது.

சங்கர் இருட்டில் தடுமாறி கருவறையை நோக்கி நடந்தான். அதில் அவ்வளவாகச் சிரமம் இருக்கவில்லை. மிகக் குறுகிய காலத்தில் கோயிலின் அத்தனை புற விவரங்களும் தன் மனதில் பதிந்து போயிருப்பதை உணர்ந்தான். கருவறை சாத்தியிருந்தது தூரத்தில் இருந்தே தெரிந்தது. அவன் கண்களில் கண்ணீர் நில்லாமல் வழிந்தபடியே இருந்தது.

காலியாக இருந்த சிவன் சந்நிதியைக் கடந்து கருவறையை நோக்கி நடந்தான் சங்கர்.

அப்போது அவன் எதிரே ஓர் உருவம் வந்து நின்று வழி மறித்தது. இருளில் அடையாளம் தெரியவில்லை. கண்களை கசக்கிப் பார்த்தான். ஏழடியாவது உயரம் இருக்கும். கையில் திரிசூலம் வைத்திருந்தது. சங்கர் திடுக்கிட்டுக் கொண்டிருந்த போதே அவனது காது கேளாமையை மீறிக் கொண்டு உடுக்கை ஓசையும் சர்ப்பத்தின் சுவாசமும் கேட்டது.

★

நடந்த களேபரங்களுக்குப் பின் வீடு சென்று காயங்களுக்கு மருந்திட்டாள் கயல்விழி.

அம்மா அவளைப் பார்த்து அழுதாள். அவளிடம் கயல்விழி

பேசவே இல்லை. அவளும் வாயைக் கொடுத்து மாட்ட வேண்டாம் என்ற தொனியில் கள்ள மௌனம் காட்டினாள்.

கயல்விழி நள்ளிரவில் கிளம்பி கோயிலுக்கு வந்து தெற்கு வாசல் வழியே நுழைந்தாள்.

அறியாமல் பின்தொடர்வது கயல்விழிக்கு மட்டுமே வசப்பட்ட வித்தையா என்ன! பகல் முழுக்க அவளது வீட்டைக் கண்காணித்துக் கொண்டிருந்த பாண்டியனின் ஆபத்துதவி ஒருவன் இரவில் அவள் வீட்டை விட்டுக் கிளம்புவதைக் கண்டு பாண்டியனுக்குத் தகவல் தந்திருந்தான். பாண்டியனும் அடியாட்களும் அவளைப் பின்தொடர்ந்து வந்திருந்தனர்.

கயல்விழி தெற்கு வாயில் வழியே உள்ளே நுழைவதைப் பார்த்ததும் அவர்களும் உள்ளே புகுந்தனர். அந்நேரத்தில் அரவம் கேட்டுத் திடுக்கிட்டுத் திரும்பிப் பார்த்தாள் கயல்விழி.

பாண்டியனும் அவனது ஆட்களும் அங்கே நின்றிருப்பதைக் கண்டு அதிர்ச்சியுற்றாள்.

தன்னைக் கருவியாக்கி அவர்கள் சங்கர் இருக்கும் இடத்தைக் கண்டுபிடித்து விட்டதை உணர்ந்தாள். பதற்றத்தில் என்ன செய்வது எனத் தெரியாமல் பாண்டியனைப் பிடித்துத் தடுக்க ஆரம்பித்தாள். அந்தப் போராட்டத்தில் கயல்விழியின் கையிலிருந்த கண்ணாடி வளையல்கள் உடைந்து பாண்டியனின் உள்ளங்கையில் சில கீறல்களை உண்டாக்கின.

ஆத்திரமடைந்த பாண்டியன் அவளைக் கன்னத்தில் ஓங்கி அறைந்தான். வீறிட்டுக் கீழே விழுந்தாள் கயல்விழி. அன்று அவனிடம் அவள் பெறும் இரண்டாவது அறை அது. அந்த அவமானம் கூடுதலாக வலித்தது. மண்டைக்குள் எரிச்சலுற்று மயக்கத்துள் நழுவினாள்.

எவ்வளவு நிமிடம், எவ்வளவு மணி ஆயிற்றோ தெரியாது. கயல்விழி கண் திறந்த போது அங்கே எந்தச் சத்தமும் இல்லை. சுற்றி மிக இருண்டிருந்தது. கயல்விழி மெல்ல எழுந்து தன்னை ஸ்திரப்படுத்திக் கொண்டாள். பாண்டியன் கன்னத்தில் அறைந்தது இன்னும் தலை வலித்தது. நிச்சயம் கன்னங்களில் அவனது விரல் தடம் பதிந்திருக்கும். எழுந்து இருளைப் பழக்கப்படுத்திக் கொண்டு சந்நிதி இருந்த திசையை அனுமானித்தாள்.

மெல்ல நடக்க ஆரம்பித்தாள். சிவன் சந்நிதியைக் கடக்கையில் எதன் மீதோ தடுக்கித் தடுமாறினாள். பயந்து விலகி என்னவெனப் பார்த்த போது ஓர் ஆள். இல்லை. ஓர் உடல்.

யார் என்று முகத்தைப் பார்க்க முயன்றாள். முகம் சரியாகத் தெரியவில்லை. உற்றுப் பார்த்தாள். முகம் இல்லை. அதாவது தலையே இல்லை. அரண்டு பின்னே நகர்ந்தாள்.

கழுத்தில் ரத்தம் வடிந்து உறைந்திருந்தது. ஈக்கள் மொய்த்திருக்கும் சப்தம் கேட்டது. ஜாக்கெட்டுள் வைத்திருந்த செல்பேசியை எடுத்து டார்ச் லைட் போட்டாள். பிணத்தின் மார்பைப் பார்த்தாள். அடர்ந்த ரோமங்களின் மத்தியில் ஒரு மச்சம் தெரிந்தது. சங்கர்!

★

கயல்விழி அங்கேயே அமர்ந்து அழுது கொண்டே இருந்தாள். மணித்துளிகள் கரைந்து கண்ணீர் வற்றிய போது எழுந்து கன்னியம்மன் சந்நிதிக்குப் போய் அதன் கதவைத் திறந்தாள். எந்த விளக்கும் எரியவில்லை. கன்னியம்மனின் முகம் தெரியவும் இல்லை.

கண்ணகி மதுரை நகரில் நின்ற கோலத்தில் நின்று கொண்டு பேசினாள் கயல்விழி.

“நீ தெய்வம்தானா? எத்தனையோ நடந்த போதும் நான் என் கடவுள் நம்பிக்கையைக் கை விட்டவள் இல்லை. நேற்று உன் இருப்பை நேரிலேயே கண்டு விட்டவள். ஆனால் இன்று உன் மீதான மொத்த நம்பிக்கையையும் இழந்து நிற்கிறேன். நீ உன் எதிரியைக் கை விடலாம். உன்னை வணங்காதோரைக் கை விடலாம், ஏன் உன் பக்தர்களை, உன் பூசாரியைக் கூட கை விடலாம். ஆனால் உனைக் காதலித்தவனை, நீ காதலித்தவனை நீ கை விடுவாயா? உன் ஆண்டானையே காப்பாற்ற உனக்கு வக்கு இல்லை எனில் என்ன மாதிரியான சாமி நீ? இதற்கு மேல் யாரைக் காக்கத்தான் நீ இருக்கிறாய், சொல்லடி?”

“…”

“இனி எத்தனை கல்யாணங்கள், எவ்வளவு பிள்ளைப் பேறுகள் நீ அருளினாலும் இந்த ஒற்றை இழப்பை, இந்தத் தோல்வியை நேர் செய்ய முடியுமா? நீ இல்லாமலே ஆகுக!”

அவள் பேச ஆரம்பித்த போதிலிருந்து கன்னியம்மன் கண்களில் இருந்து கண்ணீர் வடியத் தொடங்கியது. நில்லாமல் வழிந்து கொண்டே இருந்தது. அது கயல்விழிக்கு இருளில் புலப்படவில்லை. கயல்விழி தொடர்ந்து கன்னியம்மனை வசை பாடினாள்.

தன்னிடம் சொற்களும் சக்தியும் தீர்ந்து, வெறுப்பும் விரக்தியும் வறண்ட போது அவள் திரும்பிப் பாராமல் அங்கிருந்து கிளம்பினாள். கன்னியம்மன் கண்கள் வற்றவில்லை.

அஃது கருவறையை மூழ்கடித்து, கோயிலை மூழ்கடித்து, கபாடபுரத்தை மூழ்கடித்து, பூமியை மூழ்கடித்து, பிரபஞ்சத்தையே மூழ்கடித்து விடுமோ என அஞ்சும்படி இருந்தது.

★

கயல்விழி இறுகிய மனதுடன் கோயிலை விட்டு வெளியேறி நடந்தாள். இப்போது நன்கு விடிந்திருந்தது. என்ன செய்ய வேண்டும் என்ற தெளிவு கண்டிருந்தாள். நேராகக் காவல் நிலையம் சென்று பாண்டியன் சங்கரைக் கொலை செய்ததாகப் புகார் கொடுத்தாள்.

காவல் துறை உடனே கோயிலுக்கு விரைந்து கயல்விழி சொன்ன தெற்கு வாயில் வழி உள்ளே நுழைந்து சங்கரின் சடலத்தைக் கைப் பற்றியது. துப்புரவாகக் கோயிலைச் சலித்து ஆதாரங்களைச் சேகரித்த பின் தெற்கு வாயில் கதவும் பூட்டப்பட்டு அரக்கு முத்திரை சாத்தப்பட்டது. ஒரு பிரம்மாண்டச் சரீரம் சரிந்த பின், காற்று வெளியேறிக் கொண்டிருந்த கடைசித் துவாரத்தையும் நிரந்தரமாக அடைத்தது போலிருந்தது அது.

கோயில் என்பது சூட்சம வடிவிலான உயிர்தான். இறைவனோ பூசாரியோ மட்டுமல்ல, பக்தர்களும் அதன் உயிர்ப்பைத் தக்க வைக்க உதவுகிறார்கள். இன்று எல்லாம் பூஜ்யம்.

காவல் துறை விசாரணையில் கயல்விழியைத் தொடர்ந்து கோயிலுக்கு வந்ததை ஒப்புக் கொண்டான் பாண்டியன். ஆனால் உள்ளே போய்ப் பார்த்த போதே சங்கர் தலையின்றி இறந்து கிடந்ததாகச் சொன்னான். சங்கரின் தலையைத் தேடும் பணியைப் போலீஸ் தீவிரப்படுத்தியது. பிரேதப் பரிசோதனை அறிக்கை கழுத்தில் விழுந்த வெட்டுக் காயம் ஒரு தேர்ந்த மருத்துவர் அறுவை சிகிச்சை செய்தது போல் துல்லியமாக இருப்பதாகவும்

சூலம் மாதிரி ஏதோ ஒன்றில் ஒரே வீச்சில் வெட்டப்பட்டிருக்கிறது என்றும் சொன்னது.

காவல் துறை பாண்டியனைக் கைது செய்தாலும் உடனே ஜாமீனில் வெளியே வந்தான். ஊரில் அவனது செல்வாக்கு கணிசமாக அதிகரித்தது. ஒரு பெரிய கட்சி அவன் மீதான வழக்கு மறக்கப்பட்டதும் தேர்தலில் எம்எல்ஏ சீட் தருவதாக உத்தரவாதம் கொடுத்தது. (இந்தக் கட்சியா அந்தக் கட்சியா என்கிற குழப்பம் வேண்டாம். இருவரும் செய்வார்கள். இவர்கள் ஆளும் போது அவர்களும், அவர்கள் ஆளும் போது இவர்களும் செய்வார்கள்.)

★

சாரங்கன் எவ்வளவோ முயன்றும் தேவநாத ஐயர் அப்புறம் ஒரு சொல்லும் பேசவில்லை. அதிர்ச்சியில் குரல் போய் விட்டது என்றார்கள். மற்ற சிலர் அவர் அம்மனின் செயலை ஒரு துரோகமாகப் பார்த்ததால் வைராக்கியமாகப் பேசாமல் இருக்கிறார் என்றார்கள்.

மருத்துவர்களிடம் அழைத்துப் போய்க் காட்டிய போது அவர்கள் பரிசோதித்துப் பார்த்து விட்டு குரலுக்குப் புறச் சேதாரம் ஒன்றுமில்லை, மனதில் ஏதோ முடிச்சு விழுந்து விட்டது என்றார்கள். சிலர் சொல்வது போல் அவர் வீம்பாகப் பேச மறுக்கிறாரோ எனத் தோன்றி அவரை அதட்டியும் மிரட்டியும் கெஞ்சியும் அழுதும் பார்த்து விட்டான் சாரங்கன். பயனே இல்லை. பேசவில்லையே தவிர, மற்ற வேலைகள் எல்லாமும் சாதாரணமாக நடந்தன.

திடீரென ஒரு நாள் அவர் மறுபடியும் அர்ச்சகர் பொறுப்பேற்க வேண்டி நேர்ந்தால் குரல் இல்லாமல் என்ன செய்வார் என்று கொஞ்சம் நாட்களுக்குக் குழம்பினான் சாரங்கன். பிறகு அதற்கு வாய்ப்பே இல்லை என அவனுக்குப் புரிந்து போனது. தனது தகப்பனுக்கு அது முன்பே தட்டுப்பட்டு விட்டதால்தான் பேச்சைக் கை விட்டாரோ என்று கூடப் பட்டது.

ஆனால் உண்மையில் தேவநாதன் அதன் பின் கன்னியம்மன் பற்றிச் சிந்திக்கவில்லை. சதா சங்கர் பற்றியே யோசித்தார். சிவன் சந்நிதியிலிருந்து அவனது தலையற்ற உடலை வெளியே எடுக்கும்

போது ஊர் கூடிப் பார்த்தது. அக்கூட்டத்தில் அவரும் ஒருவர். அவர் சங்கரை அந்தக் கோயிலுக்குள் பொருத்திப் பார்த்துக் கொண்டே இருந்தார். *Rubik's Cube* புதிரைத் தீர்ப்பது போல் அதை மனதில் உருட்டிக் கொண்டே இருந்தார். அது அவரைச் சோர்வாக்கியது. எவனை வெளியேற்ற நினைத்தோமோ அவன் அக்கோயிலின் அழிக்க முடியாத பகுதியாகி விட்டதை உணர்ந்தார். சில இரவுகளில் விளக்கணைத்து அழுதார்.

பின் வந்த தினங்களில் - அதாவது நவம்பர் இறுதியில் - தேவநாத ஐயர் ஓய்வு பெற்றார். காலியாகும் கன்னியம்மன் கோயில் அர்ச்சகர் பணியிடத்தைத் தன் மகனுக்கு வழங்க வேண்டும் என அறநிலையத் துறைக்கு மறுபடியும் கடிதம் எழுதினார். பதில் இல்லை. கோயில் திறக்காததால் அதற்கு அவசியம் நேரவில்லை. அதைக் கிடப்பில் போட்டனர்.

நாட்கள் போய்க் கொண்டே இருந்தன. பெரிய மாற்றங்கள் ஏதும் நிகழ்ந்து விடவில்லை.

★

40

கயல்விழிக்கு சங்கர் இறுதியாக அளித்த புத்தகம் அம்பிகாபதி காதல் காப்பியம். அது காதல் பிரிவு பற்றியது. அது ஏதோ அவனது முன்கூறல் என்று அவளுக்குத் தோன்றியது.

12ம் நூற்றாண்டில் வாழ்ந்த கவிச்சக்ரவர்த்தி கம்பரின் மகன் அம்பிகாபதி. அப்போது நாட்டை ஆண்டிருந்த இரண்டாம் குலோத்துங்கச் சோழனின் மகளான அமராவதி மீது அவனுக்குக் காதல். அம்பிகாபதியும் நல்ல கவி. அதனால் இயல்பாகவே அமராவதிக்கு அவன் மீது காதல் வந்தது. சொற்களும் வெட்கமுறும் வண்ணம் அமராவதியின் அழகை அம்பிகாபதி பாடல்களாக வடித்துக் கொண்டே இருந்தான். அரசனுக்கு இது தொடர்பாக சந்தேகம் எழ, அவன் கம்பரையும் அவரது மைந்தனையும் அரண்மனைக்கு விருந்துக்கு அழைத்தான். அங்கே அமராவதியின் பேரெழில் கண்டு நிலை தடுமாறிய அம்பிகாபதி அவளை வர்ணித்து ஒரு பாடலைப் பாட ஆரம்பித்தான். குலோத்துங்கன் கடும் கோபம் கொள்ள, சூழலைச் சமாளிக்க கம்பர் அப்பாடலை சரஸ்வதி தேவி மீது பாடி முடித்தார்.

அன்றைக்கு அம்பிகாபதியின் தலை தப்பித்தாலும் தும்மலும் காதலும் அப்படி அடக்கி வைத்து விட முடியுமா என்ன! ஒரு நாள் விஷயம் வெளியே வந்தது. சினத்தின் உச்சத்தில் மன்னன் அம்பிகாபதிக்கு மரண தண்டனை விதித்தான்.

கம்பர் கண்ணீருடன் கருணை கோரி நின்றார். ஒட்டக்கூத்தர் ஆலோசனைப்படி அம்பிகாபதி காதல் கலவாத பக்திப் பாடல் நூறு பாடிக் காட்டினால் அவனை மன்னித்து விடுவதாக அறிவித்தான் மன்னன்.

அம்பிகாபதியின் திறனுக்கு அச்சவால் பிள்ளை விளையாட்டு. மறுநாள் அவை கூடியது. அமராவதி ஒரு திரைக்குப் பின் அமர்ந்து நடப்பதைக் கவனித்திருந்தாள். அம்பிகாபதி பாட ஆரம்பித்தான். அமராவதி ஒவ்வொரு பாடலாக எண்ணிக் கொண்டே இருந்தாள்.

நூறு பாடல் பாடி முடித்ததும் அவள் உற்சாகமாக திரையை விலக்கி அம்பிகாபதி முன் வந்து நின்றாள். அவளது நல்வனப்பைக் கண்டு வெறியேறிய அம்பிகாபதி உடனே ஒரு காதல் பா இசைத்தான். அவ்வளவுதான் ஒட்டக்கூத்தர் அவன் தோற்றதாக அறிவித்தார்.

ஏனெனில் அம்பிகாபதி பாடிய முதற்பா கடவுள் வாழ்த்து. அது பாடல் கணக்கில் வராது. எனவே அவன் அது வரை 99 பக்திப் பாடல்கள் மட்டுமே பாடியிருந்தான். இதை அறியாத அமராவதி அவன் முன்பு தோன்றி, அவனது கவனத்தைச் சிதற வைத்து தொடர்ச்சியை அறுத்து விட்டாள். சோழக் கோ அம்பிகாபதிக்கு மரண தண்டனை நிறைவேற்றினான்.

கம்பர் மனமுடைந்து நாட்டை விட்டு வெளியேறினார். சிறிது காலத்தில் அமராவதியும் துயரில் உழன்றே செத்துப் போனாள். காதலர்கள் வழமை போல் மரணத்தில் சேர்ந்தனர்.

கதை அவளை மேலும் வெறுமையாக உணரச் செய்தது. இயல்பான மானுட உணர்வான காதலைப் பிரிக்க மனிதர்கள் எத்தனை நிறங்களில் காரணங்கள் கண்டறிகிறார்கள்!

கயல்விழிக்கு ஒரு வினா எழுந்தது. அமராவதி ஏன் சாவை நாட வேண்டும்? நியாயமாக அவள் தனது தந்தைக்கும் ஒட்டக்கூத்தனுக்கும் தண்டனை வழங்கியிருக்க வேண்டுமே!

★

சுமார் ஒரு மாதத்துக்குப் பின் கோயிலுக்குப் பின்னால் இருக்கும் வைகைப் படுகையின் செம்மண் மத்தியில் சங்கரின் வெட்டுண்ட தலை கண்டெடுக்கப்பட்டது. நீச்சலடித்துக் கொண்டிருந்த

சிறுவர்கள் ஆழப் போய் மூச்சுப் பிடித்து விளையாடிய போது கையில் வாகாக ஏதோ ஒன்று சிக்கி, பற்றி மேலே இழுத்து வந்து பார்த்து அலறியிருக்கிறார்கள்.

சங்கரைக் கொலை செய்தவன் தலையை வைகை நதியில் வீசி இருக்கலாம் என ஊகம். அத்தலையைப் பரிசோதனை செய்யும் உருப்படியான தடயம் எதுவும் வசப்படவில்லை.

பாண்டியனைக் கொலையுடன் தொடர்புபடுத்தப் போதுமான ஆதாரம் இல்லை என்று வழக்கு மூடப்பட்டது. கயல்விழியின் ஆரம்பப் புகாரின் பேரில் சங்கர் காதில் அமிலம் ஊற்றிய குற்றத்துக்காக பாண்டியனுக்கு ஆறு மாதச் சிறை தண்டனை வழங்கப்பட்டது.

மூன்று மாதத்தில் வெளியே வந்தான். வந்ததும் கயல்விழி வீட்டுக்குத்தான் போனான்.

இம்முறை அவனுக்கு கயல்விழி மீது வெறுப்பு இருக்கவில்லை. மாறாக, அவள் மீதான சாய்வு கூடி விட்டிருந்தது. சிறை அவனை அப்படியாக மாற்றி விட்டிருந்தது. அவளைக் கல்யாணம் செய்ய வேண்டும் என்ற உந்துதல் மெல்ல மெல்ல அவனுள் புகுந்திருந்தது.

பாண்டியன் சாதியை முற்றிலும் கைவிடவில்லைதான். ஆனால் சாதியை எங்கு விட்டுத் தர வேண்டும் என்கிற திசையில் யோசிக்க ஆரம்பித்திருந்தான். எது சிராய்ப்பு இல்லாத பலன் அளிக்கும், எது குறைந்த விரோதம் தரும் எனச் சிந்தித்தான். சங்கர் விவகாரத்தை இன்னும் சற்று மென்மையாகக் கையாண்டிருக்கலாம் எனத் தோன்றியது. அந்த இரவில் ஆலயத்தினுள் நடந்தது என்ன என்பது பற்றி அவனுக்கே சில பல குழப்பங்கள் இருந்தன. அதோடு கூடுதலாகச் சில பொய்களையும் சேர்த்துதான் வாக்குமூலம் அளித்திருந்தான்.

கயல்விழியின் இழப்புணர்வை அவனால் தொட்டுப் பார்க்க முடிந்தது. அதனால் அவள் தொடர்பாக ஒரு குற்றவுணர்வு எழுந்திருந்தது. அதுவே பிரியமாகப் பரிணமித்திருந்தது.

எல்லாம் தாண்டி கன்னியம்மன் முன்பு சாமியாடியவள் கன்னி என்றல்லவா அர்த்தம்!

கயல்விழியின் தாயிடம் காலில் விழுந்து மன்னிப்புக் கேட்டான். அவளை அடித்திருக்கக் கூடாது, பாவம் செய்து விட்டேன் என

மன்றாடினான். எல்லாம் மறந்து அவளை மணம் செய்து கொள்ள தான் விரும்புவதாகத் தெரிவித்தான். கயல்விழி உள்ளறையிலிருந்து அனைத்தையும் கேட்டுக் கொண்டிருந்தாள். ஆனால் அவள் பதில் ஏதும் கூறவில்லை.

★

தமிழக அரசு தேவநாத ஐயர் வழக்கில் உச்ச நீதிமன்றம் சென்று வாதாடி வென்றது.

ஆகம விதிப்படி செயல்படாத ஆலயங்களுக்கு எச்சாதியில் இருந்தும் அர்ச்சகர்களை நியமிக்கலாம் எனத் தீர்ப்பு. கலைஞர் அன்று இரவே வழக்கறிஞரிடம் அடுத்து ஆகம விதிப்படியிலான ஆலயங்களுக்கு இதை எப்படி நீட்டிக்கலாம் என ஆலோசித்தார்.

ஓர் ஆண்டுக்குப் பின் பலவிதப் பரிகாரங்கள் செய்யப்பட்டு கன்னியம்மன் கோயில் மறுபடியும் திறக்கப்பட்டது. தேவநாத ஐயர் கேட்டபடி சாரங்கனுக்கு கோயில் அர்ச்சகர் வேலை வழங்கப்பட்டது - அர்ச்சகர் பயிற்சிப் பள்ளியில் படித்துத் தேர்ச்சி பெற்ற பின்.

அதற்கு ஆறு மாதங்கள் முன்புதான் கலைஞரின் மகன் துணை முதல்வராகி இருந்தார்.

தேவநாத ஐயர் வந்து ஆலயத்தைப் பார்த்து விட்டு சாரங்கனை ஆசீர்வதித்து விட்டுச் சிவன் சந்நிதியில் சங்கருக்கு சிலை எழுப்ப வேண்டும் எனச் சைகையில் சொன்னார்.

கன்னியம்மன் கோயிலுக்கு அறங்காவலர் குழு ஏதும் கிடையாது. எனவே, இந்து சமய அறநிலையத் துறை சார்பில் ஆலயத்துக்கு அமர்த்தப்பட்டுள்ள செயல் அலுவலர்தான் இம்மாதிரி விவகாரங்களில் முடிவெடுக்க வேண்டும். அப்போது பொறுப்பில் இருந்தவர், சங்கர் பணியமர்த்தப்பட்ட நாளிலிருந்து கடந்த ஒரு வருடமாக நடந்த சம்பவங்களைக் கவனித்து வந்திருந்தார். சங்கர் கொலை வழக்கு முடிந்து தீர்ப்பு வந்து விட்டாலும் இதில் சட்டம், ஒழுங்கு சம்மந்தப்பட்டிருப்பதால் காவல் துறையுடன் ஆலோசனை செய்தார். சாரங்கன் வழியே தேவநாதரிடமும் பேசினார். ஒரு மாதத்தில் அதற்கு ஒப்புதல் தந்தார். சங்கரின் சிலையைக் காலிச் சிவன் சந்நிதியில் நிறுவும் வேலையை ஆரம்பித்தார்கள்.

சங்கரே அம்மனின் மனம் கவர்ந்தவன். எனவே, அவனே சிவனின் அவதாரம். அவனது தலையைக் கொய்தது இறைச் செயலாகவே இருந்தாலும் அவன் மீதான அம்மன் காதல் பொய்யில்லை. ஆக, அவனுமே சிவன்தான். அந்த இறைவன் தன்னைத் தானே வென்று கொண்ட புதிய, அரிய திருவிளையாடல் இது. தேவநாத ஐயரின் வழிகாட்டுதலில் தலை இல்லாமல் ஒரு சிலை பிரதிஷ்டை செய்யப்பட்டது. “கன்னியம்மனின் மனம் ஆண்டான்” எனப் பெயரெழுதப்பட்டது. மக்கள் சுருக்கமாக ‘ஆண்டான்’ என அழைத்துப் பழகினர்.

அப்படியாக பெருந்தெய்வமான சிறுதெய்வம் ஒன்றின் ஆலயத்தினுள் பெருந்தெய்வ ரூபத்தில் ஒரு சிறுதெய்வம் மறுபடி புகுந்தது, அதுவும் வைதீகத்தின் ஒத்துழைப்புடன்!

அன்று இரவு தேவநாதர் நிம்மதியாக உறங்கினார். அப்போது தன்னால் பேச முடியும், குரல் எழும் எனப் பட்டது. ஆனால் இனிப் பேச ஒன்றும் இல்லை என்றும் தோன்றியது.

தூய்மைப் பணியாளினி பயபக்தியுடன் ஆண்டான் சந்நிதியைச் சுத்தம் செய்கிறாள். தேவநாதரே சொல்லி விட்ட பின் அவளுக்கு அதில் மறுகருத்து இருக்க முடியுமா என்ன!

கன்னியம்மன் அன்று அழுத கண்ணீர்த் தடம் சிலையில் பதிந்து அப்படியே நிலைத்தது. காலப்போக்கில் கன்னியம்மன் என்பது மருவி ‘கண்ணீரம்மன்’ ஆகிப்போனாள். துயருரு கண்ணீருடன் எவர் வந்து முறையிட்டாலும் அதைப் போக்குவாள் என்பது ஐதீகம் ஆனது.

★

கல்யாணத்துக்குக் கயல்விழியை ஒப்புக் கொள்ள வைக்க பாண்டியன் உண்மையில் மிகச் சிரமப்பட வேண்டியதாக இருந்தது. சாதி மீறிக் காதலித்து ஓடிப் போய்த் திரும்பும் பெண் ஒருத்தியைத்தான் திருமணம் செய்து கொள்ள வேண்டும் என்பதில் தெளிவாக இருந்தான் பாண்டியன். அவ்வகையில் அவனது இன ஆண்களுக்கு முன்னுதாரணமாக இருக்க விரும்பினான். கயல்விழி அவ்வளவு தூரம் செல்லவில்லை என்றாலும் அவளும் அந்த வகைமையில்தான் பாண்டியன் மனதில் நிலை பெற்றிருந்தாள்.

எப்போதும் இதை அவன் வெளிப்படையாகச் சொல்லவில்லை. கயல்விழியும் அவனுக்குப் பிடி தரவில்லை.

ஒரு முறை உரையாடலிடையே கயல்விழி காட்டமாகச் சொன்னாள் பாண்டியனிடம் -

“உன் அப்பாவுக்கு என் அம்மா இணங்கி இருந்தால் நாம் இன்று சகோதர சகோதரிகள்.”

பாண்டியனுக்குச் ‘சுருக்’ என்றது. ஆனால் அவன் கோபப்படாமல் விட்டுப் பிடித்தான். தவிர, உண்மையைக் கண்டு சினங்கொள்வது ஒருவிதக் கையாலாகாத்தனம்தானே!

அம்மாவும் வற்புறுத்திச் சலித்த ஒரு நாளில் கயல்விழி திடீரென ஒப்புக்கொண்டாள். மனம் மாறி விடுவாளோ என அஞ்சிய பாண்டியன் விரைந்து கல்யாணம் வைத்தான்.

சங்கரின் சிலை பிரதிஷ்டை ஆன நல்ல முகூர்த்த நாளில் பாண்டியன் கயல்விழியை மணம் செய்தான். கயல்விழி பாண்டியனை உடன் அழைத்துக் கொண்டு ஆண்டான் சந்நிதிக்குச் சென்று சாஷ்டாங்கமாக விழுந்து ஆசீர்வாதம் பெற்றாள். கோயில் மறுபடி திறந்து பல நாளாகியும் அன்றுதான் முதல் முறையாக காலடி எடுத்து வைக்கிறாள்.

கயல்விழி தன்னைப் பழிவாங்குவதற்காக அக்கல்யாணத்துக்கு ஒப்புக் கொண்டாளா என்றொரு சம்சயம் பாண்டியனுக்கு இருந்தது. ஆனாலும் அவள் மீதான மயக்கத்தில் காரணத்தை அதிகம் யோசிக்கவில்லை. கயல்விழி எந்தப் பழி தீர்த்தலும் செய்ததாகத் தெரியவில்லை. ஆனால் சங்கரின் தலையில்லா நிழற்படத்தைத் தன் பூஜையறையில் வைத்துத் தினம் வணங்கினாள். அதன் மூலம் அவனை விடத் தன் புருஷன் ஒருபடி கீழே எனச் சொல்லாமல் சொல்கிறாளா என்கிற சந்தேகம் எழாமல் இல்லை பாண்டியனுக்கு.

இப்போது அவன் ஒரு முக்கியக் கட்சியில் சேர்ந்து வட்டச் செயலாளரும் ஆகி விட்டான்.

கல்யாணம் முடிந்த முதலிரவில் பாண்டியன் தன் மீது பரவிய கணங்களில் கயல்விழி கண்ணோரக் கசிவுடன் யோசித்தாள் - ஏன் பாண்டியனை மணக்கச் சம்மதித்தேன்?

அவளுக்கு ஒரே பதில்தான் கிடைத்தது. தான் சங்கரைப் பழி வாங்க விரும்பினேனோ! அவன்தான் பாண்டியன் அவளுக்குப் பொருத்தமில்லை என்பதைத் திரும்பத் திரும்பச் சொன்னவன். ஆனால் என் காதலை நிராகரித்ததன் மூலம் சங்கரேதான் அதற்கு வழி கோலியவன் என்று எங்கேனும் உருவமற்ற அலைவாக அவன் பார்த்திருந்தால் அறிந்து கொள்ளட்டும். 'பெண்களின் பழி தீர்க்கும் உணர்வு மிக ஆழமானது' என்று பார்த்தேன் ரசித்தேன் சிம்ரனை முன் வைத்து ஒருமுறை சங்கர் சொன்னது ஞாபகத்தில் வந்தது.

★

பாண்டியனின் சம்மதத்துடன் கயல்விழி மதுரை சட்டக் கல்லூரியில் பி.எல். சேர்ந்தாள்.

அதோடு 'ஆண்டான் அறக்கட்டளை' என்ற அமைப்பை நிறுவி தமிழகம் முழுக்க நடைப் பயணம் ஒன்றைத் திட்டமிட்டாள். சாதிப் பெருமை கொள்ளும் மனநிலை கேவலமானது என்று மக்களிடம் பரப்புரை செய்வதுதான் இலக்கு. மிகக் குறைவுதான் எனினும் அவள் பின்னால் சில இளைஞர்கள் சேர்ந்தார்கள். அவளது அமைப்புக்கு நிதியுதவி கிடைக்க ஆரம்பித்தது. வார இறுதிகளில் அதன் நிமித்தம் நிரல் அமைத்துக் கொண்டு பயணம் செய்வதை வழக்கமாக்கிக் கொண்டாள். முழுக்க நடை. வீடு வீடாக ஏறி இறங்கினாள். தெரு முனைக் கூட்டங்கள் நடத்திப் பேசினாள். துண்டுப் பிரசுரங்கள் விநியோகித்தாள்.

ஞாயிறு பின்னிரவில் வீடு வந்து களைப்பாய்ப் படுக்கையில் விழும் போது சங்கர் முகம் மனதில் எழும். கொஞ்சம் கண்ணீர் வரும். அழக்கூடாது என்று வைராக்கியம் காத்தாள்.

அவளது முயற்சிகள் மீது ஆதிக்க சாதி அமைப்புகளுக்கும் பெரும்புள்ளிகளுக்கும் சினம் உண்டானாலும் பாண்டியனுக்கு உள்ள கட்சி மற்றும் சாதிச் செல்வாக்கின் காரணமாக பொறுத்துப் போனார்கள். சிலர் அவனிடம் புகார் சொன்னார்கள். சிலர் எச்சரித்தார்கள்.

பாண்டியன் அது பற்றிப் பேச முயற்சி செய்த போது கயல்விழி பிடி கொடுக்கவில்லை. அவன் பெருமூச்சுடன் விலகிப் போனான். அவனால் அவளை வெறுக்க இயலவில்லை.

தன் சகலமும் அவளிடம் ஒடுங்கிப் போவதான பாவனை வந்து விட்டதை உணர்ந்தான்.

கயல்விழி காலங்கடந்தும் கர்ப்பம் தரிக்கவில்லை. இத்தனைக்கும் பாண்டியனுடன் மிக இணக்கமாகவே இருந்தாள். கண்ணீரம்மன் கோயில் போய் வேண்டிக் கொள்ளலாம் என அம்மா அழைத்த போது மறுத்து விட்டாள். அவள் கோயில் போகும் போதெல்லாம் மூலச் சந்நிதியான அம்மனிடம் போவது இல்லை. ஓரமாக உள்ள ஆண்டான் சந்நிதியோடு சரி.

★

41

ஓராண்டுக்கு முன் நடந்த விஷயங்களைத் தேவநாத ஐயர் அசை போட்டார். அவற்றில் சில வெளியில் தெரியாதவை. இனி ஒருபோதும் வெளியில் வரப் போவதும் கிடையாது.

கலைஞர் சங்கர் கொலை வழக்கின் நிகழ்வுகளைக் காவல் துறை மூலம் கேட்டறிந்தார். உளவுத்துறை வழியே கூடுதல் தகவல்களையும் பெற்றார். அவர் தேவநாத ஐயரையும் சாரங்கனையும் அழைத்தார். சாரங்கனுக்கு அர்ச்சகர் நியமனம் தருவதாகவும் ஆனால் அவன் அரசு அர்ச்சகர் பயிற்சிப் பள்ளியில் படித்துத் தேற வேண்டும். அவனுக்கு அந்த அடிப்படையில்தான் பணி வழங்கப்படுமே ஒழிய, வாரிசு என்ற அடிப்படையில் அல்ல.

உடனிருந்த பிராமணர் கூட்டம் வழக்குத் தொடுக்கவே யோசனை சொன்னது. தேவநாத ஐயர் யோசித்தார். அவருக்குத் தெம்பில்லை. 'அனைத்து சாதியினரும் அர்ச்சகராகலாம்' என்பதை எதிர்த்துத் தொடுத்த வழக்கிற்கே இன்னும் இறுதித் தீர்ப்பு வந்த பாடில்லை. இப்போது இன்னொரு புதிய வழக்குப் போட்டால் இன்னும் எத்தனை ஆண்டு ஆகுமோ!

அது வரை சாரங்கனுக்கு விடிவில்லை. சமூகத்தை விட சாரங்கன் வாழ்வே முக்கியம் எனத் தோன்றியது. அவர் வேலையை எடுத்துக் கொள்ளச் சம்மதித்தார். சாரங்கனை அர்ச்சகர் பள்ளிக்கு அனுப்பினார். அங்கே கற்பித்த பலவற்றையும் தேவநாத ஐயரே அவனுக்குச் சொல்லிக் கொடுத்திருந்தார். சில விஷயங்கள் மட்டும் புதிதாக இருந்தன.

சாரங்கன் அங்கே கற்ற முக்கிய விஷயம் மற்ற சாதியினரும் அதனைக் கற்றுத் தேற முடியும், தான் பிராமணன் என்பதால் கூடுதல் அனுகூலம் ஏதும் இல்லை என்பதையே!

வேலைக்குச் சேர்ந்த முதல் நாள் சாரங்கன் தன் தகப்பனிடம் அதைச் சொன்ன போது தேவநாதருக்கு கருணாநிதி அவரை அழைத்துப் பேசியது மீண்டும் நினைவுக்கு வந்தது.

"காந்தி மட்டுமல்ல, எங்கள் பெரியாரும் கூட சாதிய ஏற்றத்தாழ்வு மனநிலை என்பது சட்டத்தால், சலுகையால் அல்ல; ஒட்டுமொத்த மக்களின் மனங்களில் ஏற்படுத்துகிற மாற்றத்தால்தான் ஒழியும், அதுவே யதார்த்தச் சாத்தியம் என நம்பினார். நானும் அதை வலுவாக வழிமொழிகிறேன். அதனால்தான் உங்களிடம் பேசிக் கொண்டிருக்கிறேன்."

"..."

"கருவறை நுழைவு இன்று நேற்று ஆரம்பித்த போராட்டம் அல்ல. நாற்பது வருடங்கள் முன் அண்ணா மறைந்து நான் ஆட்சிக்கு வந்த போதே பெரியார் கேட்டது. அங்கிருந்து ரொம்ப தூரம் கடந்து வந்திருக்கிறோம். ஆனால் இன்றும் இரண்டு தரப்புக்குமே வெற்றி இல்லாத நிலை. இருவருக்குமே பயன் இல்லாத நிலை. நீங்கள் இந்த வழக்கின் தீர்ப்பை உங்களின் தோல்வியாகப் பார்க்கக்கூடாது, மாறாக, இது ஒரு முக்கியத் தொடக்கம். ஒரு சமூக மாற்றத்தின் ஆரம்பமாக நீங்கள் இருக்கிறீர்கள். அதற்கு மனம் மகிழலாம். இங்கே நான் இன்னொரு முக்கியச் சம்பவத்தை நினைவு கூர்வது பொருத்தமாக இருக்கும்."

"..."

"ஸ்ரீரங்கம் கோயில் வாசலிலேயே ஒரு பெரியார் சிலை கடந்த டிசம்பர் 2006ல் திறந்து வெச்சேன். அதுக்கு ஒரு வரலாறு இருக்கு தெரியுமா? 1969ல திருச்சி திராவிடர் கழக ஆட்கள் அங்கே பெரியார் சிலை நிறுவனும்னு ஒரு தீர்மானம் நிறைவேத்தி ஸ்ரீரங்கம் முன்சிபாலிட்டிக்கு அனுப்பினாங்க. அப்ப முன்சிபல் கவுன்சிலரா இருந்த ராஜகோபால் ஐயங்கார்தான் சிலை வைக்கனும்னு தீர்மானம் கொண்டு வந்தார். அப்ப முன்சிபல் சேர்மனா இருந்த வெங்கடேஸ்வர தீட்சிதர் அதை அங்கீகரிச்சு நிலம் அலாட் செஞ்சார். எல்லாம் உங்க ஆளுகதான். நான் உங்கள வெறுக்கல.

நீங்க ஒழியனும்னு நினைக்கல. தாழனும்னு கூட யோசிக்கல. ஆனா எல்லோரும் நல்லா இருக்கனும். எல்லோருக்கும் சமமா வாய்ப்பு கிடைக்கனும். நீங்க ஒத்துழைச்சாதான் மாற்றம் வரும். இதைச் சேர்ந்து முன்னெடுக்கனும். அதுக்குத்தான் அர்ச்சகர் பள்ளில சேரும் நிபந்தனை வைக்கறேன். நீங்க அவ்வாய்ப்பைப் பயன்படுத்தலாம். அல்லது அரசை நீதிமன்றத்தில் சந்திக்கலாம்.”

“...”

“என் மகனைத் துணை முதல்வர் ஆக்குனது அவன் உள்ள வந்து முப்பத்தி ஆறு வருசம் கழிச்சுதான். வாரிசு என்ற அனுகூலம் அவனுக்கு இருந்திருக்கலாம். ஆனா அது மட்டும் போதாதுன்னுதான் மெல்ல மெல்ல ஒவ்வொண்ணாக் கத்துக்கிட்டு இந்த இடத்துக்குக் வர வெச்சிருக்கேன். நாளை அவன் முதல்வர் ஆவதும் கூட சுலபத்தில் நடக்காது. மேல ஏறிதான் வரனும், அடுத்தவன ஏறி மிதிச்சிட்டு இல்ல. அதான் உங்களுக்கும் சொல்றேன்.”

தேவநாதன் யோசித்துத் தலையாட்டினார். எழுந்து நின்று கருணாநிதியின் கைகளைப் பற்றிக் கொண்டார். கருணாநிதி தன் வழமையான குழந்தைச் சிரிப்புடன் சொன்னார் -

“பிறப்பின் அடிப்படையில் ஒரு குணத்தை முடிச்சிடுவது முற்றிலும் தவறானது - அது நல்லதோ கெட்டதோ. அதை ஒருவர் தாழ்த்தப்பட்டவருக்குச் செய்தாலும் பிழைதான், பிராமணருக்குச் செய்தாலும் பிழைதான். உதாரணமாக பரவலாக நம்பப்படுவது போல சுத்தமின்மையும் சாதியால் வருவதல்ல, புத்தி கெட்டியாக இருப்பதும் சாதி தருவதல்ல. சமத்துவத்தை ஏற்காத பார்ப்பனியச் சிந்தை என்பதும் பிறப்பால் பிராமணர் என்ற அடிப்படையில் மட்டும் வருவதல்ல; வளர்ப்பின், வார்ப்பின் விளைவாக எழுவது. அந்தச் சூழல் சாதியத்தையும், மூட நம்பிக்கைகளையும் மனதில் ஏற்றி விடும். பிராமணர்கள் புத்திசாலிகள் என்ற நம்பிக்கையும் அத்தகையதே. அது இயல்பாகவே அமைகின்ற சுற்றத்தின் அறிவு நிலை, அதனால் உண்டாகும் சக அழுத்தம், மிக எளிதாகக் கிட்டும் வாய்ப்புகள் ஆகியவற்றால் நிகழ்வது. இதனால்தான் நவபார்ப்பனீயம் சாதி கடந்தது. இதனால்தான் சாதிக்கும் திறமைக்கும் தொடர்பில்லை. யாவரும் அர்ச்சகர் ஆகலாம்.”

தேவநாத ஐயருக்கு முழுக்க ஏற்பில்லைதான். ஒற்றை இரவில்

தலைகீழாக மாறி விட முடியாது. ஆனாலும் அப்போதைக்கு அதை ஆமோதிப்பது போல தலையசைத்தார்.

"எல்லோரையும் ஒரே சமயம் திருப்தி செய்ய முடியாது என்பதுதான் ஓர் ஆட்சியாளன் கற்றுக் கொள்ள வேண்டிய முதல் பாடம். அதைச் செய்ய முயற்சி செய்தால் மோசமான ஆட்சியாளனாகவே வரலாற்றில் இடம் பெறுவான். எனவே, எல்லாக் கருத்துக்களுக்கும் செவி மடுத்தாலும் தனது தர்க்க நியாயங்களின்படி செயலாற்றுவதுதான் சாத்தியம். ஆனால் தேர்தல் ஜனநாயகத்தில் இது சற்று சிக்கலானது. பதவிக்கு ஆபத்து விளைவிக்க வல்லது. இன்னும் சில மாதங்களில் பட்டியலின இட ஒதுக்கீட்டில் அருந்ததியர்களுக்கு நான் உள்ஒதுக்கீடு வழங்கப் போகிறேன். இப்போது அனைத்து சாதியினரும் அர்ச்சகர் ஆகலாம் திட்டத்திற்கு என்னை வாழ்த்திய அதே வாய்கள் அப்போது என்னை வசை பாடக்கூடும். ஆனால் அதற்கு நான் கவலைப்பட முடியாது. முடிந்த அளவு இந்த ஆட்ட விதிகளுக்குள் நின்று சமூக மாற்றங்களை உண்டாக்கிய படியே இருக்க வேண்டும்."

தன்னை நம்பி எப்படி இதையெல்லாம் சொல்கிறார் என வியந்தார் தேவநாத ஐயர்!

மதுரையிலிருந்து கபாடபுரத்துக்குப் பேருந்தில் வந்த போது தேவநாத ஐயர் தலைக்கு மேலே எழுதியிருந்த அந்த வரிகளை வாசித்தார்: 'விவேகம் எனும் வெள்ளி முளைத்து, சாதி மதப் பித்து எனும் சனி தொலைந்தால்தான் சமத்துவம் எனும் ஞாயிறு பிறக்கும்.'

கீழே கலைஞர் மு. கருணாநிதி என எழுதப்பட்டிருந்தது. அத்தனை காலமும் அவர் மீது காழ்ப்பும் வன்மமும் மட்டும் கொண்டு இயங்கியவருக்கு அன்று உள்ளே ஏதோ சுரந்தது.

அருகே அமர்ந்திருந்த சாரங்கனை அணைத்துக் கொண்டார். அவர் கண்கள் கலங்கின.

★

அடுத்த பெரியார் பிறந்த நாளில் கன்னியம்மன் என்ற கண்ணீரம்மன் கோயிலுக்கு நேர் எதிரே பெரியார் சிலை அமைத்து அதைக் கலைஞரே நேரில் வந்து திறந்து வைத்தார்.

விழா முடிந்து கலைஞர் கிளம்பியதும் கயல்விழி பெரியார் சிலைக்கருகே சென்றாள். கருப்பு க்ரானைட்டில் வெட்டப்பட்டிருந்த அந்த வெள்ளைச் சொற்களைத் தடவினாள்.

கடவுள் இல்லை.
கடவுள் இல்லை.
கடவுள் இல்லவே இல்லை.
கடவுளைக் கற்பித்தவன் முட்டாள்.
கடவுளைப் பரப்பியவன் அயோக்கியன்.
கடவுளை வணங்குகிறவன் காட்டுமிராண்டி.

பெரியார் ஏன் கடவுளை நிராகரித்தார் என்பது அவளுக்கு விளங்கியது போலிருந்தது. ஒரு முறை சாமியும் சாதியும் பற்றி உரையாடிய போது சங்கர் அவளிடம் சொன்னான் -

"கடவுள் இல்லை என்று கோவில்கள் முன் எழுதி வைப்பதால் பக்தர்கள் மனம் புண்படும் என்கிறார்கள். அது போல, எங்கும் இல்லாத கடவுளுக்கு ஆங்காங்கே கோவில் இருந்தால் பகுத்தறிவாளர்களின் உள்ளம் கூடத்தான் புண்படுகிறது. அவ்வளவு கவலைப்படுவோர் ஒரு ஹேபியஸ் கார்ப்பஸ் மனு போட்டு கடவுளை நீதிமன்றத்தில் ஆஜர்படுத்தி விட்டால் பிரச்சனை தீர்ந்தது. இந்த நாத்திகர்களின் வாயை அடைத்து விடலாம். செய்வார்களா?"

"..."

"பெரியார் ஏன் கடவுளை எதிர்த்தார்? கடவுள்தான் மத வெறுப்புக்கும், சாதி வெறிக்கும் மூலக் காரணம் என எண்ணினார். அது உண்மை. எனவே பெரியார் கடவுளை எதிர்த்தது சாதி ஒழிப்பு மற்றும் மத ஒற்றுமைக்கான மார்க்கமாகவே. ஒருவர் ஒருபக்கம் சாதிச் சமத்துவமும் மதச் சகிப்பும் கை கொண்டு மறுபக்கம் கடவுளையும் நம்புகிறார் எனில் அதைப் பற்றிப் பெரியாருக்குப் புகார் இருந்திருக்காது. ஆனால் அது சாத்தியமில்லை என்பது அவரது திடமான நம்பிக்கை. காரணம் சாமிதான் மதத்தைக் கொண்டு வந்தது. மதம் சாதியைக் கொணர்ந்தது. ஒருவர் சாதி, மதத்தையும் கடவுளையும் ஒரு சேரத்தான் கடக்க முடியும், தனித்தனியாக அல்ல என்பதுதான் இதில் பெரியாரின் தர்க்க நியாயம்."

“…”

“கடவுள் நம்பிக்கையுடன் பெரியாரியராக இருக்க முடியாதா? முடியாது. பகுத்தறிவே பெரியாரின் மையக் கொள்கை. பகுத்தறிவின் தொடக்கப் புள்ளி கடவுள் மறுப்புதான். அதை ஒதுக்கி விட்டு எவரும் பெரியாரியத்தைப் பின்பற்றுவதாகச் சொல்லிக் கொள்ள முடியாது. அது எல்லோரையும் வெட்டுவேன், குத்துவேன் ஆனால் நான் காந்தியவாதி என்று சொல்வது போல். என்னிடம் வேலை செய்யும் தொழிலாளிகளைச் சுரண்டுவேன் ஆனால் நான் மார்க்ஸியவாதி என்று சொல்வது போல. அதெல்லாம் சரியில்லைதானே!”

“…”

“கடவுள் ஒருவரே என்பதை ஏதோ மத நல்லிணக்கத்தை உத்தேசித்த சித்தாந்தம் போல் சொல்கிறார்கள். யோசித்துப் பார்த்தால் உண்மையில் அந்த நம்பிக்கைதான் அத்தனை மதப் போர்களுக்கும் காரணம். மாறாக, கடவுள் இல்லை என்று சொல்லிப் பார், விழி. எந்தச் சிக்கலும், எந்தப் போட்டியும் இல்லை. இதிலிருப்பது கடவுள் மறுப்பு மட்டும்தான்; கடவுள் வெறுப்பெல்லாம் இல்லை. இல்லாததை எப்படி வெறுக்க முடியும் என்கிறார்கள்!”

“ஆனால் சங்கர், நீ கடவுளை நம்புகிறாய்தானே? அதனால்தானே அர்ச்சகர் ஆனாய்?”

“நான் கடவுளை நம்பாத காலமும் இருந்தது. அது தர்க்கத்தை முன்வைத்து. இப்போது நம்புகிறேன். இது தொழிலை முன்வைத்து. இந்தப் படிப்பிற்கு விண்ணப்பித்த கணமே அதற்கு விசுவாசமாகக் கடவுளை நம்ப ஆரம்பித்து விட்டேன். இது சந்தர்ப்பவாதம் அல்ல; மனதைத் தகவமைத்தல். இதில் எனக்கு எந்தக் குழப்பமும் சிரமமும் இல்லை.”

“இல்ல, புரியல.”

“மஹாப் பெரியவா என்று சொல்லப்படும் சங்கராச்சாரியார் தெய்வத்தின் குரல் நூலில் இப்படிச் சொல்றார்: ‘ஸ்வாமியில்லை என்று சொல்லிக் கொண்டே கூட ஆஸ்திகர்களாக இருக்க முடியும். ஆஸ்திகம் என்றால் வேதத்தில் நம்பிக்கை இருப்பதுதான். வைதீக வழக்கை ஆட்சேபிப்பதுதான் நாஸ்திகம் என்பதே ஞான சம்பந்தன் கொள்கையாகவும் இருந்திருக்கிறது. ஈசுவர

பக்தி இல்லாமலிருப்பதுங்கூட அல்ல.' புரியுதா? கடவுளை கூட விட்டுடலாம் அவர்களுக்கு. ஆனா வேதம் முக்கியம். அது கடவுளுக்கும் மேலங்கறாங்க."

"ம்."

"இந்த வேதம் மனுதர்மத்திலும் வர்ணாசிரமத்திலும்தான் கொண்டு போய் நிறுத்தும். அதனால் கடவுள் உண்டு, இல்லங்கறது மேலோட்டமானது வாதம். அந்தச் சாமிக்கோ அந்தச் சமயத்துக்கோ சாதி இருக்கா இல்லையாங்கறதுதான் அடிநாதமான கேள்வி."

"லேசாப் புரியுது!"

"யோசித்துப் பார். கடவுள்தான் சாதி வேற்றுமைக்கு மூலக் காரணம் என்பதால்தான் பெரியார் கடவுளை எதிர்த்தார். அப்படி அவர் எதிர்த்த கடவுள் தன் ஆலயத்துள் சாதி பார்த்துதான் ஆளை அனுமதித்தது. எனவே, அவரது நிலைப்பாடு சரியே. ஆனால் என் விஷயத்தை எடுத்துக் கொள். நான் சாதி கடந்து இந்த ஆலயத்தில் அர்ச்சகராக ஆகி இருக்கிறேன். அதற்குக் கன்னியம்மன் இடங்கொடுத்திருக்கிறாள். எனில், எனக்கு அவளுடன் பிணக்கு கொள்ள என்ன முகாந்திரம் இருக்கிறது? சாதிப் பிரிவினையை ஆதரிக்காத கடவுளுடன் நமக்கு விரோதமில்லை அல்லவா! அவ்வளவுதான் விஷயம்."

"ஓ!"

"ஆக, முட்டாள், அயோக்கியன், காட்டுமிராண்டி என்று பெரியார் வசை பாடியதெல்லாம் கடவுளைக் கும்பிடுபவனை அல்ல, மத வெறியிலும் சாதிப் பித்திலும் திரிபவனைத்தான். தானுண்டு தெய்வமுண்டு என அமைதி காப்பவனிடம் அவருக்குப் பிரச்சனை இல்லை. கவனி, பெரியார் ஒருபோதும் நாட்டார் தெய்வ வழிபாட்டை எதிர்த்ததே இல்லை. அவரது போராட்டங்களில் எதிரே நின்றதெல்லாம் பெருந்தெய்வங்கள்தாம். இதுவே நிரூபணம்!"

அப்போது அவளுக்கு அதைப் பற்றிச் சில விமர்சனங்களும் சந்தேகங்களும் இருந்தன. இப்போது இவ்வளவு நாள் கழித்து, இவ்வளவு சம்பவங்களுக்குப் பிறகு அச்சொற்களின் நிஜம் அவளைச் சுட்டது. சங்கரை மானசீகமாக இறுக அணைத்துக் கொண்டாள் விழி!

“கோயில் கூடாது என்பதல்ல; கோயில் கொடியவர்களின் கூடாரம் ஆகிவிடக் கூடாது.” என்ற பராசக்தி வசனத்தை எண்ணிக் கொண் டாள். சங்கரிடமிருந்து அவளுக்கு ஒட்டிக் கொண்ட பழக்கம். எதற்கெடுத்தாலும் எதாவது சினிமாக் காட்சியை நினைவு கூர்வது.

சமத்துவக் காற்று அவளைத் தழுவிச் சென்றது. அதில் கன்னியம்மன் இருந்தாள், சிவன் இருந்தார், தேவநாத ஐயர் இருந்தார், பாண்டியன் இருந்தான், ஆண்டானும் இருந்தான்!

★★★

குறிப்புதவி

1. தென்னிந்தியக் கிராம தெய்வங்கள் - ஹென்றி ஒயிட்ஹெட் (தமிழில்: வானதி)
2. தெய்வம் என்பதோர்... - தொ. பரமசிவன்
3. ஆணவக் கொலைச் சாமிகளும் பெருமிதக் கொலை அம்மன்களும் - ஆ. சிவசுப்பிரமணியன்
4. கொலையுண்ட காதலும் தெய்வமான பெண்களும் - கோ. பழனி
5. சாமிகளின் பிறப்பும் இறப்பும் - ச. தமிழ்ச்செல்வன்
6. கோவில்கள்: அறிந்ததும் அறியாததும் - உமா சங்கரி
7. தாய்வழிச் சமூகம்: வாழ்வும் வழிபாடும் - கோ. சசிகலா
8. கண்ணகி தொன்மம்: சமூக மானுடவியல் ஆய்வு - சிலம்பு நா. செல்வராசு
9. கொடுங்கல்லூரில் கண்ணகி - அ.கா. பெருமாள் (https://www.kurugu.in/)
10. கோவலன் கதையும் கேரளக் கண்ணகி கதைகளும் - அ.கா. பெருமாள் (https://www.keetru.com/)
11. மாரியம்மனும் நம்பிக்கைக் கதைகளும் - இ.கலைக்கோவன் (https://potraamarai.com/)
12. தேவேந்திரர்களின் கதைகள் - முனைவர் தே. ஞானசேகரன்
13. பெருந்தெய்வ வழிபாடும் பெண் தெய்வ வழிபாடும் - சிகரம் ச. செந்தில்நாதன்

14. சக்தியின் 7 ரகசியங்கள் - தேவ்தத் பட்நாயக் (தமிழில்: தேவவிரதன்)
15. கன்னியாகுமரி - மீனா
16. ஆகமங்களும் அர்ச்சகர்களும் - வழக்கறிஞர் சி.பி. சரவணன்
17. அனைத்து சாதியினரும் அர்ச்சகர் பற்றிய கட்டுரைகள் - கீற்று (https://www.keetru.com/)
18. அனைத்து சாதியினரும் அர்ச்சகர் பற்றிய கட்டுரைகள் - சுயமரியாதை உலகு (https://thanmaanam.mooligaimannan.com/)
19. அனைத்து சாதியினரும் அர்ச்சகர் பற்றிய கட்டுரைகள் - சமூக நீதி (https://mandal.mooligaimannan.com/)
20. அனைத்து சாதியினரும் அர்ச்சகர் பற்றிய கட்டுரைகள் - நாத்திகமும் ஆலய நிர்வாகமும் (https://atheismtemples.wordpress.com/)
21. அனைத்து சாதியினரும் அர்ச்சகர் பற்றிய செய்திகள் - BBC News தமிழ் (https://www.bbc.com/tamil)
22. அனைத்து சாதியினரும் அர்ச்சகர் பற்றிய செய்திகள் - இந்து தமிழ் திசை (https://www.hindutamil.in/)
23. அனைத்து சாதியினரும் அர்ச்சகர் ஆகலாம் என்பதற்கு எதிரான 2022 நீதிமன்ற தீர்ப்பு குறித்து தொல்.திருமாவளவன் பங்கேற்ற கருத்தரங்கம் (தந்தி டிவி)
24. செங்கோல்: அனைத்து சாதியினரும் அர்ச்சகர் விவாதம் (IBC தமிழ் - யூட்யூப்)
25. காலத்தின் குரல்: அனைத்து சாதியினரும் அர்ச்சகர் விவாதம் (News 18 Tamil Nadu)
26. ஆலய நுழைவுப் போராட்டம் பெரியார் பற்ற வைத்த பெருநெருப்பு - புரட்டுகளுக்கு மறுப்பு (https://madrasreview.com/)
27. பெரியார் நெஞ்சில் தைத்த முள் (https://pascamerica.org/)
28. In the Temples of Tamil Nadu, a Thorn Still Troubles Periyar's Heart - Kavitha Muralidharan (https://thewire.in/)
29. When 'Anybody Can Be Brahmin' - O B Roopesh (https://www.epw.in/)
30. Gandhi's Little-Known Critique of Varna - Anil Nauriya (https://consciencism.wordpress.com/)

31. It was Periyar who inspired temple entry protests in Tamil Nadu - K Veeramani (https://timesofindia.indiatimes.com/)
32. Priest to Periyar follower: One man's struggle to ensure caste equality in TN temples (https://www.thenewsminute.com/)
33. Dynamics of inter-religious and inter-caste marriages in India - Kumudin Das, K. C. Das, T. K. Roy and P. K. Tripathy (https://www.populationassociation.org/)
34. Periyar's Statue at Srirangam - Lingaraj Azad (https://www.roundtableindia.co.in/)
35. What does it mean to be a Hindu? - Amala Dasarathi, Madhusruthi Neelakantan & Vandita Khanna (https://cjp.org.in/)
36. Three breasts and their stories - Shweta Taneja (https://shwetawrites.com/)
37. Misogyny and sexism in Pattinathar's poetry - Srividya (https://armchairjournal.com/)
38. சாதியின் பெயரால் - இளங்கோவன் ராஜசேகரன் (தமிழில்: மருதன் & நிவேதா லூயிஸ்)
39. ஆணவக் கொலைகளின் காலம் - ஸ்டாலின் ராஜாங்கம்
40. சௌந்தர்ய லஹரி (உரை: யோகசிம்மபுத்ரன் - https://nytanaya.wordpress.com/)
41. ஸௌந்தர்யலஹரீ (உரை: சுப்ரஜா)
42. அபிராமி அந்தாதி (உரை: கி.வா. ஜகந்நாதன்)
43. அபிராமி அந்தாதி (உரை: இந்திரா - https://kadavur.blogspot.com/)
44. ஆண்டாள் பாடல்கள் (உரை: ந. முருகேச பாண்டியன்)
45. நாச்சியார் திருமொழி (உரை: உமா கிருஷ் - https://naachiyaarthirumozhi.blogspot.com/)
46. மூச்சே நறுமணமானால் - அக்கமகாதேவி (தமிழில்: பெருந்தேவி)
47. Speaking of Siva - A.K. Ramanujan (https://www.rarebooksocietyofindia.org/)
48. தெய்வப் பாடல்கள் - பாரதியார்
49. பட்டினத்தார் பாடல்கள்
50. மௌனியின் கதைகள்

51. அவள் (சிறுகதைகள்) - லா.ச.ரா
52. திருவிளையாடல் புராணம் - பரஞ்சோதி முனிவர்
53. தமிழில் தந்தி - அ. சிவலிங்கம்
54. பட்டினத்தடிகள் - டாக்டர் ந. சுப்பு ரெட்டியார்
55. சங்க கால மகளிர் - முனைவர் சி. பாலசுப்பிரமணியன் (https://ta.wikisource.org/)
56. தமிழ் மின் நூலகம் (https://tamildigitallibrary.in/)
57. தமிழ் இணையக் கல்விக் கழகம் (https://www.tamilvu.org/)
58. உண்மை இதழ் (https://unmai.in/)
59. முத்தமிழறிஞர் கலைஞர் (https://kalaignar.dmk.in/)
60. கோயில்கள் - தின மலர் (https://temple.dinamalar.com/)
61. ஆன்மீகம் (https://aanmeegam.co.in/)
62. சரவணன் அன்பே சிவம் (https://tsaravanan.com/)
63. தமிழ் விக்கிப்பீடியா (https://ta.wikipedia.org/)
64. Wikipedia (https://en.wikipedia.org/)
65. தமிழ் விக்கி (https://tamil.wiki/)
66. Indian Kanoon (https://indiankanoon.org/)
67. Tamil Calendar (https://www.tamildailycalendar.com/)
68. காந்தி, பெரியார், அம்பேத்கர் எழுத்துகள் - தொகுப்பு நூல்கள்
69. தமிழ்த் திரைப் பாடல் வரிகளைப் பதியும் பல வலைதளங்கள்
70. செய்தி ஊடகங்களின் யூட்யூப் சேனல்கள் மற்றும் வலைதளங்கள்

சி. சரவணகார்த்திகேயன்

ஆகஸ்ட் 13, 1984 அன்று கோவை சிங்காநல்லூரில் பிறந்த இவர், ஈரோட்டில் பள்ளிப் படிப்பு முடித்து, பின் சென்னை கிண்டி பொறியியல் கல்லூரியில் கணிப்பொறியியல் பட்டம் பெற்று, தற்போது பெங்களூரில் மென்பொருள் துறையில் பணியாற்றுகிறார்.

13 வயதிலிருந்து எழுதி வந்தாலும் முதல் பிரசுரம் 23 வயதில் நடந்தது. புனைவு, கவிதை, அபுனைவு, கட்டுரை என 38 நூல்களை வெளியிட்டுள்ளார். ஆதித்த கரிகாலன் கொலை வழக்கு, ஆப்பிளுக்கு முன், 96: தனிப்பெருங்காதல் ஆகியன பிரபல நூல்கள். திருக்குறள், கம்பராமாயணத்துக்கு கவிதை உரை எழுதி இருக்கிறார். 'தமிழ்' மின்னிதழ் நடத்தி, ஜெயமோகன், யுவன் சந்திரசேகர், பெருமாள்முருகனை நீள்நேர்காணல் செய்துள்ளார். அதிசுவாரஸ்யமான நடையில் தீவிர இலக்கியம் எழுதுவது இவரது தனித்துவம். இவரது அபுனைவுகள் செறிவான தரவுகள் மீது வலுவான தர்க்கத்தால் கட்டமைக்கப்பட்டவை.

2009ல் தமிழ் வளர்ச்சித்துறையின் சிறந்த நூல் விருது (முதல் நூலான சந்திரயானுக்காக), 2017ல் உயிர்மை வழங்கும் சுஜாதா விருது (இணையம்), 2019ல் திருப்பூர் இலக்கிய விருது (ஆப்பிளுக்கு முன் நாவலுக்காக), 2025ல் C.K.K. அறக்கட்டளை வழங்கும் இலக்கிய விருது (ஆதித்த கரிகாலன் கொலை வழக்கு நாவலுக்காக), Black Sheep வழங்கும் EEE விருது (Engineering Excellence Everywhere) பெற்றவர். 2018ல் தினமணி – சிவசங்கரி சிறுகதைப் போட்டியில் சிறப்புப் பரிசும் (பெட்டை) 2016ல் அகம் – பிரதிலிபி நடத்திய 'ஞயம் பட வரை' கட்டுரைப் போட்டியில் முதல் பரிசும் பெற்றார். 2007ல் குங்குமம் இதழில் இவரது 'ஒருத்தி நினைக்கையிலே'வை முத்திரைக் கவிதையாகத் தேர்ந்தெடுத்தார் வைரமுத்து. 2014ல் பரத்தை கூற்று நூல் மீது முனைவர் பட்ட ஆய்வு மேற்கொள்ளப்பட்டிருக்கிறது. 2015ல் அந்திமழை இதழ் பட்டியலிட்ட நம்பிக்கை நட்சத்திரங்களில் இவரும் ஒருவர்.

சிங்கப்பூரில் சிறுகதைப் பயிலரங்கும் சென்னையில் KDP பயிலரங்கும் நடத்தியுள்ளார். உயிர்மை, தீராநதி, விகடன் தடம், அம்ருதா, அகநாழிகை, ஆனந்த விகடன், குமுதம், குங்குமம், தினமணி கதிர், காமதேனு, ஆழம் அச்சிதழ்களிலும் உயிர்மை, தமிழினி, அரூ, விகடன், மெட்ராஸ் பேப்பர், தமிழ் பேப்பர், அந்திமழை, வாசகசாலை மின்னிதழ்களிலும், Notion Press [Bynge] மொபைல் செயலியிலும் இவரது படைப்புகள் வெளியாகியுள்ளன. ஆங்கிலம், கன்னடம் மொழிகளில் இவரது எழுத்துகள் மொழிபெயர்க்கப்பட்டுள்ளன.

இவரது 'மதுமிதா - சில குறிப்புகள்' சிறுகதை குறும்படமாக எடுக்கப்பட்டிருக்கிறது. திரைப்படங்கள், வலைத்தொடர்களுக்கு கதை, திரைக்கதை, வசனம் எழுதியுள்ளார்.

இலக்கியம், திரைப்படம், இசை தவிர தத்துவத்திலும் ஆர்வம் உண்டு. பெற்றோர் இரா. சின்னதுரை - சி. தெய்வாத்தாள். மனைவி ந. பார்வதி யமுனா. மகன்கள் ஞானி - போதி. நண்பர்கள், வாசகர்களால் 'ரைட்டர்' என்றும் 'சிஎஸ்கே' என்றும் அழைக்கப்படுகிறார்.

தொடர்புக்கு: c.saravanakarthikeyan@gmail.com

writercsk.com | facebook.com/writercsk | x.com/writercsk | instagram.com/writercsk

மக்களின் அபின் |
தைகள்

+ கள் + ஊர் (மின்னூல்)

திரைப்படம்

96: தனிப்பெருங்காதல்

4) கட்டுரை

அறிவியல்

ஒரு கோப்பை பிரபஞ்சம் | கிட்டதட்ட கடவுள்

அரசியல்

தளபதி Vs தளபதி | திராவிடம் என்றால் என்ன? |
அம்பேத்கர் பெரியார் அயோத்திதாசர் | அநீதிக் க

இலக்கியம்

ரைட்டர் | ஜெயமோகம் | ஜோல்னா பை

திரைப்படம்

இசை: இளையராஜா | ஐ லவ் யூ மிஷ்கின்

ரசனை

மீயழகி | கற்பதுவே கேட்பதுவே கருதுவதே

அனுபவம்

Girls, Goddesses & Gentlewomen (E-Book) | பெண்

5) பிற

நேர்காணல்

மும்மூர்த்திகள்

தொகுப்பாசிரியர்

புத்தகங்கள்

1) புனைவு

<u>பெருநாவல்</u>

ஆதித்த கரிகாலன் கொலை வழக்கு

<u>நாவல்</u>

ஆண்டான் | கன்னித்தீவு | ஆப்பிளுக்கு முன்

<u>குறுநாவல்</u>

பெருங்களிறு | கறுப்பு சிவப்பு வெளுப்பு (மின்னூல்)

<u>சிறுகதை</u>

கிருமி | நான்காம் தோட்டா | இறுதி இரவு

<u>நுண்கதை</u>

69

2) கவிதை

<u>புதுக் கவிதை</u>

தேவதை புராணம் | பரத்தை கூற்று

<u>கவிதை உரை</u>

மண் மக்கள் மன்னன் | ரதி ரகசியம்

3) அபுனைவு

<u>அறிவியல்</u>

ஃபீனிக்ஸ் கனவுகள் | சந்திரயான்

<u>வரலாறு</u>

இந்தி தேசிய மொழியா? | ச்சீய்... பக்கங்கள் | குஜராத் 2002 கலவரம்

திரைப்படம்

96: தனிப்பெருங்காதல்

4) கட்டுரை

அறிவியல்

ஒரு கோப்பை பிரபஞ்சம் | கிட்டதட்ட கடவுள்

அரசியல்

தளபதி Vs தளபதி | திராவிடம் என்றால் என்ன? | மக்களின் அபின் | அம்பேத்கர் பெரியார் அயோத்திதாசர் | அநீதிக் கதைகள்

இலக்கியம்

ரைட்டர் | ஜெயமோகம் | ஜோல்னா பை

திரைப்படம்

இசை: இளையராஜா | ஐ லவ் யூ மிஷ்கின்

ரசனை

மீயழகி | கற்பதுவே கேட்பதுவே கருதுவதே

அனுபவம்

Girls, Goddesses & Gentlewomen (E-Book) | பெண் + கள் + ஊர் (மின்னூல்)

5) பிற

நேர்காணல்

மும்மூர்த்திகள்

தொகுப்பாசிரியர்

ஆன